காலம் வணங்கும் கல்வி வள்ளல் காமராஜர்

வைரவமணி

பதிப்பாசிரியர்
எம். சாதிக் பாஷா

கிளாசிக் பப்ளிகேஷன்ஸ்

பிளாட் நம்பர் 21A, இந்திரா நகர்,
கிஷ்கிந்தா ரோடு, மேற்கு தாம்பரம்,
சென்னை- 600 045. செல் : 97910 06360
Email : classicpublications786@gmail.com

KAALAM VANANGUM KALVI VALLAL KAMARAJAR	**காலம் வணங்கும் கல்வி வள்ளல் காமராஜர்**
Author: **Vairavamani**	ஆசிரியர்: **வைரவமணி**
Publisher: **M. Sathik Basha**	பதிப்பாசிரியர்: **எம். சாதிக் பாஷா**
Copyright ©: **Publisher**	உரிமை: பதிப்பகத்திற்கே
First Edition: October 2021	முதல் பதிப்பு: அக்டோபர் 2021
Size : Demy	அளவு: டெம்மி
ISBN : 978-81-957106-0-7	ISBN : 978-81-957106-0-7
Pages : 416 + 32 Color Pictures = 448 Pages	பக்கங்கள்: 416 + 32 கலர் படங்கள் = 448 பக்கங்கள்
Price : 366/-	விலை: ரூ.366
CLASSIC PUBLICATIONS Flat No.21A, Indira Nagar, Land Mark : Kiskinta Main Road, West Tambaram, Chennai - 600 045. Cell : 97910 06360 Email : classicpublications786@gmail.com	முகவரி: **கிளாசிக் பப்ளிகேஷன்ஸ்** பிளாட் நம்பர். 21A, இந்திரா நகர், கிஷ்கிந்தா ரோடு, மேற்கு தாம்பரம், சென்னை– 600 045. செல் : 97910 06360 Email : classicpublications786@gmail.com
Book Designed: yeSKay Designs	வடிவமைப்பு எஸ்.கே. டிசைன்ஸ்

வைரவமணி

உள்ளுரை

	என்னுரை	...	4
	பதிப்புரை	...	7
	அணிந்துரை 1	...	9
	அணிந்துரை 2	...	11
1.	முன்னோட்டம்	...	13
2.	காமராஜரைப் போற்றிய பெரியார்	...	202
3.	பெருந்தலைவர் பற்றி அண்ணா	...	210
4.	கர்மவீரரின் உரைச் சித்திரங்கள் பெரியார் பற்றிக் காமராஜர்	...	220
5.	கல்வி வள்ளல் உயர்திரு நெ.து. சுந்தரவடிவேலு	...	226
6.	பத்திரிகையாளர் நெஞ்சங்களில் காமராஜர்	...	243
7.	கர்மவீரரின் கருத்து மணிகள்	...	262
8.	காமராஜரின் வாழ்க்கைச் சம்பவங்கள்	...	280
9.	எம்.ஜி.ஆரின் வீட்டுக்கு வர காமராஜர் மறுத்த காரணம்.	...	353
10.	பெருந்தலைவர் என்றால் அது காமராஜர் மட்டுமே!	...	356
11.	சிவாஜி சினிமா வெளிவர, காமராஜர் செய்த உதவி	...	358
12.	காமராஜர்தான் என் தலைவர்!	...	361
13.	காமராஜருடன் ஒரு நாள்: சாவி	...	362
14.	பாமரத் தலைவரைப் போற்றிய பெருமக்கள்	...	370
15.	கர்மவீரரின் வாழ்க்கை நிகழ்வுகள்	...	380
16.	காமராஜரைப் பற்றிய அரிய தகவல்கள்	...	394
17.	அமையுமா காமராஜர் ஆட்சி	...	410

காலம் வணங்கும்
கல்வி வள்ளல் காமராஜர்

என்னுரை

'இவருக்கு அடுத்து விரல் விட வேறு ஆள் இல்லை' என்று காமராஜர் குறித்து தந்தைப் பெரியார் சொன்னது உண்மை என்பதைத் தமிழகம் அறியும்.

இங்கே இன்னொன்றையும் குறிப்பிட விரும்புகிறேன்... 'பெரியாரின் மரண வாக்குமூலம்' என்ற தலைப்பிலேயே தன் கருத்தை 18.7.1961 விடுதலையில் வெளியிட்டார் பெரியார். இது 9.7.1961_இல் தேவகோட்டையில் அவர் பேசியது.

"தோழர்களே!

எனக்கோ வயது 82 ஆகின்றது. நான் எந்த நேரத்திலும் இறந்துவிடலாம். ஆயினும் நீங்கள் இருப்பீர்கள். உங்களை விட முதிர்ந்த நான், மரண வாக்குமூலம் கூறவேண்டிய நிலையில் உள்ளவன். பொய் சொல்ல வேண்டிய அவசியமில்லை. இன்றைய காமராஜர் ஆட்சியில் நமது நாடு அடைந்துள் முன்னேற்றம் இரண்டாயிரம், மூவாயிரம் ஆண்டுகளில் நடந்ததில்லை. நமது மூவேந்தர்கள் ஆட்சிக் காலத்தில் ஆகட்டும், அடுத்து நாயக்க மன்னர்கள், மராட்டிய மன்னர்கள், முஸ்லிம்கள், வெள்ளையர்கள் இவர்கள் ஆட்சியில் ஆகட்டும், அவர்கள் எல்லாம் நமது கல்விக்கு வகை செய்யவில்லை தோழர்களே!

நீங்கள் என் சொல்லை நம்புங்கள். இந்த நாடு உருப்பட வேண்டுமானால், இன்னும் பத்தாண்டுகளுக்காவது காமராஜரை விட்டு விடாமல் பிடித்துக் கொள்ளுங்கள். அவரது ஆட்சி மூலம் சுகமடையுங்கள். காமராஜரைப் பயன்படுத்திக் கொள்ள நாம் தவறி விட்டால், தமிழர்களுக்கு வாழ்வளிக்க வேறு ஆளே சிக்காது...'"

எத்தனை உண்மையான, நிதர்சனமான வார்த்தை பாருங்கள்...

காமராஜர் 'கே' பிளான் என்று பதவியை விட்டுப் போகாமல் இருந்திருந்தால்... தமிழகம் மாபெரும் வளர்ச்சியைக் கண்டிருக்கும்.

கல்வி, தொழில், விவசாயம் என சகல துறைகளிலும் சாதித்திருக்கும் என்பதைத் தமிழுலகம் அறிந்திருக்கும்...

காமராஜர் உயிரோடு உலவிய... அவர் ஆட்சி நடத்திய காலத்தில் நான் சில ஆண்டுகள் வாழ்ந்திருக்கிறேன் என்பதை நினைத்துப் பெருமைப்படுகிறேன்.

என் தந்தையார் மறைந்த அ. வைரவன் அவர்கள் பெரியார், அண்ணா, கருணாநிதி போன்ற தலைவர்களை நேசித்தவர். அதே நேரத்தில் காமராஜரைப் போற்றியவர்.

"காமராஜர் பள்ளிகளைத் திறக்கவில்லை என்றால் நம் போன்ற பிற்பட்ட வகுப்பினர் பள்ளிக்கூடமே போயிருக்க மாட்டார்கள்... அறிவற்ற கூட்டமாகவே நாம் இருந்திருப்போம்" என அவரைப் பற்றி அப்பா பெருமைப்பட பேசியதை நான் அடிக்கடி கேட்டிருக்கிறேன். அப்பா, காமராஜர் ஆதரவு பத்திரிகை 'நவசக்தி' வாங்குவார்.

1969 என நினைக்கிறேன். அப்போது எனக்கு 10 வயதிருக்கும்.

ஒருநாள் அப்பா, "வைரமணி... தலைவர் காமராஜர் வர்றார்.. வா போய்ப் பார்ப்போம்" என்று என்னை அழைத்துச் சென்றார்.

நாகேஸ்வரன் கோவில் நுழைவுக்கு முன் சிறு மைதானம் போன்ற இடம். மக்கள் கூட்டம். எளிய பந்தல்...

மணி இரவு 9 இருக்கும். அப்போது நெடுநெடு உயரமான, சற்றே கருத்த... திடகாத்திரமான தேகம் கொண்ட உருவம்... அவர் மைக் முன் பேசிக் கொண்டிருந்தார்.

அப்பா சொன்னார்: "இவர்தான் காமராஜர்!"

சுமார் 50 ஆண்டுகள் கடந்த பின்னரும் அவரது வெள்ளை சட்டை... வெள்ளை வேட்டி... நெடிய கருத்த உருவம் என நினைவுக் கண்களிலிருந்து மறையவில்லை.

சுதந்திரப் போராட்ட வீரர்களில் ஒருவரை இந்தியாவை ஆண்ட பிரதமர்களில் இருவரை உருவாக்கியவரை தமிழகத்தை ஒன்பதாண்டுகள் ஆண்டவரை, பல லட்சக்கணக்கான கல்வியாளர்களை உருவாக்கியவரை... பல்லாயிரம் கல்வி

ஆலயங்களை எழுப்பியவரை... பல அணைகளை நிர்மாணித்தவரை... பல பெரும் தொழிற்சாலைகளைத் தோற்றுவித்தவரை... கண்டுவிட்டதில் பெருமைதானே...

காலம் போற்றும் கலாம்

அகிலம் போற்றும் அண்ணா

காலத்தின் நாயகன் கலைஞர்

வள்ளல் திலகம் எம்.ஜி.ஆர்.

புரட்சித் தலைவி அம்மா... போன்ற தமிழினத் தலைவர்களை எழுத வைத்து, 'அழகு பார்த்த' பதிப்பகத்தார் அவர்கள் என்னை 'காலம் வணங்கும் கல்வி வள்ளல் காமராஜர்' பற்றி எழுதி வழங்கச் சொன்னார்.

என் மனம் கவர்ந்த ஏழைப்பங்காளரை, கல்வியில் புரட்சி செய்த கல்வி நாயகரை, பெருந்தலைவரை, கர்மவீரரை, கிங்மேக்கரை எழுதுவதில் மிகவும் பெருமையடைந்தேன்.

எழுதச் சொன்ன சாதிக் பாஷா அவர்களுக்கு நன்றி.

அவரைப் பற்றி ஆயிரக்கணக்கான பக்கங்கள் எழுதினாலும் முழுமையடையாது. கடலில் சிறு துளிதான் _ இந்நூல்.

இந்நூலில் தவறுகள் இருப்பின் சுட்டிக் காட்டுங்கள், திருத்திக் கொள்வேன்.

காமராஜர் என்ற நல்ல மனிதரைப் பற்றி கட்சிப் பாகுபாடின்றி, சாதி, மத பேதமின்றி படித்து அவரைப் பற்றி அறிந்து நாட்டுக்காக உழைக்க வேண்டும். அப்போதுதான் நாமும் நாடும் முன்னேறுவோம்.

வாசகர்கள் கையில் இருக்க வேண்டிய அறிவுச் செல்வம்.

நன்றி. வணக்கம்.

அன்புடன்

பதிப்புரை

இன்றும் எல்லா கட்சிக்காரர்களுக்கும், அதாவது அரசியல்வாதிகளும் 'நாங்கள் ஆட்சிக்கு வந்தால்' கர்மவீரர், பெருந்தலைவர் காமராஜரின் பொற்காலத்தைக் கொண்டு வருவோம்... என்று மேடைதோறும் முழங்குவதிலிருந்தே 'காமராஜரின்' ஆட்சிக் காலத்தின் மகிமையை உணரலாம்.

1954 முதல் 1963 வரையிலான ஒன்பதாண்டு கால ஆட்சியில் ஊழல் இல்லை. மக்களுக்காகவே சேவை செய்யவே 'தங்களை' அவர்கள் தேர்ந்தெடுத்திருக்கிறார்கள் என்று சட்டமன்ற உறுப்பினர்களும், மந்திரிகளும் 'நினைத்து' செயல்பட்டதால்தான் காமராஜருடைய காலம் பொற்காலமாகத் திகழ்ந்தது.

கல்வியில் பெரும் புரட்சி, வேளாண்மை தொழிற்சாலை அமைத்தலில் புரட்சி என்று 'புரட்சி'களை செய்தார் காமராஜர்.

ஏழை – அடித்தட்டு மக்களின் பிள்ளைகள் எல்லோரும் கல்வி கற்கவேண்டும் என விரும்பி கிராமந்தோறும், ஊர்தோறும், நகராந்தோறும் பள்ளி, கல்லூரிகளைத் தொடங்கினார் காமராஜர். ஏழைப் பிள்ளைகளின் வயிற்றுப் பசியைப் போக்க மதிய உணவுத் திட்டத்தைக் கொண்டு வந்து, உலகையே வியக்க வைத்தார் ஏழைப் பங்காளர்.

கற்றதும் வேலைவாய்ப்பு பெற தொழிற்சாலைகள் பலவற்றைத் தொடங்கினார். வேளாண்மைப் புரட்சி செய்ய பல அணைகளைக் கட்டி எழுப்பினார்.

தமிழக மக்கள் இன்று கல்வியில் பல சாதனைகளைப் படைக்கிறார்கள் என்றால் அது காமராஜரின் நல்ல கல்வித் திட்டத்தின் பயனே எனலாம்.

காலம் வணங்கும்
கல்வி வள்ளல் காமராஜர்

பதவியை விரும்பாது, பணத்தை விரும்பாது மக்களின் நலனையே தன்நலனாகக் கருதி வாழ்ந்த – சுதந்திரப் போராட்டத் தியாகியாகத் தன்னை அர்ப்பணித்த மாபெரும் நல்மாணிக்கம் காமராஜரின் பெருவாழ்வை, 'காலம் வணங்கும் கல்வி வள்ளல் காமராஜர்...' தலைப்பில் தொகுத்தளித்த எங்கள் எழுத்தாளர் வைரவமணி அவர்களுக்கு நன்றியைத் தெரிவித்துக் கொள்கிறேன்.

தன்னலம் கருதாத தலைவரின் நூலை வெளியிடுவதில் பதிப்பகம் மகிழ்கிறது, பெருமையடைகிறது.

இந்நூலை பயின்று – காமராஜரைப் போல தியாக மனத்துடன் வாழ வாழ்த்துகிறோம்.

எல்லாப் புகழும் இறைவனுக்கே!

எம்.சாதிக் பாஷா
பதிப்பாசிரியர்
கிளாசிக் பப்ளிகேஷன்ஸ்

அணிந்துரை

பெயரைக் கேட்டாலே சும்மா சிலிர்க்குது!

மு.இரா.இரகுநாதன்
(தாளாளர் மீனாட்சி இராமசாமி கல்வி நிறுவனங்கள்)

கர்மவீரர் காமராஜரின் பெயரைக் கேட்கும்போதெல்லாம் எனக்குள் ஒருவித சிலிர்ப்பும், கூடவே இதயத்துக்குள் ஒரு நெகிழ்வும் உண்டாகும்.

அதற்குக் காரணம் கர்மவீரர் மீதான பற்று என்பதோடு, எங்கள் தந்தையார் மீதான பாசமும் மதிப்பும் அவர் எங்களுக்குக் காட்டிய நல்வழியும் மனதுக்குள் தோன்றும் என்பதுதான்.

ஆமாம். எங்கள் தந்தையார் திரு.மு.இராமசாமி முதலியார் அவர்கள், காமராஜர் மீதான பற்றாளராக இருந்தார் என்பதோடு, அவர் காட்டிய நெறியில் தான் நடந்து, எங்களையும் அதனைப் பின்பற்றச் செய்திருக்கிறார்.

ஐந்து அக்காக்கள், ஒரு அண்ணன் என்ற பெரிய குடும்பத்தில் கடைக்குட்டியாகப் பிறந்த எங்கள் அப்பா, சிறு வயதிலேயே பெற்றோரை இழந்து பெரும் சங்கடங்களையும் சவால்களையும் சந்தித்து வளர்ந்தவர். முயற்சி திருவினையாக்கும் என்பதற்கு ஏற்ப அயராது பாடுபட்டு முன்னுக்கு வந்தவர்.

ஒழுக்கத்தையும் உழைப்பையுமே தனது கொள்கையாகக் கொண்ட அவரது தளராத உழைப்பின் பயனாக, 2001ம் ஆண்டில் மீனாட்சி இராமசாமி கல்வி நிறுவனங்களின் நிறுவனராகப் பிரகாசிக்கும் அளவிற்கு வளர்ந்தவர்.

என்னதான் வளர்ந்தாலும் தனது ஆரம்பகாலத்தை நினைவில் இருத்தி, பிறருக்கு உதவுவதையே தன் பணியாகக் கொண்டு செயல்பட்டவர்.

அதோடு, இளம் வயதிலேயே அவர் மனதை கர்மவீரர் காமராஜர் அவர்களின் செயல்கள் ஈர்த்துவிட்டதால், ஏழைப்பங்காளரின் செயல்களைத் தமது முன் உதாரணமாகக் கொண்டிருந்தார்.

ஒரு சமயம் விருது நகர் தொகுதியில் காமராஜர் அவர்கள் தேர்தலில் போட்டியிடுவதை அறிந்த எங்கள் தந்தை, எங்கள் ஊரில் இருந்து

காலம் வணங்கும்
கல்வி வள்ளல் காமராஜர்

அதாவது அரியலூர் மாவட்டம் உடையார்பாளையத்தில் இருந்து புறப்பட்டு விருதுநகருக்குச் சென்று, அங்கே காமராஜருக்காக பிரசாரப் பணிகள் செய்தார்.

காமராஜரின் பணிகள் மேலான ஈர்ப்பினால், தம்மைக் காங்கிரஸ்காரர் என்று அடையாளம் காட்டிக் கொண்டாரே தவிர, நேரடியாக அரசியலில் அவர் எந்த சமயத்திலும் இறங்கவில்லை. அரசியலில் இல்லாமலே மக்களுக்குத் தொண்டாற்ற முடியும் என்று தீர்மானித்து, அப்படியே செய்தும் காட்டினார்.

தான் காமராஜரைப் பின்பற்றியதோடு மட்டுமல்லாமல், தன் மக்களான எங்களையும் பிறருக்கு உதவுதல், சுயநலமின்றி இருத்தல், கல்வியறிவினை ஏழைகளும் பெற வழிசெய்தல், ஆதரவு இல்லாதோர்க்கு உதவிகள் செய்தல் என்று எல்லா நற்கொள்கைகளையும் பின்பற்றும் வண்ணம் வளர்த்தார்.

இதோ இன்றும் காமராஜர் அவர்களின் பாதையில் எங்கள் தந்தையார் போட்டுத் தந்த பாதையில்தான் நடந்து கொண்டிருக்கிறோம்.

இப்போதும் எங்கள் கல்வி நிறுவனங்கள் மூலமாக ஏழைகளுக்கும் தாழ்த்தப்பட்டோருக்கும் இலவசக் கல்வி, உறையுள் என்று தொண்டுகள் தொடர்ந்து கொண்டுதான் இருக்கின்றன, இனியும் அவை தொடரவே செய்யும்..

இந்த நிலையில் கர்மவீரர் காமராஜர் அவர்களைப்பற்றிய இந்த நூலினை கிளாசிக் பப்ளிகேஷன்ஸ் வெளியிட இருப்பதை அறிந்தபோது எனக்குள் ஒருவித சிலிர்ப்பு ஏற்பட்டது உண்மை. அதை மேலும் அதிகரிக்கச் செய்வதுபோல இந்த அணிந்துரைக்காக நூலினை முழுமையாகப் படித்தபோது, காமராஜரின் தூய வாழ்வும், அதனைக் கடைபிடிக்க எங்களுக்கு வழிகாட்டிய தந்தையின் நினைவும் ஒரு சேர மனதுக்குள் நிறைந்தது.

எளியவரும் தூய்மையான அரசியல்வாதியுமான காமராஜர் அவர்களைப்பற்றிச் சொல்லும் இந்த நூல், அவரது வாழ்வு உணர்த்தும் பாடங்களை அறிந்து, பின்பற்றிப் பெருமைபெறவும் வழிகாட்டியாக இருக்கும் என்பது நிச்சயம்.

அணிந்துரை

எக்காலத்திலும் எல்லோருக்கும் உதவும்!

சைய்யது ஜமலுதீன்

(தாளாளர், சைய்யது ஜமலுதீன் காலேஜ் ஆஃப் இன்ஜினியரிங்)

சாதிக் பாஷா அவர்களுக்கு நான் முதன் முதலில் நன்றியைத் தெரிவித்துக் கொள்கிறேன்.

அதற்குக் காரணம், மிக மிக அற்புதமான நூல்களை வெளியிட்டு வரும் அவர், மிக உயர்ந்த நிலையினை அடைந்த பெரும் தலைவர்கள், அறிஞர்கள் போன்றோரைப்பற்றிய நூல்களை வெளியிடும் சமயங்களில் எல்லாம் என்னிடம் அணிந்துரை கேட்பார்.

இத்தகைய பெருமையை எனக்கு அளிக்கும் அவருக்கு எனது நன்றிகள். இப்போது கர்ம வீரர் காமராஜரைப் பற்றிய இந்த நூலுக்கும் என்னிடம் அணிந்துரை கேட்டிருக்கிறார்.

இந்தியாவை எடுத்துக் கொண்டால், அரசியலில் எந்தக் கட்சியாக இருந்தாலும் கர்மவீரரைப்பற்றிக் குறிப்பிட்டுச் சொல்லாமல் இருக்கவே முடியாது. பண்டிதர் நேரு,கண்ணியம் மிக்க காந்திஜி போன்றோரால் பாராட்டப்படும் அளவிற்கு அவர்களது நெறிமுறைகளை வார்த்தைகளைக் கடைபிடித்து, அப்பழுக்கற்ற அரசியல்வாதியாகத் திகழ்ந்தவர், கர்மவீரர் அவர்கள்..

கர்மவீரர் அவர்கள் கொண்டுவந்த திட்டங்கள் அத்தனையும் இன்றுவரை போற்றிப் புகழக் கூடியவையாக இருக்கின்றன. ஏழை எளிய மக்களும் கல்வி அறிவினை பெறவேண்டும், அதற்கு முதலில் அவர்களின் வயிற்றுப் பசி தீர வேண்டும் என்பதை உணர்ந்து மதிய உணவுத் திட்டத்தைக் கொண்டு வந்தார். பள்ளிக்கூடத்தையே எட்டிப் பார்க்காத பாமர மக்களையும் பள்ளிக்கு வரவழைத்தது அந்தத் திட்டம்.

ஏழைப் பங்காளராகத் திகழ்ந்த காமராஜரைப் பற்றிச் சொல்வதானால், சொல்லிக்கொண்டே போகலாம். இங்கே ஒரு சிறு உதாரணத்தை மட்டும் சொல்ல விரும்புகிறேன்.

காமராஜர் அவர்களின் ஆட்சிக் காலத்தில் மருத்துவப் படிப்பிற்கான சேர்க்கைக்கு அரசு பரிந்துரைக்கும் இருக்கையைப் பெற வேண்டி ஏராளமான மாணவர்கள் விண்ணப்பம் அனுப்பியிருந்தார்கள். குறிப்பிட்ட எண்ணிக்கையில் மட்டுமே இருக்கை தர இயலும் என்பதால்,

அவர்களில் தகுதியானவர்களைத் தேர்ந்தெடுக்கும்படி அதிகாரிகளுக்கு உத்தரவிட்டிருந்தார் காமராஜர் அவர்கள்.

ஓரிரண்டு நாட்கள் ஆகியும் தகுதியானவர்களைத் தேர்வு செய்வதில் மிகவும் குழம்பியிருந்தார்கள் அந்த அதிகாரிகள். அவர்களிடம், ஏன் தாமதம் எனக் கேட்டார், கர்மவீரர்.

பெரும்பாலான மாணவர்கள் ஒரே மாதிரியான மதிப்பெண்கள் எடுத்திருப்பதால், யாரைத் தேர்வு செய்வது எனத் தீர்மானிக்கமுடியவில்லை என்றார்கள் அதிகாரிகள்.

அந்த விண்ணப்பங்களைக் கொண்டு வரச் சொன்னார், காமராஜர் அவர்கள். அதிகாரிகள் அப்படியே எடுத்துவந்து கொடுத்தார்கள்.

அவற்றையெல்லாம் ஒரு முறை வேகமாகப் புரட்டிய கர்மவீரர் அவர்கள், அவற்றில் இருந்து தேவையான எண்ணிக்கையில் விண்ணப்பங்களை எடுத்து அதிகாரிகளிடம் கொடுத்து, இவர்களுக்கு மருத்துவக் கல்லூரியில் இருக்கை தரலாம் என்றார்.

அதிகாரிகளுக்கு ஆச்சரியம். கர்மவீரரிடம், அய்யா எங்களால் இரண்டு நாட்களாக முயன்றும் தீர்மானிக்க முடியாததை, நீங்கள் எப்படி இருபதே நிமிடத்தில் தேர்வு செய்தீர்கள் என்று கேட்டார்கள்.

யாருடைய விண்ணப்பத்தில் எல்லாம், பெற்றோர் கையொப்பம் என்ற இடத்தில் கைநாட்டு இருந்ததோ, அவர்களைத் தேர்ந்தெடுத்தேன். கல்வியறிவு இல்லாத குடும்பத்தில் இருந்து ஒருவர் முன்னேறி வருவதுதானே முக்கியம்! அப்படிப்பட்டவர்கள்தானே, நாட்டுக்கும் வீட்டுக்கும் உறுதுணையாக இருப்பார்கள்! என்று அமைதியாகச் சொன்னாராம், கர்மவீரர்.

இன்று இந்த விஷயத்தில்தான் இப்போது நீட் என்று ஒன்றினைக் கொண்டுவந்து மாணவர்களை அச்சுறுத்தி, அவர்களை தற்கொலைக்குத் தூண்டும் அளவுக்கு நடந்து கொண்டிருக்கிறது.. இதற்கு பதிலாக கர்மவீரரின் வழியைப் பின்பற்றினால் எத்தனையோ ஏழை மாணவர்களை மருத்துவர்களாக்கி அவர்களின் கனவுகளை நனவாக்க முடியும். நிச்சயம் நீட் இல்லா காலம் வரும் மாணவர்கள் வாழ்க்கை நீட்டாக அமையும்.

மாணவர்களின் நலனுக்காக மகத்தான திட்டங்கள் பலவற்றை வகுத்த கர்மவீரர் காமராஜர் அவர்களைப் பற்றிய இந்த நூலினை மாணவர்களும் படிப்பது அவர்களின் எதிர்காலக் கனவுகளுக்கு வழிகாட்டியாக அமையும் எனலாம்.

இத்தகைய நல்ல நூல்களை வெளியிடும் கிளாசிக் பதிப்பகத்தின் உரிமையாளர், சாதிக் பாஷா அவர்களுக்கு என் வாழ்த்துகள்!

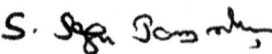

1

முன்னோட்டம்

"இந்த பூமியில் இப்படி ஒரு மனித ஆத்மா பிறந்து, வாழ்ந்து, மறைந்ததைப் பற்றி எதிர்காலத்து மக்கள் அவர் வாழ்க்கை வரலாற்று நூலைப் பற்றிப் படித்தால் மிகவும் வியப்பெய்துவார்கள் என்று மகாத்மாவின் மறைவின்போது 'இரங்கல்' செய்தியை வெளியிட்டார் உலகப் புகழ் பெற்ற தலைசிறந்த விஞ்ஞானி ஐன்ஸ்டீன் அவர்கள்.

அவர் இப்படி ஓர் இரங்கல் செய்தியை வெளியிடக் காரணம் மகாத்மாவின் எளிமை, நேர்மை, உண்மை, இந்திய மக்களின் நல்வாழ்வுக்காகத் தன் வாழ்க்கையை அர்ப்பணித்த அளப்பரிய பண்பு, பதவி மேல் ஆசையற்ற குணம், சாதி, மத பேதமற்ற தன்மை. உலக மக்கள் அனைவரும் ஒற்றுமையாக மகிழ்ச்சியுடன் வாழவேண்டும் என்ற மனம் - மனிதப்பண்பு... போன்ற குணங்களை அவர் கொண்டிருந்ததாலேயே இத்தகைய வார்த்தைகளைச் சொல்லி இருக்கிறார் விஞ்ஞானி.

மகாத்மாவின் நற்குணங்களாலும், நற்செய்கைகளாலும், தியாக மனப்பான்மையாலும், ஈர்க்கப்பட்டு தமிழகம் தந்த மாணிக்கம் காமராஜர் அவர்கள். அவரைப் போலவே எளிமை, நேர்மை, உண்மை, சில்லறைக் காசுகளுக்கு ஆசைப்படாத தூய்மையான அரசியல் வாழ்க்கை, எளிய மக்களின் முன்னேற்றமே தன் வாழ்க்கை என வாழ்ந்தவர் என்றால் மிகையில்லை.

காமராஜரின் பிறந்த பூமியைப் பற்றியும் அவர் தம் முன்னோர் பற்றியும் காண்போம்.

காலம் வணங்கும் கல்வி வள்ளல் காமராஜர்

இந்திய அரசியல் வாழ்க்கையில் ஆதர்சமாய்த் திகழ்ந்த காமராஜர் அவர்கள் இன்றைய தமிழ் நாடானது 'சென்னை மாகாணம்' என்று வெள்ளைய அரசால் (இன்றைய கேரளாவின் சில பகுதிகள்... இன்றைய ஆந்திராவின் சில பகுதிகள்) ஆளப்பட்டு வந்தது.

இன்று விருதுநகர் மாவட்டமாக விரிந்துகிடக்கும் இந்த நகர், 150 ஆண்டுகளுக்கு முன்னர் 'விருதுபட்டி' என்று அழைக்கப்பட்டது. நாடார்கள் அதிகமாய் வாழும் தொகுதி அது.

அக்காலத்திலேயே விருதுபட்டி சிறந்த வியாபாரத் தலமாக விளங்கியது. பல்வேறு சாதி மக்கள் ஒற்றுமையாக வாழ்ந்த- வாழ்ந்துவரும் ஆன்மிகத்தலமும் கூட.

16,000 பேர் மக்கள் தொகை கொண்ட விருதுபட்டியில் அழகான தெப்பக்குளம், மேற்கில் சுப்பிரமணியசுவாமி கோவில், அடுத்து வெயிலுகந்தம்மன் கோவில், வடக்கில் மணியம்மன்

கோவில் என, தெய்வீக அம்சத்துடன் திகழும் கோவில்களுக்கு மத்தியில் பெரிய பொட்டல் (இன்று தேசபந்து மைதானம்) அமைந்திருக்கிறது.

தாயார் சிவகாமி

விருதுபட்டிக் கிராம பஞ்சாயத்து போர்டில் சுலோசனா நாடார் (காமராஜரின் தாத்தா) உறுப்பினராக இருந்தார். இவர் முத்துராமன் பட்டி கிராம முன்சீப்பாக இருந்தார். நாட்டாமைக்காரரும்கூட. இவரது தெரு பெயர் - இவர் பெயராலேயே இன்றும் வழங்கப்பட்டு வருகிறது.

இவரது உடன்பிறந்த தங்கை பார்வதி அம்மாள் சின்னப்ப நாடார் (ஐயப்பா). இவர் மேகவர்ண வகையறாவைச் சேர்ந்தவர்.

இத்தம்பதிகளுக்குப் பல்லாண்டுகளாக குழந்தை பாக்கியம் இல்லை. அதனால் 'குமாரசாமி' என்ற குழந்தையைத் தத்தெடுத்தனர்.

குமாரசாமி அறிவும் ஆற்றலும் கொண்ட பிள்ளையாக வளர்ந்தார். அன்பும், அமைதியும் கொண்ட அவர், இளைஞராக வளர்ந்து நின்றபோது பெற்றோர் திருமணம் செய்ய முடிவு செய்தனர்.

இவர் கிழக்கு ரத வீதியில் தேங்காய்க் கடை வைத்து, வியாபாரத்தை நல்லபடியாக நடத்தி வந்தார்.

மகனுக்கு நாட்டாமைக்காரர் மகள் சிவகாமியை மணமுடித்து வைத்தனர் பெற்றோர்.

பிறப்பும் கல்வியும்

குமாரசாமியும் சிவகாமியும் 'நல்லறம்' நடத்தி வந்தனர். நாளடைவில் சிவகாமி கர்ப்பம் தரித்தார். நாட்கள் கடந்தன.

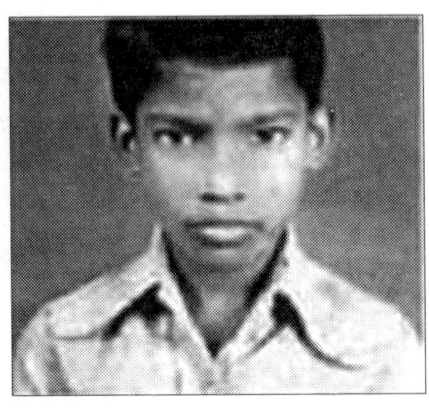

நற்குண தம்பதியருக்கு இந்த இந்திய நன்னிலத்தையே ஆளும் மகனாக 1903-ஆம் ஆண்டு ஜூலை 15-ஆம் தேதி பிறந்தார் அருந்தவ நாயகர் காமராஜர்!

தன் அன்புப் பேரனுக்கு 'காமாட்சி' எனப் பெயர் சூட்டினார் பார்வதி அம்மாள். காமராஜரின் பாட்டி.

தாயோ மகனை 'ராஜா' 'ராஜா' என்று அன்புடன் அழைத்தார்.

காமாட்சி என்ற பெயரும் ராஜா என்ற பெயரும் காலப்போக்கில் 'காமராஜ்' என்றானது. தன் பிள்ளையை இறுதிவரை பெயரிட்டு அழைக்காமல் 'அய்யா' என்றே பாசத்துடன் அழைத்து வந்தார் சிவகாமி அம்மாள்.

பிள்ளை மெல்ல வளர்ந்தார். நடை தவழ்ந்தபோது ஐயா சின்னப்ப நாடார் பேரனுக்கு புராண, இதிகாச கதைகளைச் சொல்லி வந்தார். குழந்தை, கதைகளை உன்னிப்பாகக் கேட்டு வந்தது.

அன்புக் குழந்தையான காமராஜருக்கு 1907-ஆம் ஆண்டு பாசத்துக்குரிய தங்கை பிறந்தாள். அவளுக்கு நாகம்மாள் என்ற பெயரைச் சூட்டினர் பெற்றோர். தங்கை மேல் பெரும் பாசத்தை வைத்திருந்தார், காமராஜர்.

ஐந்து வயதிலேயே பொம்மலாட்டம், கழைக்கூத்துகளை தன் இல்லத்திலேயே நண்பர்களோடு நடத்துவார் காமராஜர்.

தெருக்களில் நண்பர்களோடு மகிழ்ச்சியோடு விளையாடுவதற்கு சளைக்க மாட்டார் காமராஜர்.

அவருக்கு ஐந்து வயது நிரம்பி, ஆறாம் வயது துவங்கும் நேரம் (இக்காலம் போல மூன்று வயதிற்குள் பிள்ளைகளைப் பள்ளியில் சேர்க்கும் பழக்கம் அக்காலத்தில் இல்லை. ஐந்து வயது முடிந்தால்தான் ஆரம்பப் பள்ளிக்கூடம் செல்லமுடியும்.) பிள்ளையைப் பள்ளியில் சேர்க்க முடிவு செய்தார், குமாரசாமி. அப்போது அவர் சற்று வசதியாகவே இருந்தார்.

மகனைப் பள்ளியில் சேர்க்க சிறு விழாவாக எடுக்க முடிவு செய்தார். வீடே திருவிழாக் கோலம் பூண்டிருந்தது. நாட்டாண்மைக்காரர், பாட்டி பார்வதி அம்மாள், தாய் சிவகாமி அம்மாள் பிள்ளைக்காக ஓடியாடிக் கொண்டிருந்தனர். உற்றார் உறவினர் வந்து கொண்டிருந்தனர்.

அன்று வியாழக்கிழமை

வளர்பிறை நாள்.

ஐந்து வயதுப் பிள்ளை காமராஜருக்குக் காசிப் பட்டணம் கட்டி, வெல்வெட் கோட்டு போட்டு, கழுத்தில், கைகளில் தங்க நகைகள் அணிவித்து, காதில் வெள்ளைக்கல் கடுக்கன் மாட்டி, தலையை வாரி, சடைப் பின்னி, அழகு செய்தார் பாட்டி பார்வதி அம்மாள்.

நாதஸ்வர இன்னிசை முழங்கியது. ராமலிங்க குருக்கள் ஓத... பெரியோர்கள் முன்னிலையில் தாய் மாமா கருப்பையா நாடார் மருமகப் பிள்ளை காமராஜரை 'பூங்கொத்தாகத்' தூக்கி, மலர்ந்த முகத்தோடு பவளமணி பல்லக்கினுள் அமர்த்தினார்.

தானே ஒரு பக்கம் தோள் கொடுக்க, பல்லக்குக் கிளம்பியது. பிள்ளைக்கு, தான் ஊர்வலமாய்ப் போவது மகிழ்ச்சித் துள்ளலைக் கொடுத்தது.

காலம் வணங்கும்
கல்வி வள்ளல் காமராஜர்

ஊர்வலம், வேலாயுதம் வாத்தியார் நடத்தும் திண்ணைப் பள்ளிக்கூடத்தின் முன் நின்றது.

குருக்கள் பக்திப் பாடல்களை ஓதினார்.

வாத்தியார் தன் இருக்கையில் அமர்ந்திருந்தார்.

பிள்ளை வாத்தியார் முன் அமர்ந்தார்.

மருமகன் கையில் கருப்பையா நாடார் பனைக்குருத்தோலை ஏடு, (அப்போது சிலேட், நோட்டுகள் கிடையாது) வெள்ளிப்பூண் கொண்ட எழுத்தாணியையும் வழங்கினார்.

வாத்தியார் பிள்ளையைத் தனது வாகாய் அமர வைத்துக் கொண்டு வலது கையில் எழுத்தாணியைப் பிடிக்க வைத்து 'அ' என்ற ஆரம்ப எழுத்தை 'சுவடி'யில் பதிய வைத்தார்.

பிள்ளை 'அ' எழுதியதும் கெட்டிமேளம் கொட்டியது. பிள்ளை மேல் பூமாரி பொழிந்தனர். உற்றார், உறவினர்கள், பெரியோர்கள் பிள்ளையை வாழ்த்தினர். இவ்வாறுதான் காமராஜரின் ஆரம்பக் கல்வி 'திண்ணை'ப்பள்ளியில் துவங்கியது.

அகர வரிசைகளை நன்கு கற்றுக் கொண்டார் காமராஜர். சிறிது காலத்திற்குப் பிறகு அவர் காசுக்கடை தெருவில் முருக வாத்தியார் நடத்தி வந்த 'ஏனாதி நாயனார் வித்யாசாலை'யில் சேர்ந்தார்.

அங்கு ஓரளவு தமிழில் எழுதவும், படிக்கவும் கற்றுத் தேர்ந்தார். இங்கு சேர்ந்து படித்த மறு ஆண்டே அவர் விருதுபட்டி சத்திரிய வித்தியாசாலா உயர்நிலைப் பள்ளியில் சேர்ந்தார். இப்பள்ளியை அப்பகுதி மக்கள் 'பிடி அரிசிப் பள்ளி' என்று அழைத்தனர்.

இப்பள்ளியில் படிக்கும் பிள்ளைகளின் பெற்றோர் மற்றும் அப்பகுதி மக்கள் தினந்தோறும் அப்பள்ளிக்கு 'பிடி அரிசி' கொடுத்து வந்ததால் அதற்கு அப்பெயர் ஏற்பட்டது.

இங்கு 1888-ஆம் ஆண்டு முதலே 'இலவசக் கல்வி' கற்பிக்கப்பட்டது. இப்பள்ளியில் காமராஜர் படித்ததால் பிற்காலத்தில் ஏழை எளிய மக்களின் பிள்ளைகளுக்கு 'இலவசக் கல்வியை'க் கொண்டு வர வாய்ப்பாக அமைந்தது எனலாம்.

பள்ளிக் கல்வியை ஆர்வத்தோடுதான் கற்று வந்தார், காமராஜர்.

தந்தையின் மறைவும்... கல்வித்தடையும்

காமராஜரின் தந்தை குமாரசாமி நடத்திவந்த தேங்காய் வியாபாரம் நன்றாகவே நடந்து வந்தது. அவர் வியாபாரத்தில் 'நியாயமாக' நடந்து வந்ததால் அவர் கடையில் எப்போதும் நல்ல கூட்டம் இருந்து வந்தது.

பிள்ளை மேலும் நன்கு படிக்க தனியார் டியூஷன் வைத்திருந்தார் குமாரசாமி.

குடும்பமும், வியாபாரமும் எந்தப் பிரச்சனையும் இன்றி நன்கு சென்று கொண்டிருந்தது.

தினமும் மதியம் ஒன்றரை மணிக்குச் சாப்பிடச் செல்லும் குமாரசாமிக்கு அன்று கூட்டம் அதிகமாக இருந்ததால் மூன்று மணியளவிற்கு வீடு வந்தார்.

வழக்கம்போல மனைவி சிவகாமி அம்மாள் சாப்பாடு போட, அமைதியாக சாப்பிட்டு முடித்தபோது குமாரசாமிக்குத் திடீரென மயக்கம் ஏற்பட்டது. படுத்துவிட்டார். மனைவிக்கும் பார்வதி அம்மாளுக்கும் பதற்றம் ஏற்பட்டது. ஐயோ தெய்வமே எனப் பதறினர்.

உடனே பக்கத்திலிருந்த நாட்டு வைத்தியர் வரவழைக்கப்பட்டார். அவர் குமாரசாமியின் நாடியையும், கண்களையும் பார்த்து சில மருந்துகள் கொடுத்துவிட்டுச் சென்றார்.

குமாரசாமிக்குக் கடுமையான தலைவலியோடு காய்ச்சலும் ஏற்பட்டது.

விஷயத்தைக் கேள்விப்பட்ட நாட்டாண்மைக்காரர் பதற்றத்தோடு வந்தார். உடனே உள்ளூர் பண்டு ஆஸ்பத்திரி மருத்துவர் ராயர் வந்தார். அவரும் தீவிரமாகவே சிகிச்சை செய்தார்.

ஆனால் உடலில் முன்னேற்றம் இல்லை. குடும்பத்தினர் முகங்களில் துயரம் படிந்தது.

நள்ளிரவு.

குமாரசாமியின் விழிகள் திறந்தன. அந்த விழிகள் யாரையோ தேடி அலைவதை நாட்டாண்மைக்காரர் உணர்ந்து, காமராஜரையும், நாகம்மையையும் படுக்கைப் பக்கம் அழைத்துச் சென்றார்.

பிள்ளைகளை வைத்த கண் வாங்காமல் பார்த்தார். பிறகு அவர் விழிகள் அன்பு மனைவி சிவகாமியை நோக்கின. முகத்தில் மெல்லிய மலர்ச்சி. அவரது உதடுகள் துடிக்கின்றன. மனைவியிடம் பேச ஆவல்... தனது கையை மனைவியின் பக்கம் நீட்டிய அடுத்த விநாடி, அவரது தலை சாய்ந்தது.

அந்த வீட்டிலிருந்து பீறிட்டு எழுந்த கதறல், விருதுபட்டியின் உறக்கத்தைக் கலைத்தது.

தாயார், பாட்டியின் கதறலைப் பார்த்து ஆறு வயது காமராஜரும் அழுதார். ஆம் தேம்பித் தேம்பி அழுதார். அக்குடும்பத்திற்குப் பேரிழப்பு.

குமாரசாமி மறைவதற்கு சில மாதங்களுக்கு முன்னர்தான் சின்னப்ப நாடார் மறைந்தார். இவர் காமராஜரின் தாத்தா.

அடுத்தடுத்து இருவர் மறைவால் குடும்பம் தத்தளித்தது. தவித்தது.

சம்பாதிக்கும் குடும்பத் தலைவர் இறந்து போனால் ஒரு குடும்பம் எத்தகைய துயரத்தில் தவிக்கும் என்பதைப் பலரும் அறிவர்.

இந்த நிலையில் இன்னொரு பேரிடி அக்குடும்பத்தின் தலையில் விழுந்தது. தங்கள் குடும்பத்தை இனி துயரத்திலிருந்து மீட்பார் என நினைத்த சிவகாமி அம்மாளின் தந்தையார் சுலோசனா நாடார் திடீரென மறைய... குடும்பத்தின் துயரத்தை என்ன சொல்ல...?

இந்த நிலையில் அன்பு தங்கை சிவகாமியையும், பிள்ளைகளையும் அவரது அருமை சகோதரர் கருப்பையா நாடார் ஆதரவளித்து காத்தார்.

குடும்ப வருவாய்க்காக சிவகாமியின் நகைகள் விற்கப்பட்டன. ரூபாய் மூவாயிரம் தேறியது. அதை வட்டிக்குவிட்டு சிவகாமி தன் குடும்பத்தை நடத்தச் செய்தார்.

சிவகாமியும், பார்வதி அம்மாள் பாட்டியும் பிள்ளைகளுக்குக் கஷ்டம் தெரியாமல் வளர்த்தனர்.

மதம் கொண்ட யானையை அடக்கிய சிறுவன்

ஒருநாள் கோவில் யானை தெருவீதியில் மதங்கொண்டு பிளிறிக்கொண்டு ஓடுவதை சிறுவன் காமராஜர் கண்டார்.

மக்கள் யானைக்குப் பயந்து நாலாபுறமும் ஓடினர்.

எப்போதும் யானை துதிக்கையில் சுமந்து செல்லும் சங்கிலி அப்போது இல்லை.

அதைப் பார்த்த காமராஜர் உடனே கோவிலுக்கு ஓடினார். யானைச் சங்கிலியைத் தூக்க முடியாமல் தூக்கிக் கொண்டு... யானையைத் தொடர்ந்து ஓடி அதன் முன் சங்கிலியைப் போட... 'சட்'டென்று நின்றது யானை.

பின்னர் யானை அமைதியாகக் கோவிலுக்குச் சென்றது.

காமராஜர் மூன்றாம் வகுப்பில் சேர்ந்தார். அவருக்கு முடி கருகருவென வளர்ந்திருந்ததால் பார்வதி அம்மாள் பேரனின் தலைமுடியை சீவி பூச்சூட்டி பள்ளிக்கு அனுப்பி வைத்தார்.

காமராஜர் தன் நண்பர்களுடன்

அக்காலத்தில் பெரும்பாலான ஆண்பிள்ளைகளுக்குத் தலைமுடி நீளமாக இருக்கும்பட்சத்தில் பெற்றோர் பெண் பிள்ளைகளுக்குப் 'பூச்சூட்டி' அனுப்புவது போல பள்ளிக்கு அனுப்பி வைத்தனர்.

பள்ளியில் காமராஜருக்குப் பல நண்பர்கள் உண்டு; அவர்களோடுதான் எப்போதும் சுற்றுவார். அந்தத் தோழர் படைகளோடு அடிக்கடி 'சடுகுடு' விளையாடுவதில் அவருக்கு ஆர்வம் அதிகம். அவருடைய அணியே எப்போதும் வெற்றி பெறும்.

தனது நண்பர்களோடு இணைந்து புலி, கரடி, சிங்கம், யானை மற்றும் ராஜாராாணி, போர் வீரன் என்று பல விளையாட்டுகளையும் விளையாடுவதுண்டு.

தனது நண்பர்களுக்கு ஒரு பிரச்சனையென்றால், அதற்காக தன் உயிரையும் பொருட்படுத்தமாட்டார் காமராஜர். அதற்கொரு உதாரணம்- அவரது நெருங்கிய நண்பர்களில் ஒருவர் தங்கப்பன்.

இருவரும் மாலை பள்ளி விட்டதும், வீதியில் பேசிக்கொண்டு வந்தனர்.

திடீரென்று எங்கிருந்தோ வேகமாய் வந்த காளை ஒன்று தங்கப்பன் மேல் பாய எத்தனிக்க... உடனே தன் உயிரையும் பொருட்படுத்தாமல் காளையின் வாலை காமராஜர் பற்றி இழுக்க... (சமயோசிதமாக - தைரியமாக) அது தங்கப்பனை விட்டுவிட்டு காமராஜர் மேல் துள்ள... அவர் ஒரு திண்ணைக்குத் தாவ... அவருக்குக் கையிலும் காலிலும் அடிபட்டது.

தன் உயிரைக் காப்பாற்ற முனைந்து திண்ணையில் விழுந்துக் கிடந்த நண்பனைத் தூக்கிவிட்டார், தங்கப்பன்.

இக்கட்டான நேரத்தில் பிறருக்கு உதவும் குணம் காமராஜரின் வாழ்நாள் முழுக்க பல இடங்களில் வெளிப்பட்டிருக்கிறது.

ஐந்தாம் வகுப்பு தேறி ஆறாம் வகுப்பிற்கு முன்னேறினார் காமராஜர்.

ஆறாம் வகுப்பில் தமிழ் மொழியோடு ஆங்கிலமும் சொல்லிக் கொடுக்கப்பட்டது. அக்காலத்தில் அதுதான் முறை. (இப்போதுதான் எல்.கே.ஜி. யு.கே.ஜி. என்று ஆரம்பத்திலேயே ஆங்கிலம்) தனது பிள்ளை தமிழோடு ஆங்கிலம் பேசுகிறது என தாயும், பாட்டியும் மிகவும் மகிழ்ந்தார்கள்.

பள்ளியை விட்டு வழக்கம்போல் தன் நண்பர்களோடு வந்து கொண்டிருந்தார் காமராஜர்.

(சுதந்திரப் போராட்டத்தின் துவக்கக் காலம் அது. விடுதலை வீரர்கள் ஆங்காங்கே வெள்ளையர்க்கு எதிராக போஸ்டர்களை ஒட்டி வைப்பார்கள்; அதைப் பார்க்கும் போலீஸார் அதைக் கிழித்தெறிவார்கள்.)

அம்மன் கோவிலின் மைதானத்தைக் கடந்துதான் தினமும் போகவேண்டும். அங்கு தபால் ஆபீஸ் இருந்தது. அந்தத் தபால் ஆபீஸ் சுவரில்தான் எதையாவது ஒட்டுவார்கள்.

அன்று தபால் ஆபீஸ் சுவரில் ஏதோ போஸ்டர் ஒட்டியிருக்க... இதைச் சிலர் பார்த்துக் கொண்டிருந்தனர்.

அப்போஸ்டரில் 'வந்தே மாதரம்' என்று அச்சிட்டிருக்க, காமராஜர் அதைப் பார்த்து, "டேய் வந்தே மாதரம் குழு வர்றாங்கடா" என்று சத்தமாய் குரல் கொடுக்க... சக நண்பர்கள் 'வந்தே மாதரம்' என்று ஓங்காரக் குரல் கொடுக்க, தூரத்தில் வந்துகொண்டிருந்த போலீஸார் இக்குரலைக் கேட்டு... அங்கு ஓடிவந்து 'ஓடுங்கடா' என்று பிள்ளைகளைத் துரத்திவிட்டு, போஸ்டரைக் கிழித்தனர்.

போலீஸ் துரத்தலுக்கு ஓடிய காமராஜரின் சிந்தனையில் சில கேள்விகள்.

'வந்தே மாதரம்' என்றால் போலீஸ் துரத்துவது ஏன்?

'போஸ்டரைக்' கிழிப்பது ஏன்?

'வந்தே மாதரம்' என்ற வார்த்தை போலீஸுக்கு ஏன் பிடிக்கவில்லை?

'வந்தே மாதரம்' என்பது என்ன?

போன்ற கேள்விகள் அவர் மூளைக்குள் சுழன்றன.

ஞானம்பிள்ளை பெட்டிக்கடை (வந்தே மாதரம்)

மறுநாள் பள்ளிக்குச் சென்று 'வந்தே மாதரம்' பற்றிப் பேசினார். பெரியவர்கள் சிலர் வந்தே மாதரம் என்று கத்த அவர்களை போலீஸார் துரத்தி அடித்தது ஏன்?

வந்தே மாதரம் என்றால் என்ன? இந்தக் கேள்விக்கான பதிலை எங்கே பெறுவது?

அம்மன் கோவிலை ஒட்டி அடுத்து வேலாயுத தேவர் கோவில். அப்பக்கமாய் செல்கின்றபோது தேவர் கோவிலை ஒட்டி 'ஞானம் பிள்ளை' பெட்டிக்கடை... அது பெரிய திண்ணையில் இருந்தது.

அங்கே சில பெரியவர்கள் உட்கார்ந்து நாட்டு நடப்புகளைப் பற்றிப் பேசுவதை காமராஜர் சமயங்களில் கேட்டிருக்கிறார். அவர்கள் பேச்சில் விடுதலைப் போராட்டம்... வீரபாண்டிய கட்டபொம்மன்... பூலித்தேவன்... வேலு நாச்சியார்... வ.உ.சிதம்பரம் பிள்ளை.. கோகலே... திலகர்... லாலா லஜபதிராய்... பாரதியார்... பாரதிதாசன்... பக்கிம் சந்திர சட்டர்ஜி... மோதிலால் நேரு... என பல பெயர்கள் அடிபடுவதைக் கேட்டார் காமராஜர். இவர்கள் எல்லாம் யார்? விடுதலைப் போராட்டம் என்றால் என்ன? அவருள் பல சிந்தனைக் கிளறல்கள்.

பள்ளி விட்டதும் நண்பர்களோடு விளையாடுவதை விட்டு விட்டு, ஞானம்பிள்ளை கடைக்குச் செல்வதை வழக்கமாகக் கொண்டிருந்தார்.

அங்கு வரும் ‘சுதேச மித்திரன்,’ ‘தேசபக்தன்’ போன்ற நாளிதழ்களைப் படிப்பார்.

அங்குதான் ‘வந்தே மாதரம்’ என்பது என்ன என்பதை அறிந்து கொண்டார்.

பக்கிம் சந்திர சட்டர்ஜி என்ற சுதந்திர உணர்ச்சி கொண்ட வங்க எழுத்தாளர், தனது ‘ஆனந்தமடம்’ என்ற நாவலில் ‘வந்தே மாதரம்’ என்று சில வரிகள் கொண்ட பாடலை எழுதியிருக்கிறார். அது சுதந்திர எழுச்சி மிக்கப் பாடல். மகாகவி பாரதியார் அப்பாடலைத் தமிழில் மொழிபெயர்த்து எழுதியும் இருக்கிறார். இப்பாடல் தமிழகமெங்கும் எதிரொலித்தது. இப்பாடல் ஆங்கில அரசுக்கு எதிரானது என்பதால் அதைத் தடை செய்தனர்; அப்பாடலைப் பாடும் எவரையும் கைது செய்யலாம் என்ற சட்டமும் இருந்தது. ஆனால் சுதந்திரப் போராட்ட வீரர்கள் அப்பாடலைத் தெருமுனைகளில் பாடுவதும், போலீஸார் அவர்களைத் துரத்துவதும் கைது செய்வதும் வாடிக்கையானது.

காமராஜரும் அப்பாடலைத் தனக்குள் பாடி சுதந்திர எழுச்சியைத் ‘தனது ரத்தத்தில்’ கலக்கச் செய்தார்.

ஏனோ... அந்தப் பன்னிரண்டு வயதுச் சிறுவனுக்கு சுதந்திர எழுச்சி ஏற்பட்டது.

பள்ளிப் படிப்பு இறுதியானது

ஞானம்பிள்ளையில் நெருங்கிய நண்பர் கோவிந்தசாமி நாடார். இவர் வட மாநிலங்களில் குறிப்பாக மும்பையில் வியாபாரம் செய்து வந்தார். விருதுப்பட்டியைச் சேர்ந்த இவர் இங்கிருந்து துணிகளை வாங்கி, விற்பனை செய்து வந்தார்.

சுதந்திர வேட்கைக் கொண்டவர். அவர் வட மாநிலங்களில் நடக்கும் விடுதலைப் போராட்டங்களைப் பற்றி 'ஞானம் பிள்ளை' கடையில் பேசுவார்; அதை காமராஜர் ஆர்வத்தோடு கேட்பார்.

மேலும் பள்ளிவிட்டதும் மைதானத்தில் சுதந்திரப் போராட்டக் கூட்டம் நடந்தால், அங்கு நின்று கூட்டத்தில் பேசுவதைக் கேட்பார் காமராஜர்.

ஒருநாள் மைதானத்தில் கோவிந்தசாமி நாடார் சுதந்திரப் போர் பற்றி உணர்ச்சிகரமாகப் பேசிக்கொண்டிருந்தார்.

அவ்வழியே சென்ற தாய்மாமனான கருப்பையா நாடார், அக்கூட்டத்தில் தங்கை மகன் காமராஜர் நிற்பதைப் பார்த்து விட்டார். தந்தைக்குப் பின் கருப்பையா நாடார் கோவில் தர்மகர்த்தா, கிராம முன்சீப் மற்றும் ஊர் நாட்டாண்மை... விருதுப்பட்டியில் நல்ல மதிப்பும் உண்டு. வியாபாரத்தில் கெட்டிக்காரரும் கூட...

தங்கையின் மகன், தகப்பனாரை இழந்தவன். பள்ளிக்கூடம் விட்டு வீட்டிற்கு வராமல் மைதானத்தில் நடக்கும் காங்கிரஸ் கூட்டங்களில் கலந்து கொள்கிறானே என வருத்தமடைந்தார்.

பரம்பரை பரம்பரையாய் வியாபாரம் செய்துவரும் குடும்பத்துப் பிள்ளைக்குக் கொஞ்சம் எழுதப் படிக்கத் தெரிந்தால் போதும்... பெரிய படிப்பு தேவையில்லை. ஆறாம் வகுப்போடு காமராஜரின் படிப்பை நிறுத்திவிட்டு, தனது

கடையில் போட்டு, ஐந்தாறு வருடங்கள் வியாபாரத்தைக் கற்றுக் கொடுத்துவிட்டு கல்யாணத்தை முடித்துவிடலாம் என சிந்தித்தார் கருப்பையா நாடார்.

அவர் ஒருநாள் மாலை தங்கையைச் சந்தித்தார்.

"பிள்ளை படித்தது போதும்... என் கடையில் காமராஜரை வைத்து வியாபாரம் பழக்கிக் கொடுக்கிறேன்..." என்றார் கருப்பையா நாடார்.

குடும்பப் பொருளாதாரப் பிரச்சனையை உணர்ந்த சிவகாமி அம்மாள், சகோதரரின் வார்த்தைக்குக் கட்டுப்பட்டார்.

காமராஜரின் கல்வி ஆறாம் வகுப்போடு முழு ஆண்டுத் தேர்வு எழுதாமல் நின்று போனது. அப்போது அவரது வயது 12. ஆண்டு 1914. இந்த ஆண்டுதான் முதலாம் உலகப் போர் தொடங்கியது.

வியாபாரத்தில் காமராஜர்

காமராஜருக்குப் பள்ளிப் படிப்பின் மேல் ஆர்வம் இருந்தாலும், குடும்பம் வறுமை நிலையில் தத்தளிப்பதை உணர்ந்தே இருந்தார். பாட்டி, அம்மா, தான், தங்கை என நான்கு உயிர்கள் வாழவேண்டுமே... அம்மாவின் 'வட்டி'த் தொழிலில் பெரிய வருவாய் இல்லை. தான் ஓரளவு சம்பாதித்தால்தான் குடும்பம் நல்லபடியாய் ஓடும் என்பதை அறிந்து மாமா கருப்பையா நாடாரின் 'ஜவுளி'க் கடையில் வேலைக்குச் சேர்ந்தார்.

'நாட்டாண்மைக்காரரின்' மருமகன் என்பதால் மக்களிடம் அவருக்கு நல்ல மதிப்பு ஏற்பட்டது.

ஜவுளி எடுக்க வரும் மக்களிடம் அன்பாகவும், பண்பாகவும் பழகினார். பணக்காரர்களிடம் 'கறாராக' பேசி வணிகம் செய்யும் அவர், ஏழை எளிய மக்களிடம் அவர்கள் விரும்பும் விலைக்கு துணிகளைக் கொடுத்து வியாபாரம் செய்து ஏழை மக்களிடம் நன்மதிப்பைப் பெற்றார். வியாபாரத்தில் நேர்மை காட்டினார்.

காலம் வணங்கும்
கல்வி வள்ளல் காமராஜர்

தனது மருமகன் நன்கு வியாபாரம் செய்வதில் மிகவும் மகிழவே செய்தார் கருப்பையா நாடார்.

அதிக கூட்டம் இருக்கும் நாட்களில் கடையை விட்டு அசையாத காமராஜர், மக்கள் வராத நாட்களில் மைதானம் சென்று சுதந்திர விழிப்புணர்வுக் கூட்டத்தில் கலந்து கொள்ளவும் செய்தார்.

தொழிலில் நேர்மைக்கு இதோ ஓர் எடுத்துக்காட்டு.

ஒருமுறை காமராஜர் இருக்கும்போது வயதான பெண்மணி வந்து, சில துணிகளை வாங்கிவிட்டு பணத்தைக் கொடுத்தார். காமராஜரும் மீதியைக் கொடுத்துவிட்டார். அப்பெண்மணி மீதிப் பணத்தைக் கடையில் வைத்துவிட்டுச் சென்று விட்டார். அதைப் பார்த்த காமராஜர் பெண்மணி மறந்து வைத்துவிட்டுச் சென்ற பணத்தை எடுத்துக்கொண்டு போய், அவரிடம் கொடுக்க... அப்பெண்மணி காமராஜரின் நேர்மையைப் பாராட்டினார்.

கடைக்குச் சரியான நேரத்தில் செல்லும் காமராஜர், இரவு காலதாமதமாக வருவதை எண்ணி தாயும், பாட்டியும் வருந்தினர்.

கடையை ஒழுங்காக கவனித்துக் கொள்ளும் பிள்ளை... காங்கிரஸ் கட்சி கூட்டங்களுக்குச் சென்று வருவதை உணர்ந்தே இருந்தனர். பதின்மூன்று பதினான்கு வயதில் என்ன கட்சி மோகம்? அவர்களுக்குப் புரியவில்லை.

வியாபாரத்தை மட்டுமே கவனித்து வந்தால் ஐந்தாறு ஆண்டுகளில் திருமணத்தை முடித்துவிடலாம் என அவர்கள் எண்ணினர்.

நினைப்பதெல்லாம் எங்கே நடக்கிறது?

திருவனந்தபுரம் கடையில் காமராஜர்

காமராஜருடன் கடையில் இரண்டு பேர் வேலை பார்த்தனர். அவர்களை நிறுத்திவிட்டால் மாலை சீக்கிரம் கடையை விட்டுச் செல்லமாட்டார் என நினைத்த கருப்பையா நாடார் இருவரையும் நிறுத்திவிட, கடையை காமராஜர் ஒருவரே பார்க்கவேண்டிய நிர்ப்பந்தம்.

கூட்டம் அதிகம் வந்தால் மூச்சுவிடக்கூட நேரமின்றி கடுமையாய் உழைத்தார்.

அன்று மாலை முக்கியத் தலைவர்கள் வருகிறார்கள் என்பதை நண்பர்கள் மூலம் அறிந்துகொண்டார். எப்படியாவது கூட்டத்திற்குச் செல்லவேண்டும் என முடிவு செய்தார்.

சூரியன் மெல்ல மெல்ல தன்னை மேக ஆடைக்குள் மறைத்துக்கொண்டே போனான்.

கடைக்கு வந்தவர்களுக்கு வேண்டிய துணிகளை வேகவேகமாய்க் கொடுத்துவிட்டு, ஆட்கள் இல்லை என்ற நிலை வந்ததும். கடையைப் பூட்டிவிட்டு சாவியை மாமா வீட்டில் கொடுத்துவிட்டு வேகமாய் கூட்டம் நடக்கும் இடத்துக்குச் சென்றார்.

மக்கள் கூட்டம் சிறிதளவே இருந்தது.

கூட்டத்தில் பாரதியாரின் நெருங்கிய நண்பர் சீனிவாச வரதன் அவர்கள் பாரதியின் எழுச்சிமிக்க தேசியப் பாடல்களை உணர்ச்சி மிகு குரலில் பாடிக்கொண்டிருந்தார்.

அப்போது மேடையில் தமிழகத்தின் மிகச்சிறந்த பேச்சாளர்களில் ஒருவரும், விடுதலைப் போராட்ட வீரருமான வரதராஜுலு நாயுடு அவர்கள் அமர்ந்திருந்தார். (அக்காலக் கட்டத்தில் தமிழகத்தில் மூவர் மிகச்சிறந்த போராட்டத் தலைவர்களாகத் திகழ்ந்தனர். நாயக்கர்– நாயுடு– முதலியார்–

நாயக்கர் என்பது தந்தை பெரியாரைக் குறிக்கும். நாயுடு என்பது பி. வரதராஜுலு நாயுடுவைக் குறிக்கும். முதலியார் என்பது திரு.வி.கல்யாண சுந்தர முதலியாரைக் குறிக்கும்.)

நாயுடு எழுந்தார்.

“நமது நாடு வெள்ளையனிடம் 200 ஆண்டுகளாக அடிமைப்பட்டுக் கிடக்கிறது. நாம் அந்தக் கொடியவர்களை நாட்டை விட்டே விரட்ட வேண்டும். இந்திய இளைஞர்களே தேச விடுதலைக்காக ஒன்றுபடுங்கள்... தேச விடுதலையே நமக்கு சகல இன்பத்தைக் கொடுக்கும்...” அவர் பேசப்பேச அதைக் கேட்டுக்கொண்டிருந்த காமராஜருக்குள் விடுதலை வேள்வித் தீ கொழுந்துவிட்டு எரிய ஆரம்பித்தது.

அன்று அவர் கூட்டம் முடிந்து நள்ளிரவு தன் வீட்டிற்குச் சென்றார். வீட்டிலுள்ளோர் யாரும் அவரிடம் ஒரு வார்த்தை பேசவில்லை.

காலை... கடைக்குக் கிளம்பினார்.

“ராஜா... நீ செய்யறது உனக்கே நல்லா இருக்காப்பா... குடும்பத் தலைவன் இல்லாத குடும்பம்... அவருக்குப் பெறகு நீதானப்பா குடும்பத் தலைவன்... உன்னைய நம்பி மூணு பேர் இருக்கோம்... நீ இப்படிப் பொறுப்பற்று நடந்துகொள்ளலாமா? நமக்கு எதுக்கப்பா தேசம், விடுதலை, அது... இதுன்னு... தேவையா?” கண்கலங்கினார் பாட்டி.

பாட்டி கலங்கினால் துடிதுடித்துப் போவார் காமராஜர்.

“பாட்டி... நம்ம நாடு 200 வருஷமா வெள்ளைக்காரன்கிட்ட அடிமைப்பட்டிருக்கு... இந்த நாட்டிலேர்ந்து அவங்க போனாதான் நாம மகிழ்ச்சியாக இருக்கமுடியும்” என்றார் காமராஜர்.

அச்சமயம் தாய்மாமன் கருப்பையா நாடார் வந்தார். குடும்ப நலன், காமராஜரின் வியாபார தன்மை, அவரது முன்னேற்றம் பற்றி நிறைய பேசினார்.

அமைதியாக நின்ற காமராஜர், சிறிது நேரம் கழித்துக் கடைக்குச் சென்றார்.

குடும்பக் கஷ்டம் தெரிந்தே இருப்பினும் அவரால் காங்கிரஸ் கூட்டங்களுக்குப் போகாமல் இருக்க முடியவில்லை.

இக்கால கட்டத்தில் விருதுபட்டியில் ஜஸ்டிஸ் கட்சி முளைவிட்டுக் கொண்டிருந்தது. மக்களிடையே வேரூன்றி கிடக்கும் சாதி, மத பேதங்களை ஒழிக்கவேண்டும் என்று அக்கட்சி குரல் கொடுத்தது; அதையும் கேட்டுக் கொண்டார் காமராஜர்.

கடை விடுமுறை நாட்கள் அவருக்கு மிகவும் சந்தோஷமான நாட்கள். அந்த நாட்களில் நூலகங்களுக்குச் சென்று 'இந்து', 'சுதேசமித்திரன்,' 'தேசபக்தன்' போன்ற இதழ்களை விடாமல் படிப்பார்.

திலகர், கோகலே, காந்திஜி போன்றவர்கள் சொன்னவற்றைத் திரும்பத்திரும்ப படிப்பார். குறிப்பாக, 'தேசபக்தன்' இதழை அவ்வப்போது சொந்தமாய் வாங்குவார்; அதில் திரு.வி.க.வின் உணர்ச்சிகரமான கட்டுரைகளையும், கவிதைகளையும் விரும்பிப் படிப்பார். தந்தை பெரியார், வரதராஜுலு நாயுடு, போன்றோரைப் பற்றிய தகவல்கள், மகாகவி பாரதியின் கவிதைகள், சொற்பொழிவுகளையும் ஆர்வத்தோடு படிப்பார்.

அடிக்கடி ஞானம்பிள்ளை பெட்டிக் கடைக்குச் செல்வார்; அங்கு கூடும் 'விடுதலை' வீரர்கள் பேசுவதைக் கேட்பார்.

பிள்ளைக்கு, காமராஜர் என்ற சிறுவனின் தேசப்பற்று பேச்சு மிகவும் பிடித்திருந்தது. பிள்ளை அடிக்கடி மகாத்மா பற்றி கூறுவார். அவர் தென்னாப்பிரிக்காவில் இந்தியர்களுக்காகச் செய்த தியாகங்களைக் கூறுவார். மகாத்மாவின் தியாகச் செயலும், நேர்மையும், உண்மையும் காமராஜரை அவர் மேல் மதிப்பு கொள்ள வைத்தன.

சில சமயங்களில் காங்கிரஸ் கூட்டம் கூடும் நாளில் மகாகவியின் தேச பக்திப் பாடல்களை பெருங்குரல் எடுத்துப் பாடுவார் காமராஜர்.

அவரைச் சுற்றி சுதந்திரப் பற்று கொண்ட இளையோர் கூட்டம் இருந்துகொண்டே இருந்தது.

தனது பிள்ளைக்குக் குடும்பத்தைவிட தேசமே பெரியதாகத் தோன்றுவதை எண்ணி பாட்டியும், தாயும் வருந்தினர். என்றாலும் காமராஜரின் பாதை சுதந்திரத்தை நோக்கியே நடைபோட்டது.

ஜாலியன் வாலாபாக் படுகொலையும் காமராஜரும்

பதினைந்து வயதுக்கும் பதினாறு வயதுக்கும் நடுவில் இருந்தார் காமராஜர். வியாபாரத்தைக் குடும்பத்திற்காகவும், விடுதலை வேள்வியை தேசத்திற்காகவும் செய்து, இரண்டிலுமாக ஊடாடிக் கொண்டிருந்தார்.

குடும்பத்தின் தேவையும் முக்கியம், தேச சேவையும் முக்கியம்... எதில் அதிகமாய்ச் செயல்படுவது?

காமராஜரின் உடல் நன்கு வளர்ந்திருந்தது.

தினமும் அதிகாலை எழுந்து விடுவார். உடற்பயிற்சி கட்டாயம் உண்டு. காலை உணவை வயிற்றில் இறக்கிக்கொண்டு கடைக்குச் செல்வார். பின்னர் கடை முடிந்து எத்தனை மணியானாலும் எங்கேனும் கூட்டங்கள் நடந்தால் அங்கு சென்றுவிட்டு வீடு செல்வார்.

பிள்ளையைக் கண்டித்தால் வீட்டைவிட்டு எங்காவது சென்று விடுவாரோ என்ற பயம் பாட்டிக்கும் தாய்க்கும் இருந்தது.

காமராஜருக்கு வெளி உலகத் தொடர்பு அதிகமானதால், மக்கள் அவரை மதித்தனர்; இந்த மதிப்பால் வியாபாரம் பெருகவே தாய்மாமன் மருமகனைக் கண்டிக்கவில்லை.

1919-ஆம் ஆண்டு துவக்கம். செம்ஸ்ஃபோர்ட் என்பவர் இந்தியாவின் வைஸ்ராயாக இருந்தார். அச்சமயம் இந்தியர்களுக்காக அரசியல் மற்றும் நிர்வாக சீர்திருத்தம் கொண்டுவர 'ரௌலட் கமிட்டி'யை அமைத்தார். அக்கமிட்டி

வைரவமணி

ஓர் அறிக்கையை இந்திய அரசிடம் வழங்கியது... அந்த அறிக்கையில் சீர்திருத்தம் என்ற பெயரில் மக்களுக்கு எதிரான பல சட்டங்களைக் கொண்டு வந்தது.

இதை மகாத்மா உள்பட விடுதலைத் தலைவர்கள் பலர் எதிர்த்தனர்.

ரௌலட் சட்டத்தை எதிர்த்த மக்களையும், தலைவர்களையும் அடக்க நாடு முழுக்க ராணுவம் வந்தது.

பஞ்சாபில் உள்ள ஒரு மைதானத்தின் பெயர் தான் ஜாலியன் வாலாபாக். ஒரு காலத்தில் அது பரந்து விரிந்த தோட்டமாக இருந்தது. மக்கள் கொஞ்சம்கொஞ்சமாக வீடு கட்ட ஆரம்பிக்க, தோட்டம் மைதானமாக மாறியது.

அந்த மைதானம், சுதந்திரப் போராட்ட வீரர்களின் 'பேசும்' களமாக மாறியது. அடிக்கடி கூட்டம் நடந்தது. மைதானத்தைச் சுற்றி, மூன்று பக்கங்கள் வீடுகளாகவும், மக்கள் வெளியேற சிறு பாதையும் மட்டுமே இருந்தது.

1919-ஆம் ஆண்டு ஏப்ரல் 13-ஆம் தேதி பஞ்சாப்பில் புத்தாண்டு தினம். அந்தத் தினத்தை மக்கள் மிகவும் மகிழ்ச்சியாகக் கொண்டாடும் நாள்.

ரௌலட் சட்டத்தை எதிர்த்ததால் மக்கள் போலீஸாரால் மிகவும் பாதிக்கப்பட்டிருந்தனர். அச்சட்டத்தை எதிர்த்து அன்று மாலை கூட்டம் கூட்டப்பட்டது.

'ஹான்ஸ்ராஜ்' என்பவர் தலைமைத் தாங்கினார். 20 ஆயிரம் பேருக்கு மேல் கூடினர்.

இக்கூட்டம் நடப்பதைப் பற்றி கொடுங்கோலன் ஜெனரல் டயர் என்ற அதிகாரி கேள்விப்பட்டான்; ஆத்திரப்பட்டான். 'யாரைக்

காலம் வணங்கும்
கல்வி வள்ளல் காமராஜர்

கேட்டு இந்த இந்திய நாய்கள் கூட்டம் போடுகின்றன?' என்று கொதிப்பின் உச்சத்திற்கே போனான்.

தனது காவல் படையை அழைத்துக் கொண்டு கூட்டம் நடைபெறும் இடத்திற்குச் சென்றான். மக்கள் கூட்டத்தை வளைத்தான்.

கூட்டத்தில் ஒருவர் ஆங்கில அரசுக்கு எதிராக ஆவேசமாகப் பேசிக் கொண்டிருந்தார்.

ஜெனரல் டயர் காவலர்களைப் பார்த்து 'ஃபயர்... சுடுங்கள்' என்று உத்தரவிட்டான்.

அடுத்த விநாடி மக்கள் மீது குண்டு மழை பொழிந்தது.

ஐயோ... அம்மா... அப்பா... கடவுளே... என்ற மரண ஓலங்கள்... மக்கள் தப்பி ஓட முடியா நிலை... சுவர் மீதெல்லாம் ஏறினார்கள். எங்கும் வழியில்லை. தப்பிக்க ஒரே வழி... அதைக் காவல்படை அடைத்துக் கொண்டது.

நூற்றுக்கணக்கான மக்கள் துப்பாக்கிக் குண்டுகளுக்கு இரையாகினர்.

உலகமே இக்கொடூரச் செயலைக் கேட்டு அதிர்ந்தது. இங்கிலாந்து அரசின் முக்கியத் தலைவர்கள் ஜெனரல் டயரின் மனிதாபிமானமற்ற செயலைக் கண்டித்தனர். ஏன் எதற்கும் மனம் குலையாத சர்ச்சில் கூட இச்செயல் கண்டிக்கத்தக்கது என்றார்.

இச்செய்தியைக் கேட்ட மகாத்மா காந்தி கொதித்து அரசுக்கு எதிராக அறிக்கை விட்டார்.

இந்தக் கொடூர செய்தியைப் பத்திரிகையில் படித்த 16 வயதே ஆன காமராஜர் ஆங்கில அரசை எண்ணி மனம் கொதித்தார். தம் மக்கள் குருவிகள் போல சுடப்பட்டதை எண்ணி பெரும் துயரம் அடைந்தார். அவர் உள்ளம் ஆங்கில அரசுக்கு எதிராக ஆவேசமாகப் போராட வேண்டும் என்ற எண்ணத்தை உருவாக்கியது.

அவரால் இண்டு நாட்கள் தூங்க முடியவில்லை. சரியாக உண்ண முடியவில்லை. கடையிலும் சரியாக வேலை செய்ய முடியவில்லை.

பஞ்சாப் படுகொலையை எதிர்த்தும், ரௌலட் சட்டத்தை எதிர்த்தும் மகாத்மாவின் தலைமையில் நாடெங்கும் எதிர்ப்புக் கூட்டங்கள் நடந்தன.

தமிழகத்திலும் ஆங்காங்கு கிளர்ச்சிகள்... போராட்டங்கள்... ஊர்வலங்கள் நடந்தன. காமராஜர் தனது இளைஞர் படையுடன் எதிர்ப்புக் கூட்டங்களை நடத்தினார்.

அவரது எழுச்சி மிகுந்த செயல்பாடு விருதுபட்டி காங்கிரஸ் தலைவர்களை ஈர்த்தன.

ஆனால் குடும்பத்தைக் காப்பாற்ற வேண்டிய பையன் கூட்டம், போராட்டம், ஊர்வலம் எனத் திரிகிறானே என வேதனைப்பட்டனர் தாயும், பாட்டியும்.

நாடே வெள்ளையனுக்கு எதிராகப் போராடிக் கொண்டிருக்கிறது. தான் மட்டும் குடும்பத்துடன் உண்டு மகிழ்ந்து வாழ்வது நாட்டுக்குச் செய்யும் துரோகம் என நினைத்தார், காமராஜர்.

திருவனந்தபுரத்திற்கு அனுப்பப்பட்ட காமராஜர்

1920-ஆம் ஆண்டு காமராஜருக்கு விடுதலைப் போராட்டத்தில் தீவிரத்தை உருவாக்கிய காலம் எனலாம்.

விருதுபட்டியாகட்டும், மதுரையாகட்டும், திருமங்கல மாகட்டும், சுற்று வட்டாரத்தில் எங்கு காங்கிரஸ் கூட்டம் நடந்தாலும் அங்கு அவர் தன் நண்பர் எஸ்.கே. முத்துசாமி (ஆச்சாரி) மற்றும் நண்பர்களோடு இருப்பார்.

மைதானத்தில் நண்பர் முத்துசாமியோடும் நண்பர்களோடும் ஒன்றுசேர்ந்து பாரதியின் பாடல்களைப் பாடி மக்களை தேச விடுதலைக்கு அழைப்பு விடுப்பார். தியாகத் தலைவர்களைப் பற்றிப் பேசுவார்.

இங்கிலாந்தின் இளவரசன் 'வேல்ஸ்' என்பவன் புதிய சட்டமன்றங்களை ஆரம்பித்து வைப்பதற்காக இந்தியாவிற்கு வருகை புரிந்தான். மும்பை வந்த அவனை எதிர்த்து விடுதலைப் போராட்டத் தலைவர்கள் பலர் கிளர்ச்சி செய்தனர். அந்த ஆர்ப்பாட்டத்தில் மகாத்மா காந்தியும் கலந்து கொண்டார்.

சென்னை வரும் அவனை எதிர்க்க டி.எஸ்.எஸ். இராசன் தலைமையில் ஏற்பாடு ஆனது. அதில் கலந்துகொள்ள காமராஜர் தன் நண்பர்களோடு சென்னை சென்றார். அந்தக் கிளர்ச்சியில் கலந்து கொண்டார்.

மகாத்மா அடுத்து ஒத்துழையாமை இயக்கத்தை ஆரம்பித்தார். அப்போது அலி சகோதரர்கள் நாடு முழுக்க 'கிலாபத்' இயக்கத்தைத் துவக்கினர். ஆம் முஸ்லிம்கள் ஆங்கில அரசுக்கு எதிராக கிளர்ந்து எழுந்தனர்.

காந்திஜி கிலாபத் இயக்கத் தலைவர்களோடு பேசி, அதை ஒத்துழையாமை இயக்கத்தோடு ஒன்றிணைத்தார். (இந்து-முஸ்லிம் ஒற்றுமையை காந்திஜி வலியுறுத்தினார்).

ஒத்துழையாமை இயக்கம் நாடு முழுக்கப் பரவியது.

பள்ளி, கல்லூரி மாணவர்கள் தங்கள் பள்ளி, கல்லூரிகளை விட்டும், அரசு அலுவலர்கள் தங்கள் அலுவலகங்களை விட்டும் தொழிலாளர்கள் தங்கள் தொழிற்சாலைகளை விட்டும் வெளியே வந்து, ஆங்கிலேய அரசை எதிர்க்க வேண்டும். அதாவது ஆங்கில அரசுக்கு எந்தவிதத்திலும் ஒத்துழைப்புக் கொடுக்கக்கூடாது என்பதே இதன் சாராம்சம் ஆகும்.

மகாத்மாவின் தலைமையில் நாடுமுழுக்க ஆர்ப்பாட்டம் நடந்தது. காமராஜர் விருதுபட்டியில் தன் தொண்டர் குழுவோடு அரசு அலுவலகம் முன் ஆர்ப்பாட்டம் செய்தார்.

எதிர்கால வாழ்க்கையைப் பற்றி கவனம் கொள்ளாமல், தேசவிடுதலை, தேசம், போராட்டம், கிளர்ச்சி, ஊர்வலம் என்று சுற்றிக்கொண்டிருக்கிறானே பிள்ளை... எனக் கவலைப்பட்ட பாட்டியும், தாயும், இங்கிருப்பதால்தானே இப்படி இருக்கிறான்... அவனை திருவனந்தபுரத்தில் மரக்கடை வைத்திருக்கிறாரே இன்னொரு மாமா காசிநாடார்... அவரிடம் அனுப்பினால் 'சுதந்திரத்தை' மறந்துவிடுவான் எனத் திட்டமிட்டனர்.

சிவகாமி அம்மாள் தன் சகோதரன் கருப்பையாவிடம் தன் எண்ணத்தை வெளியிட்டார். இதுவும் அவருக்கு நல்லதாகப் பட்டது.

உடனே காமராஜரை திருவனந்தபுரத்திற்கு அனுப்பினார். மாமா காசிநாடாரின் மரக்கடையில் அவர் பணியில் சேர்ந்தார்.

வைக்கம் போராட்டமும், காமராஜரும்

திருவனந்தபுரம், மலையாளிகள் அதிகமுள்ள நகரமாக இருந்தாலும் தமிழர்களும் நிறைய பேர் அங்கு இருந்தனர்.

காமராஜருக்குப் புதிய ஊர்... புதிய இடம்... வேற்று மொழி மனிதர்கள் என்றாலும், அவருள் சுதந்திர எரிமலை வேட்கை குமுறிக்கொண்டிருந்தது.

அவர் திருவனந்தபுரத்தில் இருந்த போதுதான் வைக்கம் போராட்டம் நடந்தது. மகாத்மா சுதந்திரப் போராட்டத்தோடு தீண்டாமை ஒழிப்பையும் முன் நிறுத்தி போராடி வந்தார். மக்களிடையே சாதி, மத வேறுபாடுகள் இருக்கக்கூடாது என விரும்பினார்.

கேரளாவில், சாதிக்குள் தீண்டாமை தலைவிரித்தாடியது. நம்பூதிரிகள், நாயர்கள் இவர்களே உயர்ந்த சாதி மற்றவர்கள்

கீழ் சாதி என மக்கள் தீண்டத்தகாதவர்களாக - சுதந்திரமற்று உழன்றனர்.

குறிப்பாக திருவிதாங்கூரிலுள்ள 'வைக்கம்' என்ற ஊரில் அங்குள்ள கோவிலைச் சுற்றிய தெருக்களில் கீழ்சாதியான தீண்டத்தகாதோர் நடக்கக்கூடாது எனத் தடை விதிக்கப்பட்டனர்.

இக்கொடூரத்தைத் தகர்த்தெறிய வேண்டும் என கேரளத் தலைவர்கள் முடிவு செய்தனர்.

குறிப்பாக திருவிதாங்கூரில் கே.பி. கேசவமேனன் என்பவர் காங்கிரஸ் தலைவராக இருந்தார். தீண்டாமை ஒழிப்பில் தீவிரமாக இயங்கியவர். அவர் தீண்டத்தகாதவர்களுடன் கோவில்களில் நுழைய முயற்சிக்க, அவரைக் கைது செய்தனர்.

காமராஜர், தந்தை பெரியாருடன்

அந்த நேரத்தில் தந்தை பெரியார் காங்கிரஸ் கமிட்டியின் தலைவராக இருந்தார். அவரோடு கேரளத் தலைவர்கள் ஆலோசனை நடத்தினர். அவர் தலைமையில் 'வைக்கம்' என்ற ஊரில் உயர்சாதிகளுக்கு எதிராகப் போராட்டம் நடத்த முடிவு செய்தனர்.

தந்தை பெரியார் தமிழகத்திலிருந்து சிலரோடு வைக்கம் சென்றார். தீண்டத்தகாதோருக்கு வைக்கத்தில் கோவில் வீதிகளில் நடக்கவும், கோவில்களுக்குள் அவர்களை அனுமதிக்கவும் போராட்டம் நடத்தினார்.

இதை திருவனந்தபுரத்திலிருந்த காமராஜர் அறிந்து அப்போராட்டத்தில் கலந்துகொண்டார்.

தடையை மீறி தந்தை பெரியார் போராட்டம் நடத்த போலீஸார் அவரைக் கைது செய்தனர். பின்னர் விடுதலை செய்தனர். மீண்டும் போராட்டம் நடத்தினார் பெரியார்.

இம்முறை திருவிதாங்கூர் ராணி, தாழ்ந்த சாதிக்காரர்கள் என்று சொல்லப்படுபவர்களைக் கோவில் வீதிகளில் நடக்க அனுமதிப்பதாகக் கட்டளையிட்டார். வைக்கம் போராட்டம் வெற்றி...

இப்போராட்டத்தால் தீண்டத்தகாதோர் உயர்சாதியினர் வசிக்கும் தெருக்களிலும் கோவில் வீதிகளிலும் நடக்க அனுமதி பெற்றனர்.

காமராஜர் தொடர்ந்து போராட்டங்களில் கலந்து கொண்டதைக் கண்ட காசி நாடார், மருமகனை விடுதலைப் போராட்ட இயக்கச் செயலிலிருந்து கட்டுப்படுத்த முடியாது என்பதை உணர்ந்து விருதுப்பட்டிக்கே அனுப்பிவிட்டார்.

விருதுப்பட்டி திரும்பிய காமராஜர், முன்பைவிட தீவிரமாக விடுதலைப் போராட்ட நிகழ்வுகளில் கலந்துகொண்டு செயல்பட்டார்.

காலம் வணங்கும்
கல்வி வள்ளல் காமராஜர்

பி. வரதராஜுலு நாயுடு, தந்தை பெரியார், திரு.வி.க. போன்ற காங்கிரஸ் தலைவர்களை விருதுப்பட்டி அழைத்துவந்து பேச வைத்தார்.

கூட்டத்திற்கு ஆள் சேர்க்க, தானே இடுப்பில் 'டமாரத்தை'க் கட்டிக்கொண்டு ஒலி எழுப்பி...

நாயுடு பேச வருகிறார்... வாருங்கள் மக்களே...

பெரியார் பேச வருகிறார்... வாருங்கள் மக்களே...

திரு.வி.க. பேச வருகிறார்... வாருங்கள் மக்களே... என ஓங்காரக் குரல் கொடுப்பார்.

அச்சமயம் பாரதியார் பாடல்களைக் கரகரத்த குரலில் பாடவும் செய்வார்.

அடுத்து கூட்டம் நடத்த செலவுக்கு என்ன செய்வது? மடிப்பிச்சை ஏந்தினார். அதற்காக பேருந்து நிலையம், ரயில் நிலையம், தெருக்கள் என நண்பர்களோடு அலைந்தார்...

மகன் 'விடுதலை' பைத்தியம் பிடித்துப் போய் அலைகிறானே என பாட்டியும், தாயும் மிகவும் வேதனை அடைந்தனர்.

அவனுக்குத் திருமணம் செய்து வைத்தால், அடங்கி விடுவான் என நினைத்தனர்.

ஒருநாள், உள்ளூர் கூட்டத்தை முடித்துக்கொண்டு வீடு திரும்பினார் காமராஜர்.

"ஏம்பா... ராஜா... இப்படி நேரம் காலம் இல்லாம சுத்திக்கிட்டிருந்தா உன் உடம்பு என்னாகறது?" பாட்டி கேட்டாள்.

"ஏம் பாட்டி நான் இளைஞன்... எனக்கு என்னாகப் போகுது... கல்லையும் மண்ணையும் தின்னா கூட ஜீரணமாகிற வயசு... நான் நல்லா இருப்பேன்..." என்றார் காமராஜர்.

"நீ நல்லாதாம்பா இருப்பே. பெத்தவங்களுக்கு ஒரு கடமை இருக்கில்லையா?"

"என்ன கடமை பாட்டி..?"

"கல்யாணம்தான்."

"பாட்டி... நான் தேசத்த கல்யாணம் பண்ணிக்கிட்டேன்... எனக்கு தேச விடுதலைதான் முக்கியம்... இனிமே நீங்களோ... அம்மாவோ கல்யாணத்தப் பற்றிப் பேசினீங்க... வீட்ல இருக்க மாட்டேன்..." என்று அவர் சப்தமிட, வீடே மௌனமாய் நின்றது.

"எப்பா... நீ என்னவேணுன்னாலும் செய்ப்பா... ஆனா வீட்டுக்கு மட்டும் வராம இருந்திடாதேப்பா..." என்று பாட்டி கூற... நாளைக்கு எங்கு யாரை வைத்துக் கூட்டம் போடுவது என்ற நினைப்போடு படுக்கச் சென்றார் காமராஜர்.

நண்பர் சைக்கிள் ஓட்ட பின்னால் காமராஜர்

தூக்கம் வரவில்லை.

விருதுப்பட்டி காங்கிரஸ் கமிட்டி அமைக்கப்பட்டது. இக்கமிட்டியில் 16 பேர் உறுப்பினர்கள். அதில் காமராஜரும் ஒருவர். அப்பட்டியலில் முதல் காங்கிரஸ் கமிட்டியின் முதல் தலைவர் கோவிந்தசாமி நாடார்தான்.

மதுரையில் காந்தியடிகள் (உடை மாற்றம்)

மகாத்மா காந்திஜி ஒத்துழையாமை இயக்கப் பிரசாரம் செய்ய நாடெங்கும் சுற்றுப்பயணம் மேற்கொண்டார். மதுரைக்கும் வந்தார்.

தங்களின் ஒப்புயர்வற்ற தலைவர் மகாத்மா மதுரை வருவதைக் கேள்விப்பட்ட காமராஜர் அவரைக் காணத் துடித்தார். உடனே சுப்பராய பந்துலு, ஞானம்பிள்ளை மற்றும் சில நண்பர்களோடு மதுரை புறப்பட்டார்.

அவரைப் பார்த்தார். தன் வாழ்வின் மிக மிக இனிய நாள். இன்ப நாள் என பெருமைப்பட்டார்.

உலகமே வியக்கத்தக்க காரியத்தை மகாத்மா செய்தார்.

காரைக்குடியிலிருந்து மதுரையை நோக்கிப் பயணப்பட்டுக் கொண்டிருந்த காந்திஜி, திருப்பத்தூர் (ராமநாதபுரம்) அருகே வந்து கொண்டிருந்தபோது, அவர் கண்களில் ஒரு துயரக் காட்சியைக் கண்டார்.

கொளுத்தும் வெயிலில் வியர்வை வழிய வழிய... இடுப்பில் சிறு துண்டுடன் அழுக்குப் படிந்த உடம்போடு... புற உலகத்தைப் பற்றி யோசிக்காமல்... கற்பாறைகளைச் சாலை யோரத்தில் உடைக்கும் தொழிலாளிகளைக் கண்டு, தனது காரை நிறுத்திவிட்டு, இறங்கி நடந்து, ஒரு தொழிலாளியை நெருங்கினார்.

வியர்வை நாற்றம் அவரால் தாங்க முடியவில்லை... குளித்தே பல நாட்கள் ஆகியிருக்குமோ?

"பல நாட்கள் துவைக்காமல், நாற்றம் அடிக்கும் வேட்டியைக் கட்டிக்கொண்டு வேலை செய்கிறீர்களே... வேட்டியை தினம் தினம் துவைத்துக் கட்டினால் என்ன?" என்று கேட்டார் மகாத்மா.

"ஐயா (இது 1920-21-ஆம் ஆண்டுகளில் நடக்கும் விஷயம்) என்னிடம் மட்டுமல்ல இங்கு இருப்பவர்கள் பலருக்கும் இருப்பது ஒரே வேட்டிதான். நாங்கள் துவைத்துப் போட்டு விட்டால் மாற்று வேட்டிக்கு என்ன செய்வது? அதனால்தான் நாங்கள் குளிப்பதே இல்லை..." என்று அவர் கூற, மகாத்மாவிற்குள் துயரம் மூண்டது. எந்த அளவிற்கு நாட்டில் வறுமை தாண்டவமாடுகிறது என்று நினைத்து வருந்தினார்.

அவர் சுற்றுப்பயணத்தில் பல இடங்களில் இத்தகைய ஏழைமையின் அவலத்தைக் கண்டு நெஞ்சில் வேதனை சுழன்றது.

மதுரையில் தங்கியிருந்த மகாத்மாவிற்குத் தூக்கமே வரவில்லை. அவரது கண்களின் முன் அரையாடை மனிதர்களே தோன்றித் தோன்றி மறைந்தனர்.

படுக்கையை விட்டு எழுந்தார்.

எட்டு முழ வேட்டியில் மூன்றரை முழம் அளவு போட்டு கிழித்தார். மீதி நான்கரை முழத்தைத் தூக்கி ஓரம் வைத்தார். மூன்றரை முழத்தை இடுப்பில் சுற்றினார். மிகுதியை மேலே போர்த்திக் கொண்டார்.

அவரின் சந்நியாசக் கோலத்தைக் கண்டு அவரோடு வந்தவர்கள் திடுக்கிட்டனர்.

இடுப்பைச் சுற்றிய சிறு வேட்டி.

மார்பை போர்த்திய மீத வேட்டி... இவ்வளவுதான்...

ஏன் இந்த சந்நியாச மாற்றம்?

ஏழை இந்தியன் இது கூட இல்லாமல், (மார்பை மூட துணி இல்லாமல்), இருக்கையில் எனக்கு எதற்கு அதிக ஆடை...?

இனி இதுதான் எனது கோலம்... மாலை பேசிய கூட்டத்தில் புதிய ஆடைக்கு விளக்கம் கூறினார்.

அவரது மனமாற்றத்தைக் கண்டு தேசமே நெகிழ்ந்தது.

மதுரை கூட்டம் முடிந்து மகாத்மா திருநெல்வேலி சென்றார்; அவர் கூடவே ஞானம்பிள்ளையும், காமராஜரும் சென்றனர்.

காமராஜர் காந்தியைப் பார்த்துப் பார்த்து பரவசப்பட்டார். மதுரை தமிழ்த் தொழிலாளியின் உடை இல்லாத ஏழைமை நிலையைக் கண்டு தானும் அவ்வாறு மாறிவிட்டாரே. எத்தனை துணிவு வேண்டும் தன்னை மாற்றிக்கொள்வதற்கு...? என மனம் நெகிழ்ந்தார்.

அவரோடு பேசுவதைவிட அவரைப் பார்ப்பதே பெரும் பாக்கியமான விஷயமாகப் பட்டது காமராஜருக்கு.

திருநெல்வேலி கூட்டங்களில் பார்வையாளராக இருந்து காந்தியடிகள் பேசுவதைக் கேட்டபடி வந்தார் காமராஜர்.

அவரது எளிமையான வார்த்தைகள் காமராஜரின் மனதில் கல்வெட்டாய் பதிந்தன.

திருநெல்வேலியிலிருந்து காந்தியடிகள் சென்னை கிளம்பினார். அதே ரயிலில் ஞானம்பிள்ளையும், காமராஜரும் வந்தனர்.

விருதுப்பட்டியில் இறங்கினார்கள் அவர்கள்.

ரயில் கிளம்ப... காந்தி மகாத்மாவுக்கு ஜே... பாரத் மாதாகி ஜே என்று காமராஜர் ஓங்கிக் குரல் கொடுக்க... மக்களும் பின்பற்றினர்.

மகாத்மாவைப் பார்த்த பின் காமராஜரின் அரசியல் வாழ்வில் பெரும் திருப்பம்... முழுக்க தேச சேவைதான்... மகாத்மாவின் கீழ் விடுதலை வேள்விதான்... சுதந்திரத்திற்காக இளைஞர்களைச் சேர்ப்பது, கூட்டங்களைப் போடுவது, ஊர்வலங்கள் நடத்துவது என்ற முடிவுக்கு வந்தார்.

திருநெல்வேலி கூட்டத்தில் மகாத்மா பேசியது நினைவில் நின்றது.

மதுவிலக்கு
தீண்டாமை ஒழிப்பு
பிரம்மச்சரியம்
கதிர் இயக்கம்
சத்தியாகிரக தத்துவம்
ஒத்துழையாமை இயக்கம்

போன்ற அவரது செயல்பாடுகளில் மிகத் தீவிரமாக இயங்க முடிவு செய்தார்.

பொதுமக்களிடையே விடுதலைப் போராட்ட உணர்வை ஊட்ட தெருத்தெருவாய்ப் பிரசாரங்களை நண்பர்களோடு செய்து வந்தார்.

இடுப்பில் டமாரத்தை (தமுக்கு) கட்டிக் கொண்டு, தட்டியபடி பாரதியின் பாடல்களை உரக்கப் பாடியபடி கூட்டத்தைக் கூட்டி காந்தியைப் பின்தொடர்வோம்... காங்கிரஸ் இயக்கத்தில் ஒன்றிணைவோம் என்று கூறுவார்.

ஊர் ஊராக... கிராமம் கிராமமாக காங்கிரஸ் இயக்கத் தொண்டர்களோடு டமாரம் (தமுக்கு) அடித்துக்கொண்டே விடுதலை இயக்கப் போர்பரணி பாடிச் சென்றார்.

விடுதலைப் போராட்டம் மட்டுமன்றி, மதுவிலக்கு, தீண்டாமை ஒழிப்புப் பற்றியும் பேசி, மக்களுக்கு எழுச்சி ஊட்டி வந்தார் காமராஜர்.

காமராஜரின் முதல் மேடைப் பேச்சு

சுதந்திரப் போராட்ட காலத்தில் தமிழகத்தில் விடுதலை வேள்வி குறித்து பலர் பேசி வந்தாலும் அவர்களில் முன்னணியில் இருந்தவர்கள் கப்பலோட்டிய தமிழர் வ.உ. சிதம்பரம்பிள்ளை, சுப்ரமணிய சிவா, மகாகவி பாரதியார் போன்றவர்கள். இவர்கள் மேடையில் பேசினால் 'செத்த எலும்புகள் கூட உயிர்பெற்று எழும்' என்றான் வெள்ளையன்.

காலம் வணங்கும்
கல்வி வள்ளல் காமராஜர்

இவர்களுக்கு அடுத்து மதுரை ஜார்ஜ் ஜோசப், டாக்டர் வரதராஜுலு நாயுடு, டாக்டர் டி.எஸ்.எஸ். ராஜன், திரு.வி.கல்யாண சுந்தர முதலியார், ஈ.வெ. ராமசாமி என்ற தந்தை பெரியார்... இவர்களது பேச்சு மக்களை, குறிப்பாக இளைஞர்களைக் கவர்ந்து, அவர்களை சுதந்திரப் போராட்ட வேள்விக்கு ஈர்த்தது.

காமராஜர் அவர்கள் மேற்கண்டவர்களை விருதுநகர் அழைத்துப் பேசவைத்து மக்களை எழுச்சி பெறச் செய்தார்.

குறிப்பாக அவருக்குத் தந்தை பெரியாரின் பேச்சு மிகவும் பிடித்தமானதாக இருந்தது. குரலில் கர்ஜனை இருப்பினும், எளிய மக்கள் புரிந்து கொள்ளும்படியாக இருந்தது. மதுவிலக்கு, தீண்டாமை, கதர் பற்றி அவர் பேசுவதைக் கேட்டுக் கொண்டே இருக்கலாம். அவரது பேச்சுகளைப் பத்திரிகைகளில் வந்தால் காமராஜர் ஊன்றிப் படிப்பார்.

மற்றவர்களை அழைத்துப் பேசச் செய்தும், மற்றவர் பேசுவதைப் படிப்பதுமாக இருந்த காமராஜரை நண்பர்கள் மேடையில் பொதுமக்கள் முன்னிலையில் பேச வைத்து விட வேண்டும் என விரும்பினர்.

ஆனால் அவரோ மேடையில் பேசுவதைத் தவிர்த்தே வந்தார்.

ஒருமுறை அவரது நண்பர் குமாரசாமி தேவர் என்பவர் காமராஜரைத் தன் கிராமத்தில் அவசியம் பேசவேண்டும் என்று கூட்டத்தைத் தயார் செய்தார்.

அக்கிராமம் விருதுநகரின் மேற்குப் பக்கம் பாவாடி ஜமீன் பக்கம் உள்ள எளிய நாயக்கன் பட்டி... அங்கு நூறு வீடுகள் மட்டுமே இருந்தன. அங்குள்ள மக்கள் விவசாயிகள்...

நண்பர்களின் வற்புறுத்தலால் முதன்முதலாக, எளிய நாயக்கன்பட்டி கிராம விவசாயிகள் மக்கள் முன் பேசினார் காமராஜர்.

“இந்தக் கூட்டத்தை நடத்த முன்வந்த ஊர் பெரிய தனக்காரருக்கு நமஸ்காரம். வயலில் உழுது கடுமையாய் பாடுபடுகின்ற

உங்களைப் பார்த்துப் பேச எனக்கு வாய்ப்புக் கிடைத்ததில் பெரிய மகிழ்ச்சி...

இப்போ நம்ம வீடு இருக்கு... அடுத்த வீட்டுக்காரர் நம்ம வீட்டுக்குள் வந்து அதிகாரம் செய்தா நாம் விட்டு விடுவோமா என்ன? இப்படித்தான் ஆறாயிரம் மைல்களுக்கு அப்பால் இருக்கிற ஊரிலே இருக்கிற வெள்ளைக்காரன் வந்து நம்ம நாட்டை ஆக்கிரமிச்சிருக்கான்... அவன நாம ஆக்கிரமிக்க விடலாமா?

நம்ம ஊர் நிலத்தில் பயிர் செய்து சாப்பிடுகிறோம்... அதே மாதிரி நம்ம ஊர் பருத்தியை நாமே நூற்று, வேட்டி மற்றுடைகள் உடுத்தினா இவனுக்கு என்ன? இப்ப நமக்கு முன்ன இருக்கிறது என்ன? நம்ம அடிமைப்படுத்தின வெள்ளையனை காந்தியடிகள் தலைமையில் நாம ஒண்ணு சேர்ந்து இந்த நாட்டை விட்டே விரட்டியடிச்சு நாம சுதந்திரமா வாழணும்... சரிங்களா..."

இதுதான் அவரது முதல் பேச்சு... மக்கள் குறிப்பாக எளிய மக்கள் ஒருவரோடு ஒருவர் பேசிக் கொள்வதைப் போல இருந்ததால்... அவரது பேச்சை கிராம மக்கள் விரும்பினர்.

மேலும் காமராஜர் மகாத்மாவின் பேச்சுகள் பத்திரிகைகளில் வந்தால் அதை தனி நோட்டீஸாக அச்சிட்டு மக்களுக்கு விநியோகித்து வந்தார்.

மக்களிடையே நோட்டீஸுக்குப் பெரும் வரவேற்பு கிடைத்தது.

கள்ளுக்கடை போராட்டம்!

ஒத்துழையாமை இயக்கம் பெரும் வன்முறையாக மாறியதால் மகாத்மா அதைக் கைவிடும்படியாகிவிட்டது. ஆனாலும் நாட்டில் பல இடங்களில் ஒத்துழையாமை இயக்கம் நடந்த வண்ணம்தான் இருந்தன.

இவ்வியக்கத்தை விரும்புகிறவர்கள் ஒரு பக்கமாகவும், விரும்பாதவர்கள் இன்னொரு பக்கமாகவும் விலகி நின்றனர்.

தீரர் சத்தியமூர்த்தி, சீனிவாச அய்யங்கார் இயக்கத்தை விரும்பினர். மூதறிஞர் ராஜாஜி அவரது ஆதரவாளர்கள் இயக்கத்தை விரும்பாதவர்களாக மாறினர்.

1922-ஆம் ஆண்டு சாத்தூர் தாலுகா காங்கிரஸ் மாநாடு நடந்தது. அதற்கு ஈ.வே.ரா. பெரியார் தலைமை தாங்கினார்.

சென்னை மாகாண காங்கிரஸ் கமிட்டி உறுப்பினராக ஐந்து பேர் தேர்ந்தெடுக்கப்பட்டனர். அவர்களுள் ஒருவர் காமராஜர். ஆம் தன்னை முழுமையாக விடுதலைப் போராட்டத்தில் ஈடுபடுத்திக்கொண்ட அவரது தீவிர தன்மைக்குக் கிடைத்த பரிசு அது.

அம்மாநாட்டில் அவர் வரவேற்பு கமிட்டி செயலாளராகப் பணியாற்ற பணிக்கப்பட்டார். அப்பணியை அருமையாகச் செய்தார். அப்போது அவரது வயது 19 மட்டுமே...

அந்த ஆண்டு விருதுநகர் நகராட்சித் தேர்தல் நடந்தது. அதில் போட்டியிட்டு காமராஜர் வென்றார்.

காங்கிரஸ்... காந்திஜி.. விடுதலைப் போராட்டம் எனத் தீவிர பிரசாரத்தில் ஈடுபட்டார் அவர். ஜஸ்டிஸ் (நீதிக்கட்சி) கோட்டையாக, இருந்த விருதுநகர், மெல்ல சரிய காமராஜர் காரணமாக இருப்பதைக் கண்டு எதிரிகள் அவர் மீது கோபம் கொண்டனர். அவரை எப்படியாவது அழிக்க முடிவு செய்தனர்.

ஒருநாள் மாலை விருதுநகரின் அருகிலுள்ள கிராமம் ஒன்றிற்கு பிரசாரத்திற்கு நண்பர்களோடு சென்றார்.

சூரியன் மறைவதற்கு முன் சில இடங்களில் பிரசாரத்தை முடித்துவிட்டு வந்து கொண்டிருந்தபோது... அவரை எதிரிக் கும்பல் சுற்றி வளைத்துக்கொண்டு தாக்கியது. உடம்பு முழுக்கக் காயம்பட்ட அவரது உடையைக் கிழித்தெறிந்துவிட்டு ஓடியது. (இதுபோல பலமுறை தாக்குதல்களை எதிர்கொண்டிருக்கிறார் காமராஜர்.)

இப்படித் தாக்குதல்களுக்கெல்லாம் அவர் பயந்து ஓடி ஒளிந்ததே இல்லை.

1923–ஆம் ஆண்டு காந்திஜியின் ஆசியுடன் கள்ளுக்கடை மறியலில் ஈடுபட்டார். எங்கு? மதுரையில். பெரியார் போன்ற தலைவர்கள் இப்போது கூட்டத்திற்கு வாழ்த்து தெரிவித்தனர்.

மறியலில் ஈடுபட்ட பலரைக் காவல்துறை வேட்டையாடியது.

காமராஜர் தங்கியிருந்த அறைக்குள் மேலைப்படை நுழைந்தது (அப்போது காமராஜர் வெளியே சென்றிருந்தார்) அங்கிருந்தவர்களைக் கைது செய்து இழுத்துச் சென்றது.

வெளியே போன காமராஜர் தன் அறைக்குள் திரும்பி, தனது நண்பர்கள் இல்லாததைக் கண்டு, அவர்களை போலீஸ் இழுத்துச் சென்றிருக்கும் என்ற உண்மையை உணர்ந்தார்.

அவருக்குள் துயரம்... தன் நண்பர்கள் சிறை செல்ல தான் மட்டும் சிறை செல்லாமல் இருக்கிறோமே... என்றுதான்.

நாகபுரி கொடிப் போராட்டம்

நாகபுரி நகரம்.

வெள்ளையர் குடியிருப்புப் பகுதி.

எப்படி உயர்சாதிக்காரர்கள் தெருவில் தாழ்த்தப்பட்டோர் செல்லக் கூடாதோ அதேபோல வெள்ளையர்களின் குடியிருப்புப்

பகுதியில் காங்கிரஸ்காரர்கள் கொடியை கொண்டு செல்லக் கூடாது என்று தடை விதித்திருந்தனர் காவல்துறையினர்.

என்னுடைய நாட்டில் குடியிருந்து கொண்டு எங்கள் கொடியைக் கொண்டு செல்லக் கூடாது என்று சொல்ல நீ யார்? எங்கள் கொடிக்குத் தடை விதிக்க உனக்கென்ன உரிமை இருக்கிறது? என்ற கேள்வியோடு, தடையை மீறி கொடியைத் தூக்கிச் சென்றனர்.

காமராஜர் திருச்சியில் காங்கிரஸ் அமைப்பை உருவாக்கி, நாகபுரிக்கு காங்கிரஸ் தொண்டர்களை அனுப்பி வைக்க அவர்களும் அந்த சத்தியாகிரகத்தில் கலந்து கொண்டனர்.

தடையை மீறி கொடி ஊர்வலம் நடத்திய காங்கிரஸ்காரர்களைக் காவலர்கள் கைது செய்தனர்.

தானும் கொடிப் போராட்டத்தில் கலந்து கொள்ளவேண்டும் என்ற எண்ணத்தோடு நாகபுரிக்குக் கிளம்பினார் காமராஜர். அதற்குள் அங்கு சமரசம் ஏற்பட அவர் கலந்து கொள்ள முடியாமல் போய்விட்டது.

சென்னையில் நீல் சிலைக்கு எதிர்ப்பு

சென்னை மாநிலப் படைத்தளபதியாக ஜேம்ஸ்நீல் என்பவன் இருந்தான். கொல்கத்தாவில் சிப்பாய்க் கலகம் ஏற்பட்டது! அக்கலகம் உக்கிரமானபோது, ஜேம்ஸ் நீல் பல நூறு சிப்பாய்களை, தனது படைகளைக் கொண்டு ஈவு இரக்கமின்றி கொன்றொழித்தான்.

இது நடந்தது 1857-ஆம் ஆண்டு.

அவன் சிப்பாய்க் கலகத்தை அடக்கி ஒடுக்கியதால் அவனுக்கு ஆங்கில அரசு விருது வழங்கி கௌரவித்தது.

அவனது சிலையை சென்னை மவுன்ட் ரோடில் (இன்றைய அண்ணா சாலை) நிறுவியது.

அக்கொடியவனின் சிலையை அகற்ற பலர் போராட்டங்கள் நடத்தினர். சோமயாஜுலு, குடியாத்தம் சாமிநாத முதலியார் ஆகியோர் நடத்திய போராட்டத்தை ஒடுக்க அவர்களைக் கைது செய்தது காவல்துறை.

இவர்களைத் தொடர்ந்து காமராஜர் போராட்டத்தைத் தொடர முயற்சி செய்தார்.

1927-ஆம் ஆண்டு காந்திஜி சென்னை வந்து சீனிவாச ஐயங்கார் வீட்டில் தங்கினார். நீல் சிலை அகற்றும் போராட்டத்தை நடத்துவதைப் பற்றிப் பேச காமராஜர் காந்தியடிகளைச் சந்தித்தார்.

அப்போது காந்திஜி, "சிலை எதிர்ப்புப் போராட்டம் நடத்துங்கள்; ஆனால் வன்முறை வேண்டாம்; சிலை மீது களிமண் உருண்டைகளை வீசி நமது எதிர்ப்பைக் காட்டலாம்" என்றார்.

அவ்வாறே நடந்துகொள்வதாக உறுதியளித்தார் காமராஜர்.

1927-ஆம் ஆண்டு டாக்டர் அன்சாரி தலைமையில் காங்கிரஸ் மாநாடு சென்னையில் நடந்தது; இம்மாநாட்டில் 'சுதந்திரமே நமது பிறப்புரிமை' என்ற தீர்மானம் முன்வைக்கப்பட்டது.

இதே ஆண்டு சென்னையிலேயே நேருஜி தலைமையில் காமராஜர் 'சிந்திய குடியரசு' என்ற பெயரில் ஒரு மாநாட்டைக் கூட்டினார்.

மாநாட்டில் போடப்பட்ட தீர்மானங்களில் ஒன்று நீல் சிலையை அகற்றுவது.

சைமன் கமிஷனே திரும்பிப் போ

இந்தியாவில் பொருளாதார முன்னேற்றம், சமுதாய முன்னேற்றம், கல்வியில் முன்னேற்றம் நிர்வாகம் இவற்றைக் கவனித்து, எந்த அளவில், எந்தெந்தத் துறைகளில் 'இந்தியருக்கு' பொறுப்பை வழங்கலாம் என்பதை அறிய

'சர் ஜான் சைமன்' தலைமையில் ஏழு பேர் கொண்ட குழு 1928-ஆம் ஆண்டு மும்பைக்கு வருகை புரிந்தனர். இக்குழுவிற்கு 'சைமன் குழு' என்று பெயர்.

இக்குழுவில் இந்தியர் ஒருவர் கூட இல்லாததால் சைமன் குழுவை இந்தியத் தலைவர்கள் ஏற்றுக் கொள்ளவில்லை.

எல்லா அரசியல் கட்சிகளும் சைமன் குழுவை எதிர்த்துக் கூக்குரலிட்டன.

அக்குழு செல்லுமிடமெல்லாம் 'சைமன் கமிஷனே திரும்பிப் போ' எனக் குரல் கொடுத்தனர்.

சைமன் கமிஷனை எதிர்த்த குற்றத்திற்காக (?) வெள்ளைய அரசு தலைவர்களை வேட்டையாடியது.

64 வயது தலைவர் லாலா லஜபதி ராவ் தலைமையில் லாகூரில் ஊர்வலம் நடந்தபோது, வெள்ளைய காவலரால் அவரது மண்டை உடைக்கப்பட்டது. சில நாட்களில் அந்த மாபெரும் தலைவர் மரணமடைந்தார்.

நேருஜியும் தாக்கப்பட்டார்.

வெள்ளைய காவல்துறை காட்டுமிராண்டியாகவே நடந்து கொண்டது.

மதுரையில் சைமன் கமிஷன் எதிர்ப்பு

சைமன் கமிஷன் வருகையையொட்டி மதுரையில் பலத்த பாதுகாப்பு போடப்பட்டது.

சைமன் குழுவை வரவேற்க திருமலை மகாலில் செல்வந்தர்கள் கூட்டம் வரிசை கட்டி நின்றது.

மதுரை-விருதுநகர் சுற்று வட்டார விடுதலை வீரர்கள் 'கமிஷனுக்கு' எதிர்ப்புத் தெரிவிக்க கருப்புக் கொடி ஏந்தி 'மகாலை' நோக்கி 'சைமன் கமிஷனே திரும்பிப் போ' என்று குரல் கொடுத்தபடி சென்றனர்.

காவல்துறை விடுதலை வீரர்களை மகால் பக்கம் நெருங்க விடவில்லை.

மக்களும் கமிஷன் குழுவை எதிர்த்துக் குரல் கொடுத்துக் கொண்டிருந்தனர்.

அப்போது மூவர்ண கொடி பறக்க காரிலிருந்து காமராஜர் இறங்கினார். அவரைப் பின்பற்றி காங்கிரஸ் தலைவர் ஜார்ஜ் ஜோசப் கொடியோடு இறங்கினார்.

இருபெரும் தலைவர்கள் கொடி ஏந்தி நடக்க மக்கள் உற்சாகமாகினர்.

'சைமன் கமிஷனே திரும்பிப் போ' என்று குரல் கொடுத்தனர். விடுதலை வீரர்களும், தொண்டர்களும், மக்களும்.

காவல் பலமாக இருந்ததால் பெரிய கலவரம் நடக்கவில்லை.

'வரி கொடா இயக்கம்'

வட நாட்டில் 'பர்தோல்' என்ற கிராமத்தில் விவசாயப் பொருட்கள் மீது அளவுக்கு அதிகமாக ஆங்கில அரசு வரிகள் போட்டு விவசாயமே செய்யமுடியாமல் செய்து விட்டனர். இச்செயலை மகாத்மாவின் கவனத்திற்குக் கொண்டு சென்றனர். அங்கு 'வரி கொடா இயக்கம்' மகாத்மாவின் ஆதரவுடன் சர்தார் வல்லபபாய் படேல் தலைமையில் நடைபெற்றது.

விவசாய மக்கள் ஒன்று திரண்டனர்.

வரி கொடா இயக்கத்தைப் பற்றி அரசு கண்டுகொள்ளவில்லை. இதனால் பல விவசாயிகள் பசி பட்டினியால் உயிரிழந்தனர். விவசாயக் கருவிகளை, ஆடு, மாடுகளை ஆங்கில அரசு விவசாயிகளிடமிருந்து பறிமுதல் செய்ய முடிவு செய்தது.

ஆங்கில அரசின் துன்புறுத்தலுக்கு விவசாயிகள் சிறிதளவும் அசைந்து கொடுக்கவில்லை. பசி, பட்டினியால் பலர்

இறந்தும் தங்கள் எதிர்ப்பை வெளிப்படுத்திக் கொண்டே இருந்தனர்.

படேல் வரி கொடா இயக்கத்தை நாடு முழுக்க பரவச் செய்தார். இதனால் ஆங்கில அரசு நிலைகுலைந்தது. படேலின் உறுதியான செயல்பாட்டை உணர்ந்து அஞ்சிய அரசு, வரியை நீக்கியது. விவசாயிகள் மகிழ்ச்சி அடைந்தனர்.

இதேநேரம் சிறையில் அடைக்கப்பட்ட விடுதலைப் போராட்ட வீரர்களைக் கடுமையாய் துன்புறுத்தினர். இதனைக் கண்ட 25 வயதான இளைஞன் ஜதீந்திரதாஸ் என்பவன், சிறைக் கொடுமையை எதிர்த்து, ‘சாகும்வரை’ உண்ணாவிரதம் இருக்க ஆரம்பித்தான். அரசு உண்ணாவிரதத்தைக் கைவிடும்படி பலமுறை கேட்டுக் கொண்டும், அவன் கைவிடவில்லை.

உண்ணாவிரதம் இருந்து 63-ஆம் நாளில் உயிர் துறந்தான். இந்தச் செய்தி இந்தியத் தலைவர்களைத் துயரப்படுத்தியது.

ஜதீந்திர தாஸின் மரணம் இந்தியாவைக் கொதிக்கச் செய்யும் என்பதை உணர்ந்த அரசு, உடனடியாகச் சிறையில் கைதிகள் - குறிப்பாய் விடுதலை வீரர்கள் துன்புறுத்தப்படுவதை நிறுத்த சட்டம் இயற்றியது.

‘நான் வங்காளி அல்ல இந்தியன்’ என்று கூறியபடி உயிரை விட்டிருந்தான் அந்தத் தியாக இளைஞன்.

ஜதீந்திரதாஸின் மரணம் இந்திய இளைஞர்களை உலுக்கியது. குறிப்பாய் காமராஜரின் இதயத்தைத் தாக்கியது; நாட்டு விடுதலைக்காக உயிரையே துச்சமாகத் தூக்கி எறிய முடியும் என்றால் எத்தனை பெரிய வைராக்கிய எண்ணம் வேண்டும்... அரசியலில் தீவிரமானார்.

1929-ஆம் ஆண்டு லாகூரில் காங்கிரஸ் மாநாடு நடத்தப்பட்டது. அந்த மாநாட்டிற்கு நேரு தலைமை தாங்கி (டிசம்பர் 31) மூவர்ணக் கொடியை விடுதலைக்கான கொடியாய் அறிவித்ததோடு மட்டுமன்றி காங்கிரஸின் கொள்கை நோக்கமே ‘முழு சுதந்திரம்’ என்று அறிவித்தார்.

மேலும் ஜனவரி 26-ஆம் தேதி சுதந்திர நாளாகக் கொண்டாட வேண்டும் எனவும் அறிவித்தார்.

உப்பு சத்தியாகிரகம் (காமராஜர் முதல் சிறை)

அன்றாடம் மக்கள் உணவுக்குப் பயன்படுத்தும் சாதாரண உப்பிற்கு வரி போட்டது ஆங்கில அரசு. இந்த அநியாயச் செயலை எதிர்த்து மகாத்மா காந்தி 'உப்பு சத்தியாகிரகத்தை'த் துவக்கினார்.

நாடெங்கும் உப்பு சத்தியாகிரகப் போராட்டம் துவங்கியது. மகாத்மா தன்னோடு சில நூறு பேரைச் சேர்த்துக்கொண்டு உப்பு எடுக்கக் கிளம்பினார்.

தமிழகத்தில் ராஜாஜி தலைமையில் உப்பு சத்தியாகிரகப் போராட்டம் துவங்கியது.

இந்த நிலையில் காமராஜரின் அருமை நண்பர் கே.எஸ். முத்துசாமிக்கு கயத்தாறில் திருமணம் நடந்தது. காமராஜரும் நண்பர் தனுஷ்கோடியும் அத்திருமணத்தில் கலந்து கொண்டு திரும்பினர்.

1930-ஆம் ஆண்டு ஏப்ரல் 13-ஆம் தேதி தமிழகத்தில் ராஜாஜி தலைமையில் வேதாரண்யத்தில் உப்பு சத்தியாகிரகம் நடந்தது. காமராஜரும் நண்பர் தனுஷ்கோடியோடு கலந்து கொண்டார். திருமணமாகி சில நாட்களே ஆன கே.எஸ். முத்துசாமியும் கலந்து கொண்டனர்.

உப்பு சத்தியாகிரகத்தால் நாடெங்கும் கொந்தளிப்பு ஏற்பட்டது.

தண்டியில் உப்பு காய்ச்சச் சென்ற மகாத்மா, சரோஜினி நாயுடு கைதானார்கள். முன்னணித் தலைவர்களான நேருஜி, படேல் போன்றோரும் கைதானார்கள்.

வேதாரண்யத்தில் ராஜாஜி, காமராஜர், கே.எஸ். முத்துசாமி, தனுஷ்கோடி ஆகியோர் கைதாகினர்.

காமராஜர் முதன்முறையாக கைது செய்யப்பட்டார்.

காலம் வணங்கும்
கல்வி வள்ளல் காமராஜர்

அவருக்கு இரண்டு ஆண்டுகள் சிறைத் தண்டனை விதிக்கப்பட்டது. அப்போது அவருக்கு வயது 27.

அவரை அலிப்பூர் சிறையில் அடைத்தார்கள். சிறைத் தண்டனையை மகிழ்ச்சியாக ஏற்றுக் கொண்டார்.

காமராஜர் சிறைப்பட்டதை அறிந்த தாயும், பாட்டியும் மிகவும் துயரம் அடைந்தனர். (கொஞ்சம் யோசித்துப் பாருங்கள்; தன் குடும்பத்தைக் குறிப்பாய் பாட்டி, தாய், தங்கை என மூன்று பெண்களைக் காப்பாற்ற ஆள் இல்லாத நிலையிலும் சுதந்திரப் போராட்டத்தில் கலந்து கொண்டிருக்கிறார் காமராஜர் என்றால் அவருக்கு வீட்டுத் துயரத்தை விட நாட்டுத் துயரமே பெரிதாக இருந்தது.)

இந்த நிலையில் பாட்டியின் உடல்நிலை மிகவும் பாதிக்கப்பட்டிருந்தது; தன் பேரனை கடைசியாகப் பார்த்து விடவேண்டுமென விரும்பினார்.

காமராஜரிடம் பாட்டியின் நிலையை எடுத்துச் சொல்லி, அவரைப் பரோலில் அழைத்து வர அவரது நண்பர்கள் 'அலிப்பூர்' சென்றனர் அரசும் அவரை பரோலில் அனுப்ப அனுமதி கொடுத்தது.

காமராஜரோ 'ஜாமீனில்' வெளியே வர மறுத்துவிட்டார். நண்பர்கள் வேதனையுடன் விருதுநகர் திரும்பினர்.

பேரன் வர மறுத்துவிட்டான் என்பதை உணர்ந்த பாட்டியாரின் உடல்நிலை இன்னமும் மோசமானது.

நாடெங்கும் பெரும் கலவரம் மூளும் என்பதை உணர்ந்தது அரசு. மகாத்மா எரவாடா சிறையில் இருந்தார். அவரை இர்வின் பிரபு சந்தித்தார்.

இருவருக்கும் 1931-ஆம் ஆண்டு ஓர் அமைதி உடன்படிக்கை ஏற்பட்டது.

இந்த உடன்படிக்கையில் உப்பு சத்தியாகிரகத்தால் கைதானவர்கள் அனைவரும் விடுதலை செய்யப்பட்டார்கள்.

வைரவமணி

சிறையிலிருந்து விடுதலை செய்யப்பட்ட காமராஜர் விருதுநகர் ரெயில் நிலையத்தில் வந்து இறங்கியபோது, அவரைக் காண ஆயிரக்கணக்கான காங்கிரஸ் தொண்டர்களும் மக்களும் அங்கு கூடியிருந்தனர்.

அவரைப் பார்த்த அடுத்த கணம் காங்கிரஸ் தொண்டர்கள் காந்திஜிக்கு ஜே... காமராஜருக்கு ஜே என்று விண்ணதிர குரலெழுப்பினர்.

ரெயில் நிலையத்திலிருந்து அவரை ஊர்வலமாக அவர் வீடு வரை அழைத்துச் சென்றனர். கிட்டத்தட்ட ஒரு மைல் தூரம்.

ஊர்வலக் கூட்டத்தால் விருதுநகரே குலுங்கியது. இப்படி ஒரு கூட்டத்தை அதற்கு முன் அவ்வூர் கண்டதே இல்லை.

வீட்டிற்கு வந்த காமராஜர், அவர் வீட்டை ஒட்டியிருந்த காளியம்மன் கோவில் பீடத்தின் மேல் ஏறி,

"அன்பு மக்களே! உங்களின் அபிமான நண்பனான எனக்கு மாபெரும் வரவேற்பைக் கொடுத்தீர்கள். உங்களின் அளப்பரிய அன்புக்கு மிகுந்த வரவேற்பும் நன்றியும்

தெரிவித்துக்கொள்கிறேன். அன்பான உங்களிடம் எனக்காக ஒன்றைக் கேட்டுக்கொள்கிறேன். அதாவது எனக்காக கடவுளிடம் பிரார்த்திக்க வேண்டும். (அதாவது) இந்த மிகப் பெரிதான வரவேற்பினால் காமராஜனாகிய எனக்குத்

தலைக்கனம் ஏற்பட்டு விடக்கூடாது என்று நீங்கள் அனைவரும் கடவுளைப் பிரார்த்திக்க வேண்டும்" என்று அக்கூட்டத்தில் பேசினார்.

தனக்குத் தலைக்கனம் ஏற்படக்கூடாது என்று பேச எந்தத் தலைவனுக்கு இப்படி ஓர் எண்ணம் வரும்?

காமராஜரைக் கண்ட குடும்பம் மிகுந்த மகிழ்ச்சி கொண்டது; குறிப்பாக பாட்டிக்குத் தன் பேரனைப் பார்த்ததில் மகிழ்ச்சி என்றாலும் நாளாக நாளாக உடல் மோசமாகி... உயிர் பிரிந்தது... பேரனைக் காணத்தான் இத்தனை நாள் உயிர் இருந்திருக்கிறது போலும்.

தீரர் சத்தியமூர்த்தியின் சீடர்

காமராஜர், மகாத்மா காந்திஜியைத் தனது ஒப்பற்றத் தலைவராக ஏற்றுக் கொண்டவர். தமிழகத்திலோ தனது அரசியல் குருவாக 'தீரர்' சத்தியமூர்த்தியை மனதார ஏற்றுக் கொண்டிருந்தார். மிகச் சிறந்த பேச்சாளரான தீரர் சத்தியமூர்த்தி சூதுவாது அறியாத, கள்ளங்கபடமில்லாத தலைவர் - நேர்மை - வாய்மை - நாட்டுப்பற்று கொண்ட சத்தியமூர்த்தியைக் காமராஜர் 1931–ஆம் ஆண்டு மதுரையில் நடந்த மாபெரும் காங்கிரஸ் கூட்டத்தில்தான் முதன் முதலில் சந்தித்தார்.

அக்கூட்டத்தில் சத்தியமூர்த்தியோடு வைத்தியநாத அய்யரும் அமர்ந்திருந்தார். காமராஜர் கூட்டத்தை ஒழுங்குப்படுத்தும் பணியில் ஈடுபட்டுக் கொண்டிருந்தார். சத்தியமூர்த்தி அருகில் அவரைப் பார்த்தார்.

அச்சமயம் அய்யர் காமராஜரை அழைத்து சத்தியமூர்த்தியிடம், "இவர் காமராஜர்! விருதுநகர்க்காரர். நமது தொண்டர் படையில் பணிபுரிகிறார். எளிமையானவர்... சுறுசுறுப்பானவர்... நாட்டுப்பற்றுள்ளவர். தியாக உள்ளம் கொண்டவர்" என்று சத்தியமூர்த்தியிடம் கூற,

"இந்த இளைஞரை நான் கோவையிலேயே பார்த்திருக்கிறேன்" என்று புன்னகைத்த சத்தியமூர்த்தி, காமராஜரைப் பார்த்து,

அரசியல் ஆசான் தீரர் சத்தியமூர்த்தியுடன்

"இளைய வயதினனே, விடுதலை வேள்விக்காக கஷ்டங்களைத் தாண்டுவாயா?" என்று கேட்டார்.

"ஐயா... வயதான தங்களைப் போன்ற பெரியவர்கள், உங்களின் உடல் பொருள் ஆவியை தேச விடுதலைக்காகத் தியாகம் செய்கின்றபோது எங்களைப் போன்ற இளைஞர்கள் செயல்படாமல் இருப்பது நியாயமில்லையே... மலையளவு துன்பம் ஏற்பட்டாலும் அதைக் கடுகளவாக நினைத்து சுதந்திரத்திற்காகத் தியாகம் செய்ய தொண்டர் படையில் இணைந்து பணியாற்றி வருகிறேன்" என்று அடக்கத்துடன் கூறினார் காமராஜர்.

காமராஜரின் எளிமையான தோற்றமும், அடக்கமான அதே நேரத்தில் தீர்க்கமான பேச்சும் சத்தியமூர்த்திக்குப் பிடித்துப் போக, "தம்பி, இனி நீ என்னோடு இருந்து விடுகிறாயா?" என்று கேட்க,

"ஐயா, இதை விட பெரும் பாக்கியம் வேறில்லை" என்று கூறினார். காமராஜர் (அன்றிலிருந்து சத்தியமூர்த்தி இருக்கும் வரை அவரை விட்டு விலகவில்லை.)

இந்த மாநாட்டில் காங்கிரஸ் அணி இரண்டாகப் பிரிந்திருந்தது. ஒன்று இராஜாஜி அணி; மற்றொன்று சத்தியமூர்த்தி அணி. காமராஜர் தான் அரசியல் குருவாக ஏற்ற சத்தியமூர்த்தி அணிக்கு ஆதரவாக நின்றார்.

இந்த மாநாட்டில்தான் சென்னை மாகாண காங்கிரஸ் கமிட்டி தலைவர் தேர்தல் நடத்தப்பட்டது.

இராஜாஜி அவர்கள் தலைவராகவும், சத்தியமூர்த்தி அவர்கள் துணைத் தலைவராகவும் தேர்ந்தெடுக்கப்பட்டனர்.

இந்த மாநாட்டில்தான் முதன் முதலாக காங்கிரஸ் காரியக் கமிட்டி (செயற்குழு) உறுப்பினராகத் தேர்ந்தெடுக்கப்பட்டார் காமராஜர்; இந்நேரத்தில் இந்திய காங்கிரஸ் கட்சியின் உறுப்பினராகவும் தேர்ந்தெடுக்கப்பட்டார்.

அநியாய வழக்கீடுகளும் சிறையும்

காமராஜரின் தீவிரமான செயல்பாட்டை ஒடுக்க ஆங்கில அரசு, அவர் மீது பொய்யான வழக்குகளைப் போட்டு சிறையில் தள்ளியது.

முதலில் ஜாமீன் வழக்கைப் பார்ப்போம்.

இந்திய சுதந்திரம் பற்றிப் பேச மகாத்மா-இர்வின் ஒப்பந்தப்படி லண்டன் வட்ட மேசை மாநாட்டில் கலந்துகொண்டார் மகாத்மா. ஆனால் அங்கு சென்றவருக்குப் பெருத்த ஏமாற்றமே கிடைத்தது.

மகாத்மா நாடு திரும்புகையில் ஆங்கில அரசு நவம்பர் 26-ஆம் தேதி எந்தவித முன்னறிவிப்புமின்றி நேருஜியைக் கைது செய்து சிறையில் அடைத்தது.

நாடு முழுக்க முக்கியத் தலைவர்கள் கைது செய்யப்பட்டு, பலருக்கு அபராதம் விதிக்கப்பட்டது; சிலர் ஜாமீன் கேட்டு வழக்குத் தொடர்ந்தனர்.

காமராஜரைக் கைது செய்து அபராதம் விதித்தது அரசு. அவரோ ஜாமீன் தொகை கட்ட மறுத்தார். இதனால் அவரை திருச்சி சிறையில் அடைத்தனர்; இது ஓராண்டு தண்டனை.

இந்த நேரத்தில் காமராஜர் மீது புது வழக்கைப் பொய்யாய் ஜோடித்து வழக்குப் போட்டது அரசு.

விருதுநகர் அஞ்சலக சுவரில், 'போலீஸ்காரர் தலை சீவப்படும்' என்ற சுவரொட்டி ஒட்டப்பட்டிருந்தது; இதை காமராஜரின் சகாக்கள்தான் ஒட்டியிருப்பதாகக் கருதியது... குறிப்பாக காமராஜரின் நெருங்கிய நண்பர் முருக தனுஷ்கோடிதான் ஒட்டியிருப்பார் எனக் கருதி, அவர் மீது வழக்குப் போட்டு இரண்டாண்டுகள் சிறைத்தண்டனை விதித்து திருச்சி சிறைக்கு அனுப்பி வைத்தது. (சுவரொட்டியை போலீஸே ஒட்டியதென்பதே உண்மை.)

காமராஜரும் முருகு தனுஷ்கோடியும் ஒரே சிறையில் இருப்பதை விரும்பாத அரசு, காமராஜரை வேலூர் சிறைக்கு மாற்றியது.

வேலூர் சிறையில் கமல்நாத்திவாரி, ஜெயதேவ் ஆயூர் போன்ற பகத் சிங்கின் நண்பர்களைச் சந்தித்தார். அவர்களின் தியாக உள்ளத்தைப் பாராட்டினார். அங்கு கம்யூனிஸ்ட் கட்சியின் முக்கியப் பிரமுகர் சிங்காரவேலரையும் பார்த்தார்.

சிறையில் ஜாதி மத பேதமின்றியும், ஏழை, பணக்கார வித்தியாசமின்றியும், அனைவரிடமும் அன்பாகப் பழகினார்.

ஓராண்டு சிறைக்குப் பின் வெளியே வந்தார் காமராஜர்.

சாதி வழக்கில் (மூன்றாம் முறை) சிறை

காமராஜர் வெளியே இருந்தால் 'அமைதியாக' இருக்க மாட்டார். தொடர் அலைகள் போல தொண்டர்களை ஒன்றுதிரட்டல், ஊர்வலம் போதல், கூட்டம்போடுதல், தெருமுனை பிரசாரம் செய்தல் என எதையாவது செய்து கொண்டே அரசுக்குப் பெருந்தலைவலியாய் இருப்பார்.

எனவே, அவரைச் சிறையில் தள்ள என்ன செய்யலாம் என்று யோசித்தது அரசு.

காமராஜர் வேலூர் சிறையில் இருந்தபோது காங்கிரஸ் தொண்டர்களிடம், ஆங்கில அரசைக் கவிழ்ப்பதற்காக சதியைச் செய்ததாக 1933-இல் காமராஜர் மீது (பொய்யாக) சதி வழக்கைப் போட்டு அவரை (மூன்றாம் முறை) கைது செய்தது காவல்துறை.

அடுத்து ஒரு சதி வழக்கையும் அவர் மீது போட்டது அரசு.

வங்க கவர்னர் சர் ஜான் ஆண்டர்சன் நீலகிரி வர இருப்பதை அறிந்த காமராஜர், அருணாசலம் மற்றும் சிலரோடு சேர்ந்து அவரைச் சுட்டுக்கொல்ல இருப்பதாக காவலர் துறை அறிந்ததாம்.

எதிரியாய் இருந்தாலும் அவர்களைக் கொல்ல எண்ணாத காமராஜர், அருணாசலத்திடம் இரு துப்பாக்கிகளைக் கொடுத்தார் என அவர் மீது காவல்துறை வழக்கைத் தொடர்ந்தது.

காமராஜர் தீவிரவாதி அல்ல; காமராஜர் காந்தி வழியில் அறவழியில் செல்பவர் என்று ஆந்திர சிங்கம் டி. பிரகாசம் காமராஜருக்காக வாதாடி அவர் மீதான குற்றச்சாட்டை உடைத்தெடுத்தார். மேலும், காமராஜருக்காக தீரர் சத்தியமூர்த்தியும் மதுரை ஜார்ஜ் ஜோசப்பும் வாதாடினர்.

வெடிகுண்டு வழக்கு

வேலூர் சிறையில் தொண்டர்களை ஆங்கில அரசுக்கு எதிராகத் தூண்டிவிட்டார் என்ற சதிவழக்கைத் தொடர்ந்து வங்க அதிகாரியைச் சுட்டுக் கொல்ல சதி வழக்கைப் போட்டது அரசு. இரண்டும் பொய் என்று உறுதியான பிறகு காமராஜர் மீது ஆங்கில அரசு புதிதாய் வெடிகுண்டு வழக்கைப் போட்டது.

விருதுநகர் அஞ்சலகத்தின் மீதும், ஸ்ரீவில்லிப்புத்தூர் காவல் நிலையத்தின் மீதும் வெடிகுண்டு வீசியதாக வழக்குப் பதிவு செய்தனர்.

முதல் எதிரியாக நண்பர் கே.எஸ். முத்துசாமி இரண்டாவது எதிரியாக காமராஜர். மூன்றாவது எதிரியாக நிருபர் மாரியப்பன். நான்காவது எதிரியாக நாராயணசாமி. அப்ரூவராக வெங்கடாசலம் என வழக்குப் போடப்பட்டு காமராஜர் (நான்காவது முறை) கைது செய்யப்பட்டார்.

இந்த வழக்கை நடத்த சி.ஐ.டி. இன்ஸ்பெக்டர் தோத்தாத்ரி ஐயங்கார் என்பவர் விருதுநகருக்கு வரவழைக்கப்பட்டார்.

பொய் வழக்குக்குப் 'பொய் சாட்சி' சொல்ல விருதுநகர் சப் இன்ஸ்பெக்டர் அனந்தராமகிருஷ்ணனை அரசு அழைக்க.. அவர் வர மறுக்க.. அவர் வேறு சிறு கிராமத்திற்கு மாற்றப்பட்டார். இவரை அடுத்து சிவகாசி காவல் டெப்டி சூப்பிரின்டென்டெண்ட் பார்த்தசாரதி அழைக்கப்பட்டார். இவருக்கு விடுதலை வீரர்களைப் பிடிக்காது. அவர்களைக் காவலில் வைத்து அடித்து நொறுக்குவதில் மன்னர்.

அப்ரூவரான வெங்கடாசலத்தை அடித்து நொறுக்கி, வெடிகுண்டு வீசியவர்கள் இவர்கள்தான் (கே.எஸ். முத்துசாமி, காமராஜர், நாராயணசாமி, மாரியப்பன்) என அவரிடம் எழுதி வாங்கினார் பார்த்தசாரதி.

நீதிமன்றத்தில் என்னை அடித்துச் சித்திரவதைச் செய்து எழுதி வாங்கினார் பார்த்தசாரதி என வெங்கடாசலம் தைரியமாகக் கூறினார்.

இந்தப் பொய் வழக்கை எதிர்த்து மதுரை ஜார்ஜ் ஜோசப் தீரர் சத்தியமூர்த்தி ஆகியோர் வழக்காடினர். அச்சமயம் மதுரை வந்த காமராஜர், காமராஜர் வழக்கை விரைவில் முடிக்கும்படி டாக்டர் எஸ்.எஸ். ராஜனிடம் கேட்டுக் கொண்டார். அவரும் உதவுவதாகக் கூறினார். இவ்வழக்கிற்காக காமராஜரின் குடும்ப சேமிப்பு கரைந்தது. தாயும், தங்கையும் மிகவும் வேதனை அடைந்தனர்.

வழக்கை விசாரித்த நீதிபதி ஜே.பி.எல். மன்றோ, "இவர்கள் நால்வரையும் விசாரித்ததில் வெடி குண்டு வீசியதாகத் தெரியவில்லை. காவலரின் சாட்சியங்களும், நம்பும் படியாக இல்லை" என்று கூறி அவர்களை விடுதலை செய்தார்.

தாங்கள் போட்ட வழக்கை அடித்துத் துவைத்து வெளியே வந்து விடுகிறாரே காமராஜர் என அவர் மீது ஆத்திரம் கொண்டிருந்தனர் ஆங்கிலேயக் காவலர்கள்.

அவரைச் சிறையில் தள்ள 'கொக்கை'ப் போல் காத்திருந்தனர்.

சென்னை மாகாணத்திற்கு கவர்னர் ஜெனரல் வெலிங்டன் சுற்றுப்பயணம் மேற்கொண்டபோது அவரது பாதுகாப்பைக் கருதி, பல விடுதலை வீரர்கள் கைது செய்யப்பட்டார்கள். அவர்களில் ஒருவர் காமராஜர். (ஐந்தாம் முறையாக சிறை சென்றார்)

சென்னை மாகாண காங்கிரஸ் செயலாளர்

1934-ஆம் ஆண்டு ஜனவரி 15-ஆம் தேதி வட பீகாரில் கடுமையான பூகம்பம் ஏற்பட்டது. 15,000 மைல் பரப்பளவு நிலம் மிகவும் பாதிக்கப்பட்டது. பல்லாயிரக்கணக்கான மக்கள் இறந்தனர்.

'பாதிக்கப்பட்ட மக்களுக்கு நிவாரண உதவி வழங்கிடுங்கள்' என மகாத்மா கேட்டுக்கொள்ள, காமராஜர் ஏராளமான பொருளுதவிகளை வழங்கினார்; அவரது நிவாரண உதவிக்கான உழைப்பை தீரர் சத்தியமூர்த்தி மனம் திறந்து பாராட்டினார்.

நேரம் கிடைக்கும் போதெல்லாம் தனது அரசியல் குருவை காமராஜர் சந்தித்து அரசியல் ஆலோசனையைப் பெறத் தவறியதில்லை.

1935-ஆம் ஆண்டு லக்னோவில் (லட்சுமணபுரி) காங்கிரஸ் மகாசபைக் கூட்டம் நேருஜியின் தலைமையில் நடைபெற்றது. அக்கூட்டத்திற்கு காமராஜருக்கு அழைப்பு இருந்தது.

அவர் போகவில்லை. ஏன் போகவில்லை எனத் தொண்டர்கள் கேட்டபோது, "தலைவர்கள் தீர்மானம் போடுவார்கள். அதை நாம் ஏற்று நல்லபடியாய் அத்தீர்மானங்களை நடத்துவதே நம் கடமை..." என்றார்.

மத்திய சட்டசபைக்கு (பாராளுமன்றம்) தீரர் சத்தியமூர்த்தி உறுப்பினராக இருந்தார்.

அவர் டெல்லிக்குச்  சென்றிருந்தபோது, அங்கே காமராஜரும் இருந்தார். அப்போது சத்தியமூர்த்தி காமராஜரை தன் சக உறுப்பினர்களுக்கு இவ்வாறு அறிமுகப்படுத்தினார்.

"திரு. காமராஜர் சென்னை மாகாணத்தில் சிறப்பான ஊழியராகத் திகழ்கிறார். இது மட்டுமன்றி எனக்குச் சிறந்த முறையில் ஆலோசனை கூறுவதில் திறன் பெற்றவர்" என்று தனது சீடரைப் பெருமையுடன் கூறினார் சத்தியமூர்த்தி.

1936-ஆம் ஆண்டு காரைக்குடியில் சென்னை மாகாண காங்கிரஸ் கமிட்டி கூட்டம் நடைபெற்றது.

அப்போது அங்கு தலைவர் பதவிக்கு சத்தியமூர்த்தியும் அவரை எதிர்த்து முத்துரங்க முதலியாரும் போட்டியிட்டனர்.

தனது குருவின் வெற்றிக்காக கமிட்டி உறுப்பினர்களைச் சந்தித்துப் பேசினார். அவரது செயல்பாட்டினால் சத்தியமூர்த்தி தலைவரானார். செயலாளராக காமராஜர் தேர்ந்தெடுக்கப்பட்டார்.

தனக்கு செயலாளராக இருக்கத் தகுதியில்லை என்று காமராஜர் கூற...

“உனக்கு செயலாளராக இருக்கத் தகுதி இல்லை என்றால், எனக்குத் தலைவராக இருக்கத் தகுதி இல்லை” என்று சத்தியமூர்த்தி கூற, உடனே தனது வார்த்தைகளை வாபஸ் வாங்கிய காமராஜர், சென்னை மாகாண காங்கிரஸ் கமிட்டி செயலாளராகப் பதவி பெற்றார். (அப்போது சென்னை மாகாணம் கேரளாவின் சில பகுதிகள், ஆந்திராவின் சில பகுதிகள் கர்நாடகாவின் சில பகுதிகள் என, பரந்த அளவில் இருந்தது.)

தேர்தலும் காங்கிரஸின் வெற்றியும்

1937-ஆம் ஆண்டு மாகாண சட்டமன்றத்தை இரு அவைகளாக்கிய சட்டம் ஒன்றை ஆங்கில அரசு ஏப்ரல் 1-ஆம் தேதி கொண்டு வந்தது. சட்டமன்றப் பேரவை ஒன்று; சட்டமன்ற மேலவை இன்னொன்று.

பேரவைக்கு 215 இடங்களும், மேலவைக்கு 90 இடங்களும் ஒதுக்கப்பட்டன.

ஆங்கில அரசு தேர்தலை நடத்த முடிவு செய்தது. முதலில் சென்னை மாகாணத்திற்கு நடத்தத் திட்டமிட்டது.

தேர்தலில் காங்கிரஸை எதிர்த்து அப்போது பலம் வாய்ந்த ஜஸ்டிஸ் கட்சி போட்டியிட்டது. அக்கட்சியில் பெரும் தலைவர்கள் இருந்தார்கள்.

சத்தியமூர்த்தியும் காமராஜரும், கட்சி வெற்றிபெற தமிழகம் முழுக்க சூறாவளிப் பயணம் மேற்கொண்டனர். தினமும் சத்தியமூர்த்தி 20 அல்லது 30 கூட்டங்களில் பேசுவார். அவரிரது சண்டமாருதப் பேச்சைக் (இடிமுழக்கம் போன்ற) கேட்க மக்கள் திரளாகக் கூடுவர். காமராஜர் அவருக்கு உறுதுணையாகச் செயல்பட்டார். முதுமையையும் பொருட்படுத்தாமல் (அப்போது சத்தியமூர்த்திக்கு வயது 51) காங்கிரஸின் வெற்றிக்காகப் பாடுபட்டார்.

தனது தலைவர் தேர்தலில் வெற்றி பெற்று தமிழகத்தின் முதல் மந்திரியாக அமர்வார் என காமராஜர் நினைத்தார். (ஆனால் நடந்தது வேறு).

அப்போது இராஜாஜி முக்கியத் தலைவராக இருந்தார். காந்திஜி அவருக்கு மிகவும் நெருக்கமாக இருந்தார். சில சமயங்களில் ராஜாஜியின் ஆலோசனையை காந்திஜி கேட்டார்.

பல்கலைக்கழக பட்டதாரிகள் தொகுதியில் சத்தியமூர்த்தி போட்டியிட விரும்பியபோது, அவரை மறுத்துவிட்டார்.

சென்னை சட்டப்பேரவையில் சத்தியமூர்த்திக்கு மந்திரி பதவி கொடுப்பதாக வாக்குறுதி கொடுக்கப்பட்டது.

விருதுநகரை உள்ளடக்கிய சாத்தூர் தொகுதியில் ரிசர்வ் தொகுதி, பொதுத் தொகுதி என இரண்டு தொகுதிகள் பிரிக்கப்பட்டு இருந்தன. ரிசர்வ் தொகுதியில் காமராஜரும், பொதுத் தொகுதியில் மாணிக்கமும் நிறுத்தப்பட்டனர்.

மாணிக்கத்தை எதிர்த்து மீனம்மாள் சிவராஜும், காமராஜரை எதிர்த்து வி.வி. ராமசாமி என்பவரும் போட்டியிட்டனர்.

காங்கிரஸ் தொண்டர்கள் அந்த ஊர்களில் ஊர்வலம் நடத்தினர். 'காந்திஜிக்கு ஜே... காங்கிரஸ் வெற்றி பெற மஞ்சள் பெட்டிக்கு ஓட்டுப் போடுங்கள்' (அப்போது ஒவ்வொரு கட்சிக்கும் ஒவ்வொரு நிறம் வழங்கப்பட்டது. இன்று சின்னங்கள் வழங்குவது போல். காங்கிரஸுக்கு மஞ்சள் பெட்டி வழங்கப்பட்டது.)

தேர்தல் 1937 பிப்ரவரி மாதம் நடைபெற்றது.

சென்னை மாகாணம் 215 தொகுதிகளாகப் பிரிக்கப்பட்டன.

ஜாதி இந்துகளுக்கு 116 இடங்கள்.

தாழ்த்தப்பட்டவர்களுக்கு 30 இடங்கள்.

கிறிஸ்தவர்களுக்கு 8 இடங்கள்.

பெண்களுக்கு 8 இடங்கள்
நிலச்சுவான்தார்களுக்கு 6 இடங்கள்
தொழிலாளர்களுக்கு 6 இடங்கள்
ஐரோப்பிய வியாபாரிகளுக்கு 3 இடங்கள்
தென்னிந்திய வியாபாரிகளுக்கு 1 இடமும்
மலைசாதியினருக்கு 1 இடமும்
நாட்டுக்கோட்டையினருக்கு 1 இடமும்
தோட்டக்காரர்களுக்கு 1 இடமும்
பல்கலைக்கழகத் தொகுதிக்கு 1 இடமும்

பகிர்ந்தளிக்கப்பட்டிருந்தன. அப்போதைய சென்னை மாகாண மொத்த வாக்காளர்களின் எண்ணிக்கை 56 லட்சம்.

தேர்தல் நடந்தது.

காங்கிரஸ் 159 இடங்களிலும், நீதிக்கட்சி 21 இடங்களிலும் வெற்றி பெற்றன. சுயேச்சைகள் 15 இடங்களிலும், ஐரோப்பிய ஆங்கிலோ இந்தியர்கள் 9 இடங்களிலும், முஸ்லிம் முன்னேற்ற கட்சி 1 இடத்திலும் மக்கள் கட்சி 1 இடத்திலும் வெற்றியடைந்தன.

காங்கிரஸ் அமோக வெற்றி பெற இராஜாஜி மாகாண முதல் மந்திரி ஆனார்.

தனது குருவுக்கு மந்திரி பதவி கொடுக்காததால் இராஜாஜி மீது கோபம் கொண்டார் காமராஜர் என்பதைவிட வருத்தம் கொண்டார்.

ராஜாஜி அவர்களுக்கு ஏனோ சத்தியமூர்த்தியின் குழுவைப் பிடிக்காமல் இருந்தது.

விருதுநகரில் நகராட்சித் தேர்தல் நடந்தது. மொத்தம் 24 வார்டுகள்; அனைத்து வார்டுகளிலும் காங்கிரஸ் நின்றது. 22 வார்டுகளில் வெற்றி. காமராஜர் நின்ற 7-ம் வார்டில் அவர் வெற்றி பெற்றார்.

காலம் வணங்கும் கல்வி வள்ளல் காமராஜர்

வார்டு உறுப்பினர்கள் அனைவரும் காமராஜரை நகராட்சி மன்றத் தலைவராகத் தேர்ந்தெடுக்கத் திட்டமிட்டனர். ஆனால் அவரோ, "எனக்கு சுதந்திரப் போராட்டப் பணி நிறைய இருக்கிறது. எனக்குப் பதவி வேண்டாம். என்னை விட்டு இவ்வூரிலேயே இருந்து செயல்படுபவரைத் தேர்ந்தெடுங்கள்..." என்றார். அவர் சொல்படி சங்கர பாண்டிய நாடார் நகராட்சி மன்றத் தலைவராகத் தேர்ந்தெடுக்கப்பட்டார்.

1938-ஆம் ஆண்டு காங்கிரஸ் பதவிக்கு சத்தியமூர்த்தி போட்டியிட்டார். அவரை எதிர்த்து முத்துரங்க முதலியாரை நிற்க வைத்த இராஜாஜி, சத்தியமூர்த்தியைத் தோல்வியுறச் செய்தார்.

இராஜாஜி மந்திரி பதவியைத் தான் கொடுக்கவில்லை. காங்கிரஸ் பதவியையாவது கொடுத்திருக்கலாமே? நாட்டுப் பற்றும் மக்கள் மேல் பற்றும் கொண்ட அற்புதமான நல்லெண்ணம் கொண்ட தலைவரை இராஜாஜி தோற்கடிக்கச் செய்கிறாரே என மேலும் வருந்தினார்.

இந்த ஆண்டில்தான் இராஜாஜி அவர்கள் ஏப்ரல் 21-ஆம் தேதி கட்டாய இந்தியைத் திணித்து ஆணை பிறப்பித்தார். இதற்குப் பெரியார், அண்ணா உட்பட தமிழறிஞர்கள் பெரும் எதிர்ப்பைத் தெரிவித்தனர். அதாவது இராஜாஜியை எதிர்த்து மொழிப்போர் துவங்கியது.)

1939-ஆம் ஆண்டு இரண்டாம் உலகப் போர் துவங்கியது.

இந்திய ராணுவம் ஆங்கில ஆரசுக்கு ஆதரவு கொடுக்கும் என, தாங்களாகவே அறிக்கைவிட்டனர். இத்தகைய தான்தோன்றித்தனமான அறிக்கையை மகாத்மா எதிர்த்தார்.

இந்திய ராணுவ வீரர்களே போரில் ஆங்கில அரசுக்கு ஆதரவு கொடுக்காதீர்கள் என்று காந்திஜி அறைகூவல் விடுத்தார். இதனால் அவர்மீது கடும்கோபம் கொண்டது.

சென்னை மாகாண காங்கிரஸ் தலைவர்

1939-ஆம் ஆண்டு தலைவர் தேர்தல் நடந்தது. இம்முறையாவது தலைவரை காங்கிரஸ் தலைவராக்கி விடவேண்டும் என்று காமராஜர் தலைவரை ஆதரித்து வேலை செய்தார். ஆனால் இராஜாஜி ஓமந்தூர் இராமசாமி ரெட்டியாரை நிற்க வைத்து, வெற்றி பெறச் செய்ய, காமராஜருக்கு வேதனையை விட இராஜாஜி மீது கோபம்தான் வந்தது.

1940-ஆம் ஆண்டு மேயர் தேர்தல் வந்தது.

தீரர் சத்தியமூர்த்தியை மேயராக்க வேண்டும் என்று அவரது நலம் விரும்பிகள் விரும்பினர். ஆனால் அவரிடம் கேட்க பயம். ஏனென்றால், இரண்டு முறை காங்கிரஸ் தலைவர் தேர்தலில் தோல்வி அடைந்ததால் தேர்தலில் நிற்க விரும்ப மாட்டார் என்பதை உணர்ந்த அவர்கள் காமராஜரை நினைத்தனர்.

காமராஜர் சொன்னால் தலைவர் ஒப்புக்கொள்வார் என உறுதியாய் இருந்தனர்.

சத்தியமூர்த்தி அவர்களை மேயர் தேர்தலில் போட்டியிட வைக்க வேண்டியது உங்கள் பொறுப்பு என்று காமராஜரை வற்புறுத்தினர்.

காமராஜருக்கும் தலைவரை மேயர் தேர்தலில் போட்டியிட வைக்க வேண்டும் என்ற எண்ணம் இருந்தது.

மேயராய் தலைவர் அமர்ந்தால் மக்களுக்குப் பல நன்மைகளைச் செய்வார் என நம்பினார் காமராஜர்.

பாசமுள்ள தலைவரிடம் மேயர் தேர்தல் பற்றிக் கூறினார்:

"தேர்தலெல்லாம் வேண்டாம்" என்று மறுத்தார் சத்தியமூர்த்தி.

"ஐயா... தாங்கள் மேயர் தேர்தலில் நின்றே ஆகவேண்டும்..." என்று காமராஜர் வலியுறுத்தினார்.

காலம் வணங்கும் கல்வி வள்ளல் காமராஜர்

"உனக்காகப் போட்டியிடுகிறேன்... இந்தத் தேர்தலிலும் தோல்வியடைந்தால், அரசியல் பக்கமே வரமாட்டேன்" என்றார் சத்தியமூர்த்தி உறுதியாக...

"நீங்கள் நிச்சயம் வெற்றி அடைவீர்கள்" என்றார் காமராஜர் நம்பிக்கையுடன்.

தேர்தல் நாள் குறிக்கப்பட்டது; காமராஜர் தனது தலைவனுக்காக ஆதரவு திரட்ட புயலாய்ச் சுழன்றார்; பல முக்கியப் பிரமுகர்களைச் சந்தித்துப் பேசினார். காமராஜரின் உழைப்பும் நம்பிக்கையும் வீண் போகவில்லை.

தீரர் சத்தியமூர்த்தி மேயர் ஆனார்... அவரது மனதில் காமராஜர் உயர்ந்து நின்றார்.

சென்னை மாகாண காங்கிரஸ் கமிட்டி தேர்தல் நடந்தது; காமராஜர் தனது தலைவர் சத்தியமூர்த்தியைத் தலைவர் பதவிக்கு நிற்கச் சொன்னார்.

"காமராஜ்... எனக்குத் தலைவர் பதவி வேண்டாம்... அந்தப் பதவிக்குத் தகுதி படைத்தவன் நீதான். அதனால் உன்னைத் தலைவராகப் போட்டியிடச் சொல்கிறேன்."

"ஐயா... நான் சாதாரணத் தொண்டன்... எனக்குத் தலைவர் பதவி..."

"காமராஜ்... தலைவர் பதவிக்கு நீ முழுத் தகுதி படைத்தவன். நில்... வெற்றியடைவாய்" என்றார் சத்தியமூர்த்தி.

தனது தலைவர் சொல்கிறாரே என்று தயக்கத்தோடு தேர்தலில் நின்றார், காமராஜர்.

இவரை எதிர்த்து ராஜாஜி நிற்க வைத்த கோவை சுப்பையா, பெரும்புள்ளி...

தேர்தல் நடந்தது.

காமராஜருக்கு 103 ஓட்டுகளும், சுப்பையாவுக்கு 100 ஓட்டுகளும் விழுந்தன.

வைரவமணி

காமராஜர் சென்னை மாகாண காங்கிரஸ் தலைவரானார். சத்தியமூர்த்தி செயலாளர் ஆனார். தன்னை விட 18 வயது சிறிய இளைஞன், தன் சீடன் தலைவன்... தான் அவனுக்குச் செயலாளர் என்ற பேதத்தை சத்தியமூர்த்தி மனம் நினைத்ததே இல்லை. ஏனெனில் அவர் மனம் தூய்மையானது. உண்மையானது; சூது வாதற்றது.

எந்த விஷயம் என்றாலும் காமராஜரின் ஆலோசனையின்றி செய்ய மாட்டார். சத்தியமூர்த்தி... இத்தகைய மனம் யாருக்கு வரும்?

இந்த இடத்தில் இரு முக்கியச் செய்திகளை சொல்லத்தான் வேண்டும். தலைவர் சத்தியமூர்த்தி காமராஜரை எந்த அளவுக்கு மதித்தார் என்பதை அறிந்து கொள்ளலாம்.

பூண்டி நீர்த்தேக்கத்திற்கு அப்போதைய சென்னை மாகாண ஆளுநர் அகர்தர் ஹோப் அடிக்கல் நாட்ட வந்தார். இந்த நிகழ்ச்சிக்கு சென்னை மேயர் சத்தியமூர்த்தி அழைக்கப்பட்டதால் அவர் சென்றார்; ஆனால் கட்சிக்

கட்டுப்பாட்டின்படி ஆங்கிலேயரின் நிகழ்ச்சியில் காங்கிரஸ் கட்சிக்காரர்கள் கலந்துகொள்ளக் கூடாது; சத்தியமூர்த்தி தெரிந்து போனாரா... அல்லது தெரியாமல் போனாரா? தெரியவில்லை. கட்சிக் கட்டுப்பாட்டை மறந்திருக்கலாம்.

இதை அறிந்த தலைவர் காமராஜர் தன் தலைவருக்கு இப்படிக் கடிதம் எழுதினார். (சிலர் நேரில் கேட்டார் என்றும் சொல்கிறார்கள்) தாங்கள் சென்னை மாகாண ஆளுநர் கலந்துகொண்ட நீர்த்தேக்க அடிக்கல் நாட்டு விழாவில் கலந்துகொண்டது 'கட்சியின் கட்டுப்பாட்டை' மீறிய செயல். இச்செயல் புரிந்ததற்காக தாங்கள் மன்னிப்புக் கடிதம் எழுதிக் கொடுக்க வேண்டும்.

தனது தலைவர் காமராஜருக்கு தன் தவறை உணர்ந்து மன்னிப்புக் கடிதம் எழுதிக் கொடுத்தார் சத்தியமூர்த்தி... (இந்தச் செய்கையை இன்று நினைத்துப் பார்க்க முடியுமா?)

மற்றொரு நிகழ்ச்சி...

தீரர் சத்தியமூர்த்தி மிகச்சிறந்த கல்வியாளர்! சிறந்த பேச்சாளர். அவரை சென்னைப் பல்கலைக்கழகத் துணைவேந்தராக நியமிக்க வெள்ளையர் அரசு முடிவு செய்தது. அவருக்கும் அதில் விருப்பம் இருந்தது. அவரது நெருங்கிய நண்பர்களும் துணைவேந்தர் பதவியை ஏற்றுக்கொள் என்றனர்.

சத்தியமூர்த்தி தனது சீடன் காமராஜரிடம் இதுகுறித்து ஆலோசனை கேட்டார்.

"ஐயா... நாம் வெள்ளையரை எதிர்த்துப் போராடிக் கொண்டிருக்கிறோம். உங்களின் தகுதிக்குத் துணைவேந்தர் பதவி ஏற்றதுதான். ஆனால் நாம் வெள்ளையரை நாட்டை விட்டு ஓட்ட பாடுபட்டுக் கொண்டிருக்கும்போது, தாங்கள் பதவி ஏற்றால், அது காங்கிரஸ் இயக்கத்திற்கு நல்லதல்ல.. உங்களை நமது தலைவர்கள்... பதவி ஆசை உள்ளவர் எனச் சொல்லி தவறாகப் பார்க்க வாய்ப்பு ஏற்படும். நாம் விடுதலை பெற்று நமது அரசு ஏற்பட்டு தங்களுக்குத் துணைவேந்தர்

பதவி கிடைத்தால் அது பெருமைக்குரிய ஒன்று. எனவே, இப்பதவி வேண்டாம் என்ற காமராஜரின் வார்த்தைகளை ஏற்று துணைவேந்தர் பதவியைத் துறந்தார் சத்தியமூர்த்தி.

சென்னை கவர்னர் ஆர்தர் ஹோப் யுத்த நிதி வசூல் செய்தபோது, மக்களே யுத்த நிதி கொடுக்காதீர்கள் என்று காமராஜர் பிரசாரம் மேற்கொண்டார்.

யுத்த நிதிக்கு எதிர்ப்புத் தெரிவிக்கும் காமராஜரைக் கைது செய்ய முடிவு செய்தது ஆங்கில அரசு.

இந்த நிலையில் சத்தியாகிரகம் செய்யும் சென்னை மாகாண புதிய இளைஞர்களின் பட்டியலை மகாத்மாவிடம் காண்பிக்க வார்தா சென்ற காமராஜரை கூடூர் ரெயில் நிலையத்தில் கைது செய்தது ஆங்கில அரசு. இக் கைது ஆறாவது முறை.

வெள்ளையனே வெளியேறு

வேலூர் சிறையில் இருந்தார் காமராஜர். இந்த நேரத்தில் மகாத்மா காந்திஜி ஓர் அறிக்கை விட்டார். அவ்வறிக்கை நகர மன்றத் தலைவர்கள், தனி நபர் சத்தியாகிரகம் செய்து சிறை செல்லவேண்டும் என்றார்.

அவரது அறிக்கைப்படி விருதுநகர் நகர சபைத் தலைவர் சங்கர பாண்டிய நாடார், தனி நபர் சத்தியாகிரகம் செய்து, கைது செய்யப்பட்டு சிறை சென்றார்.

இதன் விளைவாக நகரசபைத் தேர்தல் புதிய தலைவருக்காக நடத்தப்பட்டது. சிறையில் இருந்தாலும் காமராஜரை நகரசபை சபைத் தலைவராகத் தேர்ந்தெடுத்தனர் உறுப்பினர்கள்.

சிறை வாழ்க்கை முடிந்து 1942 மார்ச் மாதம் முதல் வாரம் விடுதலை ஆனார் காமராஜர்.

விருதுநகர் நகரசபைத் தலைவராகத் தேர்ந்தெடுக்கப்பட்ட அவர், மார்ச் 16-ஆம் தேதி நகரசபைக்குள் நுழைந்து தலைவர் இருக்கையில் அமர்ந்தார்.

அவரை கைதட்டி மகிழ்ச்சியுடன் வரவேற்றனர்.

அவர் சிறிது நேரத்தில் ராஜினாமா கடிதத்தை எழுதி, துணைத் தலைவர் குருசாமி அவர்களிடம் கொடுத்துவிட்டு இருக்கையை விட்டு எழுந்தார்.

அக்கடிதத்தில், "என்னை நகர மன்றத் தலைவராகத் தேர்ந் தெடுத்ததற்காக மகிழ்ச்சியடைகிறேன். எனக்குக் கட்சியில் பல முக்கியமான பணிகள் இருக்கிறபடியால் இப்பதவிக்கான பணிகளை மட்டுமே செய்வது இயலாத காரியம். ஆகவே நான் இப்பதவியை விட்டு விலகுகிறேன் என்றிருந்தது...

கிடைக்கும் பதவியைக் கொண்டு நல்ல முறையில் செயலாற்ற வேண்டும். இல்லை என்றால் அமைதியாக விலகி விடுவதே நல்லது என நினைப்பவர் அவர்.

வெள்ளைய அரசு இந்தியாவிற்கு சுதந்திரம் கொடுப்பதற்கு காலதாமதம் செய்ததை மகாத்மாவால் பொறுத்துக்கொள்ள முடியவில்லை.

இந்நிலையில் மார்ச் 25-ஆம் தேதி மகாத்மாவைச் சந்தித்துப் பேச ஆங்கில அரசு சர். ஸ்டாபோர்டு கிரிப்ஸ் என்பவரை அனுப்பியது.

மகாத்மா, மௌலானா அபுல் கலாம் ஆசாத் இருவரையும் கிரிப்ஸ் சந்தித்துப் பேசினார்.

அந்தச் சந்திப்பில் எந்தவித முன்னேற்றமும் ஏற்படவில்லை.

சுதந்திரத்திற்காக இந்தியர்கள் காத்திருப்பது அவர்களுக்கு மிகவும் நல்லது என்றார் கிரிப்ஸ். மகாத்மா அதற்கு ஒப்புக் கொள்ளவில்லை.

கிரிப்ஸ் சில நிபந்தனைகளோடு, சில திட்டங்களை இந்தியாவிற்கு வழங்கினார். இதற்கு 'கிரிப்ஸ்' திட்டம் என்று பெயர். இத்திட்டம் இந்தியாவைப் பின்னோக்கிச் செல்ல வைக்கும் என்றார் மகாத்மா.

சுதந்திரப் போராட்டம் நடந்து கொண்டிருந்த நிலையில் பாகிஸ்தான் பிரிவினைக்காக சில முஸ்லிம் தலைவர்கள் குரல் கொடுத்துக் கொண்டிருந்தனர்.

தனது நாட்டிற்கு சுதந்திரம் கொடுப்பதற்காக காலதாமதம் செய்யும் வெள்ளைய அரசைக் கடுமையாக எதிர்க்க வேண்டும் என்று மகாத்மா முடிவு செய்தார்.

வெள்ளையர்கள் சுதந்திரம் கொடுக்க காலதாமதம் செய்வது ஆட்சி அதிகாரம் ஒருபக்கம் என்றாலும், இந்திய வளங்களைக் கொள்ளை அடித்துச் செல்வதற்கே இந்தக் காலதாமதம் என்று சிந்தித்தார் மகாத்மா.

இந்தக் கொடுமையை உடனடியாக நிறுத்த உடனே சுதந்திரம் கிடைக்கவேண்டும்... அதற்குப் போராட்டத்தைத் தீவிரப்படுத்த வேண்டும் என்ற முடிவுக்கு வந்தார்.

இதற்கான திட்டமிடலுக்காக காங்கிரஸ் தலைவர்களோடு மும்பை நகரத்தில் ‘கோவாலிமா தெப்பக்குள’ மைதானத்தில் ஆகஸ்டு 8-ஆம் தேதி காங்கிரஸ் கூட்டம் கூடியது.

இக்கூட்டத்தில் கலந்துகொள்ள சத்தியமூர்த்தி, காமராஜர் எம். பக்தவத்சலம், முத்துரங்க முதலியார் உள்பட சுமார் நாற்பது பேர் சென்னை மாகாணத்திலிருந்து சென்றனர். காந்திஜியும் அங்கு இருந்தார்.

மௌலானா அபுல்கலாம் ஆசாத் இக்கூட்டத்திற்குத் தலைமை வகித்தார்.

நேருஜி தன் உரையில், “சுதந்திரம் தா.. சுதந்திரம் தா... என்பது ஏதோ பிச்சை கேட்பது போலிருக்கிறது; இந்த வார்த்தையைத் தூக்கி எறிந்துவிடுவோம்... அடுத்து நமது ஒரே வாக்கியம்... மந்திரம்... நமது தலைவர் காந்திஜி சொன்னதைப் போல ‘வெள்ளையனே வெளியேறு’ என்பதுதான்.

மேலும் அவர் இனி நாம் தொடர்ந்து முடிவற்ற போராட்டத்தைத் தொடர்வோம்... அவர்களிடம் பேரம் பேசுவது முட்டாள்தனம் என்று ஆக்ரோஷமாகப் பேசினார்.

காலம் வணங்கும்
கல்வி வள்ளல் காமராஜர்

'வெள்ளையனே வெளியேறு' இயக்கத் தீர்மானத்தை வல்லபபாய் படேல் வழிமொழிந்தார். இத்தீர்மானத்தை சத்தியமூர்த்தி, கவிக்குயில் சரோஜினி நாயுடு, ஜே.பி. கிருபளானி மற்றும் முக்கியத் தலைவர்கள் ஆதரித்துப் பேசினர்.

மகாத்மா கூட்டத்தின் இறுதியில் 140 நிமிடங்கள் உரையாற்றியதை முழுமையாகப் படித்தால் ஒவ்வொரு இந்தியனும் உணர்ச்சியால் பொங்கி எழுவான்.

இந்தக் கூட்டத்தில்தான் அவர், 'செய் அல்லது செத்து மடி' என்று எழுச்சி வார்த்தையைக் கூறினார்.

அமைதி, அகிம்சை என்று கூறிவந்தவரே அந்நியனுக்கு எதிராகப் பொங்கிவிட்டாரே எனக் கூட்டத் தலைவர்கள் எழுச்சி முழக்கமிட்டனர்.

காந்திஜிக்கு ஜே...

பாரதமாதா கி ஜே...

மிகப்பெரிய போராட்டத்திற்குத் தயாராகி விட்டதை அறிந்த ஆங்கில அரசு, ஆகஸ்டு 9-ஆம் தேதி அதிகாலை 5 மணிக்கு மகாத்மா காந்தி, அவரது அன்பு மனைவி கஸ்தூரிபாய், நேருஜி, படேல், சரோஜினி நாயுடு, அபுல் கலாம் ஆசாத் மற்றும் முக்கியத் தலைவர்களைக் கைது செய்து சிறையில் அடைக்க, நாடே கொழுந்துவிட்டு எரிய ஆரம்பித்தது.

ஆம் காங்கிரஸ் தொண்டர்களை வேட்டையாடியது காவல்துறை. சாலையில் சந்தேகத்திற்கு இடமானவர்களைக் காவல்துறை அடித்துத் துவைத்தது.

எங்காவது கூட்டம் நடப்பதைப் பார்த்தால் போதும். லத்தி பேசாது. குண்டுகள்தான் பாயும். 9, 10, 11, 12 இந்த நான்கு தேதிகளில் அரசுக்கு எதிரான ஆயிரத்துக்கும் மேற்பட்டவர்கள் சுடப்பட்டு இறந்தனர். ஆயிரக்கணக்கானவர்கள் காயம் பட்டனர்.

ஆங்கில அரசின் அராஜகத்தை அறிந்தார் காமராஜர். (இவரைக் கைது செய்ய சென்னை மாகாணம் முழுக்கக் காவல்துறை தேடித் தேடி அலசிக்கொண்டிருந்தது.)

தன்னைக் கைது செய்ய காவல்துறை அலையும் என்பதை உணர்ந்தே காமராஜர் மும்பையிலிருந்து சென்னை செல்லும் புகைவண்டியில் ஏறினார். அவரோடு பலரும் வந்தனர். ஒவ்வொரு ரயில் நிலையத்திலும் காங்கிரஸ் தலைவர்களைக் கைது செய்ய காவலர் கூட்டம் கூட்டமாய் நின்றிருந்தனர்.

சென்னை சென்றால்தான் கைது செய்யப்படுவோம் என்பதை உணர்ந்த காமராஜர், அரக்கோணத்தில் இறங்கினார். காவலர்கள் ஏராளமான பேர் நிற்பதைக்கண்ட அவர், தலையில் முண்டாசு கட்டு, தோளில் துண்டு, கையில் சிறிய மூட்டையுடன் கிராமத்து மனிதர் போல காட்சியளித்ததால் அவரைக் கண்டுகொள்ளவில்லை.

வேகமாய் நடந்து பேருந்து நிலையத்திற்கு வந்தார். ராணிப்பேட்டை பேருந்தில் ஏறி ஓர் மூலையில் அமர்ந்தார்.

பேருந்து ராணிப்பேட்டை வந்தபோது நள்ளிரவானது. மெல்ல இறங்கி, காங்கிரஸ் தொண்டர் கே.ஆர்.கல்யாண ராம ஐயர் வீட்டை நோக்கி நடந்தார்.

ஆழ்ந்த உறக்கத்திலிருந்தது உலகம்...

மூடப்பட்டிருந்த கதவை மெல்ல தட்டினார்.

நள்ளிரவு நேரம்.

இந்த நேரத்தில் யார்? தன்னைக் கைது செய்ய காவல்துறை வந்துவிட்டதோ என்று நினைத்தபடி, தூக்கக் கலக்கத்துடன் கதவைத் திறந்தார்.

எதிரில் உயரமான மனிதர்– நண்பர்– தலைவர் காமராஜர் என்பதை அறிந்ததும் ஐயருக்குத் திகைப்போடு வியப்பும் ஏற்பட்டது. இந்த நேரத்தில் வந்த காரணம் என்னவோ?

காலம் வணங்கும்
கல்வி வள்ளல்- காமராஜர்

'உள்ள வாங்க' என்று காமராஜரை உள்ளே அழைத்த பிறகு கதவை மூடினார்.

இருவரும் நாட்டு நடப்பைப் பற்றி நீண்ட நேரம் உரையாடினர்.

"ஆகஸ்டு புரட்சியை மக்களுக்கு எடுத்துச் சொல்ல பல ஊர்களுக்குச் செல்ல வேண்டியிருக்கிறது... திருச்சி, திண்டுக்கல், மதுரை, விருதுநகர், திருநெல்வேலி, நாகர்கோவில், கன்னியாகுமரி என பயணத்தை விடாமல் தொடரவேண்டும்..." என்றார் காமராஜர்.

எப்படியும் தன்னைக் கைது செய்ய காவல்துறை நாளை வரும். நாளை மாலை வரை காமராஜரை பாதுகாக்க வேண்டுமே... என்ன செய்வது என சிந்தித்தார் கல்யாணராம ஐயர். அவரது கவனத்திற்கு வந்தவர் தேசியவாதியான ஜனாப் முகமது சுலைமான்.

அவரது தோட்டம் ஊருக்கு ஒதுக்குப்புறத்தில் இருக்கிறது; அங்கு இவரைத் தங்க வைக்கலாமே என சிந்தித்தார் ஐயர்.

> ஒரு பெண்ணுக்கு
> கல்வி புகட்டுவது
> ஒரு குடும்பத்திற்கே கல்வி தருவதாகும்!

> எந்தவித அதிகார வர்க்கத்தில் இருந்தாலும் பொறுப்பு உணர்ச்சியுடன் செயல்பட வேண்டும்.. பொறுப்பு உணர்சி இல்லாத அதிகாரம் நிலைக்காது!

> நம் நாட்டின் முன்னேற்றத்திற்கு
> உழைக்காத மனிதன்
> பிணத்திற்கு சமமாவான்!

> **அளவுக்கு அதிகமாகப் பேசுவது எவ்வளவு தீமையான வழக்கமாக இருக்கிறதோ.. அதே போல் குறைவாகப் பேசுவதும் தீமையே.!**

> பிறர் உழைப்பைத் தன் சுயநலத்திற்காகப் பயன்படுத்துவதே.. உலகில் மிகவும் கேவலமான செயலாகும்.

> எல்லோருடைய வாழ்க்கையும் வரலாறாவதில்லை..
> வரலாறு ஆனவர்கள் யாரும் தனக்காக வாழ்ந்ததில்லை.!

> "அனைத்து மக்களிடமும் குறைகள் மட்டுமே இருப்பதில்லை.. ஏதேனும் சிறப்புத் திறமைகளும் இருக்கத்தான் செய்யும்!"

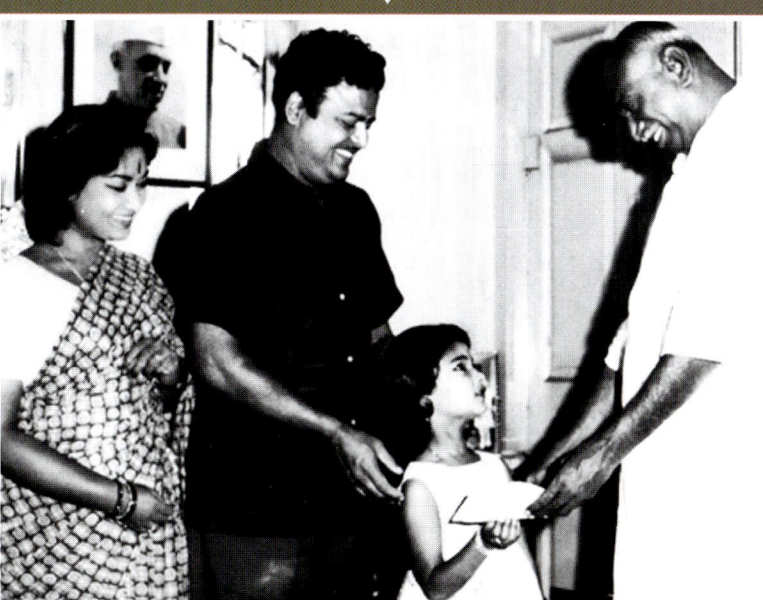

> நேரம் தவறாமை எனும் கருவியைப் பயன்படுத்துபவன் எப்போதும் கதாநாயகன் தான்.!

விடிந்தது. ஐயர் சுலைமானைச் சந்தித்து, காவல்துறை பிரச்சனையைச் சொல்லி, காமராஜரைப் பாதுகாப்புக் கருதி தங்கள் தோட்டத்தில் தங்கவைக்க முடியுமா? என்று கேட்டார்.

"என்ன சாமி இப்படி கேட்கிறீர். அவர் என் தோட்ட வீட்டில் தங்க கொடுத்து வைத்திருக்க வேண்டுமே..." என்றார் சுலைமான்.

"சுலைமான் இதனால் நாளை காவல்துறை பிரச்சனை வந்தால்..."

"சாமி நாங்கள் சுதந்திரமாக இருக்க உங்களைப் போன்றோர் உடல், பொருள் ஆவியைக் கொடுத்துப் போராடிக் கொண்டிருக்கும்போது... நான் செய்வது மிகச் சாதாரண பணி. உடனே தலைவரை அழைத்து வாருங்கள்..." என்றார் சுலைமான்.

காமராஜர் தோட்ட வீட்டிற்கு வந்தார். சிறிய அளவிலான வீடு. ஆனால் பாதுகாப்பான இடம் என்பதில் ஐயமில்லை.

காமராஜரும் ஐயரும் உட்கார்ந்து அடுத்த கட்டப் பணியைப் பற்றிப் பேசிக் கொண்டிருந்தனர்.

மதிய நேரம்...

கதவு தட்டப்படும் ஓசை. சுலைமான் பாய் தங்களுக்கு உணவு கொண்டு வந்திருக்கிறாரோ? என்று நினைத்தாலும் சற்று சந்தேகமும் அவருள் முளைத்தது.

உட்கார்ந்திருந்த காமராஜர் இருட்டான சுவரோரம் ஒட்டி படுத்துக் கொண்டார்.

கதவைத் திறந்தார் ஐயர்.

எதிரில் சப்-இன்ஸ்பெக்டர்.

அதிர்ச்சியில் உறைந்து நின்றார்.

"என்ன சாமி... பாய் தோட்டத்தில ஓய்வு எடுக்க வந்தீங்களா?"

காமராஜரை அறிந்து வந்திருக்கிறாரோ என நினைத்த ஐயருக்கு சப்-இன்ஸ்பெக்டர் இயல்பாக பேசுவதில் சற்றே ஆறுதல்.

“நம்ம மாவட்ட சூப்பிரின்டென்ட் ஊரைப் பார்க்க வர்றார். அவரை இங்க தங்க வைக்க இடம் பார்த்துகிட்டு இருக்கோம். இந்த இடம் அவர் தங்க ஏற்ற இடமில்லை... உங்களைத் தொந்தரவு பண்ணினதற்காக மன்னிச்சுடுங்க... வர்றேன்...” என்று சப்-இன்ஸ்பெக்டர் திரும்பிப் போக... ஐயருக்கு உயிர் வந்தது.

இருவரும் மாலை கிளம்ப முடிவு செய்தனர். காமராஜர் புது வேடத்திற்கு மாறினார். தனியார் வாடகை காரை வரவழைத்து அதில் வேலூர் சென்றனர். அங்கிருந்து புகைவண்டி நிலையம்... வந்த தஞ்சை வண்டியில் ஏறினார்கள். ஆங்காங்கு காவலர்கள் கண்கொத்திப் பாம்பாய் தேடினாலும் அவர்களைக் கண்டுபிடிக்க முடியவில்லை.

வண்டி திருவண்ணாமலையில் நின்றது.

காமராஜர் கையில் ஆகஸ்ட் புரட்சிக்கான அடிப்படைகள் என்னென்ன என்பதைச் சொல்லும் நோட்டீஸ் இருந்தது. அதை காங்கிரஸ் தலைவரிடம் ஒப்படைக்க வேண்டும். நோட்டீஸ் தொண்டர்களிடமும் மக்களிடமும் செல்ல வேண்டும். அதைப் படித்துவிட்டுக் கிளர்ச்சி செய்வார்கள் அல்லவா?

ரெயில்வே நடைபாதையில் யாராவது தென்படுகிறார்களா என இருவரும் தேடினர். தெரிந்த முகங்கள் ஒன்று கூட இல்லை. ஒரு பள்ளியாசிரியர் அங்கு இருந்தார். அவரிடம் தங்களைப் பற்றிக் கூறி நோட்டீஸை காங்கிரஸ் அலுவலகத்தில் கொடுத்து விடும்படி சொல்லிவிட்டு புகைவண்டி ஏறினர்.

அடுத்து விழுப்புரத்தில் நின்றது புகைவண்டி. முக்கிய நிலையம். ஏகப்பட்ட காவலர்கள்... ஒவ்வொரு பெட்டியாய் சிவப்பு தொப்பி காவலர்கள் பார்த்தபடி நகர்ந்தனர். காமராஜர்

சால்வையைத் தலையில் போர்த்திக் கொண்டு அமர்ந்தார்.

கல்யாண ராம ஐயர் நடைமேடையில் இறங்கி... பத்திரிகை விற்பனையாளர்களிடமும், காங்கிரஸ்காரர்களை சந்தித்தும், நோட்டீஸ் கொடுத்துவிட்டு நகர்ந்தார்.

பொழுது புலர்ந்தது.

மூச்சை விட்டபடி வண்டி 'அக்கடா' என்று தஞ்சையில் வந்து நின்றது. புகைவண்டி மக்கள் மூட்டை முடிச்சுகளுடன் தூக்கக் கலக்கத்துடன் இறங்கினர். (அக்காலத்தில் சூட்கேஸ்கள், பிரீஃப்கேஸ்கள் ஏது?)

காமராஜரும் ஐயரும் வேகமாய் நடந்தபோது இரண்டு காவலர்கள் அவர்களைச் சிறிது நேரம் பார்த்துவிட்டு, "எங்கே போகிறீர்கள்?" என்று கேட்டார் ஒரு காவலர்.

கோவிலுக்கு என்றார் ஐயர்.

இருவரும் டி.ஆர்.வி. நாராயணசாமியை சந்தித்தனர். இவர் தஞ்சை காங்கிரஸ் தலைவர். அவரிடம் ஆகஸ்டு புரட்சிக்கான நோட்டீஸைக் கொடுத்துவிட்டு, அங்கிருந்த காங்கிரஸ் தொண்டர்களிடம், 'ஆகஸ்டு போராட்டம்' பற்றி உரையாற்றி விட்டு தஞ்சையை விட்டு விலகினார்.

அவர்கள் தஞ்சை புகைவண்டி நிலையம் வந்தனர். சிகப்பு தொப்பிகள் அங்குமிங்கும் அலைந்து கொண்டிருந்தனர்.

திருச்சி செல்லும் புகைவண்டி வர இருவரும் ஏறினர். சில மணி நேரங்களில் அது திருச்சியில் நின்றது. இருவரும் திருச்சி காங்கிரஸ் தலைவர் எம்.எஸ். ரெங்கசாமியின் வீட்டிற்குச் சென்றனர். முதலில் காமராஜர் நுழைந்தார். அடுத்து சிறிது நேரம் கழித்து கல்யாண ராம ஐயர் நுழைந்தார்.

இருவரும் நோட்டீஸை அவரிடம் கொடுத்துவிட்டு ஆகஸ்டு புரட்சிக்கான காரியத்தைச் செய்யும்படி கூறிவிட்டு கார் மூலம் மதுரை புறப்பட்டனர். வழியில் ஆங்காங்கு காவலர்கள்...

காலம் வணங்கும்
கல்வி வள்ளல் காமராஜர்

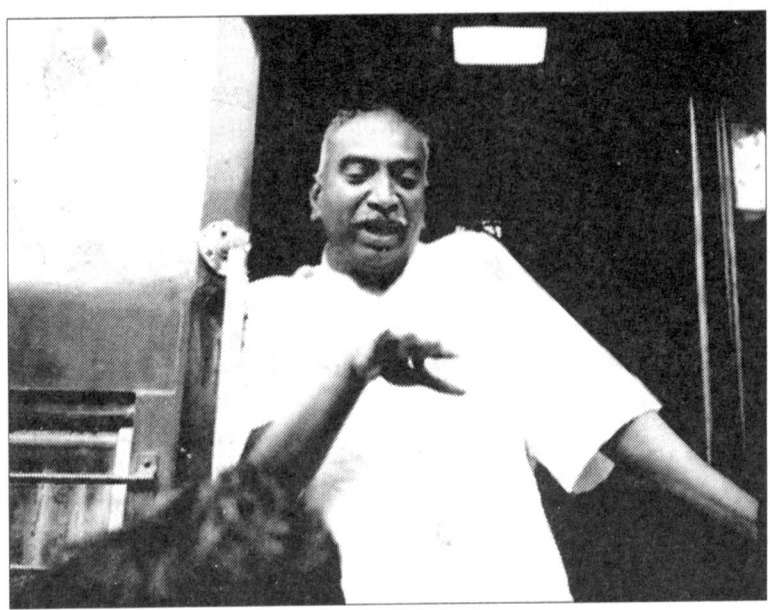

சில கார்களை சோதனையிட்டனர். இவர்கள் காரைக் கண்டுகொள்ளவில்லை.

மதுரை வந்தவர்கள் அங்கு காங்கிரஸ் தலைவர்களைச் சந்தித்து, தாங்கள் வந்த பணியை முடித்து விட்டு முக்கியத் தலைவர் பி.எஸ். குமாரசாமியை (சென்னை மாகாண முதல்வராய் இருந்தவர்) சந்தித்து அடுத்தகட்ட நடவடிக்கைகளைப் பற்றி அவரோடு ஆலோசித்தார் காமராஜர்.

பிறகு கல்யாணராம ஐயர் தூத்துக்குடி சென்றுவிட்டு ராணிப்பேட்டை திரும்ப, அவரைக் காவல்துறை கைது செய்தது. வேலூர் சிறையில் அடைக்கப்பட்டார்.

மதுரையிலிருந்து விருதுநகர் புகைவண்டியில் ஏறிய காமராஜர் ரெட்டியார்பட்டியில் இறங்க... அவரைச் சந்தித்தனர் முருக தனுஷ்கோடியும் மற்றும் சில நண்பர்களும்.

நண்பர்களோடு ஆகஸ்டு புரட்சியை எப்படியெல்லாம் செய்ய வேண்டும் என ஆலோசித்துவிட்டு தன் இல்லம் சென்று

படுத்து உறங்கினார். தான் செய்ய வேண்டிய காரியங்களைச் செய்துவிட்டோம். இனி காவலர்களுக்குப் பயந்து ஓடி ஒளியக் கூடாது என்பதை உணர்ந்த காமராஜர், தன் நண்பர் மூலம் தன்னைக் கைது செய்யுமாறு உள்ளூர் காவல் நிலையத்திற்குச் சொல்லி அனுப்பினார்.

இன்ஸ்பெக்டர் எழுத்தச்சன் வேகமாய் காமராஜர் இல்லத்திற்கு விரைந்தார்.

அவரைப் பார்த்து, "நீங்கள் அவசரப்படாதீர். தங்களைக் கைது செய்யும் அதிகாரி அரியலூர் சென்றுள்ளார். அவர் வந்தபின் தங்களைக் கைது செய்யலாம்" என்றார்.

"என்மேல் கொண்ட பரிவுக்கு நன்றி… நான் செய்ய நினைத்த காரியங்களை செய்து முடித்துவிட்டேன். எனவே இனி வெளியே இருப்பதில் எனக்கு விருப்பமில்லை. குறிப்பாக மகாத்மா, நேருஜி, படேல், சரோஜினி நாயுடு போன்ற தலைவர்கள் சிறையில் இருக்கின்றபோது நான் வெளியே இருப்பதில் நியாயமில்லை… எனவே உடனே கைது செய்யுங்கள்" என்றார் காமராஜர்.

உடனே கைது செய்யப்பட்டார். அவர் ஏழாவது முறையாக சிறை சென்றார். வேலூர் சிறையில் அடைக்கப்பட்ட அவர் பிறகு அமராவதி சிறைக்கு மாற்றப்பட்டார்.

'வெள்ளையனே வெளியேறு' போராட்டத்தில் கலந்து கொண்ட சத்தியமூர்த்தி, அரக்கோணத்தில் கைது செய்யப்பட்டு வேலூர் சிறையில் அடைக்கப்பட்ட அவர், பின்னர் அம்ரோத்தி (மகாராஷ்டிரா) சிறையில் அடைக்கப்பட்டனர். அங்கு உடல் நலிந்த அவரை சென்னை சிறைக்கு மாற்றப்பட்டு, பொது மருத்துவமனையில் சேர்க்கப்பட்டு தீவிர சிகிச்சை செய்யப்பட்டும் 28.3.1943-இல் மறைந்தார்.

தனது தலைவர், அரசியல் குரு, மக்கள் நலனே தனது வாழ்வாய் வாழ்ந்த மாபெரும் தியாகி மறைந்ததைக் கேட்டு

காமராஜர் மிகுந்த வேதனை அடைந்து கண்ணீர் விட்டார்.

அமராவதி சிறையில் இருந்த காமராஜர் பிறகு மீண்டும் வேலூர் சிறைக்கு மாற்றப்பட்டு பின்னர், மூன்றாண்டு சிறைவாசத்துக்குப் பிறகு 1945 ஜுன் 30-இல் விடுதலை ஆனார்.

வேலூர் சிறையிலிருந்து விடுதலையான அவரை காங்கிரஸ் தொண்டர்கள் நல்ல முறையில் வழியனுப்பு விழா நடத்தினர்.

ஆனந்த சுதந்திரம் ஆகஸ்டு 15, 1947

மூன்று வருட சிறை வாசத்துக்குப் பின்னர் மக்களைச் சந்திக்க நாடு முழுக்கப் பயணம் மேற்கொண்டார். கிராமங்கள், ஊர்கள், நகரங்கள் எங்கும் அவரை மக்கள் மகிழ்ச்சியோடு வரவேற்றனர்.

திருநெல்வேலி ரயிலடியில் அவருக்கு அமோக வரவேற்பு நடந்தது. மிகப் பெரிய ஊர்வலம். நெல்லையப்பர் நெடுஞ் சாலையிலிருந்து தாமிரபரணி பாலத்தைக் கடந்து ஊர்வலம் போய்க் கொண்டிருந்தது.

“இந்தக் கூட்டம் எங்கே செல்கிறது? என்னை எங்கே அழைத்துச் செல்கிறீர்கள்?” என்று காமராஜர் கேட்டார்.

திருநெல்வேலியில் புகழ்பெற்ற ‘நாடார் வக்கீல்’ வீட்டுக்கு என்று சொல்ல, கொதித்துப் போனார்.

“காரை நிறுத்துங்கள். அந்தத் துரோகி வீட்டுக்கு என்னை அழைத்துச் செல்லாதீர்கள். என்னை பயணிகள் விடுதிக்கோ, சந்திரம் சாவடிக்கோ, ஓட்டலுக்கோ இல்லை தொண்டன் ஒருவன் குடிசைக்கோ அழைத்துச் செல்லுங்கள்...” என்று காரிலிருந்து கீழே குதித்தார்.

காமராஜரின் செய்கையைப் பார்த்து ஊர்வலம் விக்கித்து நின்றது.

"அந்த வக்கீல் அரசுக்கு ஆதரவானவர். தேசப்பற்று அற்றவர். நேர்மையானவர் அல்லர். குலசேகரபட்டினம் வழக்கில் ஆங்கிலேய காவல்துறைக்கு ஆதரவாகப் பேசி நம் காங்கிரஸ் இயக்கத் தொண்டர்களான தூக்கு மேடை ராஜகோபாலன், காசிராசன் இவர்களைத் தூக்குமேடைக்கு அனுப்பினார்; அதோடு 30 தொண்டர்களைச் சிறைக்கு அனுப்பினார்.

"ஒரு தேசத் துரோகியின் வீட்டுக்குச் செல்வது நமக்கு இழுக்கு" என்றார் காமராஜர்.

தேசப்பற்றில்லாதவன் எத்தனை பெரிய பணக்காரன் என்றாலும் அவனை மதிக்கக்கூடாது என்பதில் உறுதியாக இருந்தார் காமராஜர்.

மக்கள் அவரது தேசப்பற்றைக் கண்டு வியந்தனர்.

1946-க்கான மாகாண காங்கிரஸ் தலைவர் தேர்தல் நடந்தது. காமராஜரே மீண்டும் காங்கிரஸ் தலைவரானார்; காங்கிரஸ் தலைமை அதை ஏற்றுக் கொண்டது.

சென்னை மாகாண காங்கிரஸில் இரு பிரிவுகள் இருந்தன. 7 பேர் கொண்ட போர்டு அது.

அதில் காமராஜர் (தலைவர்). ருக்குமணி லட்சுமணபதி (துணைத் தலைவர்). ராமசாமி ரெட்டியார், அவிநாசி லிங்கம் செட்டியார், முத்துரங்க முதலியார் ஆகியோர் ஓர் அணியாகவும்; அண்ணாமலைப் பிள்ளை, சி.பி. சுப்பையா பிள்ளை, முனுசாமி பிள்ளை ஆகியோர் ராஜாஜி அணியாகவும் பிரிந்திருந்தனர்.

1946-ஆம் ஆண்டு ஜனவரி 21-ஆம் தேதி காந்திஜி இந்தி பிரசார சபாவின் வெள்ளி விழாவிற்கு தலைமைத் தாங்க வந்தார்.

காந்திஜி அங்கு வருகிறார் என்பதை ராஜாஜி மட்டுமே அறிந்திருந்தார். இதை காங்கிரஸ் தலைவர் காமராஜருக்குத் தெரிவிக்காமல் சபா செயலாளர் சத்திய நாராயணா மற்றும்

என். கோபால்சாமி ஐயங்காரை அழைத்துக்கொண்டு காந்திஜியை வரவேற்கச் சென்றார்.

சபாவிற்கு வந்த காமராஜர், தன்னிடம் எதையும் கூறாமல் ராஜாஜி, மகாத்மாவை வரவேற்கச் சென்றுவிட்டார் என்பதை அறிந்து மனவேதனை அடைந்தார். என்னதான் கருத்து வேறுபாடு இருந்தாலும், மகாத்மாவை அழைப்பதைக் கூடவா சொல்லாமல் செல்வது?

காமராஜருக்கு மகாத்மா எந்த ரயிலில் வருகிறார் என்று தெரியாமல் இருந்தது. காந்தியின் வருகையை யார் மூலம் தெரிந்து கொள்வது?

அப்போது பத்திரிகையாளர் கணபதி தன் காரில் வந்தார். அவரைப் பார்த்ததும் காமராஜருக்கு உயிர் வந்தது.

"காந்திஜி எங்கு வருகிறார்?" என்று கணபதியைக் கேட்டார் காமராஜர்.

"எனக்குத் தெரியும் வாருங்கள்" என்று கணபதி கூற, அவருடன் காரில் கிளம்பினார் காமராஜர்.

கார் அம்பத்தூர் ரயில்வே நிலையத்திற்குள் நுழைந்து நின்றது.

அங்கு ராஜாஜி தன் ஆட்களோடு நிற்பதைக் கண்டார் காமராஜர். இவர் உள்ளே நுழைவதற்கும் ரயில் வந்து நிற்பதற்கும் சரியாக இருந்தது.

'மகாத்மா காந்திக்கு ஜே...' என்ற தொண்டர்களின் கூவல் அங்கே எதிரொலித்தது.

காந்திஜி புன்னகையுடன் இறங்கியபடி அங்கு நின்றிருந்தவர்களைப் பார்த்து கையசைத்தார்.

காமராஜர், மகாத்மாவிற்கு தான் கொண்டு வந்த மாலையை அணிவித்தார். மகாத்மா சிரித்தபடி காமராஜரின் தோளில் தட்டியபடி நடந்தார்.

சபாவில் பேசிவிட்டு, மதுரை புறப்பட்டார் மகாத்மா. அவரோடு காமராஜரும் உடன் சென்றார்.

மதுரையில் மீனாட்சியம்மன் கோவிலையும் அடுத்து பழனியாண்டவர் கோவிலையும் பார்க்கவே விசேஷ ரயிலில் புறப்பட்டார். அவரோடு ராஜாஜியும் பத்திரிகையாளர்களும் சென்றனர்.

நிற்கும் ஒவ்வொரு நிலையத்திலும் மகாத்மாவைப் பார்த்த மக்கள் அவருக்கு மரியாதை செய்தனர்.

இரயிலில் மேடை அமைத்து அவர் பேசுவதற்கு ஏதுவாக மைக்கையும் அமைத்திருந்தனர்.

அச்சிறுபாக்கத்தில் ரயில் நின்றது.

அங்கு ஏராளமான மக்கள் அவருக்கு மரியாதை செலுத்த நின்றிருந்தனர்.

மகாத்மா அம்மக்களைப் பார்த்து, "அன்பானவர்களே... நான் மதுரைக்கும், பழனிக்கும் கடவுளை தரிசிக்கவே வந்திருக்கிறேன். உங்களின் ஆசியை வழங்குமாறு கேட்டுக் கொள்கிறேன்..." என்று கூறியவாறு இரு கைகளையும் கூப்ப, மக்கள் 'மகாத்மா காந்திக்கு ஜே' என்று மகிழ்ச்சியோடு ஆரவாரித்தனர்.

பின்னர் அவரே தொடர்ந்து, "அன்பு மக்களே... நான் மீனாட்சி கோவிலுக்குப் போவதற்குக் காரணம் உங்கள் அன்புமிகு ராஜாஜிதான். அவர்தான் என்னைப் போன்ற சாமானியர்களும் பார்க்கும்படி கோவிலைத் திறந்து வைத்திருக்கிறார்; அதனால்தான் மதுரை செல்கிறேன்" என்று கூற, மக்கள் ஆரவாரித்தனர். ராஜாஜியின் முகமெல்லாம் மகிழ்ச்சித் தாண்டவமாடியது.

மதுரை, பழனி கோவில்களில் தரிசனங்களை முடித்துக் கொண்டு சென்னை புறப்பட்டனர். இப்பயணத்தின்போது காமராஜரிடம் காந்திஜி அதிகமாய்ப் பேச முடியாததற்குக்

காலம் வணங்கும்
கல்வி வள்ளல் காமராஜர்

காரணம் ராஜாஜிதான். தானே காந்திக்கு முக்கியமானவர் என்பதை உணர்த்தினார் அவர்.

தமிழகப் பயணத்தை முடித்துக்கொண்டு, பிப்ரவரி முதல் வாரத்தில் சென்னையிலிருந்து புறப்பட்டார் காந்திஜி.

மீண்டும் ஹரிஜன் பத்திரிகையைத் துவக்கினார்.

காந்திஜியின் 'கிளிக்'

ஹரிஜன் பத்திரிகையில் காந்திஜி தமிழ்நாடு சுற்றுப்பயணத்தைப் பற்றிக் கட்டுரை ஒன்றை எழுதினார். அதில் இராஜாஜியைப் பற்றி உயர்வாயும், காமராஜர் பற்றித் தாழ்வாயும் எழுதினார்.

ராஜாஜி எனது பழைய நீண்ட காலத்திய நண்பர் என்பதை உலகமறியும். நான் எப்போதும் கடைப்பிடிக்கும் நற்கொள்கைகளை விமர்சனம் செய்வதில் அவர் சிறந்த மனிதர் என்பதை நாடே அறியும். 1942-ஆம் ஆண்டு ராஜாஜி என்னோடு கருத்து வேறுபாடு கொண்டார் என்பது எனக்குத் தெரிந்ததே... இந்தக் கருத்துவேறுபாட்டை அவரும் பகிரங்கமாக ஒப்புக்கொண்டது அவரது பெருந்தன்மையைக்

காண்பிக்கிறது. அதற்காக அவரை நான் பாராட்டத்தான் வேண்டும்... அவர் சிறந்த சீர்திருத்தவாதி. சமூக நலவாதி, அவரது அரசியல் ஆற்றலும், மிகச் சிறந்த அறிவும், நாணயமான எண்ணமும், நாட்டுப் பற்றும் சந்தேகத்துக்கு இடமில்லாதவையாகும்.

அத்தகைய நல் மனப்பான்மை கொண்ட அவருக்கு எதிராக ஒரு குழு, கும்பல் (கிளிக்) இருப்பதைக் கண்டு என் மனம் மிகுந்த வேதனைக்குள்ளாகி நிற்கிறது.

மகாத்மாவின் 'ஹரிஜன்' பத்திரிகை கட்டுரை, காமராஜரின் மனதை வேதனைப்படுத்தியது.

தான் காந்தியை தெய்வத்திற்கு மேலாக மதித்ததை தன் மனம் அறியும். தான் மதுரை, பழனி என்று அவரோடு பயணித்தபோது, சென்னை மாகாண காங்கிரஸிலுள்ள பிரச்சனைகளைப் பற்றித் தன்னிடம் கேட்டிருக்கலாம். அதை விட்டுவிட்டு 'ஹரிஜன்' பத்திரிகையில் ராஜாஜியை உயர்த்திப் பேசிவிட்டு தன்னைக் குறைத்து எழுதியதை காமராஜரால் ஜீரணிக்க முடியவில்லை.

'கிளிக்' என்ற வார்த்தை அவரை மிகவும் புண்படுத்தியது. எக்காரணத்தைக் கொண்டும் தலைவர்களிடையே பிளவை ஏற்படுத்தும் எண்ணமோ, காங்கிரஸை பலவீனப்படுத்தும் தவறான செய்கையிலோ தான் ஈடுபட்டதே இல்லை என்பதை உலகம் அறியும்.

ராஜாஜி தன்னிடமிருந்து வேறுபட்ட கொள்கை கொண்டிருந்தாலும் அவரை மதித்தே வந்தார் காமராஜர். இந்த நிலையில் காந்திஜி தன்னை 'வெறுப்பாக' எழுதியது வேதனை தந்தது. தன்னை வெறுக்கும் அளவிற்கு காந்திஜி எழுதிய பிறகு தான் தலைவராக இருப்பதற்கு விரும்பாத அவர், தலைவர் பதவியிலிருந்து விலகுவதாக அறிக்கை விட்டார்.

காந்திஜியின் ஹரிஜன் கட்டுரையைப் படித்த பி. வரதராஜுலு

நாயுடு காந்திஜிக்கு ஒரு கடிதம் எழுதினார்.

"மகாத்மா அவர்களே... வணக்கம்.

சென்னை மாகாணத்தில், குறிப்பாய் தென்னாட்டில் தங்களை முழுமையாய் ஏற்றுச் செயல்படுவதிலும், தங்களின் கொள்கைகளைப் பின்பற்றுவதிலும், காங்கிரஸ் பேரியக்கத்திற்காகக் கடுமையாக உழைத்து வருபவர் காமராஜர்.

அவர் பற்றி தாங்கள் தவறான தகவல்களை ஹரிஜன் பத்திரிகையில் எழுதியுள்ளீர்கள் என்பதை நினைத்தால் வருத்தமே மேலிடுகிறது. நான் காமராஜரை பல்லாண்டுகள் அறிவேன். தூய்மையான அரசியல் கொள்கை கொண்டவர். தங்களைப் போல எளிமை, நேர்மை என வாழ்பவர். அவர் விஷயத்தில் தாங்கள் தலையிடாமல் இருப்பதே நல்லது என கேட்டுக் கொள்கிறேன்" என்று நாயுடு தன் கடிதத்தில் காமராஜர் பற்றி எழுதினார்.

உடனே காந்திஜி, வரதராஜுலு நாயுடுவுக்கு ஒரு கடிதத்தில் பதில் எழுதினார். "இனி நான் இருவர் விஷயத்திலும் தலையிடுவதில்லை."

1946-ஆம் ஆண்டு மே 16-ஆம் தேதி சென்னை மாகாண காங்கிரஸ் தேர்தல் நடத்த முடிவானது. காமராஜர் தொடர்ந்து தலைவராக இருப்பதை ராஜாஜி கோஷ்டி விரும்பவில்லை. இம்முறை எப்படியாவது தோற்கடித்து விடவேண்டும் என்று கங்கணம் கட்டிக் கொண்டு வேலை செய்தனர்.

காங்கிரஸ் தலைவர் தேர்தலில் காமராஜரை எதிர்க்கத் தகுதியுள்ள ஒரே மனிதர் முத்துராமலிங்கத் தேவர் என்ற எண்ணத்தில் ராஜாஜி தேவரை அழைத்தார்; அவர் காமராஜரை எதிர்த்துப் போட்டியிட விரும்பவில்லை.

எனவே காரைக்குடி சா. கணேசனை காமராஜருக்கு எதிராக நிறுத்தினார் ராஜாஜி.

காமராஜர் 62 வாக்குகள் வித்தியாசத்தில் மீண்டும் தலைவர் ஆனார்.

பிப்ரவரி மாதம் சட்டசபைத் தேர்தல் நடந்தது. காங்கிரஸ் வென்றது. மந்திரிசபை அமைக்க காங்கிரஸ் விரும்பியது. முதலமைச்சர் பதவிக்கு மூவரின் பெயர் பரிந்துரைக்கப் பட்டது.

ஒருவர் ராஜாஜி மற்றொருவர் டி.பிரகாசம், மூன்றாமவர் மாதவமேனன்.

யார் முதல்வராவது என்பதைப் பற்றி ஆலோசனை செய்ய டெல்லியில் படேலை காமராஜர், மாதவமேனன், பிரகாசம் ஆகியோர் சந்தித்தனர்.

படேலோ, 'காந்திஜியை சந்தியுங்கள்' என்றார்.

ஏப்ரல் 9-ஆம் தேதி ராஜாஜி, பிரகாசம், மாதவமேனன், கோபால் ரெட்டி, பட்டாபி சீதாராமையா, காமராஜர் ஆகியோர் காந்திஜியை சந்தித்தனர்.

மகாத்மா, காமராஜரின் நலனை விசாரித்தார்.

"நான் அறிந்தவரை பிரகாசம் பொது விவகாரத்தில் முறையாக நடந்து கொள்ளவில்லை என அறிய நேர்ந்தது. எனவே அவர் முதல்வராகத் தேர்ந்தெடுப்பது நல்லதில்லை. ஏன் சாதாரண மந்திரியாகவும் அவர் வருவது நல்லதல்ல.. நமக்கு நாடும், மக்களும் முக்கியம் என்று சொன்ன காந்திஜி, ராஜாஜி, பட்டாபி சீதாராமையா இருவரில் ஒருவரைத் தேர்ந்தெடுப்பதே மிகவும் நல்லது" என்று யோசனை கூறினார்.

இந்தப் பிரச்சனை பல்வேறு சிக்கல்களை உள்ளடக்கியதாக மாறியது.

மேற்கண்ட ஏழு பேரும் மௌலானா அபுல் கலாம் ஆசாத்தைச் சந்தித்தனர். அவர் ராஜாஜி, பிரகாசம், பட்டாபி மூவரையும் ஒன்றிணைத்த மந்திரிசபையாக அமைக்கலாம்

என்றார். அவரது ஆலோசனை ஏற்றுக்கொள்ளப்படவில்லை.

ஏப்ரல் 11-ஆம் தேதி காந்திஜியை பட்டாபி தனிமையில் சந்தித்தார். அப்போது காந்திஜி, "ராஜாஜி முதல்வராக வர வாய்ப்பு இருக்கிறதா?" என்று கேட்டார்.

"அது சந்தேகம்தான்" என்றார் பட்டாபி.

"தங்களுக்கு..."

"இதைப் பற்றி காமராஜரிடம்தான் கேட்க வேண்டும்..." என்றார் பட்டாபி.

மறுநாள் காமராஜரை அழைத்துப் பேசினார் காந்திஜி.

இருவரும் முதலில் சென்னை மாகாண காங்கிரஸ் பிரச்சனைகளைப் பற்றி உரையாடினர்.

"ராஜாஜியை முதல்வராக்குவதற்கு விருப்பமில்லாத பட்சத்தில் பட்டாபியை முதல்வராக்கலாமே..." காந்திஜி கேட்டார்.

"ஐயா, அதற்கு ராஜாஜி ஒப்புக் கொள்ள வேண்டும்."

"பட்டாபியை முதல்வராக நிறுத்துங்கள். இதைப் பற்றி ராஜாஜியிடம் நான் பேசுகிறேன்..." என்றார் காந்திஜி.

அதோடு உரையாடல் முடிந்து காமராஜர் வெளியே வந்தார்.

ராஜாஜியிடம் காந்திஜியின் எண்ணத்தைக் கூறினார் காமராஜர்.

ராஜாஜிக்குக் கோபம் வந்தது. உடனே அவர் காமராஜரிடம், "நான் ஏன் முதல்வராக வரக்கூடாது; அந்தத் தகுதி எனக்கில்லையா? ஏற்கெனவே நான் முதல்வராக இருந்தவன்... நீங்கள் நிறுத்தும் ஆட்களுக்கு நான் ஆதரவு தர வேண்டுமாக்கும்..." என்று கொதித்தார்.

காமராஜர் அமைதியானார்; தன்னை விட 25 வயது மூத்தவர்; அவரிடம் வாக்குவாதம் செய்வது முறையாகாது என ஒதுங்கிக் கொண்டார்.

மகாத்மா காந்தி பிரகாசத்தை முதல்வராக்க விரும்பாததால், காமராஜர் அவருக்கு ஆதரவு கொடுக்கவில்லை. சென்னை மாகாண காங்கிரஸ் முதல்வராக முத்துரங்க முதலியாரை நிறுத்தியது.

பிரகாசம் எவருடைய ஆதரவையும் விரும்பாமல் தானே முதல்வர் போட்டிக்கு நின்றார்; ராஜாஜி அணியினர் 33 பேர் ஓட்டுப் போடாத நிலையில் 7 ஓட்டு வித்தியாசத்தில் பிரகாசம் வென்றார்.

காமராஜரிடம் பலர், "தாங்கள் பிரகாசத்திற்கு ஒத்துழைப்போ ஆதரவோ கொடுக்கக்கூடாது" என்று கூறினர்.

"தேர்தல் நடந்துவிட்டது. பிரகாசம் வென்றுவிட்டார். இனியும் காங்கிரஸுக்குள் வாக்குவாதங்கள் தொடர்ந்தால் மக்கள் நம்மைப் பலவீனர்கள் என்று நினைப்பார்கள். நாம் வளர வேண்டுமானால் - வேற்றுமைகளை மறந்து ஒற்றுமையுடன் இருக்க வேண்டும்" என்றார் காமராஜர்.

இங்கே என் கருத்து

டி. பிரகாசம், இராஜாஜி, பட்டாபி சீதாராமையா என இந்த மூவருக்குள்ளும் முதலமைச்சர் யார் ஆவது என்பதில் பெரும் பிரச்சனை. காந்தியடிகளிடம் சென்று இப்பிரச்சனைக்கு ஆலோசனை கேட்க வேண்டியதாகிவிட்டது. பிரகாசத்தை காந்திஜி விரும்பவில்லை. ராஜாஜியோ பட்டாபியோ யாரோ ஒருவர் வந்தால் காந்திக்கு மகிழ்ச்சி. இறுதியில் காந்தி விரும்பாத, ராஜாஜியோ, காமராஜரோ ஆதரவில்லாத பிரகாசம் வென்றார். இப்படி 'குழப்பலான' நிகழ்வில் அமைதியாக ஒதுங்கி நின்ற காமராஜர் முதல்வருக்கு நின்றிருந்தால் நிச்சயம் அவரே முதல்வராகத் தேர்ந்தெடுக்கப்பட்டிருப்பார். தமிழகத்திற்கு நிரந்தர முதல்வர் கிடைத்திருப்பார் அல்லவா. ஆனால் இவர்தான் பதவியை விரும்பாத தலைவன் ஆயிற்றே.

ராஜாஜிக்கு பிரகாசம் முதல்வரானது பிடிக்கவில்லை.

அவரைப் பதவியிலிருந்து நீக்க டெல்லியிலிருந்த தனது வீட்டிலிருந்து, தனது ஆதரவாளர்களோடு ஆலோசனை நடத்தினார்.

முதல்வர் பிரகாசத்தின் மீது நம்பிக்கை இல்லாத் தீர்மானம் கொண்டுவர முடிவு செய்யப்பட்டது.

"சரி அடுத்த முதல்வர் யார்?" ராஜாஜியிடம் கேட்கப்பட்டது.

'ஓ.பி. ராமசாமி ரெட்டியார்' என்று பெயரை ராஜாஜி சிபாரிசு செய்தார்.

நம்பிக்கையில்லாத் தீர்மானம் கொண்டு வரப்பட்டது. ஓ.பி. ராமசாமி ரெட்டியார் 166 வாக்குகளும், பிரகாசம் 73 வாக்குகளும் பெற்றனர். பிரகாசம் தன் முதல்வர் பதவியை ராஜினாமா செய்தார்.

சென்னை மாகாணத்தின் இரண்டாவது முதல்வராக ஓ.பி. ராமசாமி ரெட்டியார் மார்ச் 21-ஆம் தேதி பதவி ஏற்றார்.

இந்த நிலையில் இங்கிலாந்து பாராளுமன்றத்தில் 'இந்தியா'வுக்கான சுதந்திரம் பற்றி அடிக்கடி பேச்சு நிகழ்ந்தது. குறிப்பாக முகம்மது அலி ஜின்னா இந்தியாவிலிருந்து முஸ்லிம்கள் தனியே பிரிந்து 'பாகிஸ்தான்' என்ற தனி நாட்டை உருவாக்கத் தீவிரமாகச் செயல்பட்டுக்கொண்டிருந்தார்.

அவ்வப்போது ஆங்காங்கே நடந்த இந்து-முஸ்லிம் கலவரத்தால் பல நூறு பேர் கொல்லப்பட்டனர்.

இங்கிலாந்து பாராளுமன்றத்தில் 'இந்தியா'வுக்கு சுதந்திரம் அளிப்பது பற்றி சர்ச்சைகள் அடிக்கடி எழ, ஜுலை 19-ஆம் தேதி (1947) சுதந்திரம் வழங்குவதாக அங்கீகாரம் செய்தது. அதை 'இந்திய விடுதலைச் சட்டம்' எனப் பெயரிட்டனர் ஆங்கில அரசினர்.

இந்திய நேரப்படி ஆகஸ்ட் 14-ஆம் தேதி இரவு 12 மணிக்கு இந்தியா சுதந்திர நாடாக அறிவிக்கப்பட்டது. 200 ஆண்டு

கால ஆங்கிலேயர் ஆட்சிக் காலம் என்ற இருள் ஒழிந்தது எனலாம்.

இந்திய மக்கள் ஆனந்த சுதந்திரப் பள்ளு பாடினர்.

ஆகஸ்ட் 15-ஆம் தேதி பிற்பகல் 4 மணிக்கு செங்கோட்டை முன்புற சதுக்கத்தில் நேருஜி இந்திய தேசியக் கொடியை ஏற்றி வைத்து மிக அற்புதமான சொற்பொழிவை ஆற்றினார். (ஒவ்வொரு இந்தியனும் படித்துத் தெரிந்து கொள்வது மிகவும் நல்லது.)

காமராஜரின் சுதந்திர அறிக்கை

சுதந்திர நாளில் பெருந்தலைவர் காமராஜர் சுதந்திர அறிக்கை வெளியிட்டார். அவர் அதில் குறிப்பிட்டதாவது:

அன்பு மக்களே! உங்களுக்கு தியாக வணக்கம்.

மகாத்மாவின் தியாக- நாட்டுச் சுதந்திரத்திற்காக தன்னை அர்ப்பணித்துக் கொண்ட வாழ்க்கையைப் பற்றி எத்தனையோ விஷயங்களைச் சொல்லலாம். தன் உடல், பொருள், ஆவி முழுவதையும் நமது நாட்டு மக்களின் நல்வாழ்வுக்காகவே அளித்தார். அவர் நமக்கு- நமது நாட்டுக்கு... நம் மக்களின் இருட்டு வாழ்விற்கு சுதந்திர ஒளியைப் பாய்ச்சினார். ஆம், நமக்கு சுதந்திரம் பெற்றுக் கொடுத்தார்.

அவர் சுதந்திரப் போராடத்தை நேர்வழியில்- அகிம்சை வழியில் நிகழ்த்தினார். அவருடைய வாழ்க்கையே சத்திய சோதனைதான் என்பதை நாம் அறிந்து கொள்ள வேண்டும்.

அவருடைய சேவைகளைப் பற்றி எவ்வளவோ சொல்லலாம். அவர் சாமான்ய- பாமர மக்களின் தலைவராக நின்று இந்திய மக்களை ஒன்றுதிரட்டினார். மகாத்மா ஆரசியலில் நுழைவதற்கு முன்னர் நமது மக்கள் எப்படி இருந்தார்கள்?

தரித்திர நாராயணர்களாய் வாயிருந்தும் பேச்சற்றவர்களாய், எவ்வித உணர்வுகளுமின்றி அடிமைகளாய் வாழ்ந்தனர்.

இது அவருக்குத் தெரிந்தது... இந்தப் பாமர மக்களின் மன உணர்வுகளைத் தன் இதயத்தால் அறிந்தார். அவர்களின் ஆசைக் கனவுகளை நிறைவேற்ற உறுதி பூண்டார். அவரது பேச்சால், நடத்தையால் சாதாரண மக்கள் உணர்ச்சி மிகுந்தவர்களாக மாறினர். அடிமை உடம்பை நிமிர்த்திக் கொண்டனர். தலை நிமிர்ந்து வானத்தைப் பார்த்து நடந்தனர். ஒவ்வொருவரும் தங்களின் மனக்குரலை எதிரொலிப்பதை அவர் மூலம் கேட்டனர். ஆம்! தமக்கான உண்மையான வழிகாட்டியாக மகாத்மாவைக் கண்டனர். அவர் வழியில் சென்றனர்- தியாக வாழ்க்கை வாழ்ந்தனர். நாடு இன்று விடுதலை அடைந்தது.

அம்மகானால் நாம் பல நன்மைகளைப் பெற்றிருக்கிறோம். நம்மை அவர் பயமறியாதவர்களாக மாற்றினார். ‘நாம் எவருக்கும் அடிமை இல்லை’ என்பதை உணரச் செய்தார். ‘பழி பாவம்’ தவிர வேறொன்றுக்கும் அஞ்சாத மன உணர்வைப் பெறச் செய்தார்.

தனது சொந்த வாழ்விலும், பொதுவாழ்விலும் தைரியத்தை, நேர்மையை கடைப்பிடித்தார். பிறரையும் கடைப்பிடிக்கச் செய்தார். மேலும் ஒவ்வோர் இந்தியனும் தன்னைம்பிக்கையோடு வாழ வேண்டும். அதுதான் நல்வாழ்க்கையின் அடிப்படை என்றார்.

சுயராஜ்யம் நிலைத்திருக்க, மகிழ்ச்சியான வாழ்க்கையை நாம் பெற இந்தத் தன்னம்பிக்கையே மிகமிக அவசியமாகும் என்பதை நம் மனதில் புகுத்தினார்.

நமது நாடு விடுதலை பெற்றுத் திகழ வேண்டும் என்ற அவரது மாபெரும் சிந்தனை- எண்ணம் அவரது வாழ்நாளிலேயே ஈடேறி விட்டதில் அவருக்கு மட்டுமல்ல... நமக்கும் பெரு மகிழ்ச்சிதான்.

அவர் எதற்காக, யாருக்காக விடுதலையை வேண்டினார்? எந்தக் குறிக்கோளை - இலட்சியத்தை நிறைவேற்றிக்கொள்ள விடுதலைப் போரை நிகழ்த்தினார் என்பதை மக்களாகிய நாம்

காலம் வணங்கும்
கல்வி வள்ளல் காமராஜர்

எண்ணிப்பார்க்க வேண்டும்.

நமது நாட்டின் லட்சக்கணக்கான அல்ல, கோடிக்கணக்கான பாமர மக்களுக்கு வாழ வழி இல்லாத கொடுமையான நிலை... ஆம் வயிறார உண்ண உணவில்லை; உடுத்த உடையில்லை... நிம்மதியாய் உட்கார, உறங்க இடமே இல்லை; இவற்றையெல்லாம் பெற உழைக்க வேலை இல்லை... மக்கள் கண்ணீர் சிந்தும் இந்த நிலைமை மாறவேண்டும். இதை மாற்றவேண்டும்... நமது இந்திய மக்களின் அவல வாழ்வு மாறி சந்தோஷ வாழ்வு அமையவேண்டும். பசியற்ற வாழ்க்கை அவர்களுக்குக் கொடுக்க வேண்டும். எல்லோரும் எல்லாமும் பெற்று உயர்ந்த வாழ்வைப் பெறவேண்டும். மக்கள் அனைவரும் ஜாதி, மத பேதமின்றி ஒற்றுமையாய் வாழ வேண்டும்... இத்தகைய மக்களின் எண்ணங்களைக் கொண்டு வருவதே அவரது லட்சியமாக இருந்தது.

மக்கள் வாழ்க்கைத் தரத்தில் மட்டுமன்றி, சமூக அந்தஸ்திலும் அனைவரும் சரிநிகர் சமானம் என்ற உணர்வை நாடு முழுவதும் பெறவேண்டும். அவர்களுக்குள் ஏற்றத்தாழ்வு என்ற எண்ணத்திற்கே இடமளிக்காமல் வாழவேண்டும் என்ற இலட்சியத்தை, நாடு முழுவதும் பரப்பினார் மகாத்மா.

இந்த அவசியமான, தீர்க்கமான குறிக்கோளை- சர்வோதய சமூகத்தை மக்கள் அடையத்தான் மகாத்மா சுதந்திரத்தை வேண்டிப் பெற்றார். அதற்காகத் தன்னையே வழங்கினார். நாம் அவரது தியாகத்தை-உணர்ந்து அருமையான சுதந்திரத்தைப் பேணிக்காப்பது நமது கடமை - உரிமையும் கூட. வாழ்க மகாத்மா! வாழ்க நமது மணித்திரு நாடு...

காமராஜரின் இந்த எழுச்சிமிகு எளிமையான அறிக்கையை நாட்டு மக்கள் படித்து புது உற்சாகம் பெற்றனர்.

நாடு சுதந்திரம் அடைந்தபோது, ஓ.பி. ராமசாமி ரெட்டியார் சென்னை மாகாணத்தின் முதல்வராக இருந்தார்.

1947-ஆம் ஆண்டு செப்டம்பர் 17-ஆம் தேதி இராயபுரம் (இராபின்சன் பூங்காவில்) தி.மு.கழகத்தை துவக்கினார் - பொதுச்செயலாளர் அறிஞர் அண்ணா.

இந்தியாவிலிருந்து பாகிஸ்தான் பிரிந்து செல்வதை எண்ணி மகாத்மா வேதனை அடைந்தார். பிரிந்தபோது வன்முறைகள் தலைவிரித்தாடின. லட்சத்திற்கும் மேற்பட்ட மக்கள் உயிரிழந்தனர். இந்துக்கள் முஸ்லிம்களைக் கொல்லவும், முஸ்லிம்கள் இந்துக்களைக் கொல்லவுமான நிகழ்வுகள் மகாத்மாவின் மனதை மிகவும் பாதித்தது. இந்து-முஸ்லிம் மக்கள் ஒற்றுமையாய் வாழவேண்டும் என்பதை வலியுறுத்தி ஜனவரி 13-ஆம் தேதி உண்ணாவிரதத்தை ஆரம்பித்தார் காந்திஜி.

ஜனவரி 18-ஆம் தேதி இந்து-முஸ்லிம் தலைவர்கள் அவர் முன் கூடி 'நாங்கள் ஒற்றுமையாய்' வாழ்வோம்' (எங்கு வாழ்கிறார்கள்) என்று உறுதிமொழி கூற, உண்ணாவிரதத்தைக் கைவிட்டார்.

ஜனவரி 30 மகாத்மா உயிரை நீத்த நாள்- துயர நாள்

ஜனவரி 30-ஆம் தேதி மாலை பிரார்த்தனை நேரம். அந்த நேரத்தில் மௌலானா அபுல் கலாம் ஆசாத், வல்லபபாய் படேல் காந்திஜியைச் சந்தித்தனர்.

“எனக்கும் நேருவுக்கும் இடையே நமது தலைவர்களில் சிலர் தேவையற்ற பிரிவை, பிளவை உருவாக்க நினைக்கின்றனர். எனக்குக் கொடுக்கப்பட்ட பதவியை விட்டு விலகி, மக்கள் பணிக்காக என்னை அர்ப்பணித்துக்கொள்ளவே விரும்பு கிறேன்” என்று மனவேதனையுடன் மகாத்மாவிடம் கூறினார் படேல்.

“இதை நான் அறிவேன். தற்போதைய நமது நாட்டுச் சூழ்நிலையில் தாங்களும், நேருவுமான இரண்டு பேருமே அமைச்சரவையில் இருந்து நாட்டை வழிநடத்த வேண்டும்” என்று படேலைக் கேட்டுக் கொண்டார் காந்திஜி.

“தான் தாங்கள் சொன்னபடி நேருவுக்கு முழு ஒத்துழைப்பு கொடுப்பதாக படேல் காந்தியிடம் உறுதிபடக் கூறினார். பிரார்த்தனை முடிந்த பின்னர் நேருஜி, காந்திஜியைச் சந்திப்பதாக இருந்தது.

எப்போதும் பிரார்த்தனைக் கூட்டத்திற்கு சரியாக 5 மணிக்கு வந்து விடுபவர், படேல் சந்திப்பால் 10 நிமிடங்கள் காலதாமதமானது. அவரது பேத்திகள் மனுகாந்தி, ஆபாகாந்தி ஆகியோரின் தோள்களின் மீது தனது இரு கைகளைப் போட்டுக் கொண்டு மெல்ல பிரார்த்தனை கூட்ட மேடைக்கு நடந்தனர்.

பிரார்த்தனைக்கு வந்த மக்கள் மாபெரும் சுதந்திரப் போராட்ட தலைவனை எழுந்து நின்று வரவேற்றனர். புன்னகை மன்னன் மக்களைப் பார்த்து கை கூப்பிக் கொண்டே மெல்ல பூக்களின் மேல் நடப்பதைப் போல நடந்து வந்தார்.

அக்கூட்டத்தில் ஒருவன் திடீரென மக்கள் கூட்டத்தைப் பிளந்துகொண்டு வந்தான். அவன் மகாத்மாவின் காலில் விழத்தான் வருகிறான் என நினைத்து மனு காந்தி அவனது கையைப் பிடித்துத் தடுக்க முயற்சி செய்தார். (மகாத்மாவிற்குக் காலில் விழுந்து வணங்குவது பிடிக்காது) ஆனால் அந்தக் கிராதகனோ மனுகாந்தியைத் தள்ள... அவர் கையிலிருந்த

ஜெபமாலையும் காந்திஜியின் புத்தகமும் சிதறி கீழே விழுந்தன. தடுமாறிய மனு காந்தி, தன்னை நிதானப்படுத்திக் கொண்டு கீழே குனிந்து ஜெபமாலையையும், புத்தகத்தையும் எடுக்க முற்பட்ட சமயத்தில் அந்த எமகாதகன்- மகாத்மாவின் எதிரே இரண்டடி தூரத்தில் நேரே நின்றவாறே தனது கைத்துப்பாக்கியால் வெறி கொண்டவாறே மூன்று முறை சுட்டான் அந்தக் காட்டுமிராண்டி.

மூன்று குண்டுகளும் தொடர்ந்து அந்தப் புனித ஆத்மாவின் மென்மையான மார்பில் பாய்ந்தன.

முதல் குண்டு மார்பில் பாய்ந்தவுடன் கும்பிட்டபடியே வந்த அவரது கைகளில் சக்தியற்றுப் போக... அவை தொங்க ஆரம்பித்தன.

இரண்டாவது குண்டு பாய்ந்ததும், 'ஹே ராமா... ஹே ராமா...' என்று இரண்டு முறை கூறினார். அந்த அரிச்சந்திரன்.

மூன்றாவது குண்டு பாய்ந்ததும் கீழே சரிந்தார் அந்த மாபெரும் தெய்வீக புருஷன். சுட்ட வெறியன் பெயர் நாதுராம் கோட்சே.

அண்ணலின் மரணத்துக்குக் காரணம் மதவெறி.

முகம் வெளுத்தது.

பீறிட்ட ரத்தம் உடையில் படிந்தது.

மூக்குக் கண்ணாடியும் கீழே உதிர்ந்தது.

அவரது காலணிகள் பாதங்களிலிருந்து விடுதலை பெற்றன...

அந்த மகானின் உயிர் பிரிந்தபோது மாலை மணி 5.17.

மகாத்மா கொல்லப்பட்டார் என்ற செய்தியைக் கேட்டு உலகமே கதறியது. இந்திய மக்களின் நெஞ்சம் வலிக்க கதறிக் கதறி அழுதனர்.

அண்ணல் சுடப்பட்ட செய்தி கேட்டு, பதறி அலறி அடித்துக்

காலம் வணங்கும் கல்வி வள்ளல் காமராஜர்

கொண்டு வந்த நேருஜி, உயிரற்ற- இந்த இந்தியாவுக்குச் சுதந்திர உயிர் கொடுத்த மகானின் முன் முழந்தாளிட்டு கதறினார்.

'மதவெறி மனிதகுல மாணிக்கத்தைப் பொசுக்கிவிட்டது. இனி நாம் செய்யவேண்டியது என்னவெனில் நமது தலைவர் நமக்குக் கற்றுத் தந்த அகிம்சாவழியில்- அறவழியில் மத வெறியைக் கைவிட்டு மத நல்லிணக்கத்தோடு வாழ்வோம்' என்று தன் இரங்கல் செய்தியின் இறுதியில் கூறினார். (48-இல் தொடங்கிய இந்த மதவெறி, மகாத்மாவைப் பொசுக்கியது போதாமல் இன்னமும் பொசுக்கிக் கொண்டிருக்கிறதே.)

மகாத்மாவின் இறப்புச் செய்தி பெருந்தலைவர் காமராஜரை வந்தடைவதற்கு முன்பு, அவர் ஆற்காட்டில் 'கண்ணன் பூங்கா' என்ற சிறுவர் பூங்காவைத் திறந்து வைத்தார்; அவ்விழாவில் இ.ஜான்சிராம் முதலியார் மற்றும் பல காங்கிரஸ் தொண்டர்கள் கலந்து கொண்டு மகிழ்ந்திருந்தனர்.

பின்னர் மதிய உணவு அருந்த காமராஜர் உட்பட பலர்

உட்கார்ந்த நேரம். அப்போதுதான் அந்தத் துயரச் செய்தி அவரை எட்டியது.

மகாத்மா சுட்டுக் கொல்லப்பட்டார் என்ற அதிர்ச்சிச் செய்தியைக் கேட்ட காமராஜரின் இதயம் நொறுங்கி கண்ணீர் ஆறாய்க் கொட்டியது. உதட்டைக் கடித்து தனது துயர உணர்ச்சியை அடக்க முயன்று கொண்டிருந்தார்.

அப்போது அவர் சொன்ன சில வார்த்தைகள்:

'துயரம் ஒரு பக்கம் இருக்கட்டும்; நமக்குள் சாதி, மத வேற்றுமைகளை வளர்க்க வேண்டாம்; மதவெறி நமக்குள் வேண்டாம்; மகாத்மா வடிவமைத்த அறவழியை மன உறுதியுடன் பின்பற்றுவோம்' என்று கூறிவிட்டுக் கிளம்பினார் காமராஜர்.

மகாத்மாவின் மறைவின் துயரம் காமராஜருக்குள் வாழ்நாள் முழுக்கத் துயர நெருப்பாய்த் தகித்துக்கொண்டே இருந்தது.

முதல்வர் காமராஜர்

1948-ஆம் ஆண்டும் காங்கிரஸ் சட்டசபைத் தலைவர் (முதல்வர்) போட்டித் தேர்வு நடந்தது.

ஓ.பி.ராமசாமி ரெட்டியாரும், பிரகாசமும் மீண்டும் போட்டியிட்டனர். இம்முறையும் ஓ.பி.ராமசாமி ரெட்டியாரே வென்று முதல்வராய் பதவியில் அமர்ந்தார்.

காமராஜர், மகாத்மாவின் கொள்கைகளையும் காங்கிரஸின் எதிர்காலத் திட்டங்களையும் சென்னை மாகாணம் முழுவதும் மக்களிடையே பரப்பி வந்தார்.

நகரங்களில் காங்கிரஸ் மாநாடுகள் ஆங்காங்கு நடத்தப்பட்டன.

'சுதந்திரம் நாட்டுக்குக் கிடைத்துவிட்டது. எல்லாவற்றையும் அரசே கவனித்துக் கொள்ளும் என்று காங்கிரஸ் தொண்டர்கள் 'சும்மா' இருக்காமல் மக்களுக்கான தேவைகளை உடனுக்குடன்

செய்யவேண்டும். மக்களுக்குத் தேவையானவற்றைச் செய்பவனே சிறந்த தொண்டன். வெறும் பேச்சை பேசிக் கொண்டிருக்காமல், மக்களின் தேவைகளை உடனுக்குடன் செய்யுங்கள்' என்று ஒவ்வொரு மாநாட்டிலும் சொல்லி வந்தார் காமராஜர்.

ஜூன் 13-ஆம் தேதி சென்னை மாகாண காங்கிரஸ் தலைவர் தேர்தல் நடந்தது. அதில் காமராஜர் போட்டியின்றி தேர்ந்தெடுக்கப்பட்டார்.

அகில இந்திய காங்கிரஸ் தலைவர் தேர்தல் நடந்தது.

தலைவர் பதவிக்கு தாண்டன் அவர்களும் பட்டாபி சீதாராமையாவும் நின்றனர்.

தாண்டன் அவர்கள் நேருவின் அரசையும், அவரது கொள்கைகளையும் விமர்சிப்பதால் அவரை காமராஜருக்குப் பிடிக்காது. ஆனால் இவரை வல்லபபாய் படேல் ஆதரித்தார்.

நேரு அவர்கள் தேர்தலில் நடுநிலைமை வகித்தார்.

காமராஜர், பட்டாபி அவர்களுக்கு ஆதரவு கேட்டு சென்னை மாகாணம் முழுக்கத் தீவிரமாகச் சுற்றுப்பயணம் மேற்கொண்டார்.

தேர்தல் நடந்தது.

பட்டாபி 1199 வாக்குகள் பெற்று வெற்றி அடைந்தார். பட்டாபி அகில இந்திய காங்கிரஸ் தலைவர் ஆனார்; இதற்கு மூலகாரணம் காமராஜரின் கடும் உழைப்புதான்.

1949-ஆம் ஆண்டு முதல்வர் ஓமந்தூர் ராமசாமி ரெட்டியாருக்கும் சட்டமன்ற உறுப்பினர்களுக்கும் கருத்துவேறுபாடுகள் ஏற்பட்டன.

ராமசாமி உண்மை, நேர்மையை எதிர்பார்ப்பவர். காந்திய வழியில் செல்பவர். அவருக்கு, சட்டமன்ற உறுப்பினர்கள்

மக்களுக்குச் சேவை செய்ய வந்தவர்கள். அவர்கள் தவறான வழியில் செல்வதை விரும்பாததால் அடிக்கடி முதல்வருக்கும் சட்டமன்ற உறுப்பினர்களுக்கும் சச்சரவுகள் ஏற்பட்டன. இதை விரும்பாத ரெட்டியார் ஏப்ரல் 6–ஆம் தேதி பதவி விலகினார்.

அடுத்து யார் முதல்வர்? என்ற கேள்வி எழுந்தது.

இராஜாஜியும் பிரகாசமும் சேர்ந்து டாக்டர் சுப்புராமனை முதல்வராக்கலாம் என விரும்பினர். காமராஜர், பக்தவத்சலத்தை முதல்வராக்கலாம் என விரும்பினார்.

குமாரசாமி ராஜா அவர்களை முதல்வராக்கினால் நான் பதவி விலகுகிறேன் என்றார் ஓமந்தூர் இராமசாமி ரெட்டியார்.

காமராஜரும் அதை ஏற்றுக் கொண்டார்.

6 ஏப்ரல் 1949–இல் பி.எஸ்.குமாரசாமி ராஜா சென்னை மாகாணத்தின் முதல்வராகப் பதவி ஏற்றார். ராஜபாளையத்தில் பிறந்த ராஜா அவர்கள் பெரும் செல்வந்தர் வீட்டில் பிறந்தவர். சுதந்திரப் போராட்டத்தில் ஈடுபட்டவர். எளிமையானவர்.

இந்த முறையும் காமராஜர் முதல்வர் தேர்தலில் போட்டி யிட்டிருந்தால் அவரே அப்பதவியைப் பெற்றிருப்பார்.

இலங்கை வாழ் இந்தியர் அழைப்பின் பேரில் இலங்கை சென்றார் காமராஜர். அங்கு அவருக்கு அமோக வரவேற்பு கொடுக்கப்பட்டது.

1950–ஆம் ஆண்டு ஆகஸ்டு மாதல் 29–ஆம் தேதி சென்னை மாகாண காங்கிரஸ் தலைவர் தேர்தல் நடந்தது.

ராஜாஜி ஆதரிக்கும் சுப்பையாவுக்கும் காமராஜருக்கும் நேரடியாக மோதல். வழக்கம்போல காமராஜருக்கு 155 ஓட்டுகளும், சுப்பையாவுக்கு 99 ஓட்டுகளும் கிடைத்து, மீண்டும் காங்கிரஸ் தலைவர் ஆனார் காமராஜர். நான்காவது முறையாக இப்பதவியை அடைந்தார் அவர். இந்தத் தொடர்

காலம் வணங்கும்
கல்வி வள்ளல் காமராஜர்

வெற்றி அவரது சிறந்த சேவைக்கும் நேர்மைக்கும் கிடைத்த வெற்றி.

இதேபோல அகில இந்திய காங்கிரஸ் தலைவர் போட்டி நடந்தது; போட்டியில் சென்ற முறை பட்டாபி சீதாராமையாவிடம் தோல்வியுற்ற புருஷோத்தம தாஸ் தாண்டன், சங்கர் ராவ் தேவ், ஆச்சார்ய கிருபளானி ஆகியோர் போட்டியிட்டனர்.

தாண்டன், நேருவின் மந்திரி சபையைக் கடுமையாக விமர்சித்துப் பேசுவர். எனவே, நேருவுக்கும் தாண்டனுக்கும் ஏழாம் பொருத்தம்தான். அதாவது ஒருவரை ஒருவர் பிடிக்காது. இதனால் நேரு, தாண்டனுக்கு ஒத்துழைப்பு கொடுக்கமாட்டார் என்றானது.

என்றாலும் தாண்டனே இம்முறை 1306 வாக்குகள் பெற்று அகில இந்திய காங்கிரஸ் தலைவர் ஆனார். இவரை எதிர்த்துப் போட்டியிட்ட ஆச்சார்ய கிருபளானிக்கு 1092 ஓட்டுகளும், சங்கர் ராவ் தேவ்க்கு 202 ஓட்டுகளும் கிடைத்தன.

தாண்டன் தலைவரானது நேருவுக்கும் காமராஜருக்கும் பிடிக்கவில்லை. குறிப்பாக நேருவுக்கும் தாண்டனுக்கும் அடிக்கடி மோதல்கள் ஏற்படவே செய்தன.

1951-ஆம் ஆண்டு செப்டம்பர் 8-ஆம் தேதி நடந்த அகில இந்திய காங்கிரஸ் தலைவர் பதவியிலிருந்து தாண்டன் ராஜினாமா செய்தார். காரணம் காமராஜர், நேருவை காங்கிரஸ் தலைவராக்கும் முனைப்பில் இருப்பதை தாண்டன் அறிந்தார். காமராஜர் சென்னை மாகாணத் தலைவர் என்றாலும் அவருக்கு அகில இந்திய அளவில் செல்வாக்கு இருப்பதை தாண்டன் அறிவார். மேலும் நேரு, காந்தியால் 'என் வாரிசு' என்று அழைக்கப்பட்டவர். காமராஜர், நேருவின் நண்பர்... இந்த நிலையில் தான் காங்கிரஸ் தலைவராக இருப்பது நல்லதல்ல என்பதை உணர்ந்தே தாண்டன் தனது பதவியை ராஜினாமா செய்தார்.

நேருவே இந்த ஆண்டு அகில இந்திய காங்கிரஸ் தலைவரானார். இதற்கு காமராஜரின் பெரும் ஒத்துழைப்பே காரணம் என்று பேசப்பட்டது.

1952-ஆம் ஆண்டு முதல் இந்தியக் குடியரசு தேர்தல் நடத்தப்பட்டது.

சென்னை மாகாணத்தில் மொத்தம் 375 இடங்கள் தொகுதிகளாகப் பிரிக்கப்பட்டன. இதில் 243 இடங்கள் ஒரு உறுப்பினர் என்பதை அடிப்படையாகக் கொண்டவை. இரு உறுப்பினர் இடங்கள் 66. இரு உறுப்பினர் என்பது ஒன்று பொது மற்றொன்றில் 62 ஆதி திராவிடர்களுக்கும் 4 பழங்குடியினர்க்குமாக உருவாக்கப்பட்டிருந்தன. இதே போல சென்னை மாகாண மேலவையின் எண்ணிக்கை 72 இடங்கள். சட்டமன்ற பேரவை உறுப்பினர்கள் 24, உள்ளாட்சித் தொகுதியைச் சேர்ந்தவர்கள் 24. ஆசிரியர்கள் 6 பேர், பட்டதாரிகள் 6 பேர். 12 பேர் ஆளுநரால் தேர்ந்தெடுக்கப்படுவார்கள்.

தேர்தலில் வயது வந்த குடிமக்கள் அனைவருக்கும் ஓட்டுரிமை வழங்கப்பட்டன. முதல் தேர்தல் நடத்தப்பட்டது.

இத்தேர்தலில் சென்னை மாகாணத்தில் காங்கிரஸ் 352 இடங்களில் நின்றது. வெற்றி பெற்றதோ 152 இடங்கள் மட்டுமே. முதல்வர் குமாரசாமி ராஜா தோல்வியடைந்தது ஆச்சர்யம். நல்ல மனிதர்.

இந்தத் தேர்தலில் தி.மு.க. என்ற வளரும் கட்சி நிற்கவில்லை.

ஆனால் அக்கட்சியின் ஆதரவைப் பெற்ற காமன் வீவ் கட்சித் தலைவர் மாணிக்கவேல் நாயக்கரும், உழைப்பாளர் கட்சியைச் சேர்ந்த ராமசாமி படையாச்சியும் வெற்றி பெற்றனர். கம்யூனிஸ்ட் கட்சி 62 இடங்களை வென்றது.

குமாரசாமி ராஜா தோல்வி அடைந்ததால் அடுத்து யாரை முதல்வராக்குவது என்ற கேள்விக்குறி எழுந்தது.

நீலம் சஞ்சீவி ரெட்டி அவர்கள் ராஜாஜியை முதல்வராக்கலாமா? என்று காமராஜரிடம் கேட்டார்.

ராஜாஜி எதிர்த்தரப்பினராக இருந்தாலும் அவர் மிகச் சிறந்த

அறிவாளி; ஏற்கெனவே முதல்வராக இருந்தவர். இந்தியாவின் முதல் கவர்னர் ஜெனரலாக இருந்தவர். எனவே அவரை ஆதரித்தார், காமராஜர்.

மார்ச் 29 (1952) காங்கிரஸ் கட்சி கூட்டம் கூட்டப்பட்டது.

'ராஜாஜியிடம் உங்களை மீண்டும் முதல்வராக்க கட்சி முடிவெடுத்துள்ளது' என்று சட்டசபை உறுப்பினர் குழு அவரிடம் சொன்னது.

"நான் முதல்வராவதைப் பற்றி நேருஜியிடம் கூறிவிட்டு என்னிடம் சொல்லுங்கள்" என்றார் ராஜாஜி.

அப்போது ராஜாஜி சட்டசபைத் தேர்தலில் நிற்கவில்லை. அதனால் அவரை மேலவை உறுப்பினராக்கி தமிழகத்தின் முதல்வராக இரண்டாம் முறை பதவி ஏற்றார்.

1952-ஆம் ஆண்டு ஏப்ரல் மாதம் 10-ஆம் தேதி ராஜாஜி சென்னை மாகாண முதல்வரானார்.

ராஜாஜி முதல்வராகவும், ஏ.பி.ஷெட்டி சுகாதார அமைச்சராகவும், சி.சுப்ரமணியம் நிதி அமைச்சராகவும், என். ரங்கா ரெட்டி தொழிலாளர் அமைச்சராகவும், கே. வெங்கடசாமி நாயுடு அறநிலைய அமைச்சராகவும், வி.சி. பழனிச்சாமி மது விலக்கு அமைச்சராகவும், டாக்டர் யு. கிருஷ்ணாராவ் தொழில் அமைச்சராகவும், நாகண்ணா கவுடா வேளாண்மைத் துறை அமைச்சராகவும், ஷண்முக ராஜேஸ்வர சேதுபதி பொதுப்பணித் துறை அமைச்சராகவும், மாணிக்கவேல் நாயக்கர் வருவாய்த்துறை அமைச்சராகவும், கே.பி. குட்டி கிருஷ்ணநாயர் சட்ட அமைச்சராகவும் பட்டாபி ராமராவ் ரூரல் வெல்ஃபேர் அமைச்சராகவும், சஞ்சீவய்யா கூட்டுறவு அமைச்சராகவும் பதவி ஏற்றுக் கொண்டனர்.

ராஜாஜி அவர்களோடு 14 பேர் மந்திரிகளாகவும் பொறுப் பேற்றனர்.

காலம் வணங்கும் கல்வி வள்ளல் காமராஜர்

1952 வருடம் டிசம்பர் மாதம் நடந்த சென்னை மாகாண காங்கிரஸ் தலைவர் தேர்தலில், டாக்டர் சுப்பராயன் தலைவராகத் தேர்ந்தெடுக்கப்பட்டார்.

ஆந்திரா பிரிந்து சென்றபோது ஆந்திர அமைச்சர்கள் பதவி விலகிச் சென்றனர்.

பிறகு 10.3.53–இல் வேளாண்மைத் துறை அமைச்சராக எம்.

பக்தவத்சலமும், உள்ளாட்சித் துறை அமைச்சராக கே. ராஜாராம் நாயுடு அவர்களும், மதுவிலக்கு அமைச்சராக ஜோதி வெங்கடாசலமும் பதவி ஏற்றனர்.

ராஜாஜி ஆட்சிக் காலம் இரண்டே ஆண்டுதான். இந்த இரண்டாண்டு காலம் தமிழகம் 'குருக்ஷேத்திரமாகவே' காட்சியளித்தது எனலாம்.

முதலில் 'இந்தி'யைத் திணிக்க, பெரியார், அண்ணா, கலைஞர் ஆகியோர் அதை எதிர்த்துப் போர்க்குரல் எழுப்பினர். ரயில்வே நிலையங்கள், அஞ்சல் நிலையங்கள், மத்திய அரசு அலுவலகங்கள் என எங்கெங்கு இந்தி எழுத்துகள் இருந்தனவோ அங்கெல்லாம் தார் பூசி அழிக்க தி.மு.க. படை கிளம்பியது. தமிழ் மாநிலமே போர்க்களமாக மாறியது.

அடுத்து வந்த குலக்கல்வித் திட்டம். ஆம் கல்வித் திட்டத்தில் புதிய மாற்றத்தையே கொண்டு வர முனைந்தார். பல நூறு பள்ளிகளையும் மூடினார்.

குலக் கல்வித் திட்டம் என்னவென்றால், காலையில் பாடக் கல்வி, மதியம் தந்தை என்ன தொழில் செய்கிறாரோ, அந்தத் தொழிலை மகன் செய்ய வேண்டும்.

அதாவது தந்தை 'மண்பாண்டம்' செய்கிறார் என்றால் மகனும் அதைச் செய்ய வேண்டும். தந்தை தச்சு வேலை செய்தால் மகனும் தச்சு வேலை செய்ய வேண்டும் என்ற குலக்கல்வித் திட்டத்தைப் பெரியார் கடுமையாக எதிர்த்தார்.

ராஜாஜி வர்ணாஸ்ரமத்தைக் கொண்டுவர முயற்சிக்கிறார் என்று அவர் குரல் கொடுத்தார்.

காமராஜர் இந்த ஆண்டும் இலங்கைப் பயணம் மேற்கொண்டார்.

இந்தி எதிர்ப்பு, குலக்கல்வித் திட்டத்தை எதிர்த்த பெரியார், அண்ணா, கருணாநிதி மற்றும் முக்கியத் தலைவர்கள் சிறையில் அடைக்கப்பட்டனர்.

**காலம் வணங்கும்
கல்வி வள்ளல் காமராஜர்**

தமிழகம் பெரும் வேட்டைக்காடாக மாறியதோடு சட்டமன்றத்திலும் பெரும் கூச்சல் குழப்பம் ஏற்பட்டது.

1953-ஆம் ஆண்டு ஜூலை மாதம் 29-ஆம் தேதி சட்டசபையில் குலக்கல்வித் திட்டம் பற்றி வாக்குவாதம் ஏற்பட்டது. கே.பி. கோபாலன் என்பவர் இத்திட்டத்தைக் கைவிட வேண்டும் என்றார். மேலும் அவரே திருத்தம் கொண்டுவர வேண்டும் என்று கேட்டுக் கொண்டார். சி. சுப்பிரமணியம் திருத்தம் தேவை இல்லை என்றார்.

நான்கு மணி நேர விவாதம். நம்பிக்கை வாக்கெடுப்பு முடிவு செய்யும் எனக் குரல் எழுந்தது.

138 ஓட்டு ஆதரித்தும் அதே 138 ஓட்டு எதிர்த்தும் போடப்பட்டது. பிறகு விஸ்வநாதன் என்ற உறுப்பினர் மறு ஓட்டெடுப்பு நடத்த வேண்டும் என்று கேட்டுக்கொள்ள மீண்டும் ஓட்டெடுப்பு பணி நடந்தது.

எதிராக 139 வாக்குகளும், 137 வாக்குகள் ஆதரவாகவும் கிடைத்தன. ராஜாஜியின் குலக்கல்வித் திட்டம் தோல்வி அடைந்தது.

ராஜாஜி தனது தோல்வியை ஏற்று உடனடியாக முதல்வர் பதவியை விட்டு விலகும்படி சட்டசபை உறுப்பினர்கள் வற்புறுத்தினர். காமராஜரும் குலக்கல்வித் திட்டத்திற்கு எதிராகவே குரல் கொடுத்தார்.

காங்கிரஸ் தலைவர்களையோ, அமைச்சர்களையோ ஆலோசிக்காமல் ராஜாஜியால் கொண்டு வரப்பட்ட திட்டம் என உறுப்பினர்கள் எதிர்த்தனர்.

குலக்கல்வித் திட்டத்தைத் திருத்தவேண்டும் என பலர் கேட்டுக்கொண்டும் அது முடியாது என்றார் ராஜாஜி.

அவர் மீது கட்சிக்குள்ளேயே எதிர்ப்பு அதிகமாக அதிகமாக

தன் பிடிவாதத்தைத் தளர்த்தினார் ராஜாஜி.

தனது உடல்நிலை சரியில்லாததால் தான் பதவி விலகுவதாகக் கூறினார்.

பதவியை விட்டு விலகிச் சென்ற ராஜாஜி, தனது ஆதரவாளர்களில் ஒருவர் முதல்வராக அமரவேண்டும் எனத் தீர்மானம் கொண்டு வந்தார். அதாவது சி.சுப்பிரமணியத்தை முதல்வராக்க விரும்பினார். இதற்காக ஆதரவைத் திரட்டினார்.

காமராஜரின் ஆதரவாளர்கள் அவரை முதல்வராகும்படி வற்புறுத்தினர். முதலில் மறுத்தவர் பிறகு சரி என ஒப்புக் கொண்டார்.

1954-ஆம் ஆண்டு ஏப்ரல் 13-ஆம் தேதி முதல்வர் தேர்தல் நடந்தது. சி.சுப்பிரமணியத்தின் பெயரை ராஜாஜி முன்மொழிய எம்.பக்தவத்சலம் வழிமொழிந்தார்.

காமராஜர் பெயரை டாக்டர் வரதராஜுலு நாயுடு முன்மொழிய டாக்டர் யு.கிருஷ்ணராவ் வழிமொழிந்தார்.

ஓட்டெடுப்பு நடைபெற்றது.

ஓட்டெடுப்பில் 134 பேர் கலந்துகொண்டனர்.

காமராஜருக்கு 93 ஓட்டுகளும், சி.சுப்பிரமணியத்திற்கு 41 ஓட்டுகளும் விழுந்தன.

காமராஜர் வெற்றி அடைந்தார்.

இத்தேர்தல் கலைவாணர் அரங்கில் அன்றைய பார்வையாளராக அனுப்பப்பட்ட இந்திராகாந்தி தலைமையில் நடந்தது.

வெற்றி பெற்ற காமராஜர் டெல்லிக்குச் சென்றார்.

தான் காங்கிரஸ் தலைவராகவே இருக்கிறேன்... வேறொருவர் முதல்வராக இருக்கட்டும் என்றார் காமராஜர். (அப்போது கூட காமராஜருக்குப் பதவி ஆசை இல்லை.)

காலம் வணங்கும்
கல்வி வள்ளல் காமராஜர்

முதல்வர் தேர்தலில் நின்று வெற்றி பெற்றவரே முதல்வராக அமரவேண்டும் என மேலிடம் கூறியது.

காமராஜர் சென்னை திரும்பினார். தனது ஆதரவாளர்களை அழைத்தார்.

"நான் உங்களிடம் ஒரு வாக்குறுதி கேட்பேன். அதற்கு நீங்கள் ஒத்துழைப்பு கொடுத்தால்தான் முதல்வராகப் பதவி ஏற்பேன்" என்றார் காமராஜர்.

என்ன வாக்குறுதி? ஆதரவாளர்கள் அவரைத் திகைப்புடன் பார்த்தனர்.

"நான் முதல்வராக வரும் பட்சத்தில், அமைச்சராக அவரைப் போடவேண்டும் இவரைப் போடவேண்டும் என்று யாரும் சொல்லக் கூடாது. இதற்கு நீங்கள் ஒப்புக் கொண்டால், மட்டுமே நான் முதல்வராவேன். சம்மதமா?" என்று கேட்டார் காமராஜர்.

ஆதரவாளர்கள் சம்மதம் என்றனர்.

1954-ஆம் ஆண்டு ஏப்ரல் 13-ஆம் தேதி தன்னோடு எட்டு அமைச்சர்களுடன் பதவி ஏற்றார்.

தன்னை எதிர்த்த சி. சுப்பிரமணியன், எம்.பக்தவத்சலம் இருவருக்கும் மந்திரி பதவி வழங்கினார். (இந்தப் பெருந்தன்மை யாருக்கு வரும்?)

காமராஜர் - முதல்வர்

எம். பக்தவத்சலம் - வேளாண்மை அமைச்சர்

சி.சுப்பிரமணியன் - நிதி அமைச்சர்

ஷண்முக ராஜேஸ்வர சேதுபதி - பொதுப்பணித் துறை அமைச்சர்

பி.பரமேஸ்வரன் - போக்குவரத்துத் துறை அமைச்சர்

எம். மாணிக்கவேலு நாயக்கர் - வருவாய்த் துறை அமைச்சர்

எஸ்.எஸ். ராமசாமி படையாச்சி - உள்ளாட்சித் துறை அமைச்சர்

ஏ.பி. ஷெட்டி - சுகாதார அமைச்சர்

காமராஜரின் பொற்கால ஆட்சி துவங்கியது.

காமராஜரின் பொற்கால ஆட்சி

சுமார் 1500 ஆண்டுகளுக்கு முன்பு வாழ்ந்த ராஜராஜ சோழனின் ஆட்சிக்கு அடுத்து தமிழகத்தில் காமராஜரின் ஒன்பதாண்டு கால ஆட்சியைத்தான் 'பொற்கால ஆட்சி' என்கிறார்கள் அரசியல் ஆய்வாளர்கள். இன்றும் எல்லாக் கட்சிக்காரர்களும் பெருந்தலைவர் காமராஜரின் 'பொற்கால ஆட்சியை' அமைப்போம் என்றே 'பேசுகிறார்கள்'.

ஒரு நாடு விவசாயம், கல்வி, வேலைவாய்ப்பு, தொழிற்சாலைகள் என சகல துறையிலும் வளமாக இருந்தால், அந்த நாடு சொர்க்கம் என்பார்கள்.

அதாவது எளிமையாகச் சொல்ல வேண்டுமானால், வாழ்கின்ற மக்கள் 'எல்லோரும் எல்லாமும் பெறவேண்டும்' - ஆம் பசி, பட்டனி இல்லாத நிலையில்தான் ஒரு நாடு சுபிட்சமாக திகழும்.

இந்த மக்கள் சுபிட்சத்திற்காகத்தான் பாடுபட்டார் கர்மவீரார் காமராஜர்.

தமிழகத்தில் சுதந்திரம் வாங்கிய 7 வருடங்களுக்குப் பின், 1954-இல் முதல்வராகப் பணியாற்றத் துவங்கிய சில வருடங்களிலேயே சகல துறைகளிலும் தமிழகத்தை இந்தியாவிலேயே முன்னணி மாநிலமாக்கிய சாதனை காமராஜரை சாரும். இவரது சாதனை பற்றி தந்தைப் பெரியார் அவர்கள் கூறியதுதான் சரியானதாக அமையும்.

இத்தனைக்கும் காங்கிரஸை விட்டுப் பெரியார் விலகும்போது அக்கட்சியைத் குழிதோண்டிப் புதைக்காமல் விடமாட்டேன் என்று சூளுரைத்தவர் அவர்.

காமராஜர் என்ற நல்ல மனிதர் பதவி ஏறுவதை விரும்பியவர். அவர் பதவி ஏற்கமாட்டேன் என்று சொன்னபோது, அவரை நேரில் சந்தித்த பெரியார், 'தமிழகத்தை நீங்கதான் ஆளணும்' என்று வற்புறுத்தினார்.

காமராஜர் பதவி ஏற்று நல்லாட்சி புரிந்த எட்டாண்டு காலமும் அவரது சாதனைகளை மேடைக்கு மேடை புகழ்ந்து கொண்டிருந்தார். தனது பத்திரிகையில் காமராஜரின் செயல்களைப் பாராட்டாமல் இருந்ததில்லை.

30.7.1962-இல் தந்தைப் பெரியார் சொன்னது இதுதான்:

"கடந்த இரண்டாயிரம் ஆண்டுகளாக தமிழகத்தில் ஏற்படாத ஒரு மறுமலர்ச்சியும் விழிப்பும் இப்போது ஏற்பட்டுள்ளது. அதற்குக் காரணம் நமது காமராஜர்தான். இன்றைக்கு நமக்குக் கிடைத்திருக்கும் காமராஜரின் ஆட்சிக் காலமானது தமிழக

வைரவமணி

வரலாற்றிலேயே ஒரு சிறந்த பொற்காலமாகும். இந்தப் பொற்காலமானது வைர காலமாக மாறுவதற்கு காமராஜரை மக்கள் ஆதரிக்க வேண்டும்.

இதைவிட காமராஜரின் ஆட்சிக் காலத்தைப் பற்றி மிகச் சிறந்த முறையில் எவரால் சொல்ல முடியும்?

உயர்திரு இராஜாஜி அவர்கள் 13 அமைச்சர்களை வைத்து ஆண்டார். காமராஜரோ வெறும் எட்டே மந்திரிகளை வைத்து எவராலும் எட்ட முடியாத சாதனையைப் படைத்தார்.

முதல்வராகப் பதவி ஏற்றபோது காமராஜரைப் பற்றி அப்போதைய பாரதப் பிரதமர் நேருஜி அவர்கள், "தளராத மக்கள் சேவையும், உண்மையான நாட்டுப் பற்றும் கொண்ட காமராஜரை சென்னை மாகாணம் முதல்வராக்கியுள்ளது" என்றார்.

1954-இல் ஏப்ரல் 13-ஆம் தேதி முதல்வர் பதவி ஏற்கச் சென்ற காரில் வைக்கப்பட்டிருந்த சைரன் ஒலி (எச்சரிக்கை ஒலி)யை உடனே கழற்றச் செய்தவர். பொதுமக்களோடு

காலம் வணங்கும் கல்வி வள்ளல் காமராஜர்

மக்களாய்த்தான் முதல்வர் செல்லவேண்டுமே தவிர, அவர்களைத் தவிர்த்துவிட்டுச் செல்வது தேவையில்லாதது என்றாராம் காமராஜர்.

முதல்வராக பதவி ஏற்பு!

1954-ஆம் ஆண்டு ஏப்ரல் 13-ஆம் தேதி (சித்திரை-1) செவ்வாய்க் கிழமை அப்போதைய கவர்னர் பிரகாசா அவர்களால் காமராஜர் சென்னை மாகாண முதல்வராகப் பதவிப் பிரமாணம் செய்யப்பட்டார். அவரோடு எட்டுப் பேர் அமைச்சர்களாகப் பதவி ஏற்றனர்.

பெரும்பாலும் முதல்வராகப் பதவி ஏற்பவர் தன் கட்சியைச் சேர்ந்த நண்பர்களாக இருப்பவர்களை, மேலிடம் சிபாரிசு செய்பவர்களைத்தான் அமைச்சர்களாகச் சேர்ப்பர். ஆனால் காமராஜர் தன்னை எதிர்த்தவர்களையே அமைச்சர் ஆக்கினார்.

★ தன்னை எதிர்த்த சி.சுப்பிரமணியத்துக்கு நிதி, கல்வி, தேர்தல், சட்டம், விளம்பர பதவி வழங்கனார்.

★ தன்னை எதிர்த்த எம். பக்தவத்சலத்துக்கு விவசாயம், தொழில், சமூக நலத் திட்ட அமைச்சர் பதவி.

★ தன்னை எதிர்த்த மாணிக்கவேலருக்கு நிலவரி வணிகவரி, ஊரக வளர்ச்சித் துறை பதவி வழங்கினார்.

★ தன்னை எதிர்த்த இராமசாமி படையாச்சி அவர்களுக்கு உள்ளாட்சி பதவியை வழங்கினார். இக்குணம் எவருக்காவது வருமா?

பதவி ஏற்ற பிறகு தனது அரசியல் குரு தீரர் சத்தியமூர்த்தியின் இல்லத்திற்குச் சென்று தலைவரின் புகைப்படத்துக்கு முன் நின்று வணங்கி மானசீக ஆசிர்வாதம் பெற்றே வந்தார்.

காமராஜர் முதல்வராகப் பதவி ஏற்ற போது சத்தியமூர்த்தியின் மனைவி கூறியது: "என்னுடைய கணவரின் கனவு பலித்தது."

பதவி ஏற்றதும் மக்களுக்கு காமராஜர் கூறியது:

நாம் நாள் முழுக்கக் கடுமையாக உழைப்பவனை கூலிக்காரன், வேலைக்காரன் என்று குறைவாய் பேசு கிறோம்... உழைக்காதவன்- பிறரின் உழைப்பால் வாழ்ந்து வருகின்றவனை - சோம்பேறியை - மகாராசா, எஜமானர் என்று அழைக்கிறோம். ஏழை எளிய மக்களின் துயரங்களைப் போக்கவே நான் முதல் மந்திரியாகப் பதவி ஏற்றுள்ளேன். இல்லையென்றால் எனக்கு இந்தப் பதவியே தேவையில்லை..."

இவ்வாறு கூறியவர், அதற்காக உண்மையிலேயே நேர்மையாக உழைத்தார் என்பதை உலகமறியும்.

காமராஜரின் ஆட்சிக் காலத்தில்

★ கல்வி

★ விவசாயம்

★ தொழில் - வேலை வாய்ப்பு

★ நீர்வளம்

★ மின்சாரம் என முக்கிய துறைகள் மிகப்பெரும் சாதனைகளைத் தொட்டன.

காமராஜர் முதல்வராகப் பதவி ஏற்றபோது அவர் சட்டமன்ற உறுப்பினராக இல்லை. இராஜாஜி அவர்கள் முதல்வராகப் பதவி ஏற்றபோதும் அவர் சட்டமன்ற உறுப்பினராக இல்லை. ஆனால் அவர் மேலவை உறுப்பினராகத் தேர்ந்தெடுக்கப்பட்டு முதல்வர் பதவியில் அமர்ந்தார். காமராஜருக்குப் பதவி மூலம் முதல்வராக விருப்பமில்லை.

மக்களைத் தேர்தலில் சந்தித்து வெற்றி பெற்று சட்டன்ற உறுப்பினராகத் தேர்ந்தெடுக்கப்பட்டு முதல்வராக அமர வேண்டும் என்று விரும்பினார் அவர்.

அதற்காக அவர் தனது தொகுதியான விருதுநகரில் போட்டியிடாமல், அப்போதைய வட ஆற்காடு மாவட்டம் - இப்போதைய வேலூர் மாவட்டத்தில் உள்ள 'குடியாத்தம்' என்ற ஊரில் இடைத்தேர்தலில் நின்றார். அவருக்குப் பெரியார் மற்றும் பல்வேறு கட்சிகள் ஆதரவு கொடுக்க, வெற்றி பெற்றார்.

காமராஜர் வெற்றி பெற்று முதல்வர் ஆன உடனே செய்தது குலக்கல்வித் திட்டத்தை நீக்கியதாகும்.

அவர் தனது பதவியை மக்களுக்கான சேவை என்றே கருதினார்.

தான் வாழ்ந்த தி.நகர் திருமலைப்பிள்ளை (எட்டாம் எண் கொண்ட வீடு) வீட்டிற்கு தன்னை நாடி வரும் மக்களை தினமும் (ஐம்பது முதல் நூறு வரை) சந்திக்கத் தவறுவதே இல்லை. இதைத் தனது பதவியில் உள்ளவரை மட்டுமன்றி வாழ்நாள் முழுவதும் செய்து வந்தார்.

பின்னர் பத்திரிகையாளர்களையும் அவ்வப்போது சந்தித்து நாட்டு நிலவரங்களை அவர்களோடு பகிர்ந்து கொள்வதோடு, மக்களுக்கு என்ன செய்யவேண்டும் என்பதை அவர்களிடம் அறிந்து செயல்பட்டு வந்தார்.

கல்விக் கண் திறந்த காமராஜர்

'எண்ணும் எழுத்தும் கண்ணெனத் தகும்' என்பர் தமிழ் மூதோர். நமது நாட்டில் குருகுலம் என்ற பெயரில் ஒரு சில பேருக்கே அதுவும் குறிப்பிட்ட உயர் சாதியர்க்கே கல்வி கொடுக்கப்பட்டு வந்தது. வெள்ளைக்காரன் வந்த பின்னரும் அவனது ஆட்சிக் காலத்திலே கூட உயர்சாதியினரே கல்வி கற்றனர். பிற்பட்ட மிகவும் பிற்பட்ட தாழ்த்தப்பட்ட மக்களுக்கு - குறிப்பாக பெண்களுக்குக் கல்வி மறுக்கப்பட்டது.

'கல்வி இல்லார் கண் புண்' என்று பேசப்பட்டாலும் நூற்றுக்குத் தொண்ணூறு சதம் கல்வி அறிவு இல்லாமலே

மக்கள் வாழ்ந்தனர். கல்வி அறிவு இல்லாதார் நாடு முன்னேற்றம் காண இயலாத அவலம்.

சில புரட்சியாளர்கள் தோன்றி கல்வியின் அவசியம் பற்றிப் பேச (மகாத்மா, பூலே, அயோத்திதாசர், பெரியார் போன்றவர்கள்) சில சதவிகிதங்களோடு கல்வி புகட்டப்பட்டது.

இராஜாஜி அவர்கள் இரண்டாம் முறையாக 1952-இல் முதல்வராகப் பதவி ஏற்றபோது, 6000 பள்ளிகளை மூடிவிட்டு, குலக்கல்வி திட்டத்தைக் கொண்டு வர சென்னை மாகாணமே கொந்தளித்தது. பெரியார் கடுமையாய் எதிர்த்தார்.

கல்வியில் சிறந்த தமிழ்நாட்டைக் குலைத்து விட்டாரே என்று நாடே கொதித்தெழுந்தது. காங்கிரஸ் தலைவர்கள் சிலரே கடுமையாகவும் எதிர்த்தனர். காமராஜரோ இக்கல்வித் திட்டத்தை உடனே நீக்க வேண்டும் என்று குரல் கொடுத்தார்.

தான் முதல்வராகப் பதவி ஏற்றதும் முதல் நடவடிக்கையாக 'குலக் கல்வித் திட்டத்தை' நீக்கினார். இராஜாஜி அவர்களால் மூடப்பட்ட 6000 பள்ளிகளை உடனே திறந்தார்.

அதனைத் தொடர்ந்து கிராமத்து மாணவர்களின் வருகைக் காகவும், மேலும் 14,000 பள்ளிகளையும் திறக்க ஏற்பாடு செய்தார். முதல் திட்ட முடிவில் ஆரம்பப் பள்ளிகளின் எண்ணிக்கை 21,500 ஆக உயர்த்தப்பட்டது. முதல் திட்டக் காலத்தில் மாணவர்களின் எண்ணிக்கை 25 லட்சமாக உயர்ந்து... இந்தியாவிலேயே இது பெரும் சாதனையாக கருதப்பட்டது.

தான் பதவியேற்ற 5-ஆம் மாதத்தில் 28.1.1954-இல் மதுரை அரசு மருத்துவக் கல்லூரியைத் துவக்கினார் காமராஜர்.

புயல் நிவாரண உதவி

1955-ஆம் ஆண்டு டிசம்பர் மாதம் தமிழகத்தைப் புயல் தாக்கியது. குறிப்பாக இராமநாதபுரம் மாவட்டத்தில் பெரும்பாலான கிராமங்கள் புயல், மழை, வெள்ளத்தால்

காலம் வணங்கும்
கல்வி வள்ளல் காமராஜர்

பாதிக்கப்பட்டது.

கோட்டையில் அமர்ந்து நிவாரணப் பணிகளுக்கான உத்தரவுகளைப் பிறப்பிக்காமல், அவரே மக்களைத் தேடி ஓடினார்... இடுப்பளவு நீரில் நின்று மக்களுக்கான நிவாரணப் பணிகளைத் துரிதமாகச் செய்தார்.

இவர் இடுப்பளவு நீரில் நின்று கொண்டிருக்கும்போது சற்றுத் தூரத்தில் மக்கள் நின்றபடி அவதிப்படுவதைப் பார்த்து அவர்களுக்கு ஆறுதல் சொல்ல... அங்கு செல்ல விரும்பினார்.

அதிகாரிகள் அங்கு செல்ல முடியாது பெரும் பள்ளம் என்றனர்.

'மக்களைப் பார்க்கப் போகிறோம்' என்று அவர் உறுதியாகக் கூற, அவரோடு அதிகாரிகளும் இடுப்பளவு நீரில் - சில இடங்களில் மார்பளவு நீரில்... மெல்ல நடந்து எதிர்ப்புறம் சென்று மக்களுக்கு ஆறுதல் கூறினார் காமராஜர்.

மக்கள் மட்டுமல்ல அரசியலில் எதிர்க்கட்சித் தலைவர்கள் கூட காமராஜரின் நேரடி நிவாரண உதவிச் செயலைப் பாராட்டினர். அறிஞர் அண்ணா, காமராஜரைப் பற்றிப் பாராட்டி எழுதிய கட்டுரை அற்புதம்!

இதன் பிறகு தமிழகம் முழுவதும் சுற்றுப் பயணம் மேற்கொண்டார். ஆங்காங்கு கூட்டம் போட்டாலும், மக்களை நேரில் சந்தித்து அவர்களின் கோரிக்கைகளை நேரில் கண்டறிந்தார்.

ஆவடி காங்கிரஸ் மாநாடு

அறுபதாவது காங்கிரஸ் மாநாட்டை காமராஜர் மிகவும் பிரமாண்டமாக நடத்தினார்.

1956-ஆம் ஆண்டு ஜனவரி 20-ஆம் நாள் சென்னை ஆவடியில் இந்த மாநாட்டை நடத்தினார்.

'சத்தியமூர்த்தி' அவர்கள் பெயரில் பெரும் நகரத்தையே உருவாக்கினார்.

வடநாட்டில் நடக்கும் மாநாடுகளை விட, மிகவும் அற்புதமாக நடத்தினார் காமராஜர்.

ஆனந்த விகடன் நிறுவனமும், திரைப்படத் தயாரிப்பாளரும் சந்திரலேகா, ஔவையார் போன்ற பிரமாண்டமான படங்களைத் தயாரித்தவருமான எஸ்.எஸ். வாசனிடம் மாநாட்டின் அலங்காரப் பொறுப்புகளை வழங்க... மாநாட்டு அலங்காரத்தைப் பார்த்து மாநாட்டிற்குத் தலைமை தாங்கிய நேருஜியே பிரமித்து விட்டாராம்.

சத்தியமூர்த்தி சிலையைத் திறந்து வைத்து நேருஜி பேசியபோது, 'இந்த சத்தியமூர்த்தி நகரத்தை இத்தனை அற்புதமான வியக்க வைக்கும் பேரழகுடன் படைத்தளித்து பார்த்தவர் அனைவரையும் பாராட்ட வைத்த காமராஜரை மனமார பாராட்டுகிறேன்'' என்றார்.

இம்மாநாட்டிற்கு வருகை தந்த காமராஜரின் தாய் சிவகாமி அம்மாளுடன் நேருஜி விரும்பி புகைப்படம் எடுத்துக் கொண்டாராம்.

மாநாட்டில் பேசிய காமராஜர், "நாம் சமதர்ம சமூகத்தை அமைக்க காந்திஜியின் அகிம்சை வழியில் செல்லவேண்டும். வன்முறையைத் தவிர்த்தால் சமதர்ம சமுதாயம் நிச்சயம் உருவாகும். செல்வம் ஒரு சிலர் கையில் குவிவதைத் தடுத்தாலே ஏழைமையை நாட்டிலிருந்து ஓட்டலாம். கடுமையான உழைப்பே மக்களைப் பட்டினியில் இருந்து மீட்கும் என்பதை நாம் உணர வேண்டும்" என்றார்.

60–வது மாநாடு காங்கிரஸ் சரித்திரத்தில் 'கல்வெட்டாய்' பதிந்திருக்கும்படி செய்தார் காமராஜர்.

இம்மாநாட்டில் யுகோஸ்லேவியா நாட்டின் தலைவர் மார்ஷல் டிட்டோ சிறப்பு அழைப்பாளராகக் கலந்துகொண்டு அருமையான சிறப்புரை ஆற்றினார்.

"சமதர்ம சமுதாயத்தை அமைக்கப் பாடுபடும் இந்திய நாட்டின் நண்பராக இருப்பதில் பெருமைப்படுகிறேன்" என்றார்.

1956–ஆம் ஆண்டுதான், படிக்கும் ஏழைக் குழந்தைகள் தொடர்ந்து பள்ளிக்கு வர மதிய உணவுத் திட்டத்தைக் கொண்டு வர முடிவு செய்தார்.

இந்தத் திட்டத்தை 1957–இல் ஜுன் மாதம் பாரதியார் பிறந்த ஊரான எட்டையபுரத்தில் துவக்கி வைத்தார் காமராஜர்.

வெறும் ஏட்டுக் கல்வி மட்டுமே இளைஞர்களை முன்னேற்றாது என்பதை உணர்ந்த காமராஜர் அவர்கள், கோவை தொழில்நுட்ப நிலையம் (சி.ஐ.டி.) என்ற பெயரில் பொறியியல் கல்லூரியை கோவையில் 1956–இல் துவக்கினார்.

பிறகு மதுரை தியாகராசர் பொறியியல் கல்லூரியை உருவாக்க

வழிவகை செய்தார். இது 1957-இல் துவக்கப்பட்டது.

1956-61-இல் (இரண்டாம் ஐந்தாண்டு திட்டத்தில்) 26 பொறியியல் கல்லூரிகளை நாடு முழுக்க துவக்க மத்திய அரசு திட்டமிட்டது.

பள்ளிகளில் தொழிற்கல்வியை 1956-57இல் துவக்கினார் காமராஜர். இவருடைய காலத்தில்தான் விவசாயக் கல்லூரிகளில் பி.எஸ்சி. வேளாண்மையியல் அறிமுகம் செய்யப்பட்டது.

ஆரம்பக் கல்வி முதல் கல்லூரிக் கல்வி வரையிலான ஆசிரியர்களுக்கான ஆசிரியர் பயிற்சிப் பள்ளிகளையும் துவக்கினார் காமராஜர்.

அணைகளைக் கட்டிய விவசாயத் தோழர்

கல்வியில் மாபெரும்புரட்சி செய்த காமராஜர், விவசாயத்திற்கு ஆதரவான அணைகளையும் கட்டியது சரித்திர சாதனை.

காவிரி ஆற்றின் துணையாறு அமராவதி. இதில் ஓர் அணையைக் கட்டினார் காமராஜர். இத்திட்டம் 1953-இல் துவக்கப்பட்டு இவரது ஆட்சியில் 1959-இல் முடிக்கப்பட்டது இந்த அமராவதி அணை. இந்த அணையினால் 21,000 ஏக்கர் நிலங்கள் பயன்பட்டன. அடுத்து கீழ் பவானித் திட்டத்தை (1954-1955) உருவாக்கினார் காமராஜர். பவானி சாகர் நீர்த்தேக்கம் என்று சொல்லப்படுகிற இத்திட்டத்தால் 2,07,000 ஏக்கர் நிலங்கள் பயன்பட்டன.

அடுத்து அவரது சாதனை சாத்தனூர் அணை (1954-1957). வட ஆற்காடு வேலூர் மாவட்டம் பகுதியில் கட்டப்பட்டது. 20,000 ஏக்கர் நிலங்கள் பயன்படுகின்றன.

அடுத்து மணிமுத்தாறு அணை (1954-1958) திருநெல்வேலி மாவட்டத்தில் உள்ளது. 20,000 ஏக்கர் நிலங்கள் பயனடைகின்றன.

1956–இல் கேரளா தனியே பிரிவதற்கு முன்னர் காமராஜர் கேரளா பாலக்காடு மாவட்டத்தில் பாய்கின்ற மலம்புழா ஆற்றுக் குறுக்கே மலம்புழா அணை (1955) யைக் கட்டினார். பயன்பாடு 10,000 ஏக்கர்.

பின்னர் கிருஷ்ணகிரி அணையை 1955–இல் துவக்கி 1957–இல் முடித்தார். இவ்வணை தென்பெண்ணை ஆற்றின் குறுக்கே கட்டப்பட்டது. 20,000 ஏக்கர் நிலங்கள் பயன்படுத்தின.

பின்னர் இராமநாதபுரம் மாவட்டத்தில் வறட்சியை முக்கியமாகக் கொண்டு தேனி மாவட்டத்தில் மிகவும் அற்புதமான வைகை அணையை (1955–1959) கட்டினார் காமராஜர்.

இந்த அணையினால் இராமநாதபுரம், சிவகங்கை, மதுரை, திண்டுக்கல் மாவட்டங்கள் பயன் பெறுகின்றன.

காமராஜர் பதவியேற்ற ஓரிரு ஆண்டுகளிலேயே நீரின் அவசியத்தை உணர்ந்து காலதாமதம் செய்யாமல் அணைகளைக் கட்டி நீர் ஆதாரத்தை உருவாக்கியது, அவரது தொலைநோக்குப் பார்வையை வியக்க வைக்கிறது எனலாம்.

பெரிய பெரிய அணைகள் மட்டுமன்றி சிறு சிறு அணைகள் (மீன்கரை அணை, வீடூர் அணை, பரம்பிக்குளம்–ஆழியாறு திட்டம், மேல்நீராறு சிற்றணை, கீழ் நீராறு அணை, சோலையாறு நீர்த்தேக்கம், தூணைக்கடவு அணை, பெருவாரிப் பள்ளம் அணை, ஆழியாறு நீர்தேக்கம்) பலவற்றை உருவாக்கினார்.

மேலும் பூண்டி நீர்த்தேக்கம், காமராஜர் சாகர் நீர்த்தேக்கம் (1962) போன்றவற்றையும் உருவாக்கினார்.

அவர் உருவாக்கிய உலகப் புகழ்பெற்ற ஒன்று மாத்தூர் தொட்டிப் பாலம். இது கன்னியாகுமரியிலிருந்து 60 கி.மீ. தூரத்திலுள்ள மாத்தூரிலிருந்து 3 கி.மீ. தூரத்தில் திருவட்டாறு என்ற கிராமத்தில் உள்ளது.

ஆற்றின் குறுக்கே 40 அடி உயரத்தில் 28 தூண்களை நிற்க வைத்து இரு மலைகளுக்கிடையே கட்டப்பட்டது.

இவை தவிர கால்வாய்கள், ஏராளமாய் அவர் காலத்தில் உருவாக்கப்பட்டன.

அவரது அணைகள், நீர்த்தேக்கங்கள், கால்வாய்களை ஒழுங்காய்ப் பராமரித்து, பயன்படுத்தியிருந்தாலே போதும் தமிழகம் இன்று நீரின்றி 'கண்'ணீர் விடாது!

நீர் மின் திட்டங்கள்

நீரைப் பயன்படுத்தி மின்சாரத்தைக் கொண்டு வர காமராஜர் காலத்தில் பல திட்டங்களை உருவாக்கினார். அவர் தீட்டிய அற்புதமான நீண்ட காலத்திற்கான மின் பகிர்வு திட்டங்களால் இன்று பல்லாயிரம் கிராமங்கள் 'மின்னொளி' பெற்றன என்பது பெரும் சாதனை.

பெரியாறு நீர்மின் திட்டம் (1955-1958), குந்தா நீர்மின்

திட்டம் (1956-60), மேட்டூர் சுரங்க நீர்மின் திட்டம் (1958-60), பரம்பிக்குளம்-ஆழியாறு நீர்மின் திட்டம்.

அனல் மின் நிலைய சாதனை

நெய்வேலி அனல்மின் நிலையம் (1960-62) தமிழகத்திற்கு இந்த நிலையத்தைக் கொண்டு வர காமராஜர் பெரும் பாடுபட்டார்.

சென்னையில் பேசின் பிரிட்ஜ் மற்றும் மதுரை சமயநல்லூர் இந்த இரண்டு இடங்களில் அனல் மின் நிலையம் இயங்கி வந்தது; அதற்கான நிலக்கரிகள் வங்காளத்திலிருந்து கொண்டு வரப்பட்டது. நாளுக்கு நாள் அதன் விலை உயர்ந்து கொண்டே போனது. நெய்வேலியில் நிலக்கரி இருப்பதாக தகவல் கிடைக்க அங்கு 'நெய்வேலி பழுப்பு நிலக்கரி கழகத்தை' அமைத்தார் காமராஜர்.

இதற்கான இயந்திரம் 1959-ஆம் ஆண்டு மாஸ்கோவிலிருந்து கொண்டு வரப்பட்டது.

1962 மத்தியில் மின் உற்பத்தி துவக்கப்பட்டது. துவக்கி வைத்தவர்

குடியரசு தலைவர் டாக்டர் எஸ். ராதாகிருஷ்ணன். இன்று நாட்டிற்கே மின்சாரம் வழங்குவதில் பெரும்பங்காற்றுகிறது எனில் அதற்கு வித்திட்டவர் காமராஜர்.

விவசாயத்திற்குக் குறைந்த விலையில் மின்சாரம் வழங்கி, விவசாயம் பெருக வழி வகை செய்தார்.

மின் இணைப்பில் கிராமத்திற்கு முன்னுரிமை வழங்கினார் காமராஜர். 1955-56-ஆம் ஆண்டுகளில் 829 கிராமங்களுக்கு மின் இணைப்பு வழங்கினார். மேலும் 8346 பம்ப் செட்டுகளுக்கு மின் இணைப்பு கொடுக்கப்பட்டது.

தொழில் வளர்ச்சி

ஒரு நாடு முன்னேற வேண்டுமாயின் விவசாயம் மட்டுமல்ல, பல்வேறு தொழில் வளர்ச்சிகளும் ஏற்பட வேண்டும். கல்வி கற்றவன் வெளியே வந்து இதற்குப் பிறகு என்ன செய்வது என கையைப் பிசைந்து கொண்டு நிற்கக் கூடாது. அவனுக்குத் தொழிலையும் வழங்க வேண்டும். தொழிலோடு நாடும் வளம் பெறவேண்டும் என்பதை உணர்ந்த காமராஜர் கல்வி, விவசாயம், மின்சாரம் என்று பல்வேறு துறைகளை

காலம் வணங்கும்
கல்வி வள்ளல் காமராஜர்

வளப்படுத்தியதோடு தொழில் வளர்ச்சிக்காகவும் பாடுபட்டார்.

1. ஐ.சி.எஃப். என்ற இணைப்புப் பெட்டி தொழிற்சாலையை (1955) ஆரம்பித்தார். இது மத்திய அரசுக்கான தொழிற்சாலை என்றாலும், அதனைக் கொண்டு வர மிகவும் பாடுபட்டார். நேருவால் 2.10.1955-இல் இத் தொழிற்சாலை துவக்கப்பட்டது. (இன்று இது உலகப் புகழ்பெற்ற தொழிற்சாலையாக செயல்பட்டு வருகிறது. பல நாடுகளுக்கு 'ரெயில் பெட்டிகள்' உருவாக்கப்பட்டு அனுப்பப்படுகிறது.)

இத்தொழிற்சாலை பெரம்பூரில் அமைந்துள்ளது. இதன்மூலம் பல்லாயிரக்கணக்கானோர் வாழ்வாதாரம் பெற்று வாழ்கின்றனர்.

இதற்கடுத்து காமராஜர் தமிழகத்திற்கு மத்திய அரசின் மூலம் பல்வேறு தொழிற்சாலைகளைக் கொண்டு வந்தார்.

★ சேலம் மேட்டூர் அலுமினியத் தொழிற்சாலை (1956–1960)

★ நீலகிரி இந்துஸ்தான் போட்டோ ஃபிலிம் தொழிற்சாலை (1960)

★ கிண்டி இந்துஸ்தான் டெலிபிரிண்டர்ஸ் (1960–1964)

வைரவமணி

★ ஆவடி-பட்டாபிராம் கனரக வாகனத் தொழிற்சாலை (1965)
★ திருச்சி கனரக கொதிகலன் தொழிற்சாலை (1964-66)
★ சேலம் எஃகு தொழிற்சாலை
★ ஆவடி டாங்க் தொழிற்சாலை
★ மணலி எண்ணெய் சுத்திகரிப்பு ஆலை

எனப் பல்வேறு தொழிற்சாலைகளைத் தன் காலத்தில் மத்திய அரசிடமிருந்து பெற்றுத் தமிழகத்தைத் தொழில் வளமாக்கினார்.

மத்திய அரசின் மூலம் மட்டுமன்றி மாநில அரசின் மூலம் தமிழகத்தில் பல இடங்களில் தொழிற்பேட்டைகளை அமைத்த பெருமை அவரையே சாரும்.

★ காகிதத் தொழிற்சாலைகள், சர்க்கரை ஆலைகள், கைத்தறி நெசவாலைகள், பால் பண்ணைகள் எனத் தொடர்ந்து அமைத்தார்.

தமிழக அரசின் மூலம்,

★ ஆம்பூர் சர்க்கரை ஆலை
★ சேலம் சர்க்கரை ஆலை

காலம் வணங்கும் கல்வி வள்ளல் காமராஜர்

* அமராவதி கூட்டுறவு ஆலை
* மதுராந்தகம் கூட்டுறவு ஆலை
* கள்ளக்குறிச்சி சுகர்ஸ்
* சமயநல்லூர் சுகர்ஸ் என பல்வேறு சர்க்கரை ஆலைகளைத் துவக்கியதோடு, தனியார் மூலம் பல சர்க்கரை ஆலைகளையும் துவக்க வைத்தார்.

இவற்றுள் சில கோத்தாரி (திருச்சி) சுகர்ஸ்

* அருணா சுகர்ஸ்
* சக்தி சுகர்ஸ்

மேலும் தனியார் மூலம் சிமெண்ட் ஆலைகள் அவர் காலத்தில் துவக்கப்பட்டன.

மெட்ராஸ் சிமெண்ட்ஸ் லிமிட். (இராஜபாளையம்)

தனியார் மூலம் இன்றும் புகழ்பெற்று திகழும் தொழிற்சாலைகளாக

வைரவமணி

★ டி.ஐ. சைக்கிள் தொழிற்சாலை, அம்பத்தூர்

★ ராயல் என்ஃபீல்டு மோட்டார் தொழிற்சாலை (திருவொற்றியூர்)

★ ஸ்டாண்டர்டு மோட்டார்ஸ் கார் தொழிற்சாலை

★ டி.வி.எஸ். மோட்டார் தொழிற்சாலை

★ அசோக் லேலண்ட் தொழிற்சாலை

என எண்ணற்ற தொழிற்சாலைகளை உருவாக்க வழி செய்து தமிழகத்தை முன்னணி தொழில் மாநிலமாக மாற்றிய பெருமை காமராஜரையே சாரும்.

★ மேலும், பீங்கான் தொழிற்சாலை, உரத் தொழிற்சாலைகள் (எண்ணூர் 1962, கடலூர் 1963) லிக்கோ கரி தொழிற்சாலைகளை தனது காலத்தில் கொண்டு வந்து, ஆங்காங்கு தொழிற் பேட்டைகள் அமைத்தார்.

முதலில் - அதாவது முதற்கட்டமாக 9 தொழிற்பேட்டைகளை அமைத்தார்.

காலம் வணங்கும்
கல்வி வள்ளல் காமராஜர்

சென்னை (கிண்டி), மதுரை, விருதுநகர், ஈரோடு, பேட்டை, மார்த்தாண்டம், திருச்சி, தஞ்சாவூர், காட்பாடி என ஒன்பது ஊர்களில் தொழிற்பேட்டைகளை உருவாக்கி, 240 தொழிற்சாலைகள் நிர்மாணித்தார்.

இரண்டாம் கட்டமாக 10 தொழிற்பேட்டைகளை உருவாக்கினார்.

தேனி, புதுக்கோட்டை, காரைக்குடி, கோவில்பட்டி, அரக்கோணம், கிருஷ்ணகிரி, திண்டுக்கல், அம்பத்தூர், விருத்தாசலம், பெரம்பூர் என 249 தொழிற்சாலைகளை ஏற்படுத்தினார் காமராஜர்.

மேலும் கைத்தறிக்கான கூட்டுறவு சங்கங்களை உருவாக்கினார். பால் வழங்கும் கூட்டுறவு சங்கம்....

தொழிற்சாலைகளில் பணியாற்றும் தொழிலாளர்களுக்கு இலவச மருத்துவ உதவி, தொழிலாளர் குடியிருப்பு, தொழிலாளர்களுக்கு என்னென்ன வழியில் உதவ முடியுமோ அத்தனை வகைகளில் அவர்களுக்கு உதவ ஏற்பாடுகள் செய்தார் காமராஜர்.

போக்குவரத்துக்கான சாலைகள், பாலங்கள் முறையாக

அமைக்கப்பட்டன.

முதல் ஐந்தாண்டு திட்டத்தில் தேசிய நெடுஞ்சாலைக்காக 400 லட்ச ரூபாய் ஒதுக்கப்பட்டது. நெடுஞ்சாலை அமைப்புக்கென நெடுஞ்சாலை ஆராய்ச்சி மையம் 1956-இல் துவக்கப்பட்டது.

மண்சாலை, தார்ச்சாலை, சிமெண்ட் கான்கிரீட் சாலை என 30,000 மைல்களுக்கு 1960க்குள் சாலைகள் போடப்பட்டது சாதனை.

பேருந்துகள்

ஏழை எளிய மக்களுக்குக் குறைந்த கட்டணத்தில் பேருந்துகளை இயக்க முடிவு செய்தார் காமராஜர்.

1947 வரை பேருந்துகள் தனியாரிடம் மட்டுமே இருந்தன. இந்த ஆண்டு மார்ச் வரை 158 பேருந்துகள் மட்டுமே இயக்கப்பட்டன.

மார்ச்சுக்குப் பிறகு அரசு பேருந்துகள் இயக்கப்பட்டன.

1951-ஆம் ஆண்டு 322 பேருந்துகள் இயக்கப்பட்டன. 1959-60-இல் 470 பேருந்துகள் எனப் பெருகின. 1959க்கு

பின்னர்தான் சென்னையில் சில குறிப்பிட்ட இடங்களுக்குப் பேருந்துகள் இயக்கப்பட்டன. (பூந்தமல்லி, படப்பை, சோழவரம், செங்குன்றம்). மேலும் திருத்தணி, திருப்பதி, காளஹஸ்திக்கும்- தூர நகரங்களுக்கும் பேருந்துகள் இயக்கப்பட்டன.

காமராஜரின் நல்ல திட்டங்களால் தமிழ்நாட்டில் பேருந்து இயக்கம் பெருகி மக்களின் பயணம் எளிமையானது.

இன்று பேருந்து வளர்ச்சிக்கு வித்திட்டவர் காமராஜர் அவர்கள் பெரும்பங்காற்றியிருக்கிறார் என்பதை உணர வேண்டும்.

இரண்டாம் முறை முதல்வர் - மக்கள் தலைவர்

ஆச்சார்யா வினோபாவே அவர்கள் தமிழகத்தில் சுற்றுப்பயணம் மேற்கொண்டார். அவர் சென்ற இடங்களிலெல்லாம் மக்கள் காமராஜர் பற்றிய உயர்ந்த மதிப்பு வைத்திருப்பதைக் கண்டு வியந்தார்.

வைரவமணி

காமராஜர் பற்றி ஒரு நிருபர் கேட்ட கேள்விக்கு அவர், "காமராஜர்தான் உண்மையான மக்கள் தலைவர் - தலைசிறந்த காந்திய பக்தர்' என்று கூறினார்.

1957-ஆம் ஆண்டு இரண்டாம் பொதுத் தேர்தல் நடத்தப்பட்டது.

இந்தத் தேர்தல் ஐந்து கட்டங்களாக நடந்து முடிந்தது.

205 இடங்களில் போட்டியிட்ட இந்திய தேசிய காங்கிரஸ் கட்சி 151 இடங்களில் வெற்றி பெற்றது.

முதன்முதலாகத் தேர்தலில் போட்டியிட்ட திராவிட முன்னேற்றக் கழகம் 124 இடங்களில் போட்டியிட்டு 15 இடங்களில் (சட்டசபைக்கு) வென்றது; இரண்டு இடங்களை பாராளுமன்றத்திற்குப் பெற்றது.

காங்கிரஸ் சீர்திருத்தக் கட்சி 16 இடங்களிலும், சுயேட்சை 12 இடங்களிலும், கம்யூனிஸ்டு 4 இடங்களிலும், சோஷலிஸ்டு இரண்டு இடங்களிலும், ஃபார்வர்டு பிளாக் 2 இடங்களிலும், பிரஜா சோஷலிஸ்ட் இரண்டு இடங்களையும் பெற்றது.

காமராஜர் சாத்தூர் தொகுதியில் தன்னை எதிர்த்துப்

**காலம் வணங்கும்
கல்வி வள்ளல் காமராஜர்**

போட்டியிட்ட சுதந்திரா கட்சியைச் சேர்ந்த ஜெயராம் ரெட்டியை விட அதிக வாக்குகள் பெற்று வெற்றி பெற்றார்.

காமராஜர் இரண்டாம் முறை முதல்வராகப் பதவி ஏற்றார். அவரோடு எட்டு அமைச்சர்கள் பதவி ஏற்றனர்.

சி.சுப்பிரமணியம் - நிதி அமைச்சர்

எம்.பக்தவத்சலம் - உள்துறை அமைச்சர்

எம்.ஏ.மாணிக்கவேல் - வருவாய்த் துறை அமைச்சர்

ஆர்.வெங்கட்ராமன் - தொழில்துறை அமைச்சர்

பி.கக்கன் - பொதுப்பணித் துறை அமைச்சர்

லூர்து அம்மாள் சைமன் - உள்ளாட்சித் துறை அமைச்சர்

சென்ற முறை அமைச்சர்களாக இருந்த பி.பரமேஸ்வரன், இராமசாமி படையாச்சி, ஏ.பி.ஷெட்டி, சண்முக ராஜேஸ்வர சேதுபதி ஆகியோர் பதவி விலக.. புதியவர்களாய் பி.கக்கன், வி.ராமையா, லூர்து அம்மாள், ஆர்.வெங்கட்ராமன் ஆகியோர் புதிய அமைச்சர்களாக சேர்க்கப்பட்டனர்.

ஆர். வெங்கட்ராமன் பிற்காலத்தில் இந்திய ஜனாதிபதியாய் பதவி வகித்தவர். இவரும் காமராஜரும் இணைந்தே செயல்பட்டு மத்திய அரசிடமிருந்து பல தொழிற்சாலைகளைத் தமிழகத்திற்குக் கொண்டு வந்தனர்.

காமராஜர் காலத்திலான கல்வித் துறை முன்னேற்றத்திற்கு, அவரது வலது கரமாய் இருந்து செயல்பட்டவர் நெ.து. சுந்தர வடிவேலு அவர்கள் என்பதை இங்கு சொல்லவேண்டும்.

இக்காலகட்டத்தில்தான் 300 பேர் வசிக்கும் கிராமத்திற்கு ஒரு பள்ளிக்கூடம் என்ற திட்டத்தை வகுத்தார், காமராஜர்.

1956 வரை 18,000 ஆரம்பப் பள்ளிகள் இருந்தன. 1957-58-இல் 22,000 ஆரம்பப் பள்ளிகள் என உயர்த்தப்பட்டன. (1961-62-இல் 27,135 பள்ளிகள் என உயர்ந்தன).

ஆரம்பத்தில் குறைந்த அளவிலான பள்ளிகளுக்கு மதிய உணவுத் திட்டம் அமல்படுத்தப்பட்டது. 1961-ஆம் ஆண்டில் அனைத்துப் பள்ளிகளுக்கும் மதிய உணவு வழங்கப்பட்டது சாதனையே.

1957-ஆம் ஆண்டு காமராஜர் அமைச்சரவை மீது கம்யூனிஸ்ட் தலைவர் எம். கல்யாணசுந்தரம் நம்பிக்கையில்லாத் தீர்மானம் கொண்டு வந்தார். தி.மு.க. நடுநிலை வகித்தது. காமராஜரே வென்றார்.

அவர் ஒவ்வொரு தொகுதிக்கும் குறிப்பிட்ட நாட்களில் சென்று மக்களைச் சந்தித்து, தொகுதிப் பிரச்சனைகளைக் கேட்டறிந்து என்னென்ன செய்யவேண்டும் என்பதை அறிந்து உடனுக்குடன் செய்தார். இதைக் கட்சி வேறுபாடுகள் இல்லாமல் செய்தார்.

தனது இல்லத்தில் காலை நேரத்தில் மக்கள் கோரிக்கைகளைக் கேட்கும் அவர், தான் கோட்டைக்குச் சென்று தன் முதல்வர் இருக்கையில் அமர்ந்த பின்னரும் கோரிக்கைகளோடு வரும் மக்களையும் சந்திக்கத் தவறியதே இல்லை.

1958-ஆம் ஆண்டு ஏழை எளிய மாணவர்களுக்கு இலவச சீருடை திட்டத்தை அறிமுகப்படுத்தினார்.

காமராஜரின் கொள்கைகளை விளக்கும் விதமாக, அவரது நண்பர் முருக தனுஷ்கோடி 'நவசக்தி' பத்திரிகையை 1960-ஆம் ஆண்டு துவக்கினார்.

1960-இல் ஏழை, எளிய பிள்ளைகள் அனைவருக்கும் 11-ஆம் வகுப்பு வரை இலவசக் கல்வியை வழங்கினார். இதனால் பல லட்சம் பிள்ளைகள் பலனடைந்தனர். திரைப்படத் தொழில்நுட்பக் கல்லூரி துவக்கப்பட்டது.

நேருவால் திறக்கப்பட்ட காமராஜர் சிலை

1961-இல் சென்னை மாநகராட்சி மேயராக தி.மு.க.வைச் சேர்ந்த அ.பொ.அரசு என்பவர் இருந்தார்.

சென்னை மாநகராட்சி சார்பில் சென்னை மவுண்ட் ரோடில் காமராஜரின் முழு உருவச் சிலை நிறுவப்பட்டது.

காமராஜர் தனக்கு சிலை வேண்டாம் என்று மறுத்தும் சிலை வைக்கப்பட்டது. காரணம், அவரது சேவைதான்.

இச்சிலையை நேருஜி அவர்கள் திறந்து வைத்தார்.

பாரதப் பிரதமரான அவர், 'உயிருள்ள' தலைவர்களின் சிலையைத் திறக்கமாட்டார். ஆனால் காமராஜர் சிலை என்று கூறி அழைத்ததும் உடனே கண்டிப்பாகத் திறக்கிறேன் என்றார்.

காரணம், காமராஜரின் தேசத் தொண்டுதான்.

சிலையைத் திறந்து வைத்து நேருஜி காமராஜரைப் பற்றிப் பேசியதாவது; "நண்பர் காமராஜர் அவர்கள் உண்மையான தலைவர் என்பதற்கு எடுத்துக்காட்டாக வாழ்ந்து கொண்டிருப்பவர். இவர் மக்கள் மத்தியில் உருவான மாசற்ற மனிதர்; எளிமை, நேர்மை, உண்மை என வாழ்ந்த மகாத்மாவின் அறவழிச் சீடர். தான் ஏற்றுக்கொண்ட பொறுப்பை நிறைவேற்றத்தக்க ஆற்றல் கொண்ட தலைவர். மக்கள் சேவைக்குத் தன்னை அர்ப்பணித்தவர். நாட்டுக்காக செயல்பட்டுக் கொண்டே இருக்க வேண்டும்

என எண்ணுபவரின் சிலையை நான் திறக்கிறேன். நான் உயிரோடு இருப்பவர்களின் சிலையைத் திறக்க விரும்ப மாட்டேன். சாதனையாளர்களின் மறைவுக்குப் பின், அவர்தம் சிலையைத் திறப்பதையே விரும்புவேன்; ஆனால், காமராஜரின் தியாக வாழ்க்கை, மக்கள் பணி, நாட்டுப்பற்று போன்ற காரணங்களாலும், எனது பாசமிகு நண்பர் என்ற முறையாலும் அவரது சிலையைத் திறப்பதில் பெருமையடைகிறேன்'' என்றார்.

இக்காலத்தில் காமராஜர் மீனவர்களுக்காகப் பயிற்சிப் பள்ளியை (1961) ஆரம்பித்தார். மேலும் இதே ஆண்டு சிறார் சீர்திருத்தப் பள்ளிகளையும் துவக்கினார். காவலர்களுக்கான பயிற்சிப் பள்ளியையும் ஆரம்பித்தார். கல்வி கற்காத முதியோரின் கல்வியும் மாவட்ட வாரியாகத் துவக்கினார்.

1958-இல் தஞ்சை மருத்துவக் கல்லூரியையும், 1960-இல் கீழ்ப்பாக்கம் அரசு மருத்துவக் கல்லூரியையும் துவக்கினார்.

1961-இல் ஆசிரியர்களுக்கு பென்ஷன், காப்பீடு, பிராவிடன்ட் ஃபண்ட் திட்டங்களைத் துவக்கினார் காமராஜர்.

மூன்றாம் முறை முதல்வர்

1962-ஆம் ஆண்டு பிப்ரவரி மாதம் 17-ஆம் தேதி மூன்றாவது தேர்தல் மூன்று கட்டமாகத் துவங்கியது.

காங்கிரஸ் கட்சி 206 இடங்களில் நின்றது. (சென்ற தேர்தலில் 205 இடங்களில் நின்ற காங்கிரஸ் வென்றது 151 இடங்கள்). 138 இடங்களில் வென்றது. சுமார் 13 இடங்களில் தோல்வியைத் தழுவியது.

தி.மு.க. 142 இடங்ளில் நின்றது (சென்ற தேர்தலில் 124 இடங்களில் நின்று 15 இடங்களில் வென்றது). 50 இடங்களைக் கைப்பற்றியது. பாராளுமன்றத்திலும் தி.மு.க. 7 இடங்களைப் பெற்றது.

சுதந்திரா கட்சி 6 இடங்களிலும், கம்யூனிஸ்ட் 2 இடங்களிலும்,

காலம் வணங்கும்
கல்வி வள்ளல் காமராஜர்

ஃபார்வர்டு பிளாக் 3 இடங்களிலும் சோஷலிஸ்ட் 1 இடத்திலும் சுயேச்சைகள் 5 இடங்களிலும் வென்றனர்.

இத்தேர்தலில் அறிஞர் அண்ணா தோல்வி அடைந்தார். காமராஜர் மீண்டும் சாத்தூர் தொகுதியில் நின்று நீதிக்கட்சியைச் சேர்ந்த பி. ராமமூர்த்தியைத் தோற்கடித்தார்.

1962 மார்ச் மாதம் 15-ஆம் தேதி காமராஜர் மூன்றாம் முறை முதல்வராகப் பதவி ஏற்றார்.

இம்முறை நான்கு புதிய மந்திரிகளை பதவி ஏற்க வைத்தார். முதன்முதலாக முஸ்லிம் இனத்தைச் சேர்ந்த ஒருவரை மந்திரியாக்கி சாதனை படைத்தார்.

காமராஜரின் மூன்றாவது அமைச்சரவை

காமராஜர் - முதல்வர் பொது நிர்வாகம், போக்குவரத்து, உள்துறை

எம். பக்தவத்சலம் - நிதி மற்றும் கல்வி

ஆர்.வெங்கட்ராமன் - தொழில் துறை

ஜோதி வெங்கடாசலம் - சுகாதாரத் துறை

அப்துல் மஜீத் - நகராட்சி, நிர்வாகம்

பி.கக்கன் - விவசாயத் துறை

வி.இராமய்யா - பொதுப்பணித் துறை

நல்ல சேனாதிபதி சர்க்கரை மன்றாடியார் - கூட்டுறவுத் துறை

சி.பூவராகன் - தகவல் துறை

இவர் காலத்தில்தான் தமிழ் வளர்ச்சிக் கழகத்தால் 'தமிழ்க் கலைக் களஞ்சியம்' (1959-63) கொண்டு வரப்பட்டது. 10 தொகுதிகள்... ஒவ்வொன்றும் 750 பக்கங்கள்.

ஆயிரக்கணக்கான பக்கங்கள், படங்கள், விளக்கப் படங்கள்,

தேசப் படங்கள். ஒவ்வொரு தலைப்பிலும் அற்புதமான விளக்கக் கட்டுரைகள். அறிவியல், இலக்கியம், உலக, தேசியத் தலைவர்கள் பற்றி ஆயிரம் பக்கங்கள் விளக்கப்பட்டுள்ளன. 1963-ஆம் ஆண்டு பிப்ரவரி மாதம் வெளியிடப்பட்டது. செலவு 14 இலட்சம். இந்தியாவில் முதன் முதலாக தமிழ் மொழியில் இக்கலைக் களஞ்சியம் தொகுக்கப்பட்டது.

இதற்குப் பின் இப்படியான தொகுதியை, காமராஜருக்குப் பிறகான தமிழக அரசுகள் உருவாக்காதது வருந்தத்தக்கது.

இதே ஆண்டு 'தமிழன் வரலாறு' என்ற மூன்று தொகுதிகளைக் கொண்ட நூல் வெளியிடப்பட்டது.

1963-64 காலகட்டத்தில் அனைத்துக் கல்லூரிகளிலும் தமிழ் பயிற்று மொழியாக்கப்பட்டது சாதனை எனலாம்.

அரசுத் துறைகளிலும் அலுவலக மொழியாக்கப்பட்டது.

தமிழ் மொழியின் முன்னேற்றத்திற்காக பல்வேறு திட்டங்களை வகுத்தது காமராஜர் அரசு.

காமராஜர் புரட்சித் திட்டம் 'K' பிளான் என்ற திட்டம்.

காமராஜருக்கு (1963) 60-வது பிறந்தநாளை மணிவிழாவாக காங்கிரஸூம், காங்கிரஸ் தொண்டர்களும் கொண்டாடினர்.

சுதந்திரத்திற்காகத் தங்களைத் தியாகம் செய்த காங்கிரஸ் தலைவர்களில் பலர் பதவி ஆசையும், பண ஆசையும் கொண்டவர்களாக மாறினர். பாராளுமன்றத் தேர்தலில் பல இடங்களில் காங்கிரஸ் தோல்வி, தமிழகத்திலும் மூன்றாவது தேர்தலில் சட்டசபையிலும் பாராளுமன்றத்திலும் சில இழப்புகளைக் கண்டது.

நாடு முழுக்க இத்தகைய இழப்புகளை உணர்ந்த காமராஜர், காங்கிரஸின் எதிர்காலம் பற்றிப் பேச ஜூன் மாத வாக்கில் நேருஜியைச் சந்திக்க அலகாபாத் சென்றார்.

கட்சியை வலுப்படுத்தவும், அதிகாரப் பரவலை மட்டுப் படுத்தவும், காங்கிரஸ் தலைவர்கள் மக்களிடம் சென்று அவர்களுக்குச் சேவை செய்யவுமான திட்டம் ஒன்றை உருவாக்க இருவரும் ஆலோசித்தனர்.

மக்களிடமுள்ள பிரச்சனைகளைத் தீர்க்காமல் 'பதவி'யில் அமர நினைப்பவர்களைக் கட்சியை விட்டு நீக்க என்ன செய்யலாம் என்று சிந்தித்தனர்.

கட்சியின் கட்டுப்பாடு குலையாமல் இருக்கவும், சுதந்திரப் போராட்டக்கால ஒற்றுமையைக் கட்சிக்குள் கொண்டு வரவும்

நேருஜி விரும்பினார்.

அவரது ஆதங்கத்தை உணர்ந்த காமராஜர், தான் புதிய திட்டத்தோடு வருவதாகக் கூறி சென்னை திரும்பினார்.

ஆகஸ்டு 9-ஆம் தேதி டெல்லியில் அகில இந்திய காங்கிரஸ் கமிட்டி கூட்டத்திற்கு காமராஜர் சென்றார்.

காரியக் கமிட்டியில் காமராஜர் தன் புதிய திட்டத்தை வெளியிட்டார்.

அகில இந்திய காங்கிரஸ் கட்சியான நம் கட்சி, முதலிரண்டு தேர்தலில் அமோக வெற்றியைப் பெற்றாலும், மூன்றாவது தேர்தலில் நம் கட்சி பல இடங்களில் தோல்வியைச் சந்தித்திருக்கிறது. ஜனநாயகத்தில் வெற்றி தோல்வி சகஜம் என்றாலும், நாம் தோல்வியுற்ற இடங்களில் கட்சியை வலுப்படுத்தத் தவறிவிட்டோம் என்பதை உணர வேண்டும். குறிப்பாக நாம் பதவிகளைப் பெற்றிருப்பது மக்களை அடிமைப்படுத்தவும், அதிகாரத் தோரணையுடன் வலம் வரவும், பணம் சம்பாதிக்கவும் அல்ல என்பதை உணர வேண்டும்.

நமது மகாத்மா சொன்னதைப் போல 'மக்களுக்குச் சேவை' செய்வதுதான் நமது கடமை என்றார். நமது கட்சியை நல்வழிப்படுத்தவும், கட்சியை வலுப்படுத்தவும் நான் ஒரு திட்டம் கொண்டு வந்திருக்கிறேன்.

அதாவது அரசுப் பதவிகளில் இருக்கின்ற அனுபவமிக்க முதிய தலைவர்கள், தங்கள் பதவிகளைத் தூக்கி எறிந்துவிட்டு, முழுமூச்சாக காங்கிரஸ் கட்சியை வலுப்படுத்த ஒவ்வொருவரும் மக்களை நாடிச் செல்ல வேண்டும். அப்படிச் செய்தால்தான் காங்கிரஸ் வளர்ச்சி பெறும். மக்களும் நம்மைப் பின்தொடர்வர். பதவி ஆசையும், பண ஆசையும் கொண்ட எண்ணத்தோடு கட்சியில் இருந்தால் நமது கட்சி நம் முன்னாலேயே தேய்வதைக் காண வேண்டி வரும். எனவே கட்சி வளர்ச்சியை முன்னிட்டு, நான் என்

காலம் வணங்கும் கல்வி வள்ளல் காமராஜர்

முதல் மந்திரி பதவியை ராஜினாமா செய்கிறேன்' என்றார், காமராஜர்.

(ஊராட்சி மன்ற உறுப்பினர் பதவியை ராஜினாமா செய்யவே விரும்பாதவர்கள் மத்தியில் அதிகாரப் பதவியான முதல் மந்திரி பதவியைத் துறக்க எத்தனை மனத்துணிவு வேண்டும்! பதவியை விட மக்கள் சேவையே சிறந்தது என்பதை உணர்ந்தவர் அவர்.)

அவர் ராஜினாமா செய்ததும் நேருஜி, "தாங்கள் அகில இந்திய காங்கிரஸ் தலைவராகப் பொறுப்பேற்க வேண்டும்" என்று கேட்டுக் கொண்டார்.

"தமிழகத்தில் கட்சியை வலுப்படுத்தவே மந்திரி பதவியை விட்டு விலகுகிறேன்.. எனவே எனக்குத் தலைவர் பதவி வேண்டாம்" என்றார்.

உடனே நேருஜி, 'தானும் கட்சி வளர்ச்சிக்காக எனது பிரதமர் பதவியை ராஜினாமா செய்கிறேன்' என்று சொல்ல, காமராஜர் உட்பட அவரது ராஜினாமாவை எதிர்த்தனர்.

"தாங்கள் ராஜினாமா செய்தால் நாடு தத்தளித்துவிடும். சுதந்திரத்திற்குப் பிறகு நமது நாடு எல்லா வகையிலும் ஓரளவு முன்னேறியிருக்கிறது என்றால் அதற்குக் காரணம் தங்களின் உழைப்பும், சிந்தனையும்தான். தாங்கள் ராஜினாமா செய்தால் இத்திட்டத்தையே கைவிடுகிறேன்" என்று காமராஜர் சொல்ல... மற்ற உறுப்பினர்களும் அவரது கூற்றை வரவேற்க, நேருஜி தனது ராஜினாமாவை வாபஸ் வாங்கினார்.

காமராஜரின் இத்திட்டத்திற்கு 'கே பிளான்' (K plan) என்றே பெயரிடப்பட்டது.

அவரது திட்டத்தை வரவேற்றவர்கள் தங்கள் ராஜினாமாவை நேருஜியிடம் வழங்கினர்.

★ காமராஜ் - தமிழகம்

★ சி.பி.குப்தா - உத்திரபிரதேசம்

★ பி.ஏ.மண்ட்லாய் - மத்திய பிரதேசம்

★ பக்ஷி குலாம் முகமது - காஷ்மீர்

★ பி.பட்நாயக் - ஒரிசா

★ பினோதானந்தா - பீகார்

ராஜினாமா செய்த இவர்கள் முதல் மந்திரிகள்.

★ ஜெகஜீவன்ராம்

★ மொரார்ஜி தேசாய்

★ லால் பகதூர் சாஸ்திரி

★ பி.கோபால் ரெட்டி

★ கே.எல்.ஸ்ரீ.மாலி

★ எஸ்.கே.பாட்டீல்

ராஜினாமா செய்த இவர்கள் மத்திய மந்திரிகள்.

கட்சி வளர்ச்சிக்காக தங்கள் பதவிகளைத் துறந்தவர்கள் உலக அரசியலில் வேறு எவராவது இருந்திருப்பார்களா என்பது சந்தேகமே... இச்செய்கை மூலம் காமராஜரின் புகழ் உலகெங்கும் பரவியது.

“மகாத்மா பிறந்த நாளன்று அக்டோபர் 2-ஆம் தேதி (1963) நமது கட்சிக்காரர்கள் பெரும்பாலோர் அரச பதவியையும் அதன் மூலம் கிடைக்கும் அதிகாரத்தையும் தேடுகின்றனர். இந்தப் பதவி, அதிகாரம், பணம் இவற்றைத் தேடினால் ‘கட்சி’ நம்மை விட்டுப் போய்விடும். இதை நாம் உணர வேண்டும். இதனை மனதிற் கொண்டு என்னைப் போன்றவர்கள் பதவி விலகினால்தான் அரசு பதவி, அரசு அதிகாரம் இவற்றின் பால் கவர்ச்சி குறையும். பதவி, அதிகாரத்தை விட மக்கள்

தொண்டே மகத்தான தொண்டு. எனவே எனது முதல்வர் பதவியை ராஜினாமா செய்தேன்'' என்றார்.

காமராஜர் பதவி விலகுகிறார் என்று கேள்விப்பட்டதும் தந்தை பெரியார் திடுக்கிட்டார். எனினும் ஒன்பதாண்டுகளில் பல்வேறு நலத்திட்டங்களைச் செய்த அவரது ராஜினாமாவை ஏற்க அவர் மனம் ஒப்பவில்லை. இந்தியாவிலேயே கல்வியிலும், தொழில் துறையிலும் உச்சத்தைத் தொட வைத்தவர் பதவி விலகுகிறாரே... இனி இவரைப் போல தமிழகத்தை முன்னேறச் செய்பவர் யார் வருவார்? என்று வருத்தப்பட்ட பெரியார், 'காமராஜருக்கு அடுத்தபடியாக விரல் விட ஆளே இல்லை' என்றார்.

எளிமையான வாழ்க்கை வாழ்ந்து தமிழகத்தை ஏற்றம் பெறச் செய்தார்.

முதல் திட்ட முடிவில் ஆரம்பப் பள்ளிகளின் எண்ணிக்கை (1952–1957) 21,500 ஆக உயர்ந்தது; காமராஜர் ஆட்சி ஏறிய போது 12,000 பள்ளிகள் இருந்தன. ஆட்சியிலிருந்து இறங்கிய போது 30,000 பள்ளிகளைக் கடந்து விட்டது.

ஆரம்பப் பள்ளிகள், உயர்நிலைப் பள்ளிகள், ஓராசிரியர் பள்ளிகள், ஆதாரக் கல்வி பள்ளிகள், ஆசிரியர் பயிற்சிப் பள்ளிகள், விளையாட்டு பயிற்சிப் பள்ளிகள், தொழில் பயிற்சிப் பள்ளிகள், கலை, அறிவியல் கல்லூரிகள், பொறியியல் கல்லூரிகள், மருத்துவக் கல்லூரிகள் என காமராஜர் கல்விக்காக உழைத்தது போல் வேறு எந்த முதல்வராவது உழைத்திருப்பார்களா என்பது சந்தேகமே...

ஏழை எளிய தாழ்த்தப்பட்ட, பழங்குடி இன பிள்ளைகள் கல்வி பெற்று வாழ்க்கையில் முன்னேற வேண்டும் என்று மதிய உணவுத் திட்டம், சீருடைத் திட்டம் எனப் பல்வேறு திட்டங்களால் கல்விச் செல்வத்தை வளர்த்தார் காமராஜர். பல லட்சம் ஏழை எளிய பிள்ளைகளின் கல்விக் கண்களைத்

திறந்து, தமிழகத்தைக் கல்வியில் சிறந்த தமிழ்நாடாக்கினார் காமராஜர்.

காமராஜர் ஆட்சியின் சாதனைகள்

காமராஜர் தனது முதல்வர் பதவியிலிருந்து விலகியது பெரியாருக்கு அளவில்லா வருத்தத்தைக் கொடுத்தாலும், அவரது சாதனைகளைத் தனது விடுதலை பத்திரிகையில் வெளியிட்டுப் பாராட்டினார்.

நிலையான ஆட்சி

காமராஜர் ஆட்சிக் காலத்தில் தமிழ்நாட்டில் நிலையான ஆட்சி இருந்தது. மாநில சட்டமன்ற காங்கிரஸ் கட்சியில் நல்ல ஒற்றுமை இருந்தது.

உணவுப் பொருள் தன்னிறைவு

உணவுப் பற்றாக்குறை இருந்து வந்த நிலைமாறி ஒரே ஆண்டில் தன்னிறைவு ஏற்பட்டது மட்டுமல்ல, கேரளாவுக்கு அரிசியை அனுப்பும் நிலைமையும் ஏற்பட்டது.

கல்வி வளர்ச்சி

தன்னுடைய ஒன்பதே ஆண்டு கால ஆட்சியில் கல்வியில் வேறெந்த மாநிலமும் செய்யாத புரட்சியைச் செய்தவர். கிராம ஏழை எளிய மக்களை கல்வி பக்கத்தில் திசை மாற்றி சாதனை படைத்தவர். 30 லட்சத்திற்கும் மேற்பட்ட ஏழைப் பிள்ளைகளைப் படிக்க வைத்தவர் கர்மவீரர்.

மதிய உணவு, பள்ளிச் சீரமைப்பு ஆகிய இரு மாபெரும் திட்டங்களை வகுத்த மேதை. இவ்விரு திட்டங்களினாலும் பாராட்டத்தக்க வகையில் கல்வி வளர்ந்தது. பள்ளிகளின் எண்ணிக்கை அதிகரித்தது. அவருடைய கல்வித் திட்டத்தினால் தமிழ்நாட்டிலுள்ள ஒவ்வொரு கிராமத்திலும் ஆரம்பப் பள்ளிகள் ஏற்பட்டன. உயர் கல்வியிலும், சுகாதாரத்திலும் அவர் அடுத்தபடியாக அக்கறை காட்டினார். தமிழ்நாட்டிலுள்ள

ஒவ்வொரு மாவட்டத்திலும் கல்லூரியும், மருத்துவமனையும் ஏற்பட்டன.

மின்சார வசதி

கிராமங்களுக்கு மின்சாரம் அளிக்கப்பட்டதில் தமிழ்நாடுதான் மற்ற மாநிலங்களைவிட முன்னணியில் நிற்கிறது. தமிழ்நாட்டிலுள் 18 ஆயிரம் கிராமங்களில் 15 ஆயிரம் கிராமங்களுக்கு மின்சாரம் அளிக்கப்பட்டுள்ளது என்பது மாபெரும் சாதனை.

தொழில் வளம்

பத்தாண்டுகளுக்கு முன்னர் ஒரு சில நெசவாலைகளும், ஓரிரு சிமெண்ட் ஆலைகளும் மட்டுமே இருந்த தமிழகத்தில், தற்போது நூற்றுக்கணக்கான பெரிய நடுத்தர, சிறு நடுத்தரத் தொழில்கள் பரவியுள்ளன. தொழில்கள் நடத்துவதற்கு அளிக்கப்பட்ட 487 லைசென்சுகளில் 305 தொழில்கள் தொடங்கப்பட்டன.

முதியோர் பென்ஷன்

முதுமையுற்று நிர்க்கதியாயிருப்பவர்களுக்கு 'முதியோர் பென்ஷன்' திட்டத்தை காமராஜர் கொண்டு வந்தார். இத்திட்டத்தின் மூலம் இதுவரை சுமார் 1 லட்சம் பேர் பயன் அடைந்துள்ளனர்.

பாசனம்-மின்விசை

பாசனத்துக்கும், மின்விசை உற்பத்திக்கும் தமிழ்நாட்டிலுள்ள எல்லாப் பெரிய ஆறுகளும் தேக்கிப் பயன்படுத்தப்பட்டு விட்டன. சிறு ஆறுகளைக் கொண்டு மின்விசை உற்பத்தி செய்வதற்கான திட்டம் வகுக்கப்பட்டுள்ளது.

பஞ்சாயத்து ராஜ்யம்

வைரவமணி

தமிழ்நாட்டிலுள்ள 14,500 கிராமங்களிலும் பஞ்சாயத்துகள் நிறுவப்பட்டுள்ளன. ஒவ்வொரு பஞ்சாயத்துக்கும் பொது வானொலிப் பெட்டி ஒன்று வழங்கப்பட்டுள்ளது.

குடியிருப்பு வசதி

நகரங்களில் வசிக்கக்கூடிய ஏழை, நடுத்தர வகுப்பினருக்கும், கிராமங்களில் வசிக்கக்கூடிய தாழ்த்தப்பட்டவர்களுக்கும் குறைந்த செலவில் வீடுகள் கட்டித்தரும் திட்டத்தைக் காமராஜர்தான் துவக்கி வைத்தார்.

தொழிற்கல்வி

கல்வி வளர்ச்சித் திட்டத்தில், தொழிற்கல்விக்கு முக்கிய இடம் அளிக்கப்பட்டது. தமிழ்நாடு முழுவதிலும் பெண்களுக் கான தொழிற்பள்ளிகள் இரண்டு உட்பட ஏராளமான தொழிற்பள்ளிகளும் நிறுவப்பட்டுள்ளன.

தொழில் அமைதி

காமராஜருடைய ஆட்சிக் காலத்தில் உருவாக்கப்பட்ட ஒழுங்குமுறை விதிகளினால் தமிழ்நாட்டில் தொழில் அமைதி நிலவி வருகிறது. கடந்த ஐந்தாண்டு காலத்தில் பெரிய வேலை நிறுத்தம் எதுவும் தமிழ்நாட்டில் நடைபெறவில்லை.

கிராமத் தொழில்

மற்றும் கிராமக் கைத்தொழில்களுக்கான கழகம் (போர்டு) ஒன்றும் தமிழ்நாட்டில்தான் முதன் முதலாக அமைக்கப்பட்டது. இத்துறையில் கணிசமான அளவுக்கு கிராமக் கைத்தொழில்கள் வளர இந்த போர்டு துணை புரிந்துள்ளது.

அணைகள்

விவசாயத்திற்காக இவரைப் போல வேறு எவர் ஆட்சியிலாவது இந்த ஒன்பதாண்டு காலத்தில் இத்தனை அணைகளைக் கட்டியிருப்பார்களா என்பது கேள்விக்குறியாகிறது.

குடும்ப நலம்

குடும்ப நலத் திட்டம் அமல்படுத்துவதில் தமிழகம் குறிப்பிடத்தக்க அளவுக்கு முன்னேற்றம் கண்டது. இந்த ஆண்டில் தமிழகத்திற்குக் குடும்பக் கட்டுப்பாட்டுச் சாதனைக்காக அகில இந்தியப் பரிசும் கிடைத்துள்ளது.

காமராஜர் திட்டம் 'கே பிளான்'

கட்சி வளர்ச்சிப் பணியில் ஈடுபடுவதற்காக மூத்த தலைவர்கள் அமைச்சர் பதவியிலிருந்து விலக வேண்டும் என்ற காமராஜர் திட்டத்தினால் காமராஜர் உலகப் புகழ் பெற்றுள்ளார்.

ஆட்சி நிர்வாகத்தில் மிக உச்ச நிலையான பதவியிலிருக்கும் ஓர் அரசியல்வாதியிடமிருந்து இதுபோன்ற ஆலோசனை வந்துள்ளதானது அவருடைய தன்னலமில்லாத தேச

சேவையை உலகுக்கு அறிவிப்பதாக இருக்கிறது.

(விடுதலை 25.9.1963)

காமராஜரின் 9 ஆண்டு கால ஆட்சியைப் பற்றிய சுருக்கமான சாதனையை இதைவிட வேறு எப்படிச் சொல்ல முடியும்?

அகில இந்திய காங்கிரஸ் தலைவர்

காமராஜர் திட்டப்படி (காமராஜர் பிளான்) முதல் மந்திரி பதவியை ராஜினாமா செய்த அவரை, நேருஜி அகில இந்திய காங்கிரஸ் தலைவராகப் பதவி ஏற்கும்படி கேட்க, தான் தமிழகத்தில் காங்கிரஸை வலுப்படுத்த வேண்டும் என்று தலைவர் பதவியை மறுத்துவிட்டார்.

அக்டோபர் (1963) 2-ஆம் தேதி காமராஜர் பதவியை ராஜினாமா செய்ய 9-ஆம் தேதி காங்கிரஸ் காரியக் கமிட்டி கூட்டம் டெல்லியில் நடத்தப்பட்டது.

அக்கூட்டத்தின் முடிவில் அ.இ.காங்கிரஸ் தலைவராக மூவர் பெயர்கள் முன்மொழியப்பட்டன.

லால் பகதூர் சாஸ்திரி

அதுல்யா கோஷ்

காமராஜர்

நேருஜி, காமராஜர்தான் அ.இ. காங்கிரஸ் தலைவராக வரவேண்டும் என்று கேட்டுக்கொள்ள, காமராஜரே தலைவரானார்.

தமிழக மக்கள் மிகவும் மகிழ்ந்தனர்.

68-வது மகாசபையை ஜனவரி 5-ஆம் தேதி (1964) புவனேஸ்வரில் நடத்த முடிவு செய்தார் காமராஜர்.

புவனேஸ்வர் மாநாட்டில் கலந்து கொள்வதற்கு முன்னர் காமராஜர் ஓர் அறிக்கை வெளியிட்டார்:

நமது மதிப்பு மிகுந்த மகாத்மாவின் தலைமையில் போராடி விடுதலை பெற்றோம். விடுதலை பெற்று 17 ஆண்டுகள் மறைந்துவிட்டன. சுதந்திரம் அடைந்தால் மகிழ்ச்சியாக வாழலாம் என்று அவர் கனவுகண்டார். ஆனால் நாம் மூன்று ஐந்தாண்டு திட்டங்களைப் போட்டும் ஏழை எளிய மக்கள் இன்னமும் சுகமடையவில்லை... உணவு, உடை,

வீடு, கல்வி போன்ற அடிப்படை வசதிகள் கூட இல்லாமல் துயரப்படுகிறார்கள்.

ஆனால் ஒருசிலர் மட்டும் செல்வங்களைக் குவித்துக் கொண்டு சுகபோகமாக வாழ்கின்றனர். இந்த நிலை மாறவேண்டும். வாழ்கின்ற மக்கள் யாவரையும் சுகமாக வாழ வைப்பதே காங்கிரஸின் குறிக்கோள், லட்சியம்.

இந்த லட்சியத்திற்கான திட்டங்களை வகுக்கவே புவனேஸ்வர் செல்கிறேன்... மக்களே, தொண்டர்களே, நாம் நல்வாழ்வு வாழ உங்கள் ஆதரவும் அன்பும் தேவை.

சென்னை சென்ட்ரல் புகைவண்டி நிலையத்திலிருந்து ஜனவரி 3-ஆம் தேதி நள்ளிரவு கடந்த இரண்டு மணிக்கு புகைவண்டி கிளம்பியது.

வழியில் நெல்லூர், தெனாலி, விஜயவாடா, ராஜமுந்திரி, தூவரபுடி, பெர்ஷாம்பூர் என புகை வண்டி நிற்கும் இடங்களி லெல்லாம் காமராஜருக்கு வரவேற்பு கொடுக்கப்பட்டது.

வண்டி 5-ஆம் தேதி 3 மணிக்கு புவனேஸ்வரம் வந்து நின்றது; அவருடன் 700 பேரும் வந்தனர்.

அவரை வரவேற்பு கமிட்டி தலைவர் பட்நாயக் ஒரிசா முதல்வர் பிரேன் மித்ரா, மற்றும் லால் பகதூர் சாஸ்திரி வரவேற்றனர்.

காங்கிரஸ் மகாசபையில் 68-வது கூட்டம் என்பதால் 68 குண்டுகள் முழங்கின.

'காமராஜ்'க்கு ஜே... ஜே...' என்று காங்கிரஸ் தொண்டர்கள் வானம் அதிர முழங்கினர்.

நேருஜிக்கு உடல்நலம் பாதிக்கப்பட்டதால் அவர் கூட்டத்தில் கலந்துகொள்ள முடியாத நிலை. காமராஜருக்கு அது வருத்தத்தைக் கொடுத்தது.

ஜனவரி 9 மாலை 5 மணிக்கு காங்கிரஸ் மகாசபைக் கூட்டம்

62-வது அகில இந்திய தலைவர் கூட்டத்தில் கம்பீரமாக உட்கார்ந்திருக்கிறார்.

3 லட்சம் மக்கள் கூட்டம்

மகத்தான தலைவர் தமிழில் பேசியதாவது:

"மாபெரும் இந்திய தேசிய காங்கிரஸ் இயக்கத்தை வழி நடத்திச் செல்லும் மிகப் பெரும் பொறுப்பைச் சாமான்ய தொண்டனாகிய என்னிடம் வழங்கி இருக்கிறீர்கள். என்னை இந்த உயர்ந்த பதவியில் அமர வைத்ததற்காக உங்களை நான் வணங்குகிறேன். என் மேல் தாங்கள் வைத்திருக்கும் அளப்பரிய அன்பிற்கும், நம்பிக்கைக்கும் ஏற்ற முறையில் நான் என்னுடைய அரசியல் கடமைகளை உங்களின் ஒத்துழைப்போடு நிறைவேற்றுவேன். நாம் மக்களுக்குச் செய்ய வேண்டியவை மலையாய்க் குவிந்திருக்கின்றன. எனவே நாம் ஓய்வின்றி மக்களின் முன்னேற்றத்திற்காக கடுமையாய் உழைத்து காந்தியின் கனவை நிறைவேற்ற வேண்டும்."

மறுநாளான 10-ஆம் தேதி மாலை 7 மணி வரை கூட்டம் நடந்தது.

காங்கிரஸ் தலைவரானதும் டெல்லியில் ஓரிடத்தில் அமைதியாக அமர்ந்துகொள்ளவில்லை. நாடு முழுக்க சுற்றுப்பயணம் மேற்கொண்டு கட்சியின் கொள்கைகளை மக்களிடையே பரப்பி வந்தார். இவர் சென்ற இடமெல்லாம் மக்கள் அவருக்கு அமோக வரவேற்பை அளித்தனர்.

இரண்டு பிரதமர்களை உருவாக்கிய கிங் மேக்கர்

1964 மே மாதம் தமிழகத்தில் சுற்றுப்பயணம் மேற்கொண் டிருந்தார். இதே மாதம் 27-ஆம் தேதி அவருக்குத் துயரச் செய்தி வருகிறது. இந்திய நாட்டின் முன்னேற்றத்திற்காக தினம் 18 மணி நேரம் உழைத்த நேருஜியின் உடல் நலம் குன்றி கவலைக்கிடமாக இருக்கிறாராம். காமராஜர் அதிர்ந்தார்.

நேருஜி மிகப்பெரிய படிப்பாளி, உயர்ந்த குடும்பத்தில் பிறந்தவர் என்றாலும் இந்திய சுதந்திரத்திற்காகத் தன்னை அர்ப்பணித்தவர். நாட்டில் ஏழைமை இருக்கக்கூடாது என கடுமையாய் உழைத்தவர். படிக்காத மேதை காமராஜருடன் அன்புடன் பழகியவர். சிக்கலான நேரங்களில் காமராஜரிடம் ஆலோசனை கேட்கத் தயங்காத மேதை. சில மாதங்களாக உடல் நலமற்றிருந்தார். எழுபத்தைந்து வயது. இந்தியாவிற்காக 50 ஆண்டுகள் ஓய்வின்றி உழைத்தவர். தமிழ்நாட்டின் முன்னேற்றத்தில் தனிக் கவனம் செலுத்தியவர். அவரது துணை கொண்டுதான் காமராஜர் தமிழகத்திற்குப் பல தொழிற்சாலைகளைக் கொண்டு வந்தார். மரணத்திற்கு ஏன் அவசரம்? காமராஜர் பதைபதைப்புடன் டெல்லி புறப்பட்டார். உடன் அதுல்யா லோகேஷ், நிஜலிங்கப்பா.

விமானம் டெல்லியை அடையும் முன் நேருஜி மறைந்தார் என்ற செய்தியை அறிந்து காமராஜர் கண்ணீர் விட்டார்.

நேருஜியின் மறைவைக் கேட்டு இந்திய மக்கள் கதறித் துடித்தனர். ரோஜாவின் ராஜா... மனிதருள் மாணிக்கம்... உலகமே கலங்கியது.

நேரு மறைந்த பிறகு 'தற்காலிக இந்தியப் பிரதமராக' குன்சாரிலால் நந்தா அமர்த்தப்பட்டார்.

45 கோடி மக்களின் இதயத் தலைவனின் அழகு உடல் யமுனை நதிக்கரையில் தகனம் செய்யப்பட்டது; அவர் விரும்பியபடி அவரது அஸ்தி - சாம்பல் இந்திய மண்ணில் தூவப்பட்டது. அந்த அளவிற்கு இந்தியாவை நேசித்தார்.

நேருவிற்கு அடுத்து பிரதமர் யார்? உலகமே எதிர்பார்த்தது.

உலகத்தின் பார்வை கர்மவீரர் காமராஜர் மீது பதிந்தது. அவர்தான் காங்கிரஸ் தலைவர்; அவர்தான் இப்போது இந்தியாவை எந்தவித குழப்பமுமின்றி அழைத்துச் செல்ல வேண்டும். அடுத்த பிரதமரைத் தேர்ந்தெடுக்கும் பெரும் பொறுப்பு அவரிடம்தான் இருக்கிறது.

காலம் வணங்கும்
கல்வி வள்ளல் காமராஜர்

நேருவிற்குப் பின் இந்தியப் பிரதமராக இருக்கும் தகுதி எவரிடமும் இல்லை. அதனால் இங்கு ராணுவ ஆட்சிதான் வரும் என மேலை நாடுகள் பேசின. குறிப்பாய் பாகிஸ்தான் அதை எதிர்பார்த்தது.

(அப்போதைய) ஜனாதிபதி டாக்டர் ராதாகிருஷ்ணன் காமராஜரை அழைத்து, "பிரதமரைத் தேர்ந்தெடுங்கள். அது உங்கள் கடமை" என்று சொன்னார்.

பிரதமர் தேர்வில் கட்சியில் எவருக்கும் பிரச்சனை வரக்கூடாது என்பதில் தெளிவாய் இருந்தார் காமராஜர்.

தங்களுக்குத்தான் பிரதமர் பதவி கிடைக்கும் எனச் சொல்லிக் கொண்டிருந்த மொரார்ஜி தேசாயையும், மாளவிகாவையும் அழைத்த காமராஜர், இதுகுறித்து அமைதியாய் இருங்கள். கட்சிக்குக் கட்டுப்படுங்கள் என்று கேட்டுக் கொள்ள அவர்கள் அமைதியாயினர்.

கட்சித் தலைவர்களையும் மாநில முதல்வர்களையும் 540 கட்சி உறுப்பினர்களையும் காமராஜர் அழைத்திருந்தார்.

இக்கூட்டத்தைக் கூட்டுவதற்கு முன்னரே ஜூன் 1-ஆம் தேதி மொரார்ஜி தேசாயின் இல்லத்திற்குச் சென்ற காமராஜர், அவரைச் சந்தித்து, "பெரும்பாலான கட்சி உறுப்பினர்கள் லால் பகதூர் சாஸ்திரி அவர்களைப் பிரதமராக அமர்த்த விருப்பம் தெரிவித்துள்ளனர்" என்றார்.

"பெரும்பாலோர் விரும்பும் பட்சத்தில் லால் பகதூர் சாஸ்திரி அவர்களே பிரதமராக வருவதில் ஆட்சேபணை இல்லை" என்றார் தேசாய்.

காமராஜருக்கு லால் பகதூர் சாஸ்திரி மீது மிகுந்த மரியாதை இருந்தது. நேர்மை, உண்மை, நாட்டுப்பற்று, எளிமை, தியாகம் போன்ற நற்குணங்களைக் கொண்ட காந்திய வழியில் செல்பவர். பண ஆசை, பதவி ஆசை இல்லாத மனிதர். இவர் பிரதமராய் வந்தால் நாட்டிற்கு நன்மை என உறுதியாக நம்பினார்.

> உன் பிள்ளை முடமாக பிறந்து இருந்தால்..
> சொத்து சேமித்து வை..
> சொத்து சேர்த்து வைத்து
> பிள்ளையை முடம் ஆக்காதே.!

> எல்லாம் போய்விட்டாலும்
> வெல்ல முடியாத உள்ளம் இருந்தால்
> உலகத்தையே கைப்பற்றலாம்..!

> பணம் இருந்தால் தான்
> நாலு பேர் நம்மை மதிப்பார்கள் என்றால்..
> அந்த மானங்கெட்ட மதிப்பு
> எனக்குத் தேவையே இல்லை..!

> சட்டமும் விதிமுறைகளும் மக்களுக்காவே உருவாக்கப்பட்டவை.. சட்டத்துக்காகவும் விதி முறைகளுக்காகவும் மக்கள் இல்லை.!

> சமதர்ம சமுதாயம் மலர..
> வன்முறை தேவையில்லை..
> கல்வியும் உழைப்பும் போதுமானது.!

> நாடு உயர்ந்தால்
> நாமும் உயர்வோம்.!

> நூறு சிறந்த அறிவாளிகளுடன்
> போட்டி போடுவதை விட..
> ஒரு முட்டாளோடு போட்டி போடுவது
> மிகக் கடினமானது.!

> அப்பாவி ஏழை மக்களை
> வசதி கொண்டவர்களும்..
> கல்மனம் கொண்டவர்களும்..
> கசக்கிப் பிழிந்து விடாதபடி
> தடுக்க வேண்டியது மிக அவசியம்.!

முடிவில் லால் பகதூர் சாஸ்திரி பிரதமராகத் தற்காலிக பிரதமரான குன்சாரிலால் நந்தா முன்மொழிய, தேசாய் வழிமொழிந்தார்.

சாஸ்திரியின் தேர்வை ஜெகஜீவன்ராம், கிருஷ்ணமேனன், எஸ்.கே. பட்டீல் வரவேற்றனர்.

எந்தவிதக் குழப்பமும் இன்றி, எந்தவித பிரச்சனையும் இன்றி பிரதமரைத் தேர்ந்தெடுத்த காமராஜரை நாடே பாராட்டியது.

லால் பகதூர் சாஸ்திரி இந்தியாவின் இரண்டாவது பிரதமரானார். எளிமையான குடும்பத்தில் பிறந்து, பல துன்பங்களுக்கு இடையே படித்து சுதந்திரப் போரில் காந்திய வழியைப் பின்பற்றி நடந்து, தனது அயராத உழைப்பின் வழியே பிரதமரானவர் சாஸ்திரி.

டிசம்பர் 22-ஆம் தேதி (1964) தனுஷ்கோடியில் புயல் மழை வெள்ளம் கடல் கொந்தளித்து தனுஷ்கோடியை விழுங்கியது.

காமராஜர் அப்போதைய முதல்வர் எம். பக்தவத்சலத்தோடு இராமேஸ்வரம் சென்று மக்களுக்கு நிவாரண உதவிகளைச் செய்தார். அவர் வேகத்தைக் கண்டு இராணுவ வீரர்களே வியந்தனர்.

சாஸ்திரி மரணம் - இந்திரா காந்தி பிரதமர்

காமராஜர் தமிழக மக்களைச் சந்திக்க சமதர்ம யாத்திரை மேற்கொண்டார். நகரப் பகுதிகளுக்கு மட்டுமன்றி ஊர்கள், கிராமங்கள் என்று எல்லா இடத்திற்கும் சென்று மக்களைச் சந்தித்து அவர்கள் கொடுத்த கோரிக்கை மனுக்களைப் பெற்றுக்கொண்டார்.

அவர் 18 நாட்களில் 300 ஊர்கள் (1600 கி.மீ.) பயணம் மேற்கொண்டு சுற்றி வந்தார். இச்சுற்றுப் பயணத்தின்போது 15 முதல் 20 சிறிய கூட்டங்களிலும், 5 பெரிய கூட்டங்களிலும் கலந்துகொண்டு பேசினார்.

காலம் வணங்கும்
கல்வி வள்ளல் காமராஜர்

எந்தவிதமான முன்னறிவிப்புமின்றி பாகிஸ்தான், இந்தியா மீது போர்த் தொடுத்தது.

போர் முனையாகிய பஞ்சாபிற்கு காமராஜர் பயணம் மேற்கொண்டு, அங்கு சென்றார். காங்கிரஸ் தலைவரைக் கண்டு போர் வீரர்கள் மகிழ்ந்து அவரோடு கைகுலுக்கினர்.

அவரவர் மொழியில் கைக்குலுக்கியபோது ஒரு போர் வீரர் 'வணக்கம்' என்று தமிழில் கூற, போர் முனையில் தமிழ்க் குரல் கேட்டு ஆனந்தமடைந்த காமராஜர்,

"உனக்கு எந்த ஊர்?" என்று கேட்டார்.

"வேலூர்" என்றார் போர் வீரர்.

"வேலூரில் எங்கு இருக்கிறாய்?" என்று அவர்கள் குடும்பத்தையும் மற்றும் உறவினர்களையும் கேட்டறிந்த காமராஜர், "நான் அங்கு செல்லும்போது அவர்களைச் சந்திக்கிறேன்" என்றார்.

காமராஜரின் உற்சாகமிகுந்த உரையைக் கேட்டு போர் வீரர்கள் மகிழ்ச்சிக் கடலில் ஆழ்ந்தனர்.

வைரமணி

சிவாஜிகணேசன் உள்பட பல நடிகர்களும் போர் முனைக்குச் சென்று போர் வீரர்களைத் தங்கள் கலை நிகழ்ச்சிகளால் மகிழ்ச்சி அடையச் செய்தனர்.

சிவாஜிகணேசன் காமராஜரின் சீடராகத் திகழ்ந்தார்.

யுத்த நிதிக்காக லால் பகதூர் சாஸ்திரி தமிழகம் வந்தார். நிதியாக நிறைய சேர்ந்தது. அவரை வழியனுப்பும் இறுதி நிகழ்ச்சி சென்னை 'ஆப்டீஸ்பரி மாளிகை'யில் காங்கிரஸ் கட்சி உறுப்பினர்களின் கூட்டம் நடந்தது.

அக்கூட்டத்தில் சாஸ்திரி பேசுகின்றபோது, "நமது போர் வீரர்கள் பாகிஸ்தானை அடித்து நொறுக்கி முன்னேறிக் கொண்டிருக்கிறார்கள். இந்த முன்னேற்றத்திற்கு அரசு ஒரு காரணமென்றால்... இன்னொரு முக்கியக் காரணம் காமராஜ்தான். ஆம் அவரது ஆலோசனைப்படியே நமது படைகள் வீராவேசத்துடன் சண்டையிட்டு வெற்றிகளைக் குவிக்கின்றன. காமராஜ் எனக்கு உடன் பிறவா சகோதரர். அவரது அன்பான ஆலோசனைப்படிதான் அரசை நல்ல முறையில் நடத்திக்கொண்டிருக்கிறேன். பகைவர்களை முறியடிக்க அவர் தந்த யோசனைகளே பெருமளவில் உதவி

காலம் வணங்கும்
கல்வி வள்ளல் காமராஜர்

எல்லை காக்கும் படையினருடன்

புரிகின்றன. அவர் எனக்குக் கொடுத்த பெரும் உற்சாகமே நமது படைகள் வெற்றி பெற பேருதவி புரிந்தது. காமராஜ் ஜீ வாழ்க" என்று காமராஜரைப் பெருமைப்படுத்திப் பேசினார்.

இந்தியாவின் போர் வெற்றியைக் கண்டு உலகமே வியந்தது. பாகிஸ்தானை எதிர்த்த விதம், போர்க் கலைக்கு புதிய வழியை இந்தியா காட்டியது. இனி இந்தியாவிற்கும் பாகிஸ்தானுக்கும் போர் ஏற்படக்கூடாது என்பதை உணர்ந்த ரஷ்யா, இந்திய-பாகிஸ்தான் சமாதான உடன்படிக்கை ஏற்படும்படியாக ரஷ்யாவின் 'தாஷ்கண்ட்'டில் ஒப்பந்தம் கையெழுத்தாக இரு நாட்டுத் தலைவர்களையும் வரவழைத்தது.

இந்தியா சார்பில் பிரதமர் லால் பகதூர் சாஸ்திரியும், பாகிஸ்தான் சார்பாக சர்வாதிகாரி மார்ஷல் அயூப்கானும் தாஷ்கண்ட் வந்தனர்.

டிசம்பர் 10-ஆம் தேதி வரை (1965) இரு தலைவர்களும் சமாதானப் பேச்சு வார்த்தை நடத்தினர். முதலில் போர் ஒப்பந்தத்தில் கையெழுத்திட மறுத்த அயூப்கான், பின்னர் சாஸ்திரியின் அன்பான பேச்சைக் கேட்டு கையெழுத்திட்டார்.

உடன்படிக்கையில் வெற்றி கண்ட சாஸ்திரி, தாஷ்கண்ட்டில்

1966 ஜனவரி 11-ஆம் தேதி தனது 62-ஆம் வயதில் மறைந்தார். (இவரும் மகாத்மா காந்தி பிறந்த அக்டோபர் 2-ஆம் தேதி (1904) பிறந்தார். காமராஜரை விட ஒரு வயது சிறியவர்.)

லால் பகதூர் சாஸ்திரியின் மறைவு இந்தியாவைக் கலங்கடித்தது. தனிப்பட்ட முறையில் காமராஜர், சாஸ்திரி மறைவால் மிகவும் பாதிப்படைந்தார். எளிமை, நேர்மை, நாட்டு முன்னேற்றம் என வாழ்ந்தவர் குறுகிய காலத்தில் இறந்தது அவரை மிகவும் வருந்தவே செய்தது.

18 மாதங்கள் மட்டுமே இந்தியப் பிரதமராக இருந்த சாஸ்திரி அவர்கள், அக்குறுகிய காலத்தில் பல அரிய சாதனைகளைச் செய்தார்.

ரஷ்யாவிலிருந்து அவரது பூத உடலை சுமந்தபடி வந்தபோது அதனுடன் ரஷ்யப் பிரதமர் கோசிஜினும் இந்தியா வந்தார். அவருக்கு அஞ்சலி செலுத்த அமெரிக்கத் துணை குடியரசுத் தலைவர் ஹம்ப்ரீயும் இந்தியா வந்தார்.

ரஷ்யப் பிரதமரும், அமெரிக்க துணை குடியரசுத் தலைவரும்

காலம் வணங்கும்
கல்வி வள்ளல் காமராஜர்

காமராஜரை சந்தித்து தங்கள் இரங்கலைத் தெரிவித்ததோடு இருவரும் தனித்தனியே தங்கள் நாட்டிற்கு வரும்படி காமராஜரை அழைத்தனர்.

சாஸ்திரிக்குப் பிறகு... அடுத்த இந்தியப் பிரதமர் யார்? காமராஜர் மேல் உலகப் பார்வை மீண்டும் விழுந்தது.

1966 - 14-ஆம் தேதி காங்கிரஸ் காரியக் கமிட்டி கூட்டம் காமராஜர் தலைமையில் நடந்தது. கூட்டத்தில் காங்கிரஸின் முக்கியத் தலைவர்கள், சட்டமன்ற உறுப்பினர்கள், பாராளு மன்ற உறுப்பினர்கள், முதல்வர்கள் ஆகியோர் கலந்து கொண்டனர்.

அடுத்த பிரதமரைத் தேர்ந்தெடுக்கும் உரிமையைக் காமராஜரிடமே வழங்கியது காங்கிரஸ் கமிட்டி.

நேரு மறைந்த பின் பிரதமர் பதவிக்கு மொரார்ஜி தேசாய், லால் பகதூர் சாஸ்திரி என இருவரே போட்டியிட்டனர். இம்முறை ஏழு பேர். சிக்கலான போட்டி.

காமராஜரே பிரதமராகட்டும் என்று அதுல்யா கோஷ் குரல் கொடுத்தார்.

"எனக்குப் பதவி வேண்டாம்" என்று மறுத்துவிட்டார் காமராஜர். (இவர் பதவி ஏற்றிருந்தால் இந்தியாவின் முகமே மாறியிருக்கும்.)

மொரார்ஜி தேசாய், ஜெகஜீவன் ராம், அதுல்யா கோஷ், இந்திரா காந்தி என ஏழு பேர் பிரதமராகும் எண்ணத்தில் இருந்தனர்.

ஏழு பேரில் இந்திரா காந்திக்கு மற்றவர்களை விட அதிகமாகவே ஆதரவு இருந்தது.

இந்திரா காந்தியை நாடே அறியும். நேருவின் செல்ல மகள். தந்தையுடனே இருந்து அரசியல் படித்தவர். அறிவாளி. தைரியசாலி.

1917-ஆம் ஆண்டு நவம்பர் 17-ஆம் தேதி நேரு-கமலாவிற்கு மகளாகப் பிறந்தவர். செல்வமகள். மகாத்மா காந்தி, படேல், போன்ற சுதந்திரப் போராட்டத் தலைவர்களோடு வளர்ந்தவர். சிறு வயதில் தன்னைப் போன்ற சிறுமிகளை ஒன்றிணைத்து மகளிர் படை அமைத்தவர். தந்தை பிரதமரானபோது உடனிருந்தவர். (1942-இல் பெரோஸ்காந்தியை மணந்தவர். இரு பிள்ளைகள்: முதல் மகன் ராஜீவ் காந்தி (பிரதமராக இருந்தவர்- மனைவி சோனியா) இரண்டாவது மகன் சஞ்சய் காந்தி). லால் பகதூர் சாஸ்திரி மந்திரி சபையில் இன்ஃபர்மேஷன் மற்றும் பிராட்காஸ்டிங் பதவியை வகித்தவர்.)

காமராஜருக்கும் இந்திரா காந்தியைப் பிடித்திருந்தது. நேருவோடு பல முறை சந்தித்திருக்கிறார். திறமைசாலிப் பெண். பெண் ஒருவர் பிரதமராவது நாட்டிற்கு நல்லது என நினைத்தார். ஆனால் சென்ற முறை போல தேசாயே கடும் எதிர்ப்பாளராக இருந்தார். அவர் பாராளுமன்ற உறுப்பினர்களை ஆதரவு திரட்டினார்.

இந்த முறையும் காமராஜர், மொரார்ஜி தேசாய் இல்லத்திற்குச் சென்றார்.

“மிஸ்டர் தேசாய்... பாராளுமன்றத்திலும், வெளியிலும் இந்திராவிற்கே பெரும் ஆதரவு இருக்கிறது. எனவே அவரைப் போட்டியின்றித் தேர்ந்தெடுக்க உதவுங்கள்” என்று கேட்டார் காமராஜர்.

“சென்ற முறையும் விட்டுக்கொடுத்தேன். இம் முறையும் விட்டுக்கொடுக்க வேண்டுமா?”

“தேசாய், இந்திராவைப் பெரும்பாலோர் ஆதரிக்கிறார்களே... நாட்டின் நன்மை முக்கியமா... தனிப்பட்ட மனிதரின் ஆதங்கம் முக்கியமா? சொல்லுங்கள்” என்றார் காமராஜர்.

“நாடுதான் முக்கியம்... என்றாலும் எனக்கு எவ்வளவு ஆதரவு இருக்கிறது... என்பதை நாளை பார்ப்போம்'' என்றார் தேசாய்.

காமராஜர் அமைதியாய் எழுந்தார்.

ஜனவரி 19-ஆம் தேதி.

முதல் முறையாக பிரதமர் தேர்வுக்கு ஓட்டெடுப்பு.

ரகசிய ஓட்டெடுப்பு இரண்டு மணி நேரம் நடந்தது.

இந்திரா காந்திக்கு 355 ஓட்டுகள்.

மொரார்ஜி தேசாய்க்கு 164 ஓட்டுகள் விழுந்தன.

இந்திரா காந்தி பிரதமராகத் தேர்ந்தெடுக்கப்படுகிறார் என்று காமராஜர் அறிவித்தார்.

இரண்டு பிரதமர்களை உருவாக்கிய சாதனைத் தமிழர் அவர்.

‘நமது நாடு பல்வேறு பிரச்சனைகளை எதிர்நோக்கியுள்ள இந்தச் சமயத்தில் பதவி, பண ஆசைகளைக் கைவிட்டு

நாட்டை, நாட்டு மக்களைக் காக்க பாடுபடுவதையே முன்னெடுத்துச் செல்வதோடு புதிய பிரதமருக்கு நமது ஒத்துழைப்பை என்றென்றும் கொடுப்போம்' என்றார் காமராஜர்.

இந்திரா காந்தி - நேருவின் மகள் பிரதமர் ஆனதில் மக்கள் குறிப்பாக பெண்கள் மிகவும் மகிழ்ந்தனர். அவர் பதவி ஏற்றபோது வயது 49.

இரண்டு பிரதமர்களை உருவாக்கிய காமராஜரை உலகம் 'கிங் மேக்கர்' என அழைத்துப் பெருமைப்படுத்தியது.

தான் நேசித்த அற்புதமான தலைவர் நேருவின் மகள் இந்திய நாட்டை வளர்ச்சிப் பாதைக்குக் கொண்டு செல்வார் என்று நினைத்தார் காமராஜர்.

பதவி ஏற்ற சில மாதங்களில் 1966 ஜுன் மாதம் 6-ஆம் தேதி நாணயத்தின் மதிப்பைக் குறைத்தார் இந்திரா காந்தி. இச்செயலைச் சில பொருளாதார நிபுணர்கள் எதிர்த்தனர். காமராஜருக்கும் இச்செயல் பிடித்தமானதாக இல்லை.

இந்திராவின் இச்செயலால் இந்தியாவின் கடன் அதிகரித்து, பொருளாதாரத்தையே முடக்கிவிடும் அபாயம் ஏற்பட்டது. யாரிடமும் ஆலோசிக்காமல் தானே அறிவித்தது தலைவர் மனதை வருத்தமடையச் செய்தது. இச்செயல் மூலம் காமராஜருக்கும் இந்திராவிற்கும் மன அளவில் மெல்லிய விரிசல் ஏற்பட்டது.

நாணய மதிப்பு குறைத்தல் பற்றி காமராஜர் கூறிய விளக்கத்தைக் கேட்டு பொருளாதார நிபுணர்கள் ஆமோதித்தனர். உண்மையை எளிமையாக உரைத்திருக்கிறார் என்றார்கள் அவர்கள்.

"முன்னேற்றம் அடைந்த - வளர்ச்சி அடைந்த நாடுகள் நாணய மதிப்பைக் குறைப்பதால், தொழிலில் உற்பத்தியை அதிகப்படுத்த வாய்ப்புண்டு. ஆனால் இந்தியா போன்ற வளர்ச்சியை நோக்கிச் செல்லும் ஏழைப் பாட்டாளிகளை

காலம் வணங்கும்
கல்வி வள்ளல் காமராஜர்

Kamaraj with Indira Gandhi

அதிகமாய் வைத்திருக்கும் விவசாய நாடு, நாணய மதிப்பைக் குறைப்பதால், பொருளாதாரத்தில் பெரும் சரிவைத்தான் ஏற்படுத்தும்'' என்று கூறினார். இக்கூற்றை இந்திராவிடமே சொன்னார். அவரோ தலைவரின் பேச்சை ஏற்கவில்லை. மனம் வேதனை அடைந்தார் காமராஜர்.

அயல் நாட்டுப் பயணம்

காமராஜரை ரஷ்யப் பிரதமர் கோசிஜினும், அமெரிக்க குடியரசு துணைத் தலைவர் ஹெம்பீரியும் சாஸ்திரியின் அஞ்சலி நிகழ்ச்சிக்கு வந்தபோது அழைப்பு விடுத்தனர். அதனை ஏற்று காமராஜர் 1966-ஆம் ஆண்டு ஜூலை 22-ஆம் தேதி பகல் 1.45 மணிக்கு மாஸ்கோ விமான நிலையத்தில் காலடி பதித்தார்.

'கிங்மேக்கர்' காமராஜரை 'சுப்ரீம் சோவியத்தின் தலைவர் ஸ்பிரிஜினோவ், உதவி தலைவர் ஜானீதீவ் மற்றும் முக்கிய அதிகாரிகள், பொதுமக்கள் அன்புடன் வரவேற்றனர்.

'கோட்சூட் அணியாமல் வெள்ளைச் சட்டை வேட்டியுடன் எளிமையாக வந்த மாபெரும் தலைவரைக் கண்டு வியந்தனர்.

மாஸ்கோ நகர மேயரைச் சந்தித்து 'நகர பிரச்சனைகளையும் அதனை எவ்வாறு சமாளிக்கிறீர்கள்' என்பதையும் கேட்டு அறிந்தார் காமராஜர்.

மறுநாள் 23-ஆம் தேதி கிரெளம்லின் மாளிகையைப் பார்வையிட்டார். பிரமாண்டமான அந்த மாளிகை ஜார் மன்னர் காலத்தில் கட்டப்பட்டது.

மாளிகையில் லெனின் நூலகத்தைக் கண்டு வியந்தார்.

அங்கு வைக்கப்பட்ட பார்வையாளர் புத்தகத்தில் இவ்வாறு எழுதினார்:

"மாபெரும் உலகத் தலைவர் லெனின் அவர்கள் வாழ்ந்த இவ்விடத்தைக் கண்டதில் நான் மனப்பூர்வமாகப் பெருமையடைவதோடு, பெரும் மகிழ்ச்சியும் அடைகிறேன். சீரிய முறையில் எளிமையான வாழ்க்கை வாழ்ந்த அந்த இடத்தைப் பார்க்கும்போது பரவசமடைந்தேன். அவருடைய வாழ்க்கை எல்லோர்க்கும் எப்போதும் என்றென்றும் ஊக்கமும், உற்சாகமும் கொடுக்கும் என்பதைத் திடமாக நம்புகிறேன்."

அடுத்து சோவியத்தின் மாபெரும் தலைவர் லெனின் உடலைத் தைலமிட்டு கெடாமல் பாதுகாக்கும் சமாதியைப் பார்வையிட்டார். சில நிமிடங்கள் அவரின் உருவத்தையே பார்த்தார்; அவர் மூச்சு விடாமல் உறங்கிக் கொண்டிருப்பதைப் போல் பட்டது. அவருக்கு மலர் வளையம் வைத்து அஞ்சலி செலுத்திவிட்டு வெளியே வந்தவர் ஆர். வெங்கட்ராமனிடம், "நாம் நமது அருமை தலைவர் காந்திஜியின் உடலையும்

காலம் வணங்கும்
கல்வி வள்ளல் காமராஜர்

இவ்வாறு பாதுகாக்காமல் போய்விட்டோமே" எனக் கவலைப்பட்டார்.

அன்றே ரஷ்யப் பிரதமர் அலெக்சி கோசிஜினை சந்தித்துப் பேசினார். நாட்டின் தொழில் வளம், பொருளாதார முன்னேற்றம், வேலை வாய்ப்பு பற்றி விரிவாக உரையாற்றினார். எளிய மனிதரின் வித்தியாசமான ஆற்றல் மிகுந்த உரையைக் கேட்டு வியந்தார் அலெக்சி கோசிஜின்.

தொடர்ந்து கம்யூனிஸ்ட் கட்சியின் முக்கியப் பிரமுகர் ரசலோவைக் கண்டு பேசினார். பின்னர் ஜூலை 26-ஆம் தேதி ஹிட்லரை எதிர்த்த நகரமான வல்காகிராட்டுக்குச் சென்றார். அந்நகர மேயரும், உயர் அதிகாரிகளும், முக்கியஸ்தர்களும் அவரை வரவேற்றனர். பின்னர் யுத்த கால நினைவுச் சின்ன அருங்காட்சியகத்திற்கும் அழைத்துச் சென்றனர்.

நகரத்தைச் சுற்றிவிட்டு, இரவு லெனின் கிராம் சென்று அந்நகர மேயர் அளித்த விருந்தில் கலந்து கொண்டார் காமராஜர்.

ரஷ்யத் தலைவர் லெனின் பற்றியும், கம்யூனிஸ்ட் தலைவர்கள், தொண்டர்கள் ஆகியோரின் தியாகங்கள் பற்றியும் காமராஜர் மிகவும் பாராட்டிவிட்டு, ரஷ்ய புரட்சி ஏற்பட்டதைப் பற்றி என் நாட்டுக் கவிஞன் - மகாகவி பாரதியார், அப்புரட்சியை

வரவேற்று,

'ஆகாவென்றெழுந்தது பார் யுகப் புரட்சி
கொடுங்கோலன் ஜார் மன்னன் அலறி வீழ்ந்தான்'

என்று பாடினார் என, அப்பாடலை காமராஜர் சொல்ல.. அதை மொழிபெயர்த்துக் கேட்ட ரஷ்யர்கள் மிகவும் வியந்தனர். எங்கோ வாழும் ஒரு தமிழ்க் கவிஞன் ரஷ்ய புரட்சியை வரவேற்று எத்தனை அற்புதமாய் எழுதியிருக்கிறான் என நினைத்து நினைத்து ஆச்சர்யப்பட்டனர்.

அடுத்து அவர் ஜூலை 30-ஆம் தேதி மாஸ்கோ சென்று சோவியத் கம்யூனிஸ்ட் கட்சி காரியதரிசி கபினோவ் என்பவரைச் சந்தித்தார் காமராஜர்.

கட்சியைக் கட்டுப்பாட்டுடன் எப்படிக் கொண்டு செல்கிறார் என்று கேட்டுத் தெரிந்துகொண்ட காமராஜர், காங்கிரஸ் கட்சி, சுதந்திரப் போராட்டம் பற்றி விளக்கினார்.

இவருக்கு அடுத்து ரஷ்யாவின் மிக முக்கியமான திரு. பிரஸ்னேவைச் சந்தித்தார். (இவர் பிற்காலத்தில் சோவியத்தின் பிரதமராகப் பதவி வகித்தவர்.)

இருவரும் இந்திய-ரஷ்ய உறவுகள் பற்றி நீண்டநேரம் உரையாற்றினர்.

ஜூலை 31-ஆம் நாள் மாஸ்கோ வானொலியில் காமராஜர் பேசினார். ரஷ்ய தலைவர்களும், மக்களும் தன்னிடம் மிகுந்த அன்போடும், பாசத்தோடும் பழகியதற்கு நன்றி கூறியதோடு, ரஷ்யா என்றென்றும் இந்தியாவின் நண்பனாகத் திகழும் என தலைவர்கள் கூறியதைத் தனிப்பட்ட முறையில் பாராட்டவும் செய்தார் காமராஜர்.

பத்து நாட்கள் சோவியத் பயணத்தை முடித்துக்கொண்டு விமானத்தில் கிழக்கு ஜெர்மனிக்குப் பயணமானார்.

கிழக்கு ஜெர்மனியில் கர்மவீரர்

காலம் வணங்கும்
கல்வி வள்ளல் காமராஜர்

சோவியத் ரஷ்யா தந்த அனுபவ எண்ணங்களைச் சுமந்து கொண்டு 31-ஆம் தேதி ஜுலை மாலை கிழக்கு ஜெர்மனியின் தலைநகரான கிழக்கு பெர்லினில் உள்ள 'ஷோன் பெல்ட்' விமான நிலையத்தில் இறங்கினார் காமராஜர்.

அவர் இறங்கிய நேரத்தில் மெல்ல வானம் பூ மழைத் தூவியது. அந்தப் பூமழையில் நனைந்தவாறே காமராஜர் புன்னகைத்தபடி தன்னை வரவேற்க வந்த ஜெர்மன் தேசியத் தலைவர் டாக்டர் எரிசாம்ஸ், இந்தியாவிற்கான கிழக்கு ஜெர்மனி வர்த்தக முக்கியஸ்தர் திரு. ஷெர்பர்ட் பிஷப், மற்றும் வெளி உறவு இலாகா துணை அமைச்சர் ஸ்டிபி மற்றும் தலைவர்களோடு ஒன்று கலந்தார்.

ஆகஸ்ட் 1-ஆம் தேதி சோஷலிஸ்ட் தலைவர்களான ஹெர்மன் மேடர்ன், ஆர்மர்ட் மார்ட்டன் ஆகியோரைச் சந்தித்து சோஷலிச சமூகத்தைப் பற்றி உரையாடினார். சோஷலிசமும் கம்யூனிசமும் முதலாளித்துவமும் ஒன்றை ஒன்று பின்னியிருந்தால் நாட்டை எப்படிக் கொண்டு போகலாம் எனப் பேசினார்.

கிழக்கு ஜெர்மனியில் மக்களையும் முக்கியத் தலைவர்களையும்,

வைரவமணி

சில முக்கிய இடங்களையும் பார்த்துவிட்டு, ஆகஸ்ட் 2-ஆம் தேதி செக்கோஸ்லோவேக்கியாவின் தலைநகரான 'பிராக்'கில் இறங்கியபோது, அந்நாட்டின் மிக முக்கியத் தலைவர்களில் ஒருவரும் சோஷலிச கட்சித் தலைவரும், நிதி மற்றும் சட்ட இலாகா அமைச்சர் அலைஸ் நியூனும் மற்றும் அரசு அதிகாரிகளும் இந்தியத் தூதுவர்களும் காமராஜரை அன்புடன் வரவேற்றனர்.

அந்த நாட்டின் முக்கிய கம்யூனிஸ்ட் கட்சித் தலைவர்களைச் சந்தித்து, நாட்டின் பொருளாதார நிலை, விவசாய வளம், மக்களின் வாழ்க்கை நிலை, கல்வியின் தரம் ஆகியவற்றை அவர்களிடம் கேட்டறிந்து கொண்டார்.

இந்தியத் தூதர் கோசக், காமராஜருக்கு ஆகஸ்ட் 5-ஆம் தேதி விருந்தளித்தார். அவ்விருந்தில் அரசியல் தலைவர்கள், தமிழ் பயிலும் அந்நாட்டு மாணவர்கள், முக்கியப் பிரதிநிதிகள் கலந்து கொண்டனர்.

செக்கோஸ்லோவேக்கியா பயணத்தை முடித்துக்கொண்டு

காலம் வணங்கும்
கல்வி வள்ளல் காமராஜர்

ஆகஸ்ட் 6-ஆம் தேதி ஹங்கேரி பறந்தார்.

ஹங்கேரியின் தலைநகர் புடாபெஸ்ட் நகரில் காமராஜர் வந்திறங்கினார்.

வந்த நாளில் புடாபெஸ்ட் நகரத்தையும், அதன் அமைப்பையும், அங்கு வாழும் மக்களையும் பார்த்தார். மக்களின் கடும் உழைப்பையும், சுறுசுறுப்பையும் கண்டு மகிழ்ந்தார்.

அடுத்த நாள் நாட்டுப் பிரதமர் திரு. கலாய் அவர்களை பாராளுமன்ற மாளிகையில் சந்தித்து உரையாற்றினார்.

இச்சந்திப்பின்போது மக்கள் முன்னணி கட்சியின் முக்கியப் பிரதிநிதி திருமதி பனோஜ் பஹோவா அவர்களும் உடனிருந்தார்.

நாட்டின் பொருளாதாரம், மக்களின் வாழ்க்கை உயர்வுநிலை, எதிர்காலத் திட்டம், மகளிர் நிலை எனப் பல்வேறு தலைப்புகளில் பேச்சு இருந்தது; பயனுள்ள பேச்சு.

ஆகஸ்ட் 6-ஆம் தேதி பல்கேரிய தலைநகர் சோபியா விமான

நிலையத்திற்கு வந்தார் காமராஜர்.

பல்கேரியத் தலைவர்கள் அவரை அன்புடன் வரவேற்றனர்.

பல்கேரிய நாட்டிற்காக உழைத்த ஜியார்ஜ் டிட்ரோ (பல்கேரிய நாட்டின் தந்தை)வின் உடல் தைலமிட்டு பாதுகாக்கப்படும் அவரது சமாதிக்குச் சென்று உடலுக்கு அஞ்சலி செய்தார்.

அங்கு பல்வேறு தலைவர்களைச் சந்தித்து நாட்டு நிலவரங்கள் குறித்து உரையாடிவிட்டு, மறுநாள் யுகோஸ்லேவியா நாட்டிற்குச் சென்றார்.

யுகோஸ்லேவியா நாட்டின் தலைநகரான பெல்கிரேடில் (ஆகஸ்டு 8-ஆம் தேதி) காமராஜர் வந்திறங்கினார்.

அவரை ஜனாதிபதி கோலியா செபஸ்கியும் மற்றும் முக்கிய அதிகாரிகள், அமைச்சர்களும் மகிழ்ச்சியோடு வரவேற்றனர்.

பின்னர் விருந்து முடிந்து செபஸ்கியும், காமராஜரும் இந்திய-யுகோஸ்லேவியா உறவுகள் பற்றிப் பேசினர்.

அந்நாட்டின் பிரதமர் மார்ஷல் டிட்டோ நேருவின் நெருங்கிய நண்பர். இந்தியாவை நேசிப்பவர். அவர் 'பிரியோனி' என்ற தனித் தீவில் ஓய்வெடுத்து வந்தார். அவரை யாரும் சந்திக்காத நிலை. எனினும் காமராஜரைச் சந்திக்க விரும்பினார்.

மறுநாள் ஆகஸ்டு 9-ஆம் தேதி டிட்டோவைச் சந்திக்க தனி விமானத்தில் பிரியோனி தீவிற்குச் சென்றார் காமராஜர். அவருடன் ஆர். வெங்கட்ராமன், இந்தியத் தூதர் அம்மல் (1892-1980) மூவரும் மார்ஷல் டிட்டோவைச் சந்திக்கச் சென்றனர்.

காமராஜரை மிக மகிழ்ச்சியோடு வரவேற்றார் மார்ஷல் டிட்டோ.

மார்ஷல் டிட்டோ 1956-இல் சென்னை ஆவடி காங்கிரஸ் மாநாட்டிற்குச் சிறப்பு விருந்தினராக அழைக்கப்பட்டவர்.

காலம் வணங்கும்
கல்வி வள்ளல் காமராஜர்

இருவரும் இரு நாட்டு பிரச்சனைகள், உலக பிரச்சனைகள், உலகப் பொருளாதாரம் ஆகியவை பற்றி ஒரு மணி நேரம் மனம் விட்டுப் பேசினர். "டெல்லியில் நடக்கும் கூட்டு சேரா நாடுகளின் மாநாட்டிற்கு வருகின்ற போது தங்களைச் சந்திக்கிறேன்" என்றார் டிட்டோ.

மகிழ்ச்சியுடன் அவரிடமிருந்து விடை பெற்றார் காமராஜர்.

இருபது நாட்கள் சுற்றுப்பயணத்தை முடித்துக் கொண்டு ஆகஸ்டு 15-ஆம் தேதி சென்னை திரும்பிய பெருந்தலைவருக்குப் பெரும் வரவேற்பு வழங்கப்பட்டது.

பகல் 1.30க்கு வந்த காமராஜரை, திறந்த காரில் ஊர்வலமாக அழைத்துச் சென்றனர், தொண்டர்கள். இரு பக்கமும் மக்கள் கூட்டம்... தேனாம்பேட்டை காங்கிரஸ் மைதானம் வந்து சேர மாலை மணி 6 ஆகியது... என்றால் எவ்வளவு கூட்டம் திரண்டிருக்கும்...!

இந்தியாவை உலுக்கிய காமராஜரின் தோல்வி

காமராஜர் இரவு ஓய்வுக்குப் பின் மறுநாள் தமிழக மக்களைச் சந்திக்கக் கிளம்பினார்.

எம். பக்தவத்சலம் முதல்வர் பதவி ஏற்று ஓராண்டு ஆகியிருந்தது. நாட்டில் அரிசிப் பஞ்சமிருந்தது. அடிக்கடி மழையில்லாமல் நிலங்கள் பாளம் பாளமாய் வெடித்துப் போயிருந்தன.

இதை முன் வைத்து தி.மு. கழகம், காங்கிரஸ் அரசை குற்றம் சாட்டிக் கொண்டிருந்தது. காமராஜரும் மக்கள் முன் அரசின் உண்மையான பிரச்சனைகளைச் சொல்லிக் கொண்டிருந்தார்.

1967-இல் பிப்ரவரி மாதம் நான்காவது பொதுத் தேர்தல் நடந்தது. 234 தொகுதிகளுக்கும் மூன்று கட்டங்களாகத் தேர்தல் நடந்தது.

இரண்டு கோடியே எழுபத்தொன்பது லட்சம் வாக்காளர்கள்

ஓட்டுப் போட்டனர்.

தி.மு. கழகம் 173 இடங்களில் போட்டியிட்டு 138 இடங்களைக் கைப்பற்றியது.

காங்கிரஸ் 233 இடங்களில் போட்டியிட்டு 49 இடங்களில் மட்டுமே வென்றது.

தி.மு.க.வுக்குக் கிடைத்த வாக்குகள் 63 லட்சம். காங்கிரசுக்கு கிடைத்த வாக்குகள் 53 லட்சமாகும்.

தி.மு.க., முஸ்லிம் லீக், சுதந்திர கட்சி, இடது கம்யூனிஸ்ட், சம்யுக்தா சோஷலிஸ்ட், பிரஜா சோஷலிஸ்ட், நாம் தமிழர் இயக்கம், தமிழரசுக் கழகம் என ஏழு கட்சிகளுடன் கூட்டணி சேர்ந்து நின்றது.

காங்கிரஸ் படு தோல்வியை விட தனிப்பட்ட முறையில் விருதுநகர் தொகுதியில் நின்ற காமராஜர் கல்லூரி முடித்து வெளியே வந்த மாணவன் சீனிவாசனிடம் 500 ஓட்டுகள் வித்தியாசத்தில் தோல்வியடைந்தது இந்தியாவை உலுக்கியது.

அறிஞர் அண்ணாவால் காமராஜரின் தோல்வியை ஏற்றுக் கொள்ள முடியவில்லை. மாபெரும் மக்கள் தலைவர் தோற்றுப் போவார் என அவரால் நினைத்துகூடப் பார்க்க முடியவில்லை.

16 வயதில் சுதந்திரப் போராட்டத்தில் இணைந்து 9 முறை சிறை சென்று 9 ஆண்டுகள் 'பொற்கால' ஆட்சி நடத்திய அவரது தோல்வியைக் கண்டு காங்கிரஸ் தொண்டர்கள் கண்ணீர் விட்டனர். காமராஜரின் திருமலை பிள்ளை தெரு 8-ஆம் எண் வீடு துயரக் கண்ணீரில் மிதந்தது.

காமராஜர் தனது தோல்வியைக் கண்டு கலங்கவில்லை. வெற்றி தோல்வி ஜனநாயக நாட்டில் சகஜமானது என எடுத்துக் கொண்டார்.

இத்தேர்தலில் மத்திய அரசை அமைக்கும் மெஜாரிட்டி

**காலம் வணங்கும்
கல்வி வள்ளல் காமராஜர்**

மட்டுமே கிடைத்தது.

டெல்லி சென்ற காமராஜரிடம் 'காங்கிரஸ் தோல்வியை எப்படிப் பார்க்கிறீர்கள்?' என ஒரு நிருபர் கேட்டார்.

"மக்களின் தீர்ப்பை நான் தலை வணங்கி ஏற்றுக்கொள்ளத்தான் வேண்டும். எங்கள் காங்கிரஸுக்குக் கிடைத்திருக்கின்ற தோல்வியை நான் ஒப்புக்கொள்ள எனக்குத் தயக்கமே இல்லை. அரசியலில் வெற்றி தோல்வி சகஜம் என்பதை உணர்ந்தவன். நாங்கள் மக்களின் நன்மதிப்பை நம்பிக்கையைப் பெற கடுமையாக உழைப்போம். மக்களுக்குத் தொண்டு செய்வது தொடரும்..." என்றார் காமராஜர்.

இரண்டாம் முறையாக இந்திரா காந்தியைப் பிரதமர் பதவியில் அமர்த்தினார் காமராஜர்.

1968-இல் இந்திய காங்கிரஸ் தலைவர் பதவிக்கு மூன்றாம் முறை நிற்க விரும்பாமல் நிஜலிங்கப்பாவை காங்கிரஸ் தலைவராக்கினார் காமராஜர்.

1969-ம் ஆண்டு நேசமணி மறைந்தார். பாராளுமன்றத்திற்கு இடைத்தேர்தல் நடந்தது. அத்தொகுதியில் காமராஜர் நின்று 1 லட்சத்து 26 ஆயிரத்து 201 ஓட்டுகள் வித்தியாசத்தில் வெற்றி பெற்று பாராளுமன்றத்திற்குச் சென்றார்.

டெல்லி சென்ற அவரைப் பிரதமர் தனியே சந்தித்து, மத்திய அமைச்சரவையில் மந்திரியாகும்படி கேட்டுக் கொண்டார்.

"மக்களுக்கான சேவையே போதும்... மந்திரிப் பதவி வேண்டாம்..." என்று மறுத்துவிட்டார் காமராஜர்.

தமிழ்நாடு முதல்வர் அறிஞர் அண்ணாதுரை புற்றுநோயால் பாதிக்கப்பட்டபோது அவர் அமெரிக்கா சென்று மருத்துவ உதவி பெற உதவினார் காமராஜர். பிப்ரவரி 3-ஆம் நாள் அவர் இறந்தபோது நேரில் சென்று தனது அஞ்சலியைச்

செலுத்தினார்.

மு.கருணாநிதி அடுத்த முதல்வராகப் பதவி ஏற்றார்.

தாயின் உடல்நிலை பாதிக்கப்பட்டதாக அறிந்து விருதுநகர் சென்றார்.

மரணப் படுக்கையில் இருந்த சிவகாமி அம்மாள் தேசத் தலைவனை - தன் மகனை இறுதியாகப் பார்த்தார்.

தன் தங்கை நாகம்மாளிடம் தாயின் உடல்நிலை பற்றி விசாரித்து விட்டு, 'நான் போய்ட்டு வர்றேன்... கட்சி வேலை இருக்கு. உடம்ப பார்த்துக்க' என்று சொல்லிவிட்டு எழுந்த மகனைப் பார்த்து,

"ஒரு வாய் சாப்பிட்டு விட்டுப் போப்பா" திக்கித் திணறிச் சொல்ல..

"சரி சரி... எடுத்து வை" என்று தங்கையிடம் சொல்ல...

உடனே அவருக்கு உணவு பரிமாறப்பட்டது.

ஏதோ பெயருக்கு சாப்பிட்டுவிட்டு, நான் கிளம்பறேன் என்று எழுந்தார்.

"மவராசனா போய்ட்டு வாப்பா" என்று மகனை வாழ்த்தி அனுப்பியதுதான் அந்தத் தாயின் இறுதி வார்த்தை.

சில நாட்களில் தாய் மரணம் அடைந்தார். தன்னால் எந்த சுகத்தையும் பெறாத தாயை நினைத்து வருந்தினார்.

பிளவுபட்ட காங்கிரஸ்; காமராஜரின் வேதனை

ஆகஸ்ட் மாதம் (1969) சோதனையான மாதம் என்றே சொல்லலாம். காங்கிரஸுக்குள் பிளவு ஏற்படக் காரணமான மாதம்.

அப்போது ஜனாதிபதி தேர்தல் வந்தது.

இந்திராகாந்தி தன்னிச்சையாகச் செயல்பட்டு காங்கிரஸ் பிளவுக்குக் காரணகர்த்தாவானார்.

அப்போதைய சபாநாயகராக இருந்த நீலம் சஞ்சீவ ரெட்டியை தேர்தலுக்காக ராஜினாமா செய்யும்படி காங்கிரஸ் காரிய கமிட்டி சொன்னது; அவரும் ராஜினாமா செய்தார். சஞ்சீவ ரெட்டியை ராஜினாமா செய்யும்படி கூறியபோது இந்திரா காந்தியும் உடன் இருந்தார்.

அப்போது துணை ஜனாதிபதியாக இருந்த வி.வி.கிரியை தனது செல்வாக்கால் ஜனாதிபதியாக்கினார் இந்திராகாந்தி.

கட்சிக் கட்டுப்பாட்டை மீறி தன்னிச்சையாக நடந்தது, இந்திரா காந்தி மீது காமராஜருக்கும், மற்ற தலைவர்களுக்கும் வேதனையை ஏற்படுத்தியது.

கட்சிக் கட்டுப்பாட்டை உயிரென நேசிப்பவர் காமராஜர். அதை மீறிவிட்டார் நேருவின் மகள். கட்சிக் கட்டுப்பாட்டை மீறியவர்கள் மீது காரியக் கமிட்டி நடவடிக்கை எடுக்க முனைந்தது.

இதன் வெளிப்பாடாக நவம்பர் மாதம் மாபெரும் தேசிய இயக்கமான காங்கிரஸ் இரண்டாகப் பிரிந்து போனது.

காமராஜர், பாட்டீல், நிஜலிங்கப்பா, சஞ்சீவரெட்டி, அதுல்யா கோஷ் ஆகியோர் காங்கிரஸிலிருந்து விலகி நின்றனர். சிண்டிகேட்- இண்டிகேட் எனப் பிரிந்தது கட்சி.

தமிழகத்தில் பெரும்பாலோர் காமராஜர் பக்கமே நின்றனர்.

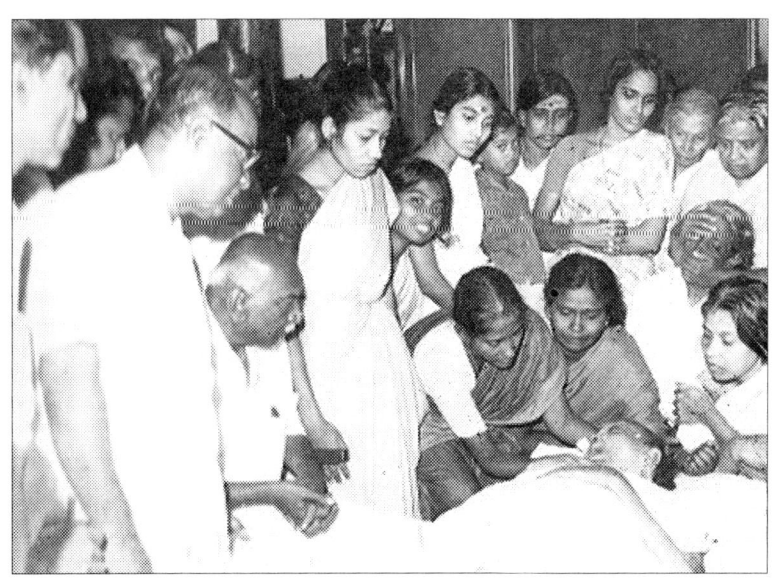

காலம் வணங்கும் கல்வி வள்ளல் காமராஜர்

தனது கட்சியை 'ஸ்தாபன காங்கிரஸ்' என்றும் பழைய காங்கிரஸ் என்றும் அழைக்கும்படி கூறினார் அவர்.

'இந்திரா காங்கிரஸ்' என்று இந்திராவை ஆதரித்தவர்கள் அழைத்தனர்.

காமராஜர் தமிழக ஆளும் கட்சியை எதிர்த்து பிரசாரம்

1967-இல் ஆட்சிக்கு வந்தது திராவிட முன்னேற்றக் கழகம்.

'ரூபாய்க்கு மூன்று படி அரிசி லட்சியம் - முடியவில்லை எனில் ஒரு படி நிச்சயம்' என்று அரிசியை வைத்துத் தேர்தலைச் சந்தித்து வெற்றி கண்டது தி.மு.க.

காமராஜரிடம் கட்சித் தொண்டர், 'தி.மு.க.வை விமர்சிக்க வேண்டாமா?' எனக் கேட்டனர்.

"ஆட்சிக்கு இப்போதுதானே வந்தார்கள். ஆறு மாதங்கள் போகட்டும் பார்க்கலாம்... அவர்களுக்கு 'நிர்வாகம்' புதிது. இதை உணருங்கள்" என்றார் காமராஜர்.

அறிஞர் அண்ணா மறைந்து ஓராண்டு காலம் சென்றுவிட்டது. கலைஞர் முதல்வராகி ஓராண்டு சென்றுவிட்டது. அதாவது தி.மு.க. பதவி ஏற்று மூன்றாண்டுகள் கடந்துவிட்டன.

1970-ஆம் ஆண்டுவாக்கில் காமராஜர் தி.மு.க. ஆட்சியைப் பார்த்து, "ஆட்சிக்கு வந்து மூன்றாண்டுகள் ஆன பிறகும் தாங்கள் தேர்தலின்போது சொன்ன எதையும் மக்களுக்குச் செய்யவில்லையே?" என்று கேட்டார்.

"ரூபாய்க்கு மூன்று படி... இல்லையேல் நிச்சயம் ஒரு படி என்றீர்களே... இதுவரை தமிழகம் முழுக்க நடைமுறைப்படுத்தவில்லையே, ஏன்?" எனவும் வினா எழுப்பினார்.

'மக்களுக்குச் சொன்ன வாக்குறுதிகளை நிறைவேற்றாத அரசு எதற்கு?' எனக் கேள்வி எழுப்பினார் காமராஜர்.

தனது எதிர்ப்புகளைப் பொதுக்கூட்டங்கள் வாயிலாகவும், பத்திரிகை வாயிலாகவும் வெளிப்படுத்தினார்.

"அரசாங்கத்தை எதிர்த்துப் போராட்டங்கள், கிளர்ச்சிகள், ஊர்வலங்களை நடத்தலாமா?" எனக் கட்சித் தொண்டர்கள் காமராஜரைக் கேட்டபோது,

"மக்களுக்கு எந்தவிதத்திலும் தொந்தரவு கொடுக்கக்கூடாது" என்றார்.

தன்னுடைய கோரிக்கைகளுக்கு ஆளுங்கட்சி பதிலளிக்காததை எண்ணி சற்றே கோபமடைந்தார்; எனினும் அமைதி காத்தார். 1972-இல் நடக்க வேண்டிய தேர்தலை 1971-இல் நடத்த முடிவு செய்தார் இந்திரா காந்தி.

இச்செயலை காமராஜர் எதிர்த்தார். நாணயமான அரசியலுக்கு ஆபத்தானது என்றார்; ஆனால் இந்திராகாந்தி தான் நினைத்தபடி செயல்படுத்த முடிவு செய்தார்.

1970-ஆம் ஆண்டு டிசம்பர் மாதம் 27-ஆம் தேதி இரவு 9 மணி அளவில் நாடாளுமன்றம் கலைக்கப்பட்டதாக அறிவிப்பு வெளியானது.

கலைஞரும் 1971-ஆம்ஆண்டு ஜனவரித் திங்கள் 5-ஆம் தேதி சட்டமன்றம் கலைக்கப்பட்டதாக அறிவித்தார்.

தி.மு. கழகத்தோடு இந்திரா காங்கிரஸ், முஸ்லிம் லீக், வலது கம்யூனிஸ்டு, பார்வர்டு பிளாக், தமிழரசுக் கழகம், பி. சோசலிஸ்ட் என ஏழு கட்சிகள் ஒன்றிணைந்தன.

மார்ச் மாதம் 7-ஆம் தேதியோடு பொதுத் தேர்தல் முடிந்தது.

தி.மு. கழகம் 184 இடங்களையும், கூட்டணி 27 இடங்களையும் கைப்பற்றியது. சிண்டிகேட் காங்கிரஸ் (காமராஜர் கட்சி) 15 இடங்களையும், சுதந்திரா கட்சி 6 இடங்களையும் பெற்றன.

காமராஜர் பாராளுமன்றத் தொகுதியில் மீண்டும் நாகர்கோவிலில் நின்று வெற்றி பெற்று இரண்டாம் முறை பாராளுமன்றம் சென்றார்.

கட்சி தோல்வியடைந்ததை வருத்தத்துடன் வெளிப்படுத்திய தொண்டர்களைப் பார்த்து, "நம்மிடம் பணபலம் இல்லை; கையில் காசின்றி உழைத்தோம்... சரி அடுத்த தேர்தலில் நமது பலத்தைக் காண்பிப்போம்" என்று அவர்களுக்கு ஆறுதல் கூறினார் காமராஜர்.

மாநில அரசை எதிர்த்து விவசாயிகள் கோவையில் கிளர்ச்சி செய்தார்கள். இக்கிளர்ச்சி தமிழகம் முழுக்கப் பரவியது. கிளர்ச்சியில் ஈடுபட்ட 15,000க்கும் மேலானவர்களைக் கைது செய்தது.

விவசாயிகளுக்கு ஆதரவாகக் குரல் கொடுத்தார் காமராஜர்.

துப்பாக்கிச் சூட்டில் இறந்த விவசாயிகளின் குடும்பத்தை நேரில் சந்தித்து ஆறுதல் கூறினார் அவர்.

மாநிலத்து விவசாயிகள் பிரச்சனை, நெசவாளர்கள் பிரச்சனை, விலைவாசி உயர்வு எனப் பல பிரச்சனைகள் இருக்கும். மது விலக்கை ரத்து செய்தது அரசு.

காமராஜர் தன் தொண்டர்களை ஒன்று கூட்டினார்.

அக்டோபர் 3-ஆம் தேதி முதல் 12-ஆம் தேதி வரை 5 அம்ச கோரிக்கைகளை வலியுறுத்தி அரசு அலுவலகங்கள் முன் அமைதியான அறப்போராட்டத்தை காந்திய வழியில் நடத்த முடிவு செய்தது காரியக் கமிட்டி.

1. விவசாயப் பிரச்சனைகளை உடனடியாகத் தீர்வு காண்க.

2. நெசவாளர் பிரச்சனைகள் உடனடியாகத் தீர்வு காண்க.

3. வேலை இல்லாத் திண்டாட்டத்தை தீர்த்திடுக.

4. ஏழை எளிய மக்கள் மகிழ்ச்சியாக வாழ உடனடியாக விலைவாசியைக் கட்டுப்படுத்த நடவடிக்கை காண்க.

5. பரிபூரண மதுவிலக்கைக் கொண்டு வரவேண்டும்.

காலம் வணங்கும் கல்வி வள்ளல் காமராஜர்

மேற்கண்ட ஐந்து கோரிக்கைகளை மக்களுக்கு எடுத்துக் கூற, சென்னை கண்ணப்பர் திடலில் அக்டோபர் 2-ஆம் தேதி பொதுக்கூட்டம் கூட்டிப் பேசினார்.

அடுத்தடுத்த கூட்டங்களில் தொடர்ந்து மாநில அரசின் செயல்படாத மக்கள் விரோதப் போக்கைக் கண்டித்துப் பேசினார்.

ஒரு கூட்டத்தில் பேசும்போது, சுதந்திரம் பெற்று 25 ஆண்டுகள் ஆகியும் நாட்டில் முன்னேற்றம் அதிகமில்லை. இன்றைய நெருக்கடியான நிலைமைகளுக்கு அரசின் செயல்படாத நிலைதான் காரணம் என்பேன். திட்டங்களை வேகமாகத் தீட்டுகிறார்களே தவிர அவற்றை உடனுக்குடன் செயல்படுத்தாததால் மக்களுக்கு வேண்டியவை தேவையான நேரத்தில் போய்ச் சேருவதில்லை. பணத்தாசையும், பதவி ஆசையும் நாட்டையே குட்டிச்சுவராக்கி விட்டது. இன்றைய நாட்டு நிலையை நினைத்தால் மனம் மிகவும் வேதனையடைகிறது.

காந்திய வழியில் அமைதியாக அறப்போராட்டம் நடத்த வேண்டும். சிறிதளவும் வன்முறை இருத்தல் கூடாது. நம்முடைய போராட்டத்தால் பொதுமக்களுக்குச் சிறிதளவும் பாதிப்பு ஏற்படக் கூடாது.

நமது தொண்டர்கள் அமைதிப் புரட்சியில்தான் ஈடுபட வேண்டும். காவல்துறையினர் நம்மை அடித்துத் துன்புறுத்தினாலும், சிறையில் அடைத்தாலும் நாம் அதை அமைதியான முறையில்தான் ஏற்றுக்கொள்ள வேண்டும்.

மகாத்மாவின் சத்திய வழியில் செல்வோம். நிச்சயம் நாம் வெற்றி பெறுவோம் என்றார்.

காமராஜரின் தொண்டர்கள் தமிழகம் முழுக்க பல இடங்களில் அறப்போராட்டம் நடத்தினர். சுமார் 30 ஆயிரத்துக்கும் மேற்பட்ட தொண்டர்கள் கைது செய்யப்பட்டனர்.

சிறையில் வைக்க இடமில்லாததால் அன்றே விடுதலை ஆகினர்.

காமராஜருக்கு இரு காங்கிரஸ் இருப்பதில் விருப்பமில்லை. இன்று நாடு பல்வேறு பிரச்சனைகளில் சிக்குண்டு கஷ்டப்பட்டுக் கொண்டிருக்கையில் நாட்டில் கட்சிகள் பெருகுவது நாட்டை பலவீனமாக்கும் என நினைத்தார்.

1972-ஆம் ஆண்டு அவருக்குத் தாமிர பத்திர விருது வழங்கி சிறப்பித்தது மத்திய அரசு.

நாட்டில் புதிய புதிய சிறு சிறு கட்சிகளும், சாதிய அடிப்படையிலான அமைப்புகளும் பெருகுவது அவரது மன வேதனையை அதிகப்படுத்தியது.

சாதி மத பிரச்சனைகள் ஆங்காங்கே முளைப்பதும், மந்திரிகளும், பாராளுமன்ற, சட்டமன்ற உறுப்பினர்களும் மக்களுக்குச் சேவை செய்யாமல் மக்களின் வரிப்பணத்தைச் சுரண்டிக் கொழுப்பதும் துயரத்தைக் கொடுத்தது.

நாட்டில் வறுமை பெருகுவதும், வேலையில்லாத் திண்டாட்டம் அதிகரிப்பதும் ஒரு சிலரிடம் பணம் குவிவதும் இதயத்தைக் கவ்வின.

இதற்குத்தானா சுதந்திரம் பெற்றோம்?

நெருக்கடி நிலையும் (மிசா) காமராஜரின் எதிர்ப்பும்

இந்திரா காந்தி அவர்கள் 1971-ஆம் ஆண்டு ரேபரேலி தொகுதியில் நின்று போட்டியிட்டு வென்றது செல்லுபடியாகாது என்று அலகாபாத் உயர்நீதிமன்றம் ஜூன் மாதம் 12-ஆம் தேதி தீர்ப்பு வழங்கியது.

இத்தீர்ப்பால் இந்திராகாந்தி பதவி விலக வேண்டிய நிலை. அவர் பதவி விலக வேண்டும் என்று ஜெயப்பிரகாஷ் நாராயணன் மற்றும் மொரார்ஜி தேசாய் மேலும் சில தலைவர்கள் அறிக்கை விட்டனர். அதை எதிர்க்கட்சிகளும்

ஆதரித்தன.

இதைக் கண்டு சற்றே கடுப்பான இந்திரா காந்தி அவர்கள் ஜூன் 26-ஆம் தேதி நாடு முழுக்க நெருக்கடி நிலையைக் கொண்டு வந்தார். இதற்கு மிசா சட்டம் என்று பெயர்.

இச்சட்டத்தின் மூலம் பேச்சுரிமை, பத்திரிகை சுதந்திரம் பறிக்கப்பட்டது.

தன்னை எதிர்ப்பவர் எவரானாலும் சிறைக்குச் செல்லத்தான் வேண்டும் என்ற நிலையைக் கொண்டு வந்தார் இந்திரா காந்தி, சிறையில் பலர் தள்ளப்பட்டதுண்டு.

காமராஜர் நெருக்கடி நிலையைக் கண்டித்துப் பேசினார். 'நாடு நெருக்கடி நிலை கொண்டு வரும் அளவிற்கு இல்லையே' என்றார். நாடு பல்வேறு பிரச்சனைகளில் மூழ்கி இருக்கையில் நெருக்கடி நிலை தேவையில்லை. இதை உடனடியாக நீக்கவேண்டும் என்றார்.

தி.மு.கழகமும் நெருக்கடி நிலையை எதிர்த்துக் குரல் கொடுத்தது.

நெருக்கடி நிலை என்ற அவசர நிலைச் சட்டத்தை எதிர்த்து பீகாரில் ஜெயப்பிரகாஷ் நாராயணன் பெரும் போராட்டம் நடத்தினார். அவரோடு சேர்ந்து ஜெகந்நாத்ஜியும் போராடினார். சுதந்திரத்திற்காகப் போராடிய வயதான தலைவர்களும், நாட்டுப்பற்று கொண்ட பல நல்லவர்களும் சிறைப்பட்டதைக் காமராஜரால் தாங்க முடியவில்லை. நாட்டை முன்னேற்றுவார் என்றுதானே இந்திராவைப் பிரதமராக்கினோம். அவரோ நாட்டைத் தவறான வழிக்குக் கொண்டு செல்கிறாரே என வேதனை அடைந்தார்.

1975-ஆம் ஆண்டு துவக்க நாள் முதல் அவர் நெருக்கடி நிலையை எதிர்த்து தமிழகம் முழுக்க வந்தார். அவருக்கு அவ்வப்போது உடல்நிலை பாதிக்கப்படவே செய்தது.

இரு காங்கிரசையும் இணைக்க விரும்பிய அவர், இந்திராவின்

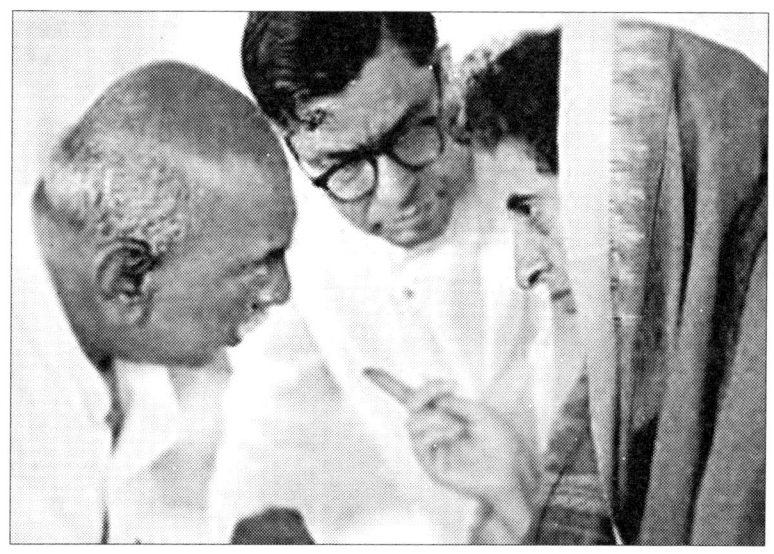

நெருக்கடி நிலை பிரகடனத்தால் அந்த வாய்ப்பையும் கைவிட்டார்.

ஜுலை 2,3-ஆம் தேதிகளில் காங்கிரஸ் கூட்டத்தைக் கூட்ட கூறினார் காமராஜர். அப்போது அவருக்கு மிகவும் நெருக்கமாக இருந்த ஜி.கே. மூப்பனார், மற்றும் சில தலைவர்கள் அந்தத் தேதிகளில் கூட்டத்தைக் கூட்டினர். காமராஜருக்கு உடல்நிலை பாதிக்கப்பட்டதால் அவர் கூட்டத்தில் கலந்துகொள்ளவில்லை.

ஆனால் காமராஜரின் ஆலோசனைபடி முக்கியத் தீர்மானம் மட்டும் நிறைவேற்றப்பட்டது.

நெருக்கடி நிலை பிரகடனத்தை உடனடியாக ரத்து செய்ய வேண்டும்.

மற்றவர்களின் எதிர்ப்பு நிலையைச் சமாளித்த இந்திரா காந்தியால், தன்னைப் பிரதமராக்கிய காமராஜரின் எதிர்ப்பைச் சமாளிக்க இயலவில்லை. அவரைச் சமாதானப்படுத்த விரும்பி மரகதம் சந்திரசேகரை அனுப்பி வைத்தார். காமராஜரை

சந்தித்த மரகதம் சந்திரசேகர், "கைது செய்யப்பட்டவர்களை காந்தி ஜெயந்தி அன்று (அக்டோபர் 2) விடுதலை செய்து விடுவதாக"க் கூறினார்.

"தலைவர்கள் சிறையில் இருக்கின்ற நிலையில் தான் சமாதானம் பேச வர இயலாது" என்று திட்டவட்டமாகக் கூறினார் காமராஜர்.

தான் ஓய்வு எடுத்துக் கொண்டு நவம்பர் மாதம் முதல் மக்களைச் சந்திக்க முடிவு செய்தார்.

பெருந்தலைவரின் இறுதி இரண்டு நாட்கள்

அக்டோபர் 1 காமராஜரின் உயிர்த் தொண்டரும், நடிகர் திலகமுமான சிவாஜிகணேசனின் பிறந்தநாள்.

அந்த நாளில் காமராஜர் சிவாஜியின் இல்லம் சென்று, அவருக்கு மாலையிட்டு வாழ்த்திவிட்டு வந்தார்.

அக்டோபர் 2

தனது அன்புத் தலைவர் - இந்தியாவின் தந்தை மகாத்மாவின் பிறந்தநாள்.

காலை வழக்கம் போல் எழுந்து குளித்து முடித்துவிட்டு, பத்திரிகைகளைப் பார்த்தார். இந்திரா சொன்னது போல் எவரையும் விடுதலை செய்யவில்லை. மகத்தான மாமனிதர் ஆச்சார்யா கிருபளானியை கைது செய்தது காமராஜரை மிகவும் பாதித்தது.

அன்று மக்களுக்குச் சொன்ன செய்தியாவது: "இன்று மகாத்மாவின் 106-வது பிறந்தநாள். இந்திய மக்களின் விடுதலைக்காகத் தன்னுயிரைக் கொடுத்த ஒப்பற்ற தலைவரின் பிறந்தநாள். இன்று இந்திய மக்கள் அனைவரும் அந்தப் புனிதரை மனதில் நினைத்து அவரது தர்ம சிந்தனைகளையும், உயர்ந்த கொள்கைகளையும், வாழ்க்கையில் கடைப்பிடித்து வாழ்வோமாக. நமது சமூகத்தில் இன்றிருக்கும் சாதி,

மத ஏற்றத் தாழ்வுகளை ஒதுக்கிவிட்டு, அன்பு வழியில், அறவழியில், மகாத்மா காட்டிய வழியைப் பின்பற்றி உயர பாடுபட்டு உழைப்போமாக.

வந்த தொண்டர்கள், மக்கள், பத்திரிகை நிருபர்களைப் பார்த்து பேசி அனுப்பிய பின்னர், சென்னை காந்தி மண்டபத்தில் நடக்கும் காந்தி ஜெயந்தி விழாவில் காமராஜரைக் கலந்து கொள்ளுமாறு கவர்னர் விடுத்த அழைப்பை ஏற்று வருவதாக தகவல் அனுப்பினார்.

10 மணிக்கு காமராஜரை தினமும் கவனிக்கும் மருத்துவர் வந்து அவரது உடல் நிலையைப் பார்த்து பரிசீலித்து விட்டு, ஊசி போட்டுச் சென்றார்.

11 மணி அளவில் சட்டக் கல்லூரி மாணவர்கள் 50 பேர் தலைவரைக் காண வந்தனர். உடல்நிலை சரியில்லாத நிலையிலும் அவர்களிடம் சில நிமிடங்கள் பேசி அனுப்பி வைத்தார்.

12 மணிக்கு காங்கிரஸ் செயலாளர்கள் சிலருக்கு போன் செய்து, தன்னை வந்து பார்க்கும்படி கூற, சிதம்பரம் நகர காங்கிரஸ் இணை செயலாளர் தணிகைத்தம்பி காமராஜரைச் சந்தித்துப் பேசி விட்டுச் சென்றார்.

வழக்கமாக ஒரு மணிக்கு மதிய உணவருந்தும் காமராஜர் அன்று ஒன்றரை மணிக்கு சாப்பிட அமர - அவரது 20 வருடங்களுக்கு மேலான உதவியாளர் வைரவன் அவர்கள் பாகற்காய் கறி, முளைக்கீரை மசியல், பருப்புத் துவையல் பரிமாற மெல்ல சாப்பிட்டுக்கொண்ட காமராஜருக்கு வியர்ப்பது போலிருந்தது.

உணவு உண்ட பின் சிறிது நேரம் படுக்கும் பழக்கம் அவருக்கு உண்டு. தன்னுடைய படுக்கையில் சென்று படுத்தார்.

மீண்டும் உடம்பெல்லாம் வியர்த்தது.

தனது உதவியாளரை அழைத்து, "வைரவா உடம்பெல்லாம்

வியர்க்கிறது... உடம்பு என்னவோ போலிருக்கிறது..." என்றார் காமராஜர்.

வைரவன் தலைவரின் தலையைத் தொட்டுப்பார்க்க, 'ஜில்'லென்றிருந்தது. "ஐயா டாக்டரைக் கூப்பிடவா" என்று கேட்க,

"டாக்டர் செளரிராஜனுக்குப் போனை போட்டுக்கொடு" என்றார் காமராஜர்.

டாக்டர் செளரி ராஜனுக்குப் பலமுறை முயற்சித்தும் அவரைத் தொடர்புகொள்ள முடியவில்லை. பிறகு மற்றொரு டாக்டர் ஜெயராமனுக்கு போன் போட்டு காமராஜரிடம் கொடுக்க,

"என் உடம்பெல்லாம் வியர்க்கிறதப்பா... குளிர் சாதனப் பெட்டியிருந்தும் வியர்க்குமா?" என்றார்.

"ஐயா... நெஞ்சில் வலி இருக்கிறதா? மூச்சுத் திணறுகிறதா?" என்று மருத்துவர் கேட்டார்.

"அதெல்லாம் இல்லே... அதிகமா வியர்த்துக்கிட்டே இருக்கு..." என்றார் காமராஜர்.

"ஐயா இதோ வருகிறேன்..." என்றார் மருத்துவர்.

காமராஜர் மல்லாக்க படுத்துக்கொள்ள, உதவியாளர் வைரவன் வெளியே சென்றார்.

மீண்டும் அவரை அழைத்து, "டாக்டர் ஜெயராமன் அழுத்தம் பார்க்கிற கருவியை வரும்போது கொண்டு வரும்படி சொல். அவர் வந்ததும் எழுப்பு..." விளக்கை அணைத்துவிட்டுப் போ" என வைரவனிடம் கூற, 'சரி' என்றவாறே விளக்கை அணைத்துவிட்டு வெளியே போனார்.

மதியம் மூன்று மணி.

டாக்டர் சௌரிராஜன் வேகமாய் காமராஜர் படுத்திருக்கும் அறைக்குள் நுழைந்தார். அவருக்குள் என்றுமில்லாத ஏதோ பதற்றம்.

காமராஜர் இரு கைகளையும் முட்டுக்கொடுத்து கால்களை மடக்கியவாறு கட்டிலின் இடதுபுறம் திரும்பி 'குழந்தை' போல் படுத்திருந்தார்.

அப்போது அவரிடமிருந்து வரும் குறட்டை ஒலிக்க வில்லை.

அதை அறிந்த டாக்டர் உத்தமத் தலைவரின் தோளை இருமுறை அசைத்தார். சின்ன முணுமுணுப்பு இல்லை. மெல்லிய அதிர்வோடு நாடித் துடிப்பைப் பார்க்க.. தங்கத் தலைவரின் கையை மெல்ல எடுத்தார்.

கை ஜில்லென்று இருந்தது.

ஓ... பெரியவர் போய்விட்டாரே என்று அழுது துடித்துக் கொண்டிருந்தபோது டாக்டர் ஜெயராமனும், டாக்டர் அண்ணாமலையும் வந்தனர்.

'காமராஜர் நம்மையெல்லாம் விட்டுப் பிரிந்து போய்விட்டார்'. அப்போது மணி 3.20.

தான் போற்றிய, வணங்கிய, பின்பற்றிய மகாத்மாவின் பிறந்த நாளில், அவருள் அடக்கமாகி விட்டார். தலைவனின் பிறந்தநாள் - தொண்டனின் மறைவு நாள்.

இந்தியாவின் - ஏன் உலகின் தலைசிறந்த மக்கள் தலைவர்

'உடலால்' மறைந்து போய்விட்டார். ஆனால் அவரது சுதந்திர போராட்டக் கலை வாழ்க்கை... ஒன்பதாண்டு காலம் தமிழக முதல்வராய் அமர்ந்து மக்களுக்கு அவர் செய்த மாபெரும் சாதனைகள் - தமிழகம் உள்ளவரை அவர் புகழ் பாடிக் கொண்டிருக்கும் என்பதில் ஐயமில்லை.

காமராஜர் மறைந்துவிட்டார் என்பதை அறிந்த மக்கள் தங்கள் வீட்டுப் பிள்ளை மறைந்து போய் விட்டாரே என கதறினர். இந்தியாவே அந்த ஏழைப் பங்காளனுக்காக அழுது புலம்பியது. காமராஜரின் மறைவையொட்டி கட்சிக் கொடிகள் அரைக் கம்பத்தில் சோகமாய் தலை சாய்ந்தன. கடைகள் மூடப்பட்டன. திரைப்படக் காட்சிகள் ரத்து செய்யப்பட்டன.

மறுநாள் வெள்ளி. அரசு விடுமுறை. மேலும் ஒரு வாரம் துக்க தினம் அனுஷ்டிக்கப்படும் என அரசு அறிவித்தது.

எதிர்க்கட்சி தலைவரானாலும் பெரியார், அண்ணாவால் போற்றப்பட்ட காமராஜருக்கான அடக்கப் பணிகளைத் துரிதப்படுத்தி செயல்பட்டார் அப்போதைய முதல்வர் கலைஞர் மு.கருணாநிதி.

காங்கிரஸ் தொண்டர்கள், முக்கிய அரசியல் தலைவர்கள், முக்கியப் பிரமுகர்கள், பொதுமக்கள் அஞ்சலி செலுத்த இடம் போதாது என்பதை உணர்ந்த கலைஞர், காங்கிரஸ் கட்சி முக்கியப் பிரமுகர்களுடன் கலந்து பேசி, அத்தலைவரின் உடலை ராஜாஜி மண்டபத்துக்கு எடுத்துச் சென்றனர். மூவர்ணக் கொடியால் உடல் போர்த்தப்பட்டது.

அப்போதைய தமிழக கவர்னர் ஷா, முதல்வர் கருணாநிதி, தமிழக மந்திரிகள், நரசிம்மராவ், த.நா. காங்கிரஸ் தலைவர் பி. ராமச்சந்திரன், சிவாஜிகணேசன்... ஆகியோர் மலர் வளையம் வைத்தனர்.

பொது மக்களும், தியாகிகளும் மலர்வளையம் வைத்து அஞ்

சலி செலுத்தினர்.

அன்றே அவருக்கு நினைவிடம் அமைப்பதற்காக சென்னை கிண்டி (அண்ணா பல்கலைக்கழகம் எதிரில்) ராஜ்பவன் ஒட்டிய காந்தி நினைவு மண்டபம் பக்கத்தில் இரண்டு ஏக்கர் நிலப்பரப்பில் நினைவாலயம் எழுப்ப முடிவு செய்யப்பட்டது.

இடத்தைத் தேர்ந்தெடுக்க கலைஞரும், திண்டிவனம் ராமமூர்த்தியும் மற்றும் சிலரும் பெய்யும் மழையிலும் அவ்விடத்தைச் சீர் செய்தனர்.

3-ஆம் தேதி பிற்பகலில் அப்போதைய பிரதமர் இந்திரா காந்தி அவர்கள், நாட்டின் ஒப்பற்ற தலைவருக்கு மலர் வளையம் வைத்து அஞ்சலி செலுத்தினார். அவருடன் முதல்வர் கருணாநிதி, தமிழக கவர்னர் ஷா மற்றும் மத்திய அமைச்சர் சி. சுப்பிரமணியம், கரண்சிங் ஆகியோரும் வந்திருந்தனர்.

முப்படை வீரர்கள் மரியாதையுடன் தலைவரின் பூத உடலை பீரங்கி வண்டியில் வைத்தனர். மரியாதை செலுத்தும்

தினமலர்
காமராஜ் திடீர் மரணம்
நாட்டின் தூண் சரிந்தது

விதமாக குண்டுகள் வெடிக்கப்பட்டன.

பெருந்தலைவரின் இறுதி யாத்திரை ராஜாஜி மண்டபத்திலிருந்து மதியம் 3.30க்குத் துவங்கியது. மழை வானம் அவ்வப்போது, தலைவருக்கு அஞ்சலி

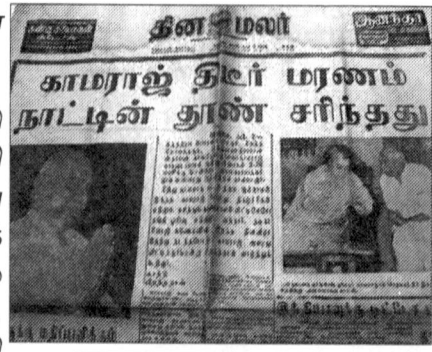

காமராஜ் காலமானார்
தினமணி
சர்க்கார் ஒரு வாரம் துக்கம் அனுஷ்டிக்கும்

மாணவர் மயங்கி விழுந்தார்!
சிவாஜி மயக்கம்!
சுப்பிரமணியம் முட்டி மோதினர்
அனந்தநாயகி விழுந்து புரண்டார்

செலுத்தியடி வந்தது.

வழி நெடுக கண்ணீருடன் மக்கள் மகத்தான தலைவரின் பூத உடலைக் கண்டு மன வேதனை அடைந்தனர்.

6.30க்கு காந்தி மண்டபத்தை அடைந்தது பீரங்கி வண்டி.

காரிய மேடையில் சந்தனக் கட்டைகள் அடுக்கப் பட்டிருந்தன.

தலைவரின் உடல் அதன்மேல்

வைரவமணி

வைக்கப்பட்டது.

பிரதமர் இந்திரா காந்தி (அங்கும்) மலர் வளையம் வைத்தார். கலைஞர் மற்றும் மந்திரிகள் முக்கியப் பிரமுகர்கள் சிவாஜி கணேசன் உட்பட பலர் கண்ணீர் மல்க தலைவரின் உடலைப் பார்த்துக் கொண்டிருந்தனர்.

ஈமச்சடங்குகள் துவங்கின.

காமராஜரின் பேரன் கனகவேல் (தங்கை நாகம்மாளின் மகள் வயிற்றுப் பேரன்) உடலுக்கு எரியூட்டினார்.

எரியும் உடலைப் பார்த்து இந்திராவின் அழுகையைக் கட்டுப்படுத்த முடியவில்லை. கலைஞரும் விம்மினார். சிவாஜிகணேசன் கதறினார். கூடியிருந்தவர்கள் விம்மி விம்மித் துவண்டனர்.

மாபெரும் சரித்திர நாயகனின் பூத உடல் எரிந்து சாம்பலானது... ஆனால் அவரது சரித்திர சாதனைகள் மக்கள் இவ்வுலகில் வாழும் வரை இருக்கும்.

காமராஜரின் சாதனைகளுக்குச் சில...

★ காமராஜ் நினைவகம் – 1975-இல் கலைஞர் காலத்தில் கட்டப்பட்டது.

★ 1976 - ஜூலை 15-இல் மத்திய அரசு தபால் தலை வெளியிட்டது.

★ இதே ஆண்டு அவருக்கு 'பாரத ரத்னா' விருது வழங்கப்பட்டது.

★ 1977 - ஆகஸ்டு 18-இல் தமிழக சட்டப் பேரவையில் காமராஜரின் முழு உருவப் படம் அப்போதைய குடியரசு தலைவர் சஞ்சீவ ரெட்டியால் திறந்து வைக்கப்பட்டது.

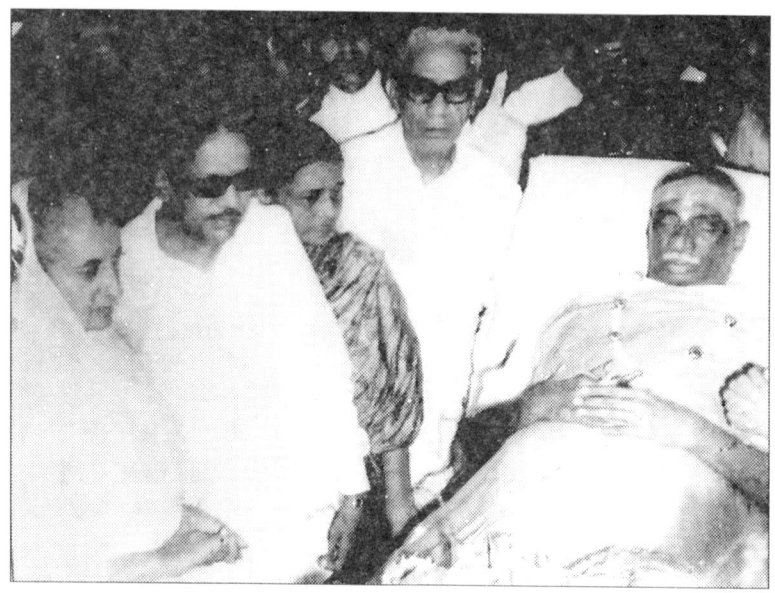

★ *1978 ஜுலை 15-இல்,* காமராஜர் இறுதிவரை வாழ்ந்த வீடு நினைவு இல்லமாக மாற்றப்பட்டது.

★ இதே ஆண்டு மதுரைப் பல்கலைக்கழகம் மதுரை காமராஜர் பல்கலைக்கழகம் என பெயர் சூட்டப்பட்டது.

★ விருதுநகரைத் தலைமையிடமாக வைத்து 'காமராஜர் மாவட்டம்'. *1985 ஜுலை 15-இல்* தனி மாவட்டமாக உருவானது.

★ சென்னைக் கடற்கரைச் சாலைக்கு காமராஜர் சாலை என பெயர் வைக்கப்பட்டது.

★ விருதுநகரிலுள்ள தாய்வழி இல்லம் காமராஜர் நினைவு இல்லமாக மாற்றப்பட்டது.

★ சென்னை விமான நிலையத்தில் உள்நாட்டு விமான நிலையத்திற்கு காமராஜர் விமான நிலையம் என பெயர் வைக்கப்பட்டது.

வைரமணி

★ காமராஜர் பிறந்த நாளை தமிழக அரசு கல்வி வளர்ச்சி நாள் எனக் கொண்டாடி வருகிறது.

★ ஏழையாகப் பிறந்து எளிமையாக வாழ்ந்து, ஏழைகளின் முன்னேற்றத்திற்காகவே உழைத்தவர் காமராஜர்.

★ இன்றைக்கு தமிழகம் கல்வியால் பெரும் புரட்சி செய்திருக்கிறது என்றால் அதற்கான பிதாமகர் அவர்தான்.

★ காந்திய வழியில் வாழ்ந்த ஒரு சில காந்தியவாதிகளில் இவரும் ஒருவர்.

★ தன் முன்னேற்றம்... தன்னைச் சுற்றியுள்ளவர் முன்னேற்றம் என வாழாமல் தாய்நாட்டின் முன்னேற்றத்திற்காக மட்டுமே வாழ்நாள் முழுக்க உழைத்த மேதை.

வாழ்க காமராஜர்

தமிழகத்தின் பொற்காலத்தைப் படைத்த தமிழர்களின்

2

காமராஜரைப் போற்றிய பெரியார்

ஈரோட்டில் மிகப் பெரிய வணிகராக வாழ்ந்து கொண்டிருந்த ஈரோடு வெங்கட்ட ராமசாமி நாயக்கர் என்ற ஈ.வெ.ரா. அவர்களுக்கு இளம் வயதில் 'மனிதர்களுக்குள்' சாதி, மத, தீண்டாமை போன்ற பிரிவுகள் பிடிக்கவில்லை... மனிதருக்குள் பாகுபாடுகள்- வேறுபாடுகள் முளைவிட்டுக் கொண்டிருந்த நேரம். 1919களில் அவர் ஈரோடு நகராட்சித் தலைவராகவும், மற்றும் பொறுப்பாளராகவும் செல்வாக்குடன், மதிப்பு மரியாதையுடன் வாழ்ந்து கொண்டிருந்த சமயம்.

காந்திஜி என்ற அகிம்சாமூர்த்தி இந்திய சுதந்திரப் போராட்டத் திற்காக மக்களை இணைத்துக் கொண்டிருந்த காலத்தில் சேலம் நகரசபைத் தலைவராக மூதறிஞர் இராஜாஜி இருந்தார். அவருடைய நண்பர் டாக்டர் பி.வரதராஜுலு நாயுடு. இருவரும் காந்தியக் கொள்கையை விரும்பி ஏற்றுக் கொண்டிருந்தனர். காந்தியம் முளைவிட்டுக் கொண்டிருந்த தருணம். தமிழகத்தில் அதிகமாய் காந்தியத் தாக்கம் பரவாத சமயம்.

இராஜாஜி அவர்கள் பெரியாரின் சேவையை அறிந்து அவரோடு தொடர்பு கொண்டு பாராட்டினார்.

நாயுடுவும் ராஜாஜியும் பெரியாரை காங்கிரஸ் இயக்கத்தில் சேர்ந்து நாட்டுச் சேவை செய்ய அழைத்தனர். காந்திஜியின் தீண்டாமை பிடித்திருந்தது. 1919 முதல் 1925 வரை சுமார் ஆறாண்டுகள் காந்திஜியின் தலைமையில் இந்திய சுதந்திரப் போராட்டத்திற்காகப் போராடினார். தமிழகத்தில் காங்கிரஸ் இயக்கம் வளர நாயக்கர், நாயுடு, முதலியார் இந்த மூவர் கடுமையாய் உழைத்தார்கள் என வரலாறு சொல்கிறது.

நாயக்கர் - பெரியார்

நாயுடு - டாக்டர் பி.வரதராஜுலு நாயுடு

முதலியார் - திரு. வி.கல்யாணசுந்தர முதலியார்

பெரியாருக்கு காந்திஜியின் 'வர்ணாசிரம' கொள்கை பிடிக்காததாலும், சாதி, மத, பேதம் கொண்ட காங்கிரஸை அறுபதடி ஆழத்தில் புதைக்காமல் விடமாட்டேன் என்று சூளுரைத்தார்...

1947-ஆம் ஆண்டு சுதந்திரத்தை அவர் விரும்பவில்லை. 1954-இல் குலக்கல்வி திட்டத்தை கடுமையாய் எதிர்த்தார். அப்போது இந்திய அளவில் மிகப் பிரபலமாய் இருந்த நல்லவர், நாட்டுப் பற்றுள்ளவர், ஏழையாய்ப் பிறந்து நாட்டு சுதந்திரத்திற்காகத் தன்னை அர்ப்பணித்த - ஏழைப் பங்காளர் காமராஜர் அவர்கள் தமிழக முதல்வராகப் பதவி ஏற்றார்.

காலம் வணங்கும் கல்வி வள்ளல் காமராஜர்

காமராஜர் பதவி ஏற்றவுடன் முப்பதாண்டு காலம் காங்கிரஸை எதிர்த்த பெரியார்– ஒரு தமிழர் தமிழக முதல்வராகி விட்டார். இனி தமிழகத்திற்குப் 'பொற்காலம்' தான் என வாயாரப் பாராட்டினார். 'புதிய மந்திரிசபை' என்று வரவேற்றார். 'விடுதலை' தலையங்கம் எழுதியது.

"ஆரியர் ஒருவர் கூட இல்லாத மந்திரி சபை முதன்முதல் இந்த ராஜ்யத்தில் ஏற்பட்டுள்ளது. இது மகிழ்ச்சிக்குரியது. அடுத்து இங்கிலீஷ் படித்துப் பட்டம் பெற்றவர்தான் முதலமைச்சராகத் தகுதியுள்ளவர் என்ற மூடநம்பிக்கையும் இரண்டாம் தடவையாக முறியடிக்கப்பட்டு விட்டது. தாய்மொழி மட்டுமே அறிந்துள்ள ஒருவர் முதலமைச்சராக வந்திருப்பதும் குறிப்பிடத்தக்கது.

அறநிலையப் பாதுகாப்பு இலாகாவைத் தாழ்த்தப்பட்ட மந்திரி வசம் (பி. பரமேஸ்வரன்) ஒப்படைத்திருப்பது அடுத்தபடியாகப் பாராட்டக் கூடியதாகும். இவர், கோவில் மடைப்பள்ளி (அடுப்பங்கரை) உள்பட எல்லாப் பகுதிகளுக் கும் தாராளமாகச் சென்று பார்வையிட்ட மனித உரிமையை நிலைநாட்டுவார் என்று எதிர்பார்க்கிறோம்.

இம்மந்திரி சபையை திராவிடர் கழகம் ஆதரிக்குமா, இல்லையா என்பது இம்மந்திரிகளின் உடனடியாக நடந்து கொள்ளும் நடத்தையைப் பொறுத்ததாகும். இதுபற்றி பெரியார் அவர்கள் கருத்தும் விரைவில் வெளியிடப்படும் என்று தெரிவித்துக் கொள்கிறோம்.

ஆனால், இம்மந்திரிசபை அமைப்பு மூலம் பொது மக்கள் தெரிந்துகொள்ள வேண்டிய உண்மை ஒன்று உண்டு. அதாவது மந்திரி பதவி என்றால் எவரும் எதையும் செய்யத் துணிவார்கள் என்பதும், மந்திரி பதவி என்பது இருதயக் கோளாறு என்பதை விட அதிக ஆபத்தான நோய் என்பதும் வெட்ட வெளிச்சமாகிவிட்டது. ஒரு கட்சி அல்லது கொள்கையை வெட்டிப் புதைக்க வேண்டுமானால், பதவி

வைரவமணி

வேட்டை ஒன்றுதான் சுருக்கமான வழி என்பதை உறுதியாகக் கூறமுடியும்.

கட்சி என்பதும் கொள்கை என்பதும் வெறும் பித்தலாட்டப் பேச்சு! அவனவன் சுயநலத்துக்கும் பெருமைக்கும், புகழுக்கும், பணம் சுரண்டுவதற்கும்தான் பொது வாழ்க்கையைப் பயன்படுத்திக் கொண்டு திரிகிறான். தேர்தல் என்பதும் ஜனநாயகம் என்பதும் கேலிக்கூத்து என்று கூறுபவர்களின் சொல்லை மெய்ப்பிப்பது போல இப்புதிய மந்திரிசபை அமைக்கப்பட்டிருக்கிறது. இதனால் திரு. காமராஜர் அவர்கள் தன்னை எதிர்த்த சிலரையும் தம் மந்திரிசபையில் சேர்த்துக் கொண்டிருக்கிறார்.

இதன் மூலம், 'பழைய முதலமைச்சரை வெளியேற்றுவதுதான் முக்கியமே தவிர, மற்றபடி எங்கள் கட்சிக்குள் எல்லோரும் ஒன்றுதான்' என்று சில காங்கிரஸ் கட்சிக்காரர் கூறிக் கொள்ளலாம். அப்படியானால், தனிப்பட்ட குரோதம் தவிர, கொள்கை அடிப்படையில் மாறுதலே கிடையாது என்று ஏற்படுகிறதல்லவா? இதை திராவிட மக்கள் ஏற்றுக்கொள்ள முடியுமா?

எப்படியும் பொறுத்திருந்து பார்ப்போம். திராவிட இன உணர்ச்சிக்கு பெட்ரோல் ஊற்றக்கூடிய நிகழ்ச்சிகள் நடக்குமா? அல்லது பழைய மந்திரி சபையின் கேடுகளை ஒழிக்கக் கூடிய உடனடி உத்தரவுகள் பிறக்குமா?

மற்ற மந்திரிகள் ஒரு மாதிரி இருந்தாலும் புதிய முதலமைச்சர் இன உணர்ச்சியோடு, அதாவது நியாயத்தோடு நடந்து கொள்வார் என்றும், ஆரிய ஆதிக்கத்திற்கு இடந்தர மாட்டார் என்றும் பொதுமக்கள் நம்பியிருக்கின்றனர். நாமும் நம்பியிருக்கின்றோம்! மந்திரிசபை அமைப்பின் மூலம் ஏற்பட்ட ஏமாற்றம்தான் அதிலும் ஏற்படுமா அல்லது தலைகீழ் மாற்றமான நன்மைகள் விளையுமா என்பதைப் பொறுத்திருந்து பார்ப்போம்.

அதுவரையில் கண்ணை மூடிக்கொண்டு குதூகலப்படவோ வருந்தவோ தேவையில்லை என்று கருதுகிறோம்.

ஆனால், ஒன்று மட்டும் புது மந்திரிசபைக்கு அறிவித்துக்கொள்ள விரும்புகிறோம். தும்முவதற்குக் கூட டெல்லியை நோக்கிக் காவடி தூக்குவது தமிழனுக்கு அழியாத அவமானமாகும்! சகிக்க முடியாத கேவலம்! தற்கொலைக்கு ஒப்பான செய்கை!

– விடுதலை தலையங்கம் *(14.4.1954)*

★ ★ ★

காமராஜரின் படத்திறப்பு விழாவில்... பெரியார்

பெரும்பாலும் தலைவர்கள் மறைந்த பிறகுதான் அவர்களின் படத்தைத் திறந்து வைத்து அவரது சாதனைகளைப் பற்றிப் பேசுவார்கள். ஆனால், காங்கிரஸே வேண்டாம் என்று அதை எதிர்த்த பெரியார், காமராஜரின் படத்தைத் திறந்து, அவரது சாதனைகளை மனம் திறந்து பேசினார்...

ஆறகலூர் ஊராட்சி மன்றத்தார் நண்பர் திரு. காமராஜர் அவர்களது படத்தைத் திறந்து வைக்கும்படி கேட்டுக் கொண்டார்கள். அதற்காக நான் மகிழ்ச்சியடைகிறேன்.

நான் காங்கிரஸில் பல ஆண்டுகள் பாடுபட்டு வந்த போதிலும் காங்கிரஸ் கட்சி பார்ப்பனரின் ஆதிக்கத்துக்கு ஆதரவாக இருக்கிறது என்று கருதியே வெளியேறினேன். வெளிவந்த பின்னர், நான் காங்கிரஸை எதிர்த்து வந்தாலும், காங்கிரஸிலேயே இருந்துகொண்டு பார்ப்பனன் அல்லாதவர்களுக்குப் பதவி கிடைக்க திரு. காமராஜர் வாய்ப்பு ஏற்படுத்திக் கொடுத்தவர்.

அதோடு மட்டுமல்ல, பார்ப்பனர்களுக்கு நிரந்தர எதிரியாகவே ஆகிவிட்டவர். அதன்படி தமிழர் நலனுக்கு ஆதரவும், பார்ப்பனர்களுக்கு எதிர்ப்பும் ஏற்பட்டதனால்தான் நான் அவருக்குப் பெரிதும் ஆதரவு கொடுத்து வருகிறேன். அவர் தமிழர்களுக்குச் செய்துள்ள காரியங்கள் மிகவும் பாராட்டுக்குரியதாகும். ஆச்சாரியார் அவர்கள் காங்கிரஸில் ஆதிக்கம் பெற்று வந்த நேரத்தில் குலக்கல்வித் திட்டம் கொண்டு வந்தார். அந்த நேரத்தில் சட்டசபையில் எவ்வளவோ எதிர்ப்புத் தெரிவித்தும், அவர் அதையெல்லாம் கொஞ்சம்கூட சட்டை செய்யவில்லை. சிறிதும் அசையவுமில்லை.

அந்த நேரத்தில் அதை எதிர்த்து நாம்தான் துணிகரமாகத் திட்டம்தீட்டினோம். அந்த நேரத்தில் முதலமைச்சர் ஆச்சாரியார் தமிழர்கள் மீது வஞ்சம் தீர்த்துக்கொள்ள 3000 பள்ளிகளை மூடிவிட்டார். இந்த நிலைமையில் நாம் தீவிரமாகக் கிளர்ச்சி செய்ததன் காரணமாக ஆச்சாரியார் அவர்கள் பதவியை விட்டே ஓடவேண்டியதாயிற்று.

அதற்குப் பிறகும், பார்ப்பனர் அடிமை ஒருவரே முதலமைச்சராக வருவதற்குப் பிரயத்தனப்பட்ட நேரத்தில், காமராஜர் அவர்கள் போட்டியிட்டு வெற்றி பெற்றார்–முதலமைச்சராகப் பதவி ஏற்றார். அவர் வந்ததும், முதலில் ஆச்சாரியார் கொண்டு வந்த குலக்கல்வித் திட்டத்தை ரத்து செய்தார். ஆச்சாரியார் ஆட்சியால் மூடப்பட்ட 3000 பள்ளிகளையும் திறக்க உத்தரவிட்டார்.

அத்தோடு மேலும் 3000 பள்ளிகளைப் புதிதாகத் திறக்கவும் வழிசெய்தார். அதாவது மொத்தம் 6000 பள்ளிகளைத் திறந்து

காலம் வணங்கும் கல்வி வள்ளல் காமராஜர்

வைத்தார். மருத்துவக் கல்லூரி, இன்ஜினியரிங் கல்லூரி, தொழில் கல்லூரிகளில் நம்மவர்கள் படிக்க நிறைய இடம் கிடைக்கும்படி ஏற்பாடு செய்தார். உத்தியோகத் துறையில் பெரும் பதவிகளில் எல்லாம் பார்ப்பனர்களுக்குப் பதிலாக, பெரும்பாலும் தமிழர்களையே நியமித்தார். இப்படியாகத் தமிழர்களுக்குப் பல நன்மைகளைச் செய்திருக்கிறார் திரு. காமராஜர்.

இந்த நாட்டில் சுயநலம் கருதாமல், பொதுநலத் தொண்டு செய்பவர்களில் முதல் வரிசையில் நிறுத்தப்பட வேண்டியவர் முதல்வர் காமராஜர். இன்று பொதுநலத் தொண்டு செய்பவர்கள் என்று சொல்லப்படுபவர்களில் ஆச்சாரியார் முதற்கொண்டு பெரும்பாலோர் பொதுத் தொண்டின் மூலம் வயிறு வளர்த்து வருபவர்கள் ஆவார்கள்.

ஆச்சாரியார் அவர்கள் என்னுடன் கூட்டாக இருந்த நேரத்தில் காங்கிரஸ் கட்சியில் 250 ரூபாய் சம்பளத்துக்கு இருந்தவர். அப்படி இருந்த அவர் இப்போது 8 லட்சம் ரூபாய் சொத்துக்கு ஆளாக இருக்கிறார். அத்தோடு இப்போது அவருக்கு மாதாமாதம் ஆயிரம் ரூபாய் பென்ஷனும் வருகிறது. ஏனென்றால் ஒருநாள் கவர்னர் ஜெனரலாக இருந்தாலும் மாதம் ஆயிரம் ரூபாய் பென்ஷன் கிடைக்கும்.

குடக்கூலி கூட கொடுக்க முடியாமல் கஷ்டப்பட்டுக் கொண்டிருந்த சிலர், சாகும்போது பெரிய பங்களாவோடு செத்திருக்கின்றனர். அவர்களையெல்லாம் தியாகிகள் என்று சொல்ல முடியுமா?

ஆனால் காமராஜர் அப்படியில்லை. தன் வழிச் செலவுக்குப் போக மிகுதியை மற்றவர்களுக்கே பயன்படுத்தி வருகிறார். சுயநலமில்லாமல் பணம் சேர்த்துக் கொள்ளாமல் பார்ப்பனனைப் போல தமிழனையும் முன்னுக்குக் கொண்டுவர வேண்டும் என்று அரும்பாடுபட்டு வருகிறார்.

இத்தனைக்கும் எங்களுக்கு அவரது ஆட்சியால் பெரும் தொல்லைகள்தான் ஏற்படுகின்றன. எங்களுக்குத் தொல்லை கொடுத்தாலும் சாகடித்தாலும், அதற்கெல்லாம் அவர்தான் முதல் மந்திரி என்ற வகையில் பொறுப்பாளி என்றாலும் எங்களால் அவரை நோக முடியவில்லை. ஏனென்றால் அவர் தன் விருப்பப்படி அல்லாமல் டெல்லி மேலிடத்தின் உத்தரவுக்குக் கீழ்ப்படிந்து நடக்க வேண்டியிருக்கிறது. எங்களுக்குத் தெரிகிறது.

எங்களுக்குத் தொந்தரவு கொடுப்பதனாலேயே அவர் உலக விரோதி. மக்கள் விரோதி என்று சொல்லி விடுவதற்கில்லை. தமிழர்களுக்கு அவர் நண்பர். தமிழர்களுக்கு இன்னும் பல நன்மைகளைச் செய்யக் காத்திருப்பவர்.

ஆதலாலேதான் நான் சொல்கிறேன். நம் நாட்டில் காங்கிரஸ் இருக்கின்ற வரைக்கும் காமராஜரே இந்தப் பதவிக்கு வரவேண்டும் என்று. அவர் இல்லாவிட்டால் அவருக்கு பதிலாக பூணூல் போட்ட ஒரு பார்ப்பனன்தானே வருவான்? இல்லையேல் பூணூல் இல்லாத பார்ப்பன அடிமைதானே வரும்.

இந்தச் சந்தர்ப்பத்தில் காமராஜரைத் தவிர வேறு விமோச்சன மில்லை. திரு. காமராஜர் அவர்கள் நமக்குக் கிடைத்தற்கரிய தமிழராவார். இதுவரையில் தமிழன் முதல் மந்திரியாய் வந்ததில்லை. இவர்தான் முதல் மந்திரி பதவிக்கு வந்த முதல் தமிழர் ஆவார். அப்படிப்பட்டவருடைய படத்தைத் திறந்து வைப்பதில் நான் உள்ளபடியே பெரிதும் மகிழ்ச்சி யடைகிறேன்.

(- விடுதலை, 14.10.1958)

3

பெருந்தலைவர் பற்றி அண்ணா

ஒரு தலைசிறந்த அரசியல்வாதி, மாற்றுக் கட்சிக்காரனும் புகழும்படி, போற்றும்படி வாழவேண்டும். அத்தகைய பெருமைக்குச் சொந்தக்காரர் காமராஜர். கட்சி, கொள்கைகளுக்கு அப்பால் ‘மாற்றுக் கட்சிகள்’ என்றாலும் காமராஜரின் மக்கள் சேவையை உலகமே போற்றியது.

பேரறிஞர் அண்ணா, காமராஜரைப் பற்றி பேசியதாவது:

காமராஜர் தம்முடைய பணிகளின் மூலம் நாட்டின் தரத்தை உயர்த்த முயன்றார். தமிழர்களுக்கு நற்பணி ஆற்றினார். தமிழர்கள் பெருமைப்படத்தக்க நல்ல காரியங்களைச் செய்தார்.

ஆனால், நான் ஓர் அரசியல் கருத்தைப் பின்பற்றுபவன். அவர் இன்னோர் அரசியல் கருத்தைப் பின்பற்றுபவர். அப்படி வேறு பல அரசியல் கருத்துகளைப் பின்பற்றுவோரின் நல்ல குணங்களைப் பாராட்டுவதாலேயே அவர் வழியில் நான் செல்லத்தான் வேண்டும் என்கிற விதியும் இல்லை; நியாயமும் இல்லை; சட்டமும் இல்லை.

உண்மையான மக்களாட்சி நிலவும் நாட்டில்தான் ஒரு கட்சித் தலைவரை இன்னொரு கட்சித் தலைவர் மதிப்பார். ஒரு கட்சித் தலைவர் படத்தை இன்னொரு கட்சித் தலைவர் திறந்து வைப்பார்.

ஆனால், சர்வாதிகார நாட்டில் ஒரு தலைவர் இன்னொரு தலைவரின் சமாதியைக் கட்டுவார்.

வைரவமணி

ஆகவே சனநாயக நாடான இந்த நாட்டில் இப்படிப்பட்ட காரியங்கள் - காமராஜர் படத்தை நான் திறந்து வைப்பது போல காரியங்கள் தேவையானவையே!

இத்தகைய நிகழ்ச்சியைப் பார்த்த பிறகாகிலும்- கேட்ட பிறகாகிலும்...

அரசியலில் கருத்துவேறுபாடு இருக்கலாம்; கசப்பு இருக்கத் தேவையில்லை; கட்சி வேறுபாடு இருக்கலாம்; கத்திக்குத்து வரை செல்லக்கூடாது- சந்து முனையிலிருந்து அது கத்துவதாகவும் இருக்கக்கூடாது

என்கிற பண்பட்ட எண்ணத்தை நாம் வளர்த்துக்கொள்வது நல்லது.

கண்ணீரைப் படித்தவர்

காமராஜர் 'படிக்காத மேதை' என்று காஞ்சிபுரம் உயர்நிலைப் பள்ளித் தலைமை ஆசிரியர் கூறினார். சிலர் படிக்காமலே மேதை ஆக முடியும். ஆனால், அனைவருமே மேதையாக

காலம் வணங்கும் கல்வி வள்ளல் காமராஜர்

வேண்டுமென்றால் படிக்காமல் இருக்கவேண்டும் என்று பொருள் கொண்டுவிடக் கூடாது.

படித்தவர்களில் சிலர்தான் மேதை ஆகலாம். ஆனால் படித்தவர்களை உறுதியாக அந்தப் படிப்பு உயர்த்தாமல் விடாது.

காமராஜர் அவர்கள் படிக்கவில்லையே தவிர- கல்லூரிகளில் தான் படிக்கவில்லையே என்கிற ஏக்கம் கொண்டவர்.

அவர் பிறந்த காலம்- குடும்பச் சூழ்நிலை- படிக்க நேரம் கிடைக்காத தன்மை - அரசியல் ஈடுபாடு ஆகியவற்றால்தான் அவர் கல்லூரியில் படிக்க முடியவில்லை.

கல்லூரியில் அவர் படித்துப் பட்டம் பெறவில்லையே தவிர- அவர் படிக்கவே இல்லை என்று பொருள் கொள்ளக்கூடாது. நேரம் கிடைக்கும் போதெல்லாம் அவர் படித்துக்கொண்டுதான் இருப்பார்.

இதை ஆறடி மேடையில் மாலை நேரத்தில் பொதுக்கூட்டங்களில் மட்டுமே பார்ப்பவர்கள் புரிந்துகொள்ள முடியாது. ஆனால் என்னைப் போல நெருங்கிப் பழகுகிறவர்கள், அவரது படிப்பார்வத்தைப் புரிந்து கொள்வார்கள்.

காமராஜர் கல்லூரியில் படிக்கவில்லையே தவிர- வாழ்க்கைப் பாடத்தை நன்றாகப் படித்தவர். மக்களின் புன்னகையை- பெருமூச்சை - கண்ணீரை படித்து அவர் பாடம் பெற்றார்.

முப்பது ஆண்டு, நாற்பது ஆண்டு என்று மக்களிடம் தொண்டாற்றினால்தான் இந்தப் பாடத்தைப் பெறமுடியும்.

பச்சைத் தமிழர்கள்!

என்னையும் காமராஜரையும் 'பச்சைத் தமிழர்கள்' என்று இங்கே குறிப்பிட்டார்கள்.

'பச்சை' என்பதற்கு நாட்டில் இரண்டு மூன்று அர்த்தங்கள் உண்டு.

ஒன்று விவரம் தெரியாதவர்களைப் 'பச்சைக் குழந்தைகள்' என்பார்கள். வளம் இருப்பவர்களைப் 'பச்சையாக' இருக்கிறார்கள் என்பார்கள்!

நாங்கள் இருவரும் 'பச்சைக் குழந்தைகளும்' இல்லை. வளம் சேர்த்துக் கொண்டவர்களும் இல்லை.

'இவர்கள் தமிழர்கள்' என்று கூறினால் நாட்டில் இவர்கள் உண்மையான தமிழர்களா? என்கிற கேள்வி பிறக்கிறது. என்ன காரணத்தினாலோ?

அதனால்தான் 'உண்மைத் தமிழர்கள்' என்று கூறி அந்தச் சந்தேகத்தைப் போக்கிக்கொள்ளத்தான் எங்களை 'பச்சைத் தமிழர்கள்' என்கிறார்கள்- தரம் பிரிக்கிறார்கள்.

தரம்- மற்றவர்கள் பிரித்ததே தவிர, நாங்கள் பிரித்தது அல்ல!

உலகை விடப் பெரியது

ஒருவர் புகழ் அடைந்த பிறகுதான் பாராட்ட வேண்டும் என்ற பண்பு எவ்வளவுக்கு எவ்வளவு நாட்டில் குறைகிறதோ அவ்வளவுக்கு அவ்வளவு நல்லது!

நாம் பெறும் புகழ் என்பது இங்கிலாந்து நாட்டில் பவனி வருவதாலோ, அமெரிக்காவில் பேசுவதாலோ ஏற்படுவது என்று நாம் நம்பக்கூடாது.

'ஈதல் - இசைபட வாழ்தல்'

இதுதான் புகழுக்கு இலக்கணம் என்று ஈராயிரம் ஆண்டுகளுக்கு முன்னரே வள்ளுவப் பெருந்தகை கூறியிருக்கிறார்!

அத்தகைய பண்புகள் இருந்தால் போதும்.

உலகத்தை முழுவதும் சுற்றினார்களா- உலகத்தின் பாதிப் பகுதியைச் சுற்றினார்களா- என்று பார்க்கத் தேவை இல்லை.

மனிதனின் மனம் எல்லா உலகங்களையும் விடப் பெரியது.

அவனது இதயம் பண்புக்கு ஏற்றபடி பெரிதாகத்தக்கது. நினைப்புக்கு ஏற்றபடி குறுகத்தக்கது. ஆகவே அந்த மனித மனத்தைப் பெரிதாக்கி அதன்படி நடக்கவேண்டும்.

நமக்கு அறிவுரைகள் கூறுவோர் பலர் இருக்கலாம். மனத்திற்கு எத்தகைய இடையூறு வந்தாலும் தாங்கிக் கொள்கிற வலிவு இருக்கிறதா? அந்த வலிமையைத் தயக்கம் காட்டாமல் பயன்படுத்துகிறோமா? என்று எண்ணிப் பார்க்க வேண்டும்.

இதைக் கொண்டுதான் (மன வலிமையை ஒட்டித்தான்) தனி மனிதனின் புகழ் மட்டும் அல்ல - நாட்டின் புகழே நிர்ணயிக்கப்படுகிறது.

பாராட்டும் பண்பாடு

இங்கு நான் மாணவர்களுக்குப் பரிசு அளித்தேன்.

இப்போது நான் இந்தத் தமிழ்ச் சமுதாயத்துக்கே பரிசாகத் தருகிறேன்.

ஒருவருக்கு ஒருவர் மாறுபாடான கருத்து இருந்தாலும் மதிக்கவேண்டும். அப்படி மதிப்பதாலேயே எல்லாவற்றிலும் ஒன்றுபட்டுவிட வேண்டும் என்பது இல்லை.

தனித்தனித் தன்மையுடன் - ஆனால் ஒருவருக்கு ஒருவர் மதிப்புடன் நடந்துகொள்ள வேண்டும் என்பதை காமராஜர் படத்தை நான் திறந்து வைக்கும் இந்நிகழ்ச்சி உலகத்துக்கு எடுத்துக்காட்ட வேண்டும்.

அதிலும் குறிப்பாக - சிறப்பாக காமராஜரது படத்தைத் திறப்பதிலோ, அவரைப் பாராட்டுவதிலோ எப்போதும் நான் தயக்கம் காட்டியதில்லை; தயக்கம் காட்டவும் மாட்டேன்.

இதனால் அவர் என்னை மதிக்கவேண்டும் என்று நான் எதிர்பார்க்கவில்லை. அது அவர் விவகாரம்.

கருத்து வேறுபாடு இருந்தாலும் பாராட்ட வேண்டியதைப் பாராட்டுவது என்பது தமிழ்ப் பண்பாடு.

அந்தப் பண்பாடு மேலும் சிறக்கவேண்டும் என்பதைத்தான் இந்த நிகழ்ச்சி மூலம் நாம் புரிந்து கொள்ளவேண்டும்.

காமராஜர் படத்தை ஒரு காங்கிரஸார் திறந்து வைத்து, அவருடைய அருமை பெருமைகளைப் பாராட்டிப் பேசினால் - அது அவரது கடமையாக இருக்கலாம்; அல்லது அவர் ஏதாவது பெற்றதற்காக இருக்கலாம்; அல்லது பெறலாம் என்கிற ஆசை காரணமாக இருக்கலாம்.

நான் அவரது படத்தைத் திறப்பது - 'பெற்றதற்காகவும்' அல்ல! 'பெறலாம்' என்பதற்காகவும் அல்ல! எங்களிடையே கருத்து வேறுபாடு இல்லை என்பதைக் காட்டுவதற்காகவும் அல்ல. அவர் படத்தை நான் திறக்கிறேன் என்றால் - அவர் தமிழகத்துக்கு நன்மை செய்தார் என்பதற்காக.

(ஏப்ரல் 23, 1967 காஞ்சிபுரம் பச்சையப்பன் உயர்நிலைப் பள்ளி ஆண்டு விழாவில் முன்னாள் தமிழக முதல்வர் திரு. காமராஜர் அவர்களின் திருஉருவப் படத்தைத் திறந்து வைத்து முதல்வர் பேரறிஞர் அண்ணா ஆற்றிய உரை).

'ஒடுக்கப்பட்ட வைரமணி'

'அடக்கி ஒடுக்கப்பட்ட சமுதாயத்தில் இருந்துதான் மகத்தான மனிதர்கள் தோன்றுவார்கள்!' என்று மூதறிஞர்கள் கூறியிருக்கிறார்கள்.

வைரம் என்பது நீண்ட நெடுங்காலத்திற்கு முன்பு பூமியில் அழுத்தத்தால் கீழே அடங்கி ஒடுங்கிக் கிடந்த கரித்துண்டுதான்! அதுபோல் நெடுங்காலமாக அடக்கி ஒடுக்கப்பட்ட சமுதாயத்தில் இருந்து தோன்றிய வைர மணிகளில் ஒருவரே காமராஜர்.

அவர் மாற்றுக் கட்சியைச் சார்ந்தவர் என்றாலும் அவரை நான் போற்றுவதற்கு இது ஒரு காரணம்.

(திரு. சி.பா. ஆதித்தனாருக்குச் சென்னையில் நடைபெற்ற விழாவில் காமராஜர் பற்றி முதல்வர் பேரறிஞர் அண்ணா ஆற்றிய உரையிலிருந்து)

அண்ணாவின் கடிதம்...

கர்மவீரர் காமராஜர் அவர்கள் முதலமைச்சராய் அமர்ந்திருந்த நேரம்.

1955–ஆம் ஆண்டு டிசம்பர் மாதம்... தென் மாவட்டங்களில் பேய் மழை... தொடர்ந்து கொட்டோ கொட்டென்று கொட்டித் தீர்த்தது... வானம் பார்த்த பூமி என்று சொல்லப்படும் ராமநாதபுர மாவட்டத்தில் வரலாறு காணாத மழை வெள்ளம்...

ஏழை எளிய குடிசை மக்கள் வெள்ளத்தால் பாதிக்கப்பட்டு 'நடுத்தெருவில்' நின்றார்கள்.

முதல்வர் காமராஜர் அதிகாரிகளுக்கு 'புயல் வேகத்தில் நிவாரணங்களைச் செய்யச் சொல்லிவிட்டு, பதவி நாற்காலியில் அமரவில்லை... உடனே புயல் வெள்ளம் பாதிக்கப்பட்ட பகுதிகளை நோக்கி ஓடோடி வந்தார்.

இடுப்பளவு நீரில் நடந்து மக்களுக்குத் தொண்டாற்றினார்.

இவரது தன்னலமற்ற சேவையை உலகமே பாராட்டியது...

பெருந்தலைவரின் பெருந்தன்மைமிக்க சேவையைப் பாராட்டி தனது 'திராவிட நாடு' இதழில் அண்ணா எழுதியது அற்புதம்.

"சேரிகள் - பரதவர் குடில்கள் - பாட்டாளிகள் - இவை யாவும் நாசமாகிவிட்டன. அந்த உத்தமர்களிலே நூற்றுக்கணக்கானவர்கள் மாண்டு போயினர் - மீதமிருப்போருக்கு வீடில்லை - வயலில்லை; உயிர் இருக்கிறது; உள்ளத்தில் திகைப்பின்றி வேறெதுவுமில்லை.

ஆனால் தம்பி,

நமது முதலமைச்சர் காமராஜர் அவர்கள் மத்தியில் இருக்கிறார். பொறுப்புணர்ந்த ஆட்சி முதல்வர் இருக்க வேண்டிய இடம். ஆம்! அங்கு பெரிய அதிகாரிகள் புடைசூழ இருக்கிறார். பெருநாசத்துக்கு ஆளான மக்களின் கண்ணீரைத் துடைத்திடும் காரியத்தில் தீவிரமாக ஈடுபட்டிருக்கிறார் என்பதை எண்ணும்போது -

கொந்தளித்தெழுந்த கொடுங்கடலிலே - குடும்பங்களை அழித்த பேய்க்காற்றே! மக்களை அழிவிலே மூழ்கடித்த பெருமழையே! அழிவினை இரக்கமின்றி என் மீது ஏவினீர் கர்வம் கொள்ளற்க - பிண மலை கண்டு பெரு வெற்றி கொண்டு விட்டோம் என்றெண்ணிப் பேயுள்ளம் கொள்ளற்க - அழிவு ஏவினீர்.

இதோ எமக்கு ஆறுதல் அளிக்க எமது முதலமைச்சர் வந்துள்ளார்! எமது கண்ணீரைக் காணுகிறார். தமது கண்ணீரைச் சிந்துகிறார். அழிவு சூழ் இடங்களில் ஆறுதலை அள்ளித் தருகிறார். கோட்டையிலே அமர்ந்து கொண்டு உத்தரவுகள் போடும் முதலமைச்சர் அல்ல அவர். ஆண்டவன் கோபத்தாலே நேரிட்ட சோதனை என்று பேசிடும் பூசாரி அல்ல.

நமது ஆட்சியின் போது இந்த அழிவு வந்துற்றதே என்று உள்ளம் பதைத்து - பறந்து வந்தார் எமக்கு வாழ்வளிக்க - என்று மக்கள் எண்ணி வாழ்த்தக் கடமைப்பட்டிருக்கிறார்கள்.

தம்பி! சொல்லத்தானே வேண்டும். முதலமைச்சர் காமராஜரின் பொறுப்புணர்ச்சி கண்டு நாம் பெருமைப்படுகிறோம். அளவு குறைவு - முறை குறையுடையது என்று நிபுணர்கள் பேசக்கூடும் நாலாறு மாதங்களுக்குப் பிறகு.

ஆனால், முதலமைச்சரின் இதயம் தூய்மையானது. ஏழை எளியோர் பால் அவர் இதுசமயம் காட்டிய அக்கறை தூய்மையானது.

கருப்பு காந்தி!

கலைஞர் மு.கருணாநிதி அவர்கள் பெருந்தலைவர் காமராஜர் அவர்களின் பிறந்த நாளுக்காக எழுதிய கவிதை:

பெருந்தலைவா!
இன்றைக்கு உன்றன் பிறந்தநாள் - கொள்கைக்
குன்றுக்கு எங்கள் திருவிழா!
விருதையில் பிறந்து வாரனாய் வளர்ந்தாய்
சரிதையில் நிறைந்த தலைவனாய் நின்றாய்!
சிறையில் கொடுமையும் சித்திரவதையும்
சிரித்த முகத்துடன் ஏற்ற தியாகி.
ஆயிரம் உண்டு கருத்து மோதல் - எனினும்
அழியாத் தொண்டு மறந்திடப் போமோ?
தமிழ் நிலம் மணக்க வந்த திருவே!
அமிழ்தெனும் பொதுப் பணியின் உருவே!
கருத்திருக்கும் காலமெல்லாம் உழைப்பதற்கு
கதராடை மேனிதனை அலங்கரிக்கும்
கதறுகின்ற ஏழைகளைக் கரம் அணைக்கும்
கட்சித் தலைவர்க்கோர் இன்ன லென்றால் துடித்திடுவாய்!
பெரியார் கல்லறையில் உன் கண்ணீர்
பேரறிஞர், மூதறிஞர் மறைந்த போதும் உன் கண்ணைப்
பெருமகனே! உமக்காக என் கண்ணீர்

பேராற்றுப் பெருக்கனவே பாய்ந்ததன்றோ?
தனி மனிதன் வாழ்வல்ல உன் வாழ்வு
தன்மானச் சரித்திரத்தின் அத்தியாயம்!
குமரி முதல் இமயம் உன் கொடி பறக்கக்
கோலமிகு தமிழகத்தின் புகழ் பொறித்தாய்
குணாளா! குலக் கொழுந்தே! என்று பண்பின்
மணாளர் எங்கள் அண்ணா உனை அழைத்தார்.
பச்சைத் தமிழன் எனப் பகுத்தறிவுத் தந்தை
இச்சையுடனே உனை உச்சி முகர்ந்தார்.
கருப்புக் காந்தியென உன்னை இந்தக்
கடல்சூழ் நாடு கைகூப்பித் தொழுததன்றோ!
வாழ்க்கையின் ஓரத்தில் நீ எம்மிடம் வாஞ்சையும்
காட்டினாய்
உன் வாழ்வையே ஒரு பாடமாய் அனைவருக்கும்
நிலை நாட்டினாய்
இன்றைக்கு உன்றன் பிறந்த நாள்
எங்களுக்கும் அது சிறந்த நாள்!

4

கர்மவீரரின் 'உரை' சித்திரங்கள்
பெரியார் பற்றி காமராஜர்

மரியாதைக்குரிய தந்தைப் பெரியார் அவர்களும், டாக்டர் வரதராஜுலு நாயுடு அவர்களும் மிக நீண்ட கால – நெருங்கிய நட்பு மனப்பான்மை கொண்டவர்கள். மிகச்சிறந்த நாட்டு அபிமானிகள். ஒருவருக்கொருவர் கருத்து வேறுபாடுகளைக் கொண்டவர்களாக இருப்பினும் நட்பு முறையில் இருவருமே நெருக்கமானவர்கள்.

அதேபோன்றுதான் எனக்கும் பெரியாருக்கும் நெருங்கிய நட்பு முறை உண்டு. எங்களுக்குள்ளும் எளிதில் ஒன்றுபடுத்த இயலாத கருத்துகளில் வேறுபாடுகள் சில இருக்கலாம். அவற்றைப் பொறுத்த மட்டிலும் எங்கள் இருவருக்கும் வித்தியாசம் உண்டு. இது நிச்சயம் என்றும் கூறுவேன்.

காங்கிரஸ் ஸ்தாபனத்துக்கும் திராவிட கழகத்துக்கும் இடையில் உள்ள வேற்றுமைகள் சாதாரணமானவை அல்ல என்பதோடு, அவ்வேற்றுமைகளைக் குறைக்கவோ, மறைக்கவோ எளிதில் முடியாது என்பதும் உறுதி. ஆனால் அதைப் போன்றே பெரியாரிடம் எனக்குள்ள அன்பை எவராலும் எப்போதும் பிரிக்கவோ, குறைக்கவோ முடியாது என்பதும் உறுதி.

தமிழ்நாட்டு சுதந்திரப் போராட்டத்திற்கென்று உழைத்து வந்த அவருடைய உழைப்பை யாரும் மறந்துவிட முடியாது. அன்றியும் காங்கிரஸில் ஆற்றிய பெருந்தொண்டை எவரும் போற்றிப் புகழாமல் இருக்கவும் மாட்டார்கள்.

அவர் மட்டும் காங்கிரஸை விட்டு விலகாமல் இருந்து அவருடன் டாக்டர் அவர்களும், திரு.வி.க. அவர்களும்

ஒன்றுசேர்ந்து காங்கிரஸில் இருந்திருப்பார்களேயானால் இன்றைக்குத் தமிழ்நாட்டின் நிலைமையே வேறாகத்தான் இருக்க முடியும். மிக உன்னத நிலையில் தமிழ்நாட்டின் அமைப்பை நாம் அனுபவித்துக் கொண்டிருப்போம்.

ஏதோ சில அதிருப்தியின் காரணமாக காங்கிரஸை விட்டுப் பிரிந்த பெரியார், தனி ஸ்தாபனம் ஏற்படுத்தி அதன்மூலம் அவருக்குச் சரி என்று தோன்றிய முறையால் நாட்டுக்குச் சேவை செய்து வருகிறார்.

அவருடைய ஸ்தாபனத்தின் கருத்துகள் காங்கிரஸ் ஸ்தாபனத்தின் கருத்துகளுக்கு வேறுபாடுகளைக் கொண்டது என்பதை நான் அறியாதவனல்ல. அதற்காக நாங்கள் எதிரிகளாக இருக்கவேண்டுமென்பது ஆகாது.

இதைப்போன்றே டாக்டர் நாயுடுவும் கொஞ்ச காலம் காங்கிரஸை விட்டுப் பிரிந்திருந்தார். அப்போது அவரிடம் எனக்கிருந்த அன்பு இப்போதுள்ளதைப் போன்றுதான் பெரும் அளவில் இருந்தது. அவர் காங்கிரஸை விட்டுப் பிரிந்தார் என்பதற்காக அவரிடம் எனக்கு இருக்கும் அன்பும் மரியாதையும் குறையவே இல்லை. அதைப் போன்றே பெரியார் அவர்களிடமும் எனக்குள்ள அன்பும் மரியாதையும் என்றும் குறையாது.

காலம் வணங்கும் கல்வி வள்ளல் காமராஜர்

அவர் காங்கிரஸுக்கு எதிர்மாறான கருத்துகளைக் கொண்டவராக உள்ளார் என்கின்ற சாக்கு வைத்து, அவரிடம் நான் சண்டை போடவேண்டும் என்று சிலர் கருதுகிறார்கள் என்பது எனக்குத் தெரிகிறது.

காங்கிரஸின் கொள்கைக்குப் பெரியாரின் கொள்கைகள் மாறானவை என்று பல தடவை சொல்லி இருக்கிறேன். ஆனாலும் அவரோடு நான் சண்டை போட்டுக் கொள்ளாமல் இருப்பதைக் கண்டு சிலர் பொறாமைக் கொள்கிறார்கள். நாங்கள் இருவரும் சண்டை போடவேண்டும் என்றும் சிலர் ஆசைப்படுகிறார்கள்.

இப்படி விரும்புகிறவர்கள் யார் என்றால் காங்கிரஸ் கட்சியினுள் பிளவு ஏற்படுத்தலாம், திராவிட கழகத்தினுள் பிளவு ஏற்படுத்தலாம் என்று ஆசைப்படுபவர்களே ஆவர். அவர்களின் உள் மனப்பான்மையும் அதுவே. அதற்காகவே எங்கள் நட்பு பற்றி சிலர் கண்டபடி பேசியும் பத்திரிகைகளில் எழுதியும் வருகிறார்கள்.

உண்மையிலேயே தமிழ்நாட்டில் இன்றைக்குள்ள அரசியல் சமுதாய விழிப்புக்கு முக்கியக் காரணம் பெரியார் அவர்களின் தொண்டாகும். அவருடைய சேவையை அடிப்படையாகக் கொண்டதுதான் இன்றைய தினம் நாம் அனுபவித்துக் கொண்டிருக்கும் சுதந்திர நாட்டின் வாழ்க்கையாகும்.

நான் அவரைப் புகழ்வது இன்றைக்கு மாத்திரம் இல்லை. அல்லது தேர்தலில் எனக்கு வெற்றி கிட்ட ஆதரவளித்தார் என்பதற்காகவும் அல்ல; மேலும் திராவிட கழகப் பத்திரிகையில் என்னை ஆதரித்து எழுதுகிறார்கள் என்பதற்காகவும் அல்ல; 1947-ஆம் ஆண்டில் நடைபெற்ற தமிழ்நாடு அரசியல் மாநாட்டிலேயே நான் அவரைப் பற்றிப் புகழ்ந்து இருக்கிறேன். இவ்விதமிருக்க சில குதர்க்க புத்திக்காரர்கள் எங்கள் இருவரின் நட்பையும் பிரித்துவிட ஏதேதோ கயிறு திரித்து இல்லாதவற்றைச் சேர்த்துப் பேசி வருகிறார்கள்.

(நான் பெரியாரின் பிறந்த தினத்தன்று அவருடைய இல்லம் சென்று அன்று செலுத்த வேண்டிய என்னுடைய மரியாதையைச் செலுத்தி வந்தேன்.)

இந்தச் சந்தர்ப்பத்தைச் சிலர் விஷமத்தனமாகக் கயிறு திரித்து பொய் வதந்தியைக் கிளப்பிவிட்டனர். நான் அவரைச் சந்தித்து அவருக்கு வாழ்த்துக் கூறியதில் என்ன தப்பு கண்டுவிட்டார்கள்?

இவ்விதம் எங்களின் நட்பு முறையைப் பற்றிக் கயிறு திரிக்கும் வேலையால் காங்கிரஸ்காரர்கள் சிலருக்கு நன்மையாக இருக்கலாம்.

ஆனால் சண்டை மூட்டி அதன் மூலம் வெற்றி கண்டு விடலாம் என்பதை மட்டும் அவர்கள் என்றைக்கும் எதிர்பார்க்க வேண்டாம். அதேபோல கூடவே பெரியார் நட்புக்கு காங்கிரஸ் கொள்கையைச் சிறிதளவு கூட விட்டுக் கொடுப்பேன் என்பதாகவும் யாரும் கருதவேண்டாம்.

பெரியார் எப்படி அவரது கொள்கையில் உறுதி உள்ளவரோ அதுபோல நானும் எனது கொள்கையில் உறுதி உள்ளவனாவேன்.

(27.11.1955 சென்னையில் நடந்த டாக்டர் பி. வரதராஜுலு நாயுடு அவர்களின் மணிவிழாவில் முதல்வர் திரு. காமராஜர் தலைமை வகித்துப் பேசியது.)

★ ★ ★

சோசலிச விரோதிகள் யார்?

(காமராஜர் 1.11.1966-இல் கள்ளக்குறிச்சி மாநாட்டில் முழங்கியது)

சோசலிச சமுதாயம் அமைப்போம் என்று நாம் சொல்லும்போது, ஏழைகள் தங்கள் துன்பத்திற்கு விடிவுகாலம் வந்துவிட்டது. காங்கிரஸு இனிக் காரியங்களைச் செய்துவிடும் என்று நம்பிக்கைக் கொண்டு விட்டார்கள். ஓட்டு உரிமையால்தான் மாற்றம் வரும்.

காலம் வணங்கும் கல்வி வள்ளல் காமராஜர்

நாம் இப்போது ஒரு புதிய போராட்டத்திற்குத் தயாராக வேண்டும். அந்தப் போராட்டத்திற்கு ஆயுதம் எதுவும் தேவையில்லை. அடி, உதைபட்டு இரத்தம் சிந்தவும் தேவையில்லை. மக்களிடத்தில் நாம் உரிமையை வழங்கி இருக்கின்றோம். அந்த ஓட்டு உரிமையை மக்கள் சரியாகப் பயன்படுத்தினால் போதும். பிறகு சோசலிச சமுதாயம் ஏற்பட்டே தீரும்.

அதுமட்டுமன்று. பிறப்பையும், அடிப்படையாகக் கொண்ட சமுதாய அமைப்பு ஆதிக்கம் செலுத்த நினைக்கிறது. பிறப்பால் உயர்ந்தவர்கள் என்று சொல்லிக் கொண்டு சிலர் மக்களை ஏமாற்றி வருகிறார்கள். அவர்களின் ஆதிக்கவெறியை உடைத்தே தீருவோம்.

பிறப்பால் உயர்ந்தவர்கள் சந்தர்ப்பத்தை எதிர்பார்த்துக் கொண்டுள்ளார்கள். இடம் கொடுத்தால், மீண்டும் நம் தலை மீது உட்காரக் காத்திருக்கின்றார்கள்.

பணக்காரனும் பிறப்பால் உயர்ந்தவர்கள் என்று சொல்லிக் கொள்ளுகின்றவர்களும் தாம் சோசலிசத்திற்கு விரோதிகள். பிறப்பால் உயர்ந்தவர்கள் சோசலிசத்தை ஏன் எதிர்க்கின்றார்கள் என்று தெரியுமா? பணக்காரர்களோடு சேர்ந்து சோசலிசத்தை வரவிடாமல் தடுத்துவிட்டால் தங்களின் சாதியின் ஆதிக்கத்தை மீண்டும் நிலைநாட்டிக் கொள்ளலாம் என்று நினைக்கிறார்கள். நாம் விட்டு விடுவோமா என்ன?

(நவசக்தி 3.11.1966)

★ ★ ★

காமராஜரின் முதல் பேச்சு

பெருந்தலைவர் காமராஜருக்கு மேடைகளில் பேசுவது பெரும்பாலும் பிடிக்காது. மக்களுக்குச் சேவை செய்வதையே விரும்புவார். பேசி நேரத்தை வீணாக்குவது தவறு என்று நினைப்பார்...

அவரது முதல் மேடைப்பேச்சு நண்பர்களின் தூண்டுதலின் பேரில்தான் நடந்தது.

விருதுபட்டிக்கு அருகில் பாவாலி என்ற கிராமத்தை அடுத்த எளிங்கநாயக்கன்பட்டி என்றொரு கிராமம். அங்கு எழுபது எண்பது உழவர் வீடுகள்தான் இருக்கும். அந்த கிராமத்தைச் சேர்ந்த குமாரசாமி தேவர் என்பவர் காமராஜர் பேச ஏற்பாடு செய்தார்.

அவருடைய நண்பர் தங்கப்பனிடம், "நான் என்னப்பா பேசுறது!" காமராஜர் கேட்டார்.

"தெரிஞ்சதைப் பேசு" என்றார் நண்பர்.

காமராஜர் அக்கூட்டத்தில், "கூட்டத்தை நடத்தித்தர முன்வந்த ஊர்ப் பெரியதனக்காரருக்கு நமஸ்காரம். உழுது பாடுபடும் உங்களையும் பார்த்துப் பேச சந்தர்ப்பம் கிடைச்சது. ரொம்ப சந்தோசம்.

இப்போ நம் வீடு இருக்கு. பக்கத்து வீட்டுக்காரன் நம்ம வீட்டுக்குள் வந்து அதிகாரம் செய்தா நீங்க விடுவீங்களா என்ன? இப்படிதான் ஆயிரம் மைலுக்கு அப்பால் இருக்கிற வெள்ளைக்காரன் நம் நாட்டுக்கு வந்து அதிகாரம் செய்றான். அவனை இங்கிருந்து துரத்த வேணாமா?

நம்ம ஊர் நிலத்தில் பயிர் செய்து சாப்பிடுகிறோம். அதேமாதிரி நம்ம ஊர்ப் பருத்தியை நாமே நூற்று வேட்டி கட்டினா இவனுக்கென்ன? என காமராஜர் கேள்வி போட்டு பேசியது கிராமத்தினர் ரசித்துக் கேட்கும்படி இருந்தது.

காமராஜரின் எளிமையான, எதார்த்தமான, நியாயமான பேச்சு காங்கிரஸ் வட்டாரத்தில் பாராட்டைப் பெற்றது.

அவர் முதல் பேச்சு இதுதான்...

5

கல்வி வள்ளல்

உயர்திரு நெ.து.சுந்தரவடிவேலு

(திரு. நெ.து. சுந்தர வடிவேலு அவர்கள் மிகச்சிறந்த கல்வியாளர். செயலில் நேர்மையாளர். தமிழக கல்வி முன்னேற்றத்திற்காகத் தன்னை தியாகம் செய்தவர். பல்கலை துணை வேந்தராகப் பணியாற்றியவர். கர்ம வீரர் காமராஜரின் கல்வித் தொண்டுக்கு உறுதுணையாக இருந்தவர். அடித்தட்டு - பிற்படுத்தப்பட்ட - நலிந்த பிள்ளைகள் இன்று உயர்கல்வி கற்கிறார்கள் எனில் அதற்காகப் பாடுபட்ட எளிமையாளர்... அவரது நேர்மை, கடும் உழைப்பு, உண்மை, கல்வியின் மேல் இருந்த பற்று, தன்னலம் கருதாத சேவை போன்றவற்றால் பலரால் பாராட்டப்பட்டவர்... தமிழகத்தின் கல்வி வளர்ச்சிக்காகப் பெருந்தலைவரோடு இணைந்து, தான் பாடுபட்டதை மேற்கண்ட தலைப்பில் அவரே எழுதியதை அப்படியே வழங்குகிறேன்.)

குடும்பமோ சாதாரணம். பொறுப்போ அதிகம். பிஞ்சு வயதிலேயே மிகுதியான பொறுப்பு. ஆறு வயதிலேயே தந்தையின் இழப்பு. ஆறாவதற்கு மேல் படிக்க முடியாத

வைரவமணி

சட்டசபையில் முதலமைச்சர் ஆசனத்தில் காமராஜர்

சூழ்நிலை. சிறுவயதிலேயே உழைத்துப் பிழைக்கவேண்டிய பொல்லாத நிலை. இப்படிப்பட்ட தொல்லையான சூழலில் வளருகிறார், சிறுவர் காமராஜர்...

சாதாரணச் சிறுவராக இருப்பின், "அன்னவிசாரம்; அதுவே விசாரம்" என்று உலகை மறந்து தன்னை வளர்த்துக் கொள்வதில் முனைந்திருப்பார்; கு. காமராஜரோ சாதாரண சிறுவர் அல்லர். எனவே தனது வாழ்க்கைத் தொல்லைகளுக்கிடையே சுற்றுச் சார்பை கூர்ந்து கவனித்தார். தன்னிலும் வறியவர்களைக் கண்டார்; மழைக்குக் கூட பள்ளிக்கூடத்தில் ஒதுங்காதவர்களைப் பார்த்தார். வேலையின்றித் திண்டாடுவோரைப் பார்த்து பரிதாபப்பட்டார். ஏன் இந்த அவலநிலை? இதற்கு மாற்று உண்டா? இப்படியே பலரும் வேதனைப்பட்டு மடிய வேண்டியதுதானா? இக்கேள்விகள் எழுந்தன அவரது அறிவில்.

அந்நிய ஆட்சி, அதன் சுரண்டல்... சமுதாயக் கொடுமைகள் ஆகியவை இந்தியாவின் பல்வேறு தொல்லைகளுக்கு ஆணிவேர் என்பதை பத்திரிகை படிப்பாலும் தேசபக்தர்களின்

பேச்சாலும் உணர்ந்தார். தனக்கு மட்டும் நல்வாழ்வு தேடிக்கொள்ளும் பொய் மான் வேட்டையில் இறங்காமல் எல்லோருக்கும் வாழ்வளிக்கும் முயற்சியில் ஈடுபட உறுதிகொண்டார். இந்திய அரசியல் அதற்கு முதற்படி என்று முடிவு கட்டினார். தனது கடை வேலையை விட்டு விட்டார்; நாட்டுத் தொண்டை ஏற்றுக்கொண்டார். அண்ணல் காந்தியடிகளின் தலைமையில் வீறுநடை போட்டு வந்த காங்கிரஸ் இயக்கத்தில் குதித்தார்.

(கணவனை இழந்த தாயும், தங்கையும் வருவாய் இன்றி கஷ்டப்படுவார்களே என்று அவர் யோசித்திருப்பார். எனினும் குடும்ப நலனை விட தேச நலனே பெரிதாக இருந்தது - தொகுப்பாசிரியர்)

இந்திய விடுதலை இயக்கத்தின் தொண்டராகச் சேர்ந்த காமராஜர், தொண்டர்களுக்கெல்லாம் எடுத்துக்காட்டான தொண்டராகப் பணிபுரிந்தார். காந்தியக் கொள்கைகளை உளமார ஏற்றுக்கொண்டார். உண்மையாகப் பின்பற்றினார். பம்பரம் போல சுழன்று சுழன்று காங்கிரஸ் இயக்கத்தை வளர்த்தார்.

அதன் பல்வேறு வகையான போராட்டங்களில் பங்கு கொண்டார். கள்ளுக்கடை மறியல், கொடிப் போராட்டம், ஒத்துழையாமை இயக்கம் ஆகியவற்றில் ஈடுபட்டார்.

பேரன்பு செய்தாரில் யாவரே பெருந்துயரம் பிழைத்து நின்றார்? இந்தியாவின்பால் அன்பு கொண்டு அதன் விடுதலைப் போராட்டத்தில் பெரும் பங்கு கொண்ட தேசபக்தர் காமராஜரை, சிறைச்சாலை அழைத்தது. இந்திய விடுதலைக்காக காமராஜரை, சிறைச்சாலை அழைத்தது ஒரு முறையா? இல்லை ஒன்பது முறை காலையில் சிறைப்பட்டு மாலையில் வெளியேறிய சிறைத்தண்டனையா காமராஜர் பெற்றது? இல்லை. இல்லை. மொத்தத்தில் மூவாயிரம் நாட்கள் வெஞ்சிறையில் வாடினார். இந்தியாவை வாழ்விக்க வந்த அரசியல் ஞானி.

காந்தியடிகளின் தலைமையில் லட்சக்கணக்கான ஆண்களும் பெண்களும் எண்ணற்ற தியாகங்களைச் செய்தது வீண்போகவில்லை. இந்தியா விடுதலை பெற்றது- மக்களாட்சி முளைத்தது.

இதற்கிடையில் தொண்டருக்குத் தொண்டராகப் பகலென்றும், இரவென்றும் பாராமல் அப்பழுக்கற்ற பொதுத்தொண்டு ஆற்றி வந்த கர்மவீரர் காமராஜர், தமிழ்நாட்டு காங்கிரஸின் தலைவராகத் தேர்ந்தெடுக்கப்பட்டார். தலைவர் என்ற நிலையில் காங்கிஸை வளர்ப்பதிலும் கட்டிக் காப்பதிலும் தன்னிகரில்லாத தலைவராக விளங்கி வந்தார். தமிழ்நாட்டில் காங்கிரஸ் அமைச்சரவையை உருவாக்கிப் பாதுகாத்து வந்தார்.

ஆயினும் 1952-ஆம் ஆண்டு நடந்த பொதுத்தேர்தலில் காங்கிரஸ் கட்சி தனியாக பெரும்பான்மை உறுப்பினர்களைப் பெறாத நிலை விளைந்தது. தியாகச் செம்மல் காமராஜர் மனங்குலையவில்லை. ராஜாஜியை அழைத்து, அவருக்கு வேண்டிய ஆதரவைத் திரட்டித் தந்து, அவரை முதலமைச்சராக்கி மகிழ்ந்தார்.

மூதறிஞர் நேர்மையாளர் கையில் தமிழ்நாட்டின் ஆட்சியை ஒப்படைத்த மகிழ்ச்சியில், தலைவர் காமராஜர் கட்சிப் பணியில் முழுக் கவனம் செலுத்தினார். எதிர்பாராத பேரிடி ஒன்று வீழ்ந்தது.

திடீரென புதிய தொடக்கக் கல்வி திட்டமொன்று புகுத்தப் பட்டது. நாட்டுப்புறப் பள்ளிகள் அரைவேளையே நடக்கும். சிறுவர் சிறுமியர் பாதி நேரம் படித்துவிட்டு, மற்ற பாதி நேரம் தத்தம் குலத்தொழிலைக் கற்றுக்கொள்ளவேண்டும். இதுவே புதிய திட்டம். அறிவித்த உடனே நடைமுறைக்கு வந்த திட்டம்.

இத்திட்டம் வெளியான அன்று, தலைவர் காமராஜர் விருதுநகரில் இருந்தார். அன்று மாலை அங்கு பேசிய பொதுக்கூட்டத்தில், 'இது பைத்தியக்காரத் திட்டம்; இதை

ஒழித்துவிட்டுதான் மறு வேலை' என்று முழங்கினார் ஏழைப்பங்காளர் காமராஜர்.

இதைப் படித்ததும் காங்கிரஸ் கட்சியைச் சேர்ந்த சட்டமன்ற உறுப்பினர்கள் சிலர் முன்வந்து 'குலக்கல்வி' திட்டத்திற்கு எதிர்ப்புக் கையெழுத்துகளை வாங்கினர். ஐயத்திற்கு இடமில்லாத அளவு மிகப்பெரும்பான்மையோர் எதிர்ப்புக்குக் கையெழுத்திட்டனர். தலைவர் காமராஜரிடம் அதைக் கொடுத்தனர். முதல் அமைச்சர் ராஜாஜியிடம் பேசி குலத்தொழில் கல்வி முறையை ஒழித்துவிடும்படி வேண்டினார்.

அந்நிலையிலும் தமது அழைப்பின் பேரில் முதல் அமைச்சர் பொறுப்பை ஏற்றுக்கொண்ட ராஜாஜிக்குக் களங்கம் வரக்கூடாது என்று கருதியது காமராஜரின் பெருந்தன்மை. கல்வியாண்டின் சில மாதங்கள் சென்றுவிட்டதால் ஆண்டின் இறுதியில் பழைய கல்வி முறைக்கு மாற்றிவிடலாம் என்று சமாதானப்படுத்திவிட்டு, முதல் அமைச்சர் ராஜாஜி மேல் நம்பிக்கை இருக்கிறது என்ற தீர்மானத்தைச் சட்டமன்றத்தில் நிறைவேற்றி வைக்கச் செய்தார்.

தமிழ்நாட்டில் அரைவேளை படிப்பிற்கு எதிர்ப்புத் தொடர்ந்தது. கல்வியாண்டில் இறுதி நெருங்கும்போது, புதிய திட்டம் ஏழைகளுக்குத் தீங்கானது என்பதை எடுத்துக்கூறி அதை விட்டுவிடும்படி இராஜாஜி கோரப்பட்டார். அவர் இணங்கவில்லை.

முழு நாள் படிப்புக்கு ஏற்பாடு செய்யக்கூடிய முதல் அமைச்சரைத் தேடவேண்டிய நெருக்கடி ஏற்பட்டது. மூதறிஞர் இராஜாஜிக்குப் பதிலாக முதல் அமைச்சராகப் பதவியை ஏற்றுக்கொள்ளும் துணிவு, பல பெரியவர்களுக்கு வரவில்லை. தலைவர் காமராஜர் ஒருவருக்கே இராஜாஜியின் கட்சியை எதிர்த்து வெற்றி பெறும் வாய்ப்பு இருக்கிறது என்பது தெளிவாயிற்று. வேறு வழியின்றி, காமராஜர் உடன்பட்டார். தமிழ்நாட்டின் முதல் அமைச்சரானார். அன்று

தொடங்கியது, தமிழ்நாட்டின் பொற்காலம்.

"மாண்புமிகு காமராஜர் முதல் அமைச்சர் பதவியை ஏற்றுக் கொண்டது தற்காலிக ஏற்பாடே. அவர் விரைவில் விலகி விடுவார் என்று பலர் வெட்டிப் பேச்சு பேசினார்கள். கர்மவீரரோ ஒன்பதரை ஆண்டுகள் முதல் அமைச்சராக இருந்தார். இந்திய முதல் அமைச்சர்களிலேயே சிறந்த முதல் அமைச்சராக விளங்கினார் என்பது உண்மை. வெறும் புகழ்ச்சியில்லை. குறையப் பேசி நிறையச் சாதித்த முதல் அமைச்சர் காமராஜரின் காலம், தமிழ்நாட்டின் பொற்காலம் என்பதை உலகம் உணர்ந்துள்ளது.

தியாகச்செம்மல் காமராஜர் ஆட்சிப்பொறுப்பை ஏற்றபோது, தமிழ்நாடு அறியாமை இருளில் மூழ்கிக் கிடந்தது. இல்லாமை, பொதுமையாக இருந்தது. தொடக்கப் பள்ளிகள் கூட இல்லாத ஊர்கள் ஒன்றா இரண்டா? நூறா? இருநூறா? பல்லாயிரம்.

காலம் வணங்கும் கல்வி வள்ளல் காமராஜர்

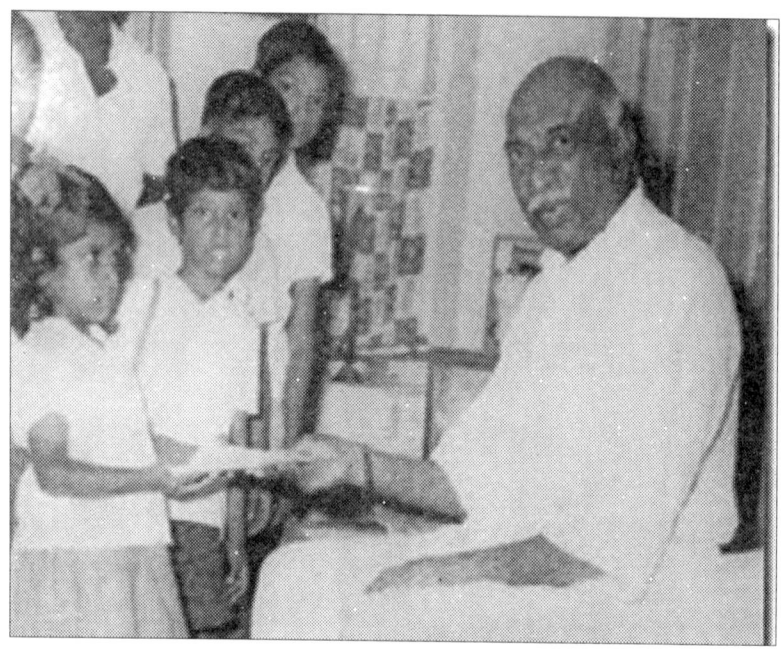

இந்தியா விடுதலை அடைந்தபோது 14,500 தொடக்கப் பள்ளிகளைக் கொண்டிருந்தது, தமிழ்நாடு. அவற்றின் எண்ணிக்கை மெல்ல, மெல்ல உயர்ந்தது. 1954-ஆம் ஆண்டில் இருந்த மொத்த தொடக்கப் பள்ளிகள் 16,000 ஆகும். காமராஜரின் ஆட்சி பொற்காலத்தில் அந்த எண்ணிக்கை 16 ஆயிரத்திலிருந்து 45 ஆயிரமாக ஏறிற்று. ஒரு நூற்றாண்டின் வளர்ச்சியை ஒன்பதாண்டுகளில் எட்டிப் பிடிக்க முடிந்தது.

அதுமட்டுமா? உயர்நிலைப் பள்ளிகளைப் பொருத்தமட்டில் நான்கு பங்கு வளர்ச்சியைக் கண்டு வியந்தது பாரதம். உயர்நிலைப் பள்ளிகளின் எண்ணிக்கை 650-லிருந்து 2300 ஆக பெருகும்போது அற்புதமாகத்தானே தோன்றும். அவற்றில் கற்போர் எண்ணிக்கை 3.86 இலட்சத்திலிருந்து 13 இலட்சத்திற்கு மேல் பெருகியதைக் கண்ட பெரியார் இராமசாமி, காமராஜரை 'கல்வி வள்ளல்' என்றும் தமிழ் நாட்டின் 'ரட்சகர்' என்றும் போற்றிப் புகழ்ந்தது சரியே!

உலகம் வியக்கும் பெரும் வளர்ச்சியை குறுகிய காலத்திற்குள் அடைந்தது, எப்படியோ தற்செயலாக நிகழ்ந்துவிட்ட திருவிளையாடல் அல்ல. தெளிவான சிந்தனையால் ஊற்றெடுத்த மக்கள் நலக் கல்விக் கொள்கைகளை திட்டங்களைத் தீட்டி, பொறுமையாக, அதேநேரத்தில் விரைவாகச் செயல்படுத்தியதன் அமோக விளைச்சலே தமிழ்நாட்டின் கல்வி வளர்ச்சி.

முன்னர் பழக்கமில்லாத மேனாட்டு பட்டம் என்னும் வெளிச்சமில்லாத சாதாரண கல்வித் துறை அதிகாரியாகிய என்னை மாநிலத்தின் பொதுக்கல்வி இயக்குநராக நியமித்தார் மாண்புமிகு காமராஜர். நன்றிப் பெருக்கினை நேரில் வெளியிட முதல் அமைச்சரிடம் சென்றேன். உட்காரச் சொன்னார். உட்கார்ந்துவிட்டேன். உணர்ச்சிப் பெருக்கோடு, தழுதழுத்த குரலில்,

‘இந்திய கல்வி இயக்குநர்களிலேயே மிக இளையவன் நான். இவ்வளவு இளம் வயதினனுக்கு மிகப்பெரிய பதவியை வழங்கிய தங்களுக்கு எப்படி நன்றி சொல்வதென்றே தெரியாமல் விழிக்கிறேன். தங்களுக்கு எவ்வித பழிச்சொல்லும் வராதபடி நடந்துகொள்வேன்’ என்றேன்.

காலம் வணங்கும் கல்வி வள்ளல் காமராஜர்

மேலே பேசவிடவில்லை. காமராஜர் புன்முறுவல் பூத்தபடியே, "அப்படியென்றால், நாம் இருவரும் பல ஆண்டுகள் இருப்போம். ஒழுங்காகத் திட்டமிட்டு, எல்லாருக்கும் இலவசக் கல்வி கொடுக்க ஏற்பாடு செய்வோம். வரப்போகிற காலத்திற்கு எட்டாவது படிப்பு போதாது. பதினோராவது வரை படிப்பதே நல்லது. அதுவரை இலவசக் கல்வி கொடுக்கணும்.

அதற்கு முன்னே, ஒவ்வொரு சிற்றூருக்கும் தொடக்கப்பள்ளி, அடுத்தடுத்து நடுநிலைப்பள்ளி, பேரூர்தோறும் உயர்நிலைப் பள்ளி வைக்கணும். ஆசிரியர்கள் நிலை கஷ்டம். ஓய்வு பெற்ற பிறகு இன்னும் கஷ்டம். சில பேருக்கு மட்டுமே பென்ஷன். எல்லா ஆசிரியர்களுக்கும் பென்ஷன் கிடைக்கிற மாதிரி திட்டம் போட்டு நிறைவேற்ற வேண்டும். இதற்கெல்லாம் என்ன செலவாகுமென்பதைக் கணக்குப் போடுங்கள். ஒரு முறைக்கு இருமுறை சரிபார்த்த பிறகு, கொண்டு வாருங்கள்!" என்று கொள்கை எல்லைகளைக் காட்டிவிட்டு விடை கொடுத்து அனுப்பினார்.

அவருடைய கொள்கைகள் திட்டங்களாக உருவாயின. இந்தியாவிலேயே சென்னை மாநிலத்தில் தான் முதன்முதலாக ஆசிரியர்களுக்கான 'மூன்று நன்மைத் திட்டங்கள்' நடைமுறைக்கு வந்தன. அதேநேரத்தில், முந்நூறு மக்கள் உள்ள சிற்றூர்தோறும் தொடக்கப் பள்ளிகளை ஏற்படுத்தத் திட்டமிடப்பட்டது. அதுவும் இரண்டொரு ஆண்டுகளில் நிறைவேறிவிட்டது.

அடுத்த உயர் தொடக்கப் பள்ளிகள் எண்ணற்றவை நிறுவப்பட்டன. அதில் வெற்றி முனையை நெருங்கும்போது, புதிய உயர்நிலைப் பள்ளிகளை நிறுவுவதில் முனைப்பு காட்டப்பட்டது. நாட்டுப்புறப் பகுதிகளில் எல்லாம் உயர்நிலைப் பள்ளிகள் தோன்றின.

வெள்ளையர் ஆட்சியின்போது தர்மபுரியும் சேர்ந்த பெரிய சேலம் மாவட்டத்தில் ஈராண்டுகளில், பதினோரு உயர்நிலைப்

பள்ளிகளுக்குப் பரிந்துரைத்த என்னை, அங்கே விட்டு வைப்பது சரியல்ல என்று மாற்றிவிட்டார்கள். கல்வி வள்ளல், காமராஜர் காலத்தில் என் கைகள் வட ஆற்காடு மாவட்டத்திற்கு மட்டும் ஒரே ஆண்டில் 50 உயர்நிலைப் பள்ளிகளை அனுமதித்தது. எப்படி முடிந்தது? நம்பமுடியாத பெரும் சாதனைகள்!

எல்லோருக்கும் கல்வி என்று கொள்கை அளவில் சொல்லி விட்டு நடைமுறையில் பல்வேறு சாக்குகளைக் காட்டி கட்டுப் படுத்திவிடும்படி, முதல் அமைச்சர் காமராஜரோ, கல்வி அமைச்சர் சுப்பிரமணியமோ ரகசிய ஆணை கொடுக்காததால், மளமளவென்று வளர முடிந்தது. எண்ணிக்கைக் கட்டுப்பாடோ, நிதிக் கட்டுப்பாடோ விதிக்காத பொற்காலம் அந்தக் காலம். அது மட்டுமா? பள்ளிக்கூடங்களை அனுமதிப்பதில் கட்சிக் கண்ணோட்டத்தையோ காழ்ப்பையோ புகுத்தி கல்வி வளர்ச்சியைப் பாழாக்காத நற்காலம் அது. பானை சோற்றுக்கு ஒரு சோறு பதம் காட்டுகிறேன்.

ஓராண்டு, திருவண்ணாமலையை அடுத்துள்ள தண்டராம்பட்டு என்னும் ஊருக்கு உயர்நிலைப் பள்ளி வேண்டும் என்று கேட்டு, விண்ணப்பம் வந்தது. அதற்குப் போட்டியாக வேறு ஊர்களும் உயர்நிலைப் பள்ளிகளைக் கேட்டன. அப்போதுதான் பொதுத்தேர்தல் நடந்து முடிந்தது. பொதுத் தேர்தலில் தண்டராம்பட்டில் பெரும்பான்மையான வாக்காளர்கள், காங்கிரஸுக்கு விரோதமாக வாக்களித்தார்கள். இதனால் சினங்கொண்ட அம்மாவட்டத் தலைவர்கள் சிலர் முதலமைச்சர் காமராஜரிடம் சென்றார்கள். எந்த ஊருக்குக் கொடுத்தாலும் கொடுக்காவிட்டாலும் பரவாயில்லை. தண்டராம்பட்டுக்கு மறுத்துவிட வேண்டுமென்று கூறினார்கள். இப்பின்னணி எனக்குத் தெரியாது.

நேர்மையாளர் காமராஜர் என்னை அழைத்தார். திருவண்ணா மலை பக்கத்திலிருந்து வந்துள்ள கோரிக்கைகளில் எதை ஏற்றுக்கொள்ளலாம் என்று கேட்டார்.

தண்டராம்பட்டிக்கே முதல் தகுதி இருப்பதாகக் கூறினேன். காரணங்களையும் சொன்னேன். அப்படியே செய்துவிடலா மென்றார். தண்டராம்பட்டிற்கே உயர்நிலைப் பள்ளியை அனுமதித்து ஆணை பிறப்பித்தேன். இப்படிப் பல ஊர்களில் நடந்தது. அதிர்ச்சி அடையாதீர்கள். காமராஜரின் பொற்காலத்தில் மாநில இயக்குநர்களுக்கு உரிமைகள் இருந்தன. அதில் அவர் தலையிட்டதில்லை.

நான் ஒன்பதாண்டு காலம் அவரின் கீழ் இயக்குநராகப் பணிபுரியும் நற்பேறு பெற்றேன். பள்ளிக்கூடம் அனுமதிப் பதிலோ, ஆசிரியர்களை நியமிப்பதிலோ, மாற்றுவதிலோ, மானியங்களை பங்கிட்டுக் கொடுப்பதிலோ ஒருமுறையும் தலையிட்டதில்லை. ஒருவரையும் பரிந்துரைத்ததில்லை. என்னுடைய எந்த ஆணையையும் மாற்றி அமைத்ததில்லை. கல்வி அமைச்சர் மாண்புமிகு சுப்பிரமணியமும் தலையிட்ட தில்லை. நல்ல வேலை செய்யத் துடிக்கும் மாநில அதிகாரி களுக்கு மிக இன்றியமையாதது, தானே முடிவெடுத்து செயல்படும் உரிமை. அதை அளித்த பெரியவர் காமராஜர் கொள்கைகளையும், குறிக்கோள்களையும் காட்டிவிட்டு முழு உரிமையோடு இயங்கவிட்டார். அந்தப் பண்பாளருக்கு நன்றி சொல்ல சொற்கள் போதாது.

எனவே, அவருடைய பொற்காலத்தில் முதன்முதலாக நம் மாநிலத்தில் பகல் உணவுத் திட்டம் தோன்றி முப்பதாயிரம் பள்ளிகளுக்குப் பரவி 15 இலட்சம் குழந்தைகளுக்கு வாழ்வும் படிப்பும் கொடுத்தது. பசியோடு வரும் ஏழைக்குழந்தைகள் படிப்பில் வளர முடியாது என்பதை மேதை காமராஜர் உணர்ந்திருந்தார்.

ஆகவே வைப்பாற்றுக்குப் பாலம் கட்ட அடிக்கல் நாட்டும் விழாவிலேயே பகல் உணவுத் திட்டத்தையும் பெரிதாக்கிப் பேசி, இது மிக முக்கியமானது. இதற்காக என் வேலைகளை யெல்லாம் ஒதுக்கி வைத்துவிட்டு ஊர் ஊராக வந்து பிச்சை கேட்கத் தயாராக இருக்கிறேன் என்றார். மக்கள் தாமாகவே முன்வந்து தாராளமாகவே கொடுத்து எல்லா ஊர்களிலும்

வைரவமணி

பள்ளிக்கூட பகல் உணவு ஏற்பாடு நன்றாக நடக்கும்படி செய்தார்கள். அவர்களுடைய ஆதரவு உழைப்பால் உயர்ந்து உத்தமராம் காமராஜர் பால் அவர்கள் கொண்டிருந்த பக்திக்குச் சான்றாக விளங்கியது.

இந்த நல்ல திட்டத்தைத் தொடங்கி வைப்பதற்காக நூற்றுக்கணக்கான சிற்றூர்களுக்கு காமராஜரே நேரில் வந்தார். பொதுமக்களிடம் நேரில் பேசி ஊக்குவித்தார். கல்வி வளர்ச்சிக்கு மற்றொரு துணை, சீருடை. காமராஜர் காலத்தில் உடை கொடை எங்கு பார்த்தாலும் நடந்தது. அவற்றை வழங்கி ஊக்கப்படுத்தவும் கர்மவீரர் காமராஜர் கலந்து கொண்ட நிகழ்ச்சிகள் பல நூறு ஆகும்.

இன்றியமையாத இட வசதி, நூலக வசதி, துணைக் கருவிகள் வசதி ஆகியவற்றைப் பெற்ற பள்ளிகளே நன்றாகக் கற்பிக்க முடியும். எல்லாப் பள்ளிகளும் உள்ளூர் மக்களின் உதவியின் மூலம், இவற்றைப் பெறுவதற்காக, பள்ளிச் சீரமைப்பு மாநாடுகள் பலவற்றில் முதல் அமைச்சர் காமராஜர் கலந்து கொண்டு எங்களைச் செம்மையாகச் செயல்பட வைத்தார்.

காலம் வணங்கும் கல்வி வள்ளல் காமராஜர்

காமராஜரின் ஆட்சிக் காலத்தில் தோன்றிய மற்றொரு சிறப்பினை நினைவுகூர்தல் நல்லது.

கல்வி ஆயிரங்காலத்துப் பயிர்; நுட்பப் பயிருங்கூட. அது அரசியல் சூறாவளிகளில் சிக்கினால் பிழைக்காது. எனவே, கல்விக் குறிக்கோள்களையும், கொள்கைகளையும் திட்டங்களையும் கட்சி அரசியலுக்கு அப்பால் வைத்து நிறைவேற்றவேண்டும். இதை உணர்ந்த பெரியவர் சென்னை சட்டமன்றத்திலுள்ள பல்வேறு கட்சித் தலைவர்களையும் கொண்ட கல்வி ஆலோசனைக் குழுவினை நிறுவி அனைத்திந்தியாவிற்கும் வழிகாட்டினார்.

ஆசிரியர்களையும், மாணவர்களையும் அரசியல் ஈடுபாட்டில் தள்ளுவதில்லை என்னும் பெரிய மனித உடன்படிக்கைக்கு வரவேண்டும் என்று அறிஞர் அண்ணா முன்மொழிந்ததை தயக்கமின்றி ஏற்றுக்கொண்டு இந்தியாவிற்கு வழிகாட்டியாக விளங்கியது காமராஜர் காலம்.

குடியரசுத் தலைவர் இராஜேந்திர பிரசாத்தும் பிரதமர் நேருவும் புகழ்ந்து பாராட்டி பிற மாநிலங்களுக்குப் பரிந்துரைத்த, அத்தனை கல்வி முன்னேற்றத் திட்டங்களும் ஆறாம் வகுப்போடு நின்றுவிட்ட பேரறிஞர் காமராசின் பெருஞ்சாதனைகளாகும்.

காமராஜர் முதல் அமைச்சராகி, கல்வி வெள்ளம் பெருக் கெடுத்து ஓடச் செய்ததன் நல்விளைவே, இன்றைய கல்லூரி மாணவ மாணவிகளில் நூற்றுக்கு அறுபதுக்கு மேற்பட் டவர்கள் தாழ்த்தப்பட்ட பின்தங்கிய வகுப்புகளைச் சார்ந்தவர் களாக இருப்பது. காமராஜர் பதவிப் பொறுப்பை ஏற்றுக் கொள்ளாதிருந்தால், நம்மில் பலர் தங்களுக்கு படிப்பு வராது என்ற அவநம்பிக்கையில் வளர்ந்திருப்போம். தகுதி திறமை என்னும் பெயரால் ஏழை எளியவர்களை உயர்கல்வியின் பக்கம் நெருங்கவிடாமல் தள்ளி வைத்திருந்த கொடுமையை அவருடைய தாக்குதல் தகர்த்தெறிந்தது.

வைரவமணி

கல்விக் கர்ணனாகிய காமராஜரோடு, கல்வித் தொண்டிற்காக, ஆயிரம் மேடைகளில் அமர்ந்திருப்பேன். பாதி கூட்டங்களுக்கு அவருடனேயே காரில் பயணம் சென்றிருப்பேன். அவரால் பதவி உயர்வு பெற்றவன் என்பதாலோ சம்பளம் பெறும் ஊழியன் என்பதாலோ ஒருவேளை கூட எந்நிலையிலும் என்னைச் சிறியவனாக நடத்தாத பெருந்தலைவர் காமராஜர்.

காலம் வணங்கும் கல்வி வள்ளல் காமராஜர்

அவர் என்பால் பொழிந்த அன்பிற்கும் அவர் எனக்குக் கொடுத்த ஆதரவிற்கும் உரிமைக்கும் ஈடு சொல்வதென்றால் அது நான் தந்தை பெரியாரிடம் பெற்ற அன்பும், ஆதரவும் உரிமையுமே ஆகும்.

பிரதமர் நேரு தனது கொள்கைக்கு மாறாக உயிரோடிருக்கும் ஒரு பெரியவருடைய சிலையைத் திறந்து வைக்கும் அளவிற்குச் சிறப்புப் பெற்ற விடுதலைப் போராட்ட வீரர் தியாகச் செம்மல், இமயமலையளவு சாதனையாளர், சிறந்த அரசியல் ஞானி, தலைசிறந்த நிர்வாகியாகிய காமராஜரிடம் திருவாங்கூரின் முன்னாள் மன்னர் எவ்வளவு மதிப்பு வைத்திருந்தார் என்பதை நேரில் உணரும் நல்வாய்ப்பு எனக்குக் கிட்டிற்று.

1959-இல் கன்னியாகுமரி மாவட்டம் சென்னை மாநிலத்தோடு இணைவதற்கு முன், திருவாங்கூர் கல்வி இயக்குநரோடு, பள்ளிக்கூட மாற்றங்களைப் பற்றிப் பேசச் சென்றேன். அவர் எளிதில் மன்னரிடம் பேட்டிக்கு ஏற்பாடு செய்தார்.

காட்சிக்கு எளியவராக இருந்த அம்மன்னரை வணங்கிவிட்டு, "தாங்கள் கண்போல் காத்து வந்த கன்னியாகுமரியை எங்களுக்குக் கொடுக்கிறீர்கள். அதே பாசத்தோடு வைத்திருக்க வேண்டுமே என்ற பொறுப்புணர்ச்சி மேலிடுகிறது" என்றேன். மன்னர் இளநகையோடு குறுக்கிட்டார்.

உங்கள் தலைவர் காமராஜர் ஏழைபால் எல்லையற்ற அன்பு கொண்டவர். எந்நேரமும் அவர்கள் முன்னேற்றத்தைப் பற்றியே சிந்தித்துக் கொண்டிருப்பவர். இயற்கை மதிநுட்பம் உடையவர். எனவே, அவருடைய பாதுகாப்பிலும் வளர்ப்பிலும் நன்மையே விளையும். இது உறுதி என்று மன்னர் கூறக் கேட்டு மெய்மறந்தேன்.

கல்விக்கண்ணை எல்லோருக்கும் திறந்து நாட்டுப்புறங்களி லெல்லாம் மின்னொளி பெறும் திட்டங்களை முடுக்கிவிட்டு, தொழிற்பேட்டைகளை அமைத்து, தொழில் வளம் பெருகச் செய்து, தமிழ் ஆட்சி மொழிச் சட்டத்தை நிறைவேற்றி

> தாய்மார்கள் கற்று விட்டால் நாட்டில் தொந்தரவே இருக்காது.!

> அரசு என்பது எல்லா மக்களுக்குமே சொந்தமானது.!

> கற்ற ஜாதி, கற்காத ஜாதி என்றொரு ஜாதி உண்டாகாமல் பார்த்துக்கொள்ள வேண்டும்.!

> திட்டம் மக்கள் திட்டமாக இருக்க வேண்டும். அத்துடன் மக்கள் ஒத்துழைப்பு வேண்டும். மக்கள் ஒத்துழைப்பு இல்லாமல் எந்த திட்டமும் வெற்றி பெற முடியாது!

> ஜாதி என்ற நோயை முளையிலேயே
> கிள்ளி எறிய வேண்டும்.!

> நாடு வளர்ச்சி அடைய வறுமையும் அறியாமையும் அழிய வேண்டும்.. இவை இரண்டும் அழியாமல் நாடு வளர்ச்சி அடைந்து விட்டதாக கூற முடியாது.!

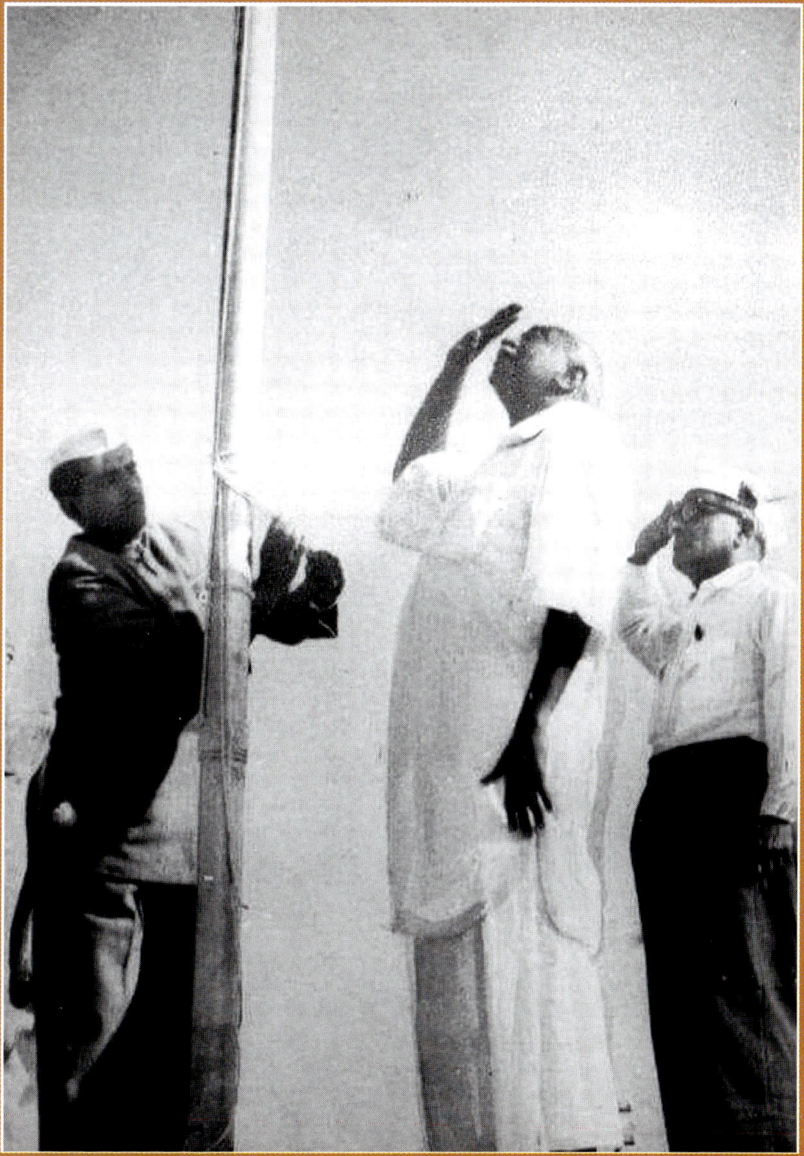

நாட்டின் ஐக்கியத்தை பாதுகாப்பதிலும்.. ஒற்றுமையோடு பாடுபடுவதிலும் தான் நமது முன்னேற்றம் இருக்கிறது.!

> இலட்சியத்தை அடைய அமைதியான வழிகளையே பின்பற்ற வேண்டும்.. பலாத்காரப் புரட்சி தேவையில்லை.!

தமிழன்னை அரியணை ஏற வழி செய்தபின், துண்டைத் தூக்கி எறிவதுபோல் முதலமைச்சர் பதவியை எளிதாக விட்டுவிட்டார் காமராஜர்.

அனைத்திந்திய காங்கிரஸ் தலைவராக விளங்கிய நேருவின் மறைவிற்குப் பின் ஏற்பட்ட நெருக்கடியையும் லால் பகதூர் சாஸ்திரியின் மறைவுக்குப் பின் ஏற்பட்ட போட்டிகளையும் எளிதாகச் சமாளித்து, இந்திய சுதந்திரத்தைப் பாதுகாத்து வெற்றி வாகை சூடிய தலைவர் காமராஜர்.

தொண்டருக்குத் தொண்டராக வந்த காமராஜர் தலைவருக்குத் தலைவராக விளங்கி பாரத மக்கள் அனைவரின் உள்ளங்களிலும் நிலையான இடத்தைப் பெற்றுவிட்டார். பொதுத் தொண்டிற்கு இலக்கணமாகவும் இலக்கியமாகவும் விளங்கிய காமராஜரின் கறைபடாத கைகள் பல்லாண்டுகளாக பாரதத்தை காத்து வந்தன. தன்னலம் அணுவும் கலவாத அவருடைய நற்சிந்தனை அனைவருக்கும் நேரிய வழியைக் காட்டியது.

தெளிந்த சிந்தனையாளரும், செயல்வீரரும், ஏழைப் பங்காளரும், சமத்துவ மலையும், எளிமையின் திருவுருவுமாக விளங்கிய பெருந்தலைவர் காமராஜருக்கு எப்படி அஞ்சலி செலுத்துவது?

இந்திய ஒருமைப்பாட்டிற்குத் தளராது உழைப்பதும் எல்லோரும் வாழ வேண்டும் என்று அயராது பாடுபடுவதும், மக்கள் அனைவரையும் மக்களாகவே பாவிக்கும் மனப்பக்குவத்தை வளர்த்துக் கொள்வதும் நாணயத்தையும், நேர்மையையும், சிறுகச் சிறுகவாகிலும் வளர்த்துக்கொள்வதும், அந்தச் சான்றோர் உயிரினும் உயர்வாக மதித்த கல்வி வாய்ப்புகளை வளர்ப்பதுமே, நம் உள்ளம் கவர்ந்த, தியாக மாமலை காமராஜருக்குச் செலுத்தக்கூடிய மெய் அஞ்சலியாகும்.

திரு. நெ.து. சுந்தரவடிவேலு (1912-1993) அவர்கள் 'கல்வி வள்ளல்' என்றொரு அருமையான நூலை காமராஜரின் கல்வி வளர்ச்சி பற்றி எழுதியிருக்கிறார்.

★ ★ ★

காலம் வணங்கும் கல்வி வள்ளல் காமராஜர்

தமிழ்நாட்டில் எழுதப் படிக்கத் தெரிந்தவர்கள் எண்ணிக்கை

(சென்சஸ் கணக்குப்படி (100க்கு)

1901-ல் 7 பேர்
1911-ல் 7.5 பேர்
1921-ல் 9.8 பேர்
1931-ல் அதுவே
1941-ல் 14.4 பேர்
1951-ல் 19.3 பேர்
1961-ல் 30.22 பேர்

1901-லிருந்து 1951 வரை எழுதப் படிக்கத் தெரிந்தவர் எண்ணிக்கை சுமார் 19 பேரே. 1951லிருந்து 1961க்குள் சுமார் 31 பேர் என்றால், இந்த திடீர் வளர்ச்சிக்கு காரணம் கல்வி பரப்பும் காமராஜர் ஆட்சியல்லவா? அகில இந்திய சராசரி விகிதத்தைவிட தமிழ்நாட்டில் எழுதப் படிக்கத் தெரிந்தவர் தொகை மிக அதிகம்.

6
பத்திரிகையாளர்களின் நெஞ்சங்களில் காமராஜர்

இன்றைக்குப் பிரதமர் ஆகட்டும், மாநில முதல்வர்கள் ஆகட்டும் 'பத்திரிகையாளர்கள்' என்றாலே பயந்து ஒதுங்குகிறார்கள். 'பேட்டி' என்றாலே பதுங்குகின்றார்கள். அல்லது 'பிறகு பார்க்கலாம்' என்று புன்சிரிப்புடன் நழுவி விடுகிறார்கள்.

காரணம்... எங்கே பத்திரிகைகாரர்கள் 'ஆட்சியில் நடக்கும்' அட்டூழியங்கள் பற்றியும், லஞ்ச, ஊழல், சொத்து பத்துகள் பற்றியும் கேள்விகள் கேட்டு, 'மக்களிடம்' தங்கள் பெயரை 'பழுதாக்கி' விடுவார்களோ என்ற பயம்...

இன்றைய அரசியல் தலைவர்களில் சிலர் மட்டுமே பத்திரிகையாளர்களோடு பழகுகிறார்கள்.. பயமின்றி அவர்களோடு பேசுகிறார்கள்... பேட்டியளிக்கிறார்கள்...

நேர்மையான, உண்மையான, மக்களின் மீதும், நாட்டு மீதும் பற்று கொண்ட அரசியல்வாதிகள், பத்திரிகையாளர்களைக் கண்டு நடுங்குவதே இல்லை...

பத்திரிகை - பத்திரிகையாளர்களோடு மிகவும் நெருங்கிப் பழகியவர் பெருந்தலைவர் காமராஜர் அவர்களே தலைசிறந்தவர்.

அவர் முதலமைச்சராய் ஒன்பதாண்டுகள் பதவி வகித்தபோதும் சரி, அதற்கு முன்பும் பின்பும் சரி தன்னை நாடி வரும் பத்திரிகையாளரிடம் நெருங்கிப் பழகத் தவறவில்லை. நாட்டு முன்னேற்றம் பற்றியும், நாட்டுப் பிரச்சனைகள் பற்றியும் மனம் திறந்து பேசினார்...

எல்லா பத்திரிகையாளர்களிடமும் அன்போடு பழகினார்; பேசினார்; அவர்களின் கஷ்ட நஷ்டங்களில் தோள் கொடுத்தார்.

தன்னை எதிர்த்த பத்திரிகையாளிடமும் நேசம் காட்டினார்...

ஒருமுறை பத்திரிகை நிருபர் ஒருவர் காமராஜரைக் கடுமையாய்த் தாக்கி எழுதினார். அதன்பிறகு அந்தப் பத்திரிகை நிருபர் அவரைப் பார்ப்பதைத் தவிர்த்தபோது, ஒருமுறை அவரிடம் சிக்கிக் கொண்டபோது, “ஏன் என்னைப் பார்த்து ஒளியிறே? நீ என்னைத் தாக்கி எழுதறத படிச்சேன். நீ என்ன தப்பு செய்தே? அந்தப் பத்திரிகை உன்னை அப்படி எழுதச் சொல்லுது, எழுதுறே... வயித்துப் பொழப்புக்கு எழுதிதானே ஆகணும்” என்று புன்னகைத்தபடியே சொல்ல... நிருபர் கண்ணீர் விட்டு அழுதாராம்.

தன்னை எதிர்ப்பவரையும் அன்பாய் நேசித்த பாசக்கார சகோதரர் அவர்.

அடிக்கடி பத்திரிகையாளர்களைத் திரட்டி ‘நாட்டு நடப்பு’ பற்றிப் பேசுவார்.

இன்று எந்த மந்திரிகளாவது பேசுவார்களா? காரணம், காமராஜரின் கரங்கள் கறை படியாதவை.

தனக்குக் கிடைத்த சம்பளத்துக்குள்ளேயே தன் வாழ்க்கையை அமைத்துக்கொண்ட துறவி அவர்.

நீலம் சஞ்சீவ ரெட்டி காமராஜரைப் பற்றி கூறுகின்றபோது, “காங்கிரஸ் கட்சிக்கு லட்சக்கணக்கில் நிதி திரட்டித் தந்தவர். காலணாவுக்குக்கூட கணக்குக் காட்டியவர். பொது வாழ்க்கை தூய்மையில் காமராஜருடன் வேறு எவரையும் ஒப்பிட முடியாது” என்றார் எனில், எத்தகைய தூய்மையானவராக இருந்திருக்கிறார்... அரசியலில் நேர்மை... உண்மை... தூய்மை இருந்ததால்தான் அவர் பத்திரிகையாளர்களுடன் மிகமிக சகஜமாகப் பழக முடிந்தது...

தான் மக்களுக்கு என்னென்ன செய்யவேண்டும் என்பதை பத்திரிகையாளர்களிடம் கேட்பதில் அவர் கூச்சப்பட்டதே இல்லை... தான் முதலமைச்சர்- தனக்கு எல்லாம் தெரியம் என்ற மமதை அவரிடம் இருந்ததில்லை.

தன்னோடு பழகிய ஒவ்வொரு பத்திரிகையாளர் குடும்ப சுகதுக்க நிகழ்வுகளையும் பகிர்ந்து கொள்ளும் நற்குணவாதியாக இருந்தார் காமராஜர்.

தமிழ்நாட்டுப் பத்திரிகையாளர்கள் மட்டுமல்ல, ஆங்கிலம், மற்றும் மற்ற பத்திரிகையாளர்களும் அவருக்கு நெருக்க மானவர்களாகவே இருந்தார்கள்.

காமராஜர் அவர்களோடு 40 ஆண்டுகள் பழகிய இந்தியன் எக்ஸ்பிரஸ், தினமணி தலைமை நிருபர் ஆர். ராமச்சந்திர அய்யர், கூறுகின்றபோது, “காமராஜர் முதல் மந்திரியாக இருக்கும்போது, நிருபர்களைச் சந்திக்கத் தயங்கவே மாட்டார். இந்த விஷயத்தில் ராஜாஜி சற்றுக் கடுமை. அதிகமாக ஆவர் நிருபர்களைச் சந்திக்க விரும்பமாட்டார். மாதம் ஒரு முறையோ, குறிப்பிட்ட தினங்களிலோ தான் ராஜாஜியைச் சந்திக்கலாம். ஆனால் காமராஜர் நாங்கள் விரும்பிய சமயங்களிலெல்லாம் எங்களைச் சந்திக்கத் தயங்க மாட்டார். இதனால் நிருபர்களுக்கு அவரை மிகவும் பிடிக்கும்.

அவரது நல்ல குணம் என்னவென்றால்- நிருபர்களிடம் எந்தச் செய்திகயையும் மறைக்கமாட்டார்... அவர்கள் மீது முழு நம்பிக்கை. மனம் விட்டுப் பேசுவார்” என்கிறார். இது கர்மவீரர் பத்திரிகையாளர்களோடு எந்தளவுக்குச் சொந்தம் கொண்டாடினார் என்பதை விளக்கும்.

‘தமிழ்நாட்டின் பாமர மக்களின் நெஞ்சங்களில் இடம்பிடித்த முதல் தலைவர் காமராஜரே... அதேபோல பத்திரிகையாளர் நெஞ்சிலும் இடம் பிடித்தவர் அவர்தான்’ என்கிறார் தினமலர் (முன்னாள்) நிருபர் ராஜாராம்.

காமராஜர் நிருபர்களை எப்படிப் பார்த்துக்கொண்டார் என்பதை அவரே கூறுவதைப் பாருங்கள்.

காலம் வணங்கும் கல்வி வள்ளல் காமராஜர்

"சுற்றுப்பயணம் செல்லும்போது, நிருபர்களுக்கு எல்லா வசதிகளும் செய்யப்பட்டிருக்கின்றனவா என்பதில் மிகவும் அக்கறை காட்டுவார் காமராஜர். தம்முடன் வந்த நிருபர்கள் சாப்பிட வந்துவிட்டார்களா என்று பார்த்த பிறகே அவர் சாப்பிட ஆரம்பிப்பார். சில சமயங்களில் அவருக்கு இரவில் உணவு பிடிக்காது; இருந்தாலும், பந்தியில் உட்கார்ந்து பேசிக்கொண்டே சாப்பிடுவது போல் இருப்பார். நிருபர்கள் எல்லாம் ஒன்றாகச் சாப்பிட்டு விட்டார்கள் என்று தெரிந்த பிறகே எழுந்திருப்பார். தாம் மட்டும் உடனே எழுந்து விட்டால் அந்தப் பரபரப்பில் நிருபர்களும், மற்றவர்களும் சாப்பிட முடியாமல் போய்விடக்கூடும் என்று நினைத்தே அவ்விதம் அவர் செய்வார்.

இப்படிச் சாதாரண விஷயங்களில் கூட நிருபர்களுக்கு வசதிக் குறைவு ஏற்படாதபடி நடந்து கொள்வார்..." என்கிறார் ராஜாராம்.

(இவ்வாறு நிருபர்களை நேசிக்கக்கூடிய முதல்வர்கள்... அரசியல் தலைவர்கள் எத்தனை பேர்?)

ஒவ்வொரு நிருபரையும் தன் சகோதரனைப் போல, பிள்ளையையும் நேசித்தார் அவர். சாதாரண பத்திரிகை நிருபராக இருந்தாலும் சரி, லட்சக்கணக்கில் விற்கும் பத்திரிகை நிருபராக இருந்தாலும் சரி எல்லோரையும் ஒன்றெனப் பாவிக்கும் நல்லெண்ணம் கொண்டிருந்தார்.

பத்திரிகை நிருபர் எவருக்காவது தனிப்பட்ட முறையில் பிரச்சனை ஏற்பட்டாலும் அவருக்கு உதவவும் தயங்கமாட்டார். அதற்கு உதாரணம் இதோ:

இதைச் சொன்னவர் 'இந்தியன் எக்ஸ்பிரஸ்' நிருபர் கே.ஸ்ரீநிவாசன் அவர்கள்.

காமராஜருக்கு ஆனந்த் ஸ்வரூப் என்ற இந்துஸ்தான் டைம்ஸ் நிருபரிடம் அலாதி பிரியம். ஆனந்த் ஸ்வரூப் எப்போதும் ஆனந்தமாகத்தான் இருக்கிறான் என்பார். (நிருபர்களிடம் பேசும்போது காமராஜர் நகைச்சுவையாகப் பேசுவார்)

காமராஜரிடம் தேவதாவிசுவாசத்துடன் பழகிய ஆனந்த் மிகவும் சுயேச்சையாகச் செயல்பட்டவர்.

அதே ஆனந்த் ஸ்வரூபிற்கு மூளையில் கட்டி ஏற்பட்டு அவஸ்தைப்பட்டபோது அவர் தன் எழுத்து மூலம் உதவி செய்த அரசியல்வாதிகளோ, அமைச்சர்களோ அவரைப் பற்றி ஒப்புக்குக்கூட விசாரிக்கவில்லை. அவரை வெகு சமீபத்தில் தெரிந்துகொண்ட காமராஜர், டாக்டர் ராமமூர்த்தியிடம் (நரம்பியல் நிபுணர்) அவரைச் சேர்த்து அறுவைச் சிகிச்சை அளித்தார். ஆனால் கட்டி கொல்லும் தன்மை வாய்ந்ததாக இருந்ததால், ஆனந்த் அமரரானார். வெகு நாட்களுக்குக் காமராஜர் இதை நினைத்து வருத்தப்படுவதுண்டு.

பத்திரிகை நிருபர்கள் மீது எத்தனை பாசம் வாஞ்சை காமராஜருக்கு இருந்திருந்தால் இத்தகைய உதவியைச் செய்திருப்பார்.

'தன்னை விமர்சித்து எழுதுபவர்களையும் அவர் கோபித்துக் கொள்ளமாட்டார்' என்பதை அவரோடு 30 ஆண்டுகள் பழகிய 'தி மெயில்' என்ற ஆங்கில இதழின் ஆசிரியர் வி.பி.வி.ராஜன் அவர்கள் காமராஜர் பற்றி கூறும்போது...

கடந்த 30 ஆண்டுகளில் காமராஜரை நான் பல முறை சந்தித்திருக்கிறேன்.

பெரும்பாலான அரசியல் தலைவர்களை, நாம் (பத்திரிகையாளர்கள்) குறை கூறி விமர்சித்திருந்தால் அதன் பிறகு அவர்கள் நம்மிடம் அன்புடன் பழகமாட்டார்கள். அவர்கள் என்ன சொல்லுவார்களோ என்று பயந்த உள்ளத்துடன்தான் அந்தத் தலைவர்களைப் பார்க்கவேண்டியிருக்கும். இப்படிப்பட்ட அரசியல் தலைவர் அல்ல காமராஜர். எவ்வித பயமும் இல்லாமல் அவரை சந்திக்கப் போகலாம்.

குறை கூறவேண்டுமென்பதற்காகக் குறை கூறுவது என்பது காமராஜருக்குப் பிடிக்காதுதான். ஆனால் எப்போதாவது நீங்கள் அவரைக் குறை கூறும்படியான சந்தர்ப்பம்

காலம் வணங்கும் கல்வி வள்ளல் காமராஜர்

வாய்த்து - நீங்கள் கடுமையாகவே குறை கூறி விமர்சனம் செய்திருந்தால்கூட, தர்க்க முறைப்படி அந்தக் குறையினை நீங்கள் நிரூபித்துக் காட்டினால், அவர் நிச்சயமாக உங்கள் மீது எரிந்து விழமாட்டார்...

ஒரு விருந்தில் நான் அவரைச் சந்தித்தேன். "நல்லது; எனக்கும் அது தெரியும். இதற்காக நான் உங்களை வெறுத்துவிடவில்லை... நீங்கள் தொடர்ந்து என் மீது குறை கண்டு எழுதுங்கள். அப்படி எழுதிவிட்டோமே என்பதற்காக என்னை நீங்கள் வந்து பார்க்கத் தயங்கவேண்டாம். எப்போது பார்க்க விரும்புகிறீர்களோ அப்போது தாராளமாக வந்து பாருங்கள்" என்று கூறிய காமராஜரின் மனப்பக்குவம் எத்தனை பேருக்கு வரும்" என்கிறார்.

'குறைகளைக் கூறும்போது அதை அறிந்து திருத்திக் கொள்வதுதான் ஆட்சியாளர்களின் பணி' என்பார் அவர் என்று இன்னொரு நிருபர் கூறுகிறார்.

பேட்டியின்போது கேட்கப்படுகின்ற கேள்விகளுக்கு உடனடி யாகவும், ஏற்றுக்கொள்ளும்படியாகவும், சுருக்கமாகவும் பதில் கூறுவார் காமராஜர்.

அவரிடம் எந்தக் கேள்வியையும் கேட்கலாம்... புன்னகையோடு பதிலளிப்பார்.

காமராஜரின் மதச்சார்பின்மை பற்றி (மும்பை) பிளிட்ஸ் ஏட்டின் (புகழ்பெற்ற பத்திரிகை இது) ஏ. ராகவன் கூறுகின்றதைக் கேட்போம்...

சமத்துவம் என்பது அவரது இரத்தத்தோடு ஊறிய பண்பு. மதச்சார்பின்மையில் அவர் நடுத்தரமானவர். இதன் விளைவாக மத வியாதிகளினால் அவர் உயிருக்கே ஒரு முறை 'உலை' ஏற்படவிருந்தது. 1966 நவம்பரில் நடைபெற்ற சாமியார் கலகத்தின்போது, பசுப் பாதுகாப்பாளர்கள் காமராஜர் ஒருவரை மட்டுமே, தனிமைப்படக் குறிவைத்தார்கள். அவரது படுக்கையறையை எரித்துச் சாம்பலாக்கினார்கள்.

காமராஜர் மதச்சார்பற்ற பண்பு படைத்திருந்தது மட்டுமன்று; மூட நம்பிக்கை என்றால் என்ன என்றே அவருக்குத் தெரியாது! அவர் ஏதேனும் ஒரு சோதிடரைக் கலந்து ஆலோசனை நடத்தியதாக எனக்கு எந்தத் தகவலும் இல்லை. அவருக்கு மாய்மாலம், புரட்டு வேலை, துளியும் பிடிக்காது. அவர் எப்போதும் கதரையே அணிவார்... ஆனால், வெளிநாட்டிலிருந்து டெலிவிஷன் படம் பிடிக்க ஏதேனும் கோஷ்டி (குழு) வருவதைக் கண்டதும் ஓடோடிப்போய் இராட்டையைத் தூக்கி வைத்து நூற்பவர் அல்ல.

காமராஜர் வீடு அரசியல்வாதிகளுக்கும் பத்திரிகையாளர்களுக்கும், அரட்டைக் கச்சேரி ஆசாமிகளுக்கும் எப்போதும் திறந்திருக்கும்.

கண்ட கண்ட செய்தித்தாள் படிப்பது அவர் பழக்கம். எல்லா ஆங்கில, தமிழ்த் தினசரிகளையும் அவர் விடாமல் படித்தார். 'பிளிட்ஸ்' அவருக்குப் பிடித்தமான வாரப் பத்திரிகை. இப்பத்திரிகைக்கு எண்ணற்ற பேட்டிகளை அவர் அளித்திருக்கிறார். அரசியல் நெருக்கடி முற்றிப்போன நாட்களில், 'பிளிட்ஸ்' மிகவும் கடுமையாக காமராஜரைச் சாடியதுண்டு. அப்போதும் கூட அவர் 'பிளிட்ஸ்' ஏட்டினைச் சார்ந்தவர்கள் எவர் மீதும் எந்தவிதமான குரோதமும் காட்டியதில்லை.

பத்திரிகையாளர்களை காமராஜர் பாரபட்சமின்றிப் பார்த்ததாலும், அவர்களிடமிருந்து சமூக- மக்கள் பிரச்சனைகளை அறிந்து, தெரிந்து அப்பிரச்சனைகளைத் தீர்க்க செயல்பட்டதாலுமே அவர் மிகச்சிறந்த முதல்வராகத் திகழ்ந்தார் எனலாம்.

பத்திரிகைகளைத் தவிர்த்துவிட்டு சமூக முன்னேற்றம் இல்லை என்பதை அவர் உணர்ந்திருந்தார். அவர்களிடம் 'கேட்டு' செயல்பட்டதை அவர் தவறாக எடுத்துக்கொண்டதே இல்லை. மக்களின் பிரச்சனைகளைப் பத்திரிகையாளர் மூலம் அறிந்து தன்னால் முடிந்த அளவு செய்தார் என்பது அவர்

காலம் வணங்கும் கல்வி வள்ளல் காமராஜர்

வாழ்வில் நடந்த உண்மை.

பச்சைத் தமிழராக இருப்பினும் மற்ற மாநிலத்தையும் மதித்து அதற்காகச் செயல்பட்டதை 'மலையாள மந்திரியான தமிழர்' என்ற தலைப்பில் கேரளா பத்திரிகையான மாத்ருபூமியில் பணியாற்றும் குஞ்சப்பா சி.எச். கூறும்போது,

மலபார் தமிழகத்தோடு இணைந்து இருந்தபோது, மந்திரிசபையில் ஒரு மலையாள மந்திரி இல்லை என்ற ஒரு குறை இருந்தது. அந்தக் குறையைப் போக்கும் வகையில் திரு. காமராஜர் தம்மையே மலையாள மந்திரியாக ஆக்கிக் கொண்டு பணியாற்றினார். கோழிக்கோட்டில் இருந்த சோப்புத் தொழிற்சாலையைத் தமிழ்நாட்டுக்கு மாற்ற அன்று ஒரு யோசனை இருந்தது. கோழிக்கோட்டிலேயே அந்தத் தொழிற்சாலை நிலைபெறவும், அங்கு ஹட்ரோஜினேஷன் தொழிற்சாலையும், குளிர்சாதன இயந்திரம் நிறுவப்படவும் இந்த மலையாள மந்திரி திரு. காமராஜர்தான் காரணமாக இருந்தார். இந்த மலையாள மந்திரி தொடர்ந்து மலபாருக்கு மந்திரியாக இருந்திருந்தால் கனோலி கால்வாய்த் திட்டம் என்ன, மற்றும் பல திட்டங்கள் நிறைவேற்றப்பட்டிருக்கும்...

ஒவ்வொரு கிராமத்துக்கும் மின்சாரமும் குடிநீரும் கிடைக்கச் செய்யவேண்டும் என்பது அவரது வாழ்க்கை விரதம் என்று சொல்லக் கேட்டிருக்கிறேன்...

காடு அழிவதை அவர் விரும்பியதே இல்லை என்பதற்கு ஓர் உதாரணம்.

கூடலூர் காட்டிலிருந்து மரம் வெட்ட அனுமதி கோர ஒருவர் திரு. காமராஜரை அணுகியபோது, 'காடு வளர்ப்பதே சர்க்காரின் கொள்கை' என்றும், மரம் வெட்ட அனுமதி வழங்க முடியாது என்றும் அவர் உறுதியாகச் சொன்னார். ஒரு பெரிய காங்கிரஸ் தலைவருக்கு அப்படி மரம் வெட்ட அனுமதி வழங்கப்பட்டிருப்பது பற்றிச் சுட்டிக் காட்டப்பட்டபோது, திரு. காமராஜர் தமக்குத் தெரியாமல்

அப்படி உத்தரவிடப்பட்டிருக்கிறது என்று கூறி அனுமதியை ரத்துச் செய்து உத்தரவிட்டார். தவறான உத்தரவிட்டவரை என்ன செய்தார் என்பது தெரியாது. (இன்று காடுகள் அழிந்ததற்கும், அழிந்து வருவதற்கும் அரசியல்வாதிகளே காரணம்).

இயற்கையை அழிக்கக் கூடாது என்பதில் எத்தகைய வெறியுடன் இருந்திருக்கிறார் என்பதையே பத்திரிகையாளர் கூறியிருக்கிறார்...

(எழுத்தாளர் மறைந்த கே.ஏ. அப்பாஸ் (1914-1987) அவர்கள் உலகப் புகழ்பெற்ற எழுத்தாளர், திரை இயக்குநர், திரைக்கதை வசனகர்த்தா, நாவலாசிரியர், பத்திரிகையாளர், பிளிட்ஸ் ஏட்டில் கடைசிப் பக்கத்தை சுமார் 30 ஆண்டுகளுக்கு மேல் அலங்கரித்தவர். இவர் ஆங்கிலம், இந்தி, உருதுவில் தொடர்ந்து எழுதியவர். 'பிளிட்ஸ்' இதழ் புகழ் பெற்ற ஒன்று. இதைப் படிக்காத அரசியல் தலைவர்கள் எவருமே இல்லை. காமராஜர் இந்த ஆங்கில இதழைத் தொடர்ந்து படித்து வந்தார்.

கே.ஏ. அப்பாஸ் அவர்கள் பத்திரிகையாளர் என்ற முறையில் அவரைச் சந்தித்து அற்புதமான பேட்டி கண்டதைப் பற்றி பார்ப்போம்.

"கிழக்கிந்திய கம்பெனியார் 1639-ஆம் ஆண்டு கட்டிய செயின்ட் ஜார்ஜ் கோட்டையில், அன்று இந்தியக் குடியரசின் மூவர்ணக் கொடி பட்டொளி வீசிப் பறந்து கொண்டிருந்தது.

... மேற்கு அடிவானத்தை நோக்கிச் சென்று கொண்டிருந்த கதிரவனின் கிரணங்கள் அந்த தேசியக் கொடியின் நிழலை உலகப் பிரசித்திப் பெற்ற மெரினா சாலையில் விழச் செய்த வண்ணம் இருந்தன. வட்டிக் கடைக்காரராக இருப்பதோடு, காண்டிராக்டருமான ஒருவர் கஞ்சத்தனத்தின் காரணமாக கார் வைத்துக்கொள்ள விரும்பாத நிலையில், தமிழ் உழைப்பாளி ஒருவர் இழுத்து வந்த ரிக்ஷாவில் ஏறிக் கொண்டு ஒரு

காண்டிராக்ட் பற்றி முடிவு செய்யக் கோட்டைக்கு வந்து கொண்டிருந்தார்.

கொடியின் நிழலுக்கடியில் ஒரு கணம் நின்று, தனது முகத்திலிருக்கும் வியர்வையைத் துடைத்துவிட்டு, தனது பயணத்தின் இறுதிக்கட்டத்தைக் கடக்க முற்படுகிறான்."

இது கற்பனைதான் என்றாலும் உண்மைக்குப் புறம்பானது அல்ல; ஐந்து நிமிடங்களுக்குப் பிறகு என்னை முதலமைச்சரின் அறையில் அனுமதித்தார்கள். அங்கு தூய வெள்ளை கதர் வேஷ்டி உடுத்தி, சட்டை போட்டு, 300 ஆண்டுகளுக்கு நவாபுகள் தர்பார் நடத்திக் கொண்டிருந்த இடத்தில் அமர்ந்திருந்தார் அந்த உழைப்பாளியின் பிரதிநிதி. பண்புமிக்க அவர், அனுபவம் வாய்ந்த விவசாயியாக, உழைப்பாளியாகக் காட்சியளித்தார். இந்திய விடுதலைப்புரட்சி ஏற்பட்டிராவிட்டால், அவர் கலப்பை பிடித்து உழும் விவசாயியாகவோ, கிராமப் பள்ளி ஆசிரியராகவோ வேறு தொழிலாளியாகவோதான் இருந்திருக்க முடியும்.

ஆனால் 60 வயதான அவர், இந்தியாவின் பெரிய ராஜ்ஜியங்களில் மூன்றவதாகவும், மிக முக்கியமான ராஜ்ஜியமாகவும் விளங்கும் தமிழ்நாட்டின் முதல் மந்திரியாக அமர்ந்திருக்கிறார். இதுமட்டுமன்றி காங்கிரஸ் ஸ்தாபனத்தை ஆட்டிப் படைக்கும் தலைவர்களுள் ஒருவராகவும் விளங்குகிறார். சாதாரணப்பட்ட ஒருவர் தமது ராஜ்ஜியத்தின் மிகப்பெரிய கௌரவத்தைப் பெற்றிருப்பது நமது சுதந்திர இயக்கத்தாலும், அதைத் தொடர்ந்து நடந்த சமூகப் புரட்சியாலும் ஏற்பட்ட அற்புதங்களில் ஒன்றாகும்.

கோட்டைக்கு வெளியே உழைப்பாளிக்கும் முதலமைச்சரின் அறையில் தலைவருக்கும் இடையே நான் கண்ட ஒற்றுமை இன்றைய இந்தியாவையே படம்பிடித்துக் காட்டுகிறது. உண்மையிலேயே வருங்காலத்தில் எளியவர்கள்தான் இந்த உலகை ஆளப்போகிறார்கள்.

திரு. காமராஜரின் அரசியல் வாழ்வில் கற்பனைக் கதைகளில் வருவதுபோல, பல திடுக்கிடும் நிகழ்ச்சிகள் நிறைந்திருக்கின்றன. அது ஓர் அசாதாரண வெற்றிக்கதையாகும்.

காங்கிரஸ் உள்பட எல்லாக் கட்சிகளின் மற்ற தலைவர்கள் அனைவருமே தங்கள் பிறவியால் ஏற்பட்ட நன்மைகளைப் பயன்படுத்தி தலைமைப் பதவிக்கு உயர்ந்தவர்கள். திரு. காமராஜர் தவிர மற்றவர்கள் தங்கள் செல்வம், குடும்பங்கள், கல்வி ஆகியவை காரணமாக அந்த நிலைக்கு வந்தார்கள்.

திரு. காமராஜர் விருதுநகரில் ஒரு சாதாரணக் குடும்பத்தில் பிறந்தார். அவரது பெற்றோரால் அவரை அதிகமாகப் படிக்க வைக்க முடியவில்லை. அவரது 12-வது வயதிலேயே அவர் பெறமுடிந்த பூர்வாங்கப் படிப்பைப் படித்து முடித்துவிட்டார். சுதந்திர மனப்பான்மையும், செயல்படுவதில் துடிதுடிப்பும் கொண்ட அவர் 15-வது வயதிலேயே விடுதலை இயக்கத்தில் சேர்ந்துவிட்டார். ஜாலியன் வாலாபாக் படுகொலையால் ஏற்பட்ட அதிர்ச்சிதான் தம்மை இந்த முடிவுக்குத் தூண்டிய ஒரே முக்கியக் காரணமாகும் என்று அவர் என்னிடம் கூறினார். அந்தப் படுகொலை பற்றிய பயங்கரத் தகவல் கிடைத்ததும், இந்த நாட்டிலிருந்து முதலாளித்துவக் கொடுங்கோலர்களை விரட்டியடிப்பதற்கான போராட்டத்திற்குத் தமது உயிரையும் அர்ப்பணித்து விடுவது என்று அவர் உறுதிகொண்டார்.

அன்று துவங்கிய தேசப்பணியைக் கடைசிவரை அவர் காங்கிரஸ் ஸ்தாபனத்தில் (கட்சியில்) இருந்துகொண்டு செய்து வந்தார். ஒரு சாதாரணத் தொண்டராகச் சேர்ந்து, ஜில்லா அளவில் ஒரு தொண்டராக உயர்ந்து, தமிழ்நாடு மாகாணக் காங்கிரஸ் கமிட்டி ஆகியவற்றில் (மெம்பராகவும் ஆகி) அவர் காங்கிரஸின் நேர்மை வழியைக் கடைப்பிடித்து மிகுந்த விசுவாசத்தோடு பணியாற்றி வந்திருக்கிறார்.

அவர் எந்த வேலைக்கும் போகவில்லை. எந்தத் தொழிலும் செய்யவில்லை. காங்கிரஸ்தான் அவரது வீடு. குடும்பம்,

தொழில், அவரது வாழ்க்கை எல்லாம். இருபது ஆண்டுகள் அவர் காங்கிரஸ் காரியாலய (அலுவலகம்) வராந்தாவிலேயே படுத்துறங்கியதாகக் கூறப்படுகிறது. அவருக்கு வேறு வீடு கிடையாது.

நாட்டு ஊழியத்திற்கு காமராஜர் தேர்ந்தெடுத்த விசை வண்டி காங்கிரஸ். எனவே அன்று தொட்டு இன்றுவரை இந்த நீண்ட நெடுங்காலமாய் அந்த இயந்திரத்துடன் அவர் இரண்டறக் கலந்தார். இதன் விளைவால் அவருடைய அறிவு முதிர்ச்சியும், கொள்கையும், கோட்பாடும் காங்கிரஸின் வளர்ச்சிக்கொப்ப வளர்ந்தது; தளர்ச்சிக்கொப்ப தளர்ந்தது.

அவரது ஆட்சிக் காலத்தில் தமிழ்நாட்டில் மிகுந்த அபிவிருத்தி ஏற்பட்டிருக்கிறது. அவரது பெற்றோர் அவரை ஹைஸ்கூலுக்கு அனுப்பமுடியாத நிலையில் இருந்தார்கள். ஆனால் இன்று அவரது ஆட்சியில் ஆரம்பக் கல்வி கட்டாயமாகவும், ஹைஸ்கூல் படிப்பு ஏழைகளுக்கு இலவசமாகவும் ஆக்கப்பட்டிருக்கிறது. விவசாயிகளுக்குக் கூட்டுறவுக் கடன் வழங்க சொஸைடிகள் அமைத்துத் தந்து உதவியிருக்கிறார். அவரது சர்க்கார் சிறு தொழில்கள் வளர்ச்சியடைய நடவடிக்கை எடுத்துக்கொண்டவுடன் திரு.காமராஜரின் முயற்சி காரணமாக நெய்வேலித் திட்டம் போன்ற பெரிய தொழில்களும் ஏற்பட்டிருக்கின்றன.

திரு. காமராஜர் ஒருவர்தான் மக்களிடையே இருந்து தோன்றிய மக்களின் தலைவராகவும், பண்புமிக்க பாமரர் தலைவராகவும் விளங்குகிறார். அவரை நான் சந்தித்துப் பேசியதிலிருந்து அவர் பக்குவமான பண்புமிக்க அரசியல்வாதி என்பதைத் தெரிந்துகொண்டேன். ஏழை எளியவர்கள்கூட அவரது இல்லத்திற்கோ காரியாலயத்திற்கோ சென்று அவரைப் பேட்டி காண முடிகிறது.

எனது பேட்டி இதோ:

கேள்வி: தங்களது 60-வது பிறந்த தினத்தையொட்டி எங்கள் ‘பிளிட்ஸ்’ பத்திரிகை சார்பிலும், ஆசிரியர் திரு. கரஞ்சியா

சார்பிலும் நேரிடையாக வாழ்த்துக் கூறுவதில் மகிழ்ச்சி அடைகிறேன். சுதந்திரப் போராட்டத்தின் முன்னணித் தலைவர் என்ற காரணத்தால் தமிழக மக்கள் மட்டுமன்றி இந்திய மக்கள் அனைவருமே தங்களிடம் பெருமதிப்பு வைத்திருக்கிறார்கள். இந்த மகிழ்ச்சிக்குரிய சந்தர்ப்பத்தில் நாட்டின் இந்தப் பகுதியை எதிர்நோக்கியிருக்கும் பிரச்சனைகள் பற்றிய தங்கள் கருத்தை மக்களுக்கு எடுத்துக் கூற விரும்புகிறோம்.

திரு. காமராஜர்: வாழ்த்துச் செய்திக்காகத் தங்களுக்கும் திரு. கரஞ்சியா அவர்களுக்கும் எனது நன்றியைத் தெரிவித்துக் கொள்கிறேன். தங்கள் கேள்விகளுக்குப் பதிலளிக்க மகிழ்ச்சி அடைகிறேன். தாங்கள் எந்தப் பிரச்சனையைப் பற்றி வேண்டு மானாலும் கேட்கலாம்.

கேள்வி: சோசலிச சமுதாயத்தை அமைப்போம் என்பது நமது பிரதிக்ஞை. அதற்கேற்ப தமிழ்நாடும் அமையும் என்று தாங்கள் கருதுகிறீர்களா?

திரு. காமராஜர்: இது மிகவும் பொதுப்படையான கேள்வி என்றுதான் நான் சொல்வேன். நமது நாட்டைப் பொறுத்த வரையில் சோசலிசத்திற்கு மாற்றாக வேறு எந்த முறையும் இருக்க முடியாது என்பதை நாமெல்லாம் உணர்ந்துதான் சோசலிச சமுதாய இலட்சியத்தை அடையப் பாடுபடுவோம் என்று பிரதிக்ஞை எடுத்துக் கொண்டிருக்கிறோம். காலக்கிரமத்தில் எல்லாவிதமான ஏற்றத்தாழ்வுகளையும், சுரண்டல்களையும் ஒழித்துக்கட்ட விரும்புகிறோம்.

"இந்த நாட்டில் சோசலிசத்தை அமைக்கப் பாடுபடப் பிரதிக்ஞை எடுத்துக் கொண்டிருக்கும் அதே நேரத்தில் ஜனநாயக அமைப்பைப் பேணிக் காக்கவும் கடமைப்பட்டுள்ளோம். நாம் ஜனநாயகத்தைப் பேச்சளவில் விடாது அதன்படி செயல்பட விரும்புகிறோம். எனவே, நாம் சோசலிச இலட்சியத்தை ஜனநாயக அடிப்படையில் அடையவேண்டியிருக்கிறது. ஜனநாயக முறை என்பது இலட்சியத்தை விரைவில் எட்டிப் பிடிக்க வழி செய்யக் கூடியதாக இல்லாதிருக்கலாம். ஆனால், ஜனநாயக முறையில் சோசலிசத்தை அடைவதற்கான நமது

முயற்சிக்குப் பேராதரவு கிடைக்கும் என்று நான் உறுதியாக நம்புகிறேன். பலர் நினைப்பதைவிட விரைவாகவே நாம் அந்த லட்சியத்தை அடைந்து விடுவோம்.

கேள்வி: இந்த ராஜ்யத்தில் சோசலிசத்தை அடைவதற்கான முயற்சியைத் தீவிரப்படுத்துவதற்கு முன்னதாக இந்த ராஜ்ய மக்கள் சமூக, பொருளாதார, அரசியல் துறைகளில் தீர்த்துக்கொள்ள வேண்டியிருக்கும் பிரச்சனைகள் யாவை?

திரு. காமராஜர்: நாட்டில் ஏனைய பாகங்களில் இருக்கும் பிரச்சனைகளை ஒத்தவைதான் இந்த ராஜ்யத்துப் பிரச்சனைகளும். உடனடியாகப் பலன் கிடைக்கும் என்று மக்கள் அவசரப்படுகிறார்கள். அதனால் பொறுமையிழக்கிறார்கள். அரசியலுக்கு இதைப் பயன்படுத்திக் கொள்வதால் ஏற்படும் பிரச்சனையும் இந்த ராஜ்யத்தில் இருக்கிறது. இதன் விளைவாகப் பொருளாதார முன்னேற்றம் விரைவில், குறித்த காலத்தில் ஏற்படுவது தடைபடுகிறது. நாட்டில் வேலை இல்லாத் திண்டாட்டத்தை ஒழித்துவிட்டோமேயானால் ஏழைமைக் காரணமாக எழும் இதர பிரச்சனைகளை அதிக உறுதியோடு சமாளித்து விடலாம்.

பத்திரிகையாளரின் கேள்விக்கு எத்தனைப் பொருத்தமாக விடையளித்திருக்கிறார் பாருங்கள்.

அடுத்து ஓர் ஆங்கில நிருபருக்கு அளித்த பேட்டியையும் இங்கே காணலாம்.

பேட்டி கண்டவர் அர்ஜுன் தேவ் - டெல்லியிலிருந்து வந்த 'மிரர்' என்ற ஆங்கில இதழுக்கான பேட்டி.

திரு. அர்ஜுன்தேவ் அவர்கள், 'நேருவின் இரண்டாவது கண்டுபிடிப்பு' என்ற தலைப்பில் எழுதிய கட்டுரையும் - பேட்டியும் இதோ:

காங்கிரஸ் கட்சி அசாதாரணமானது. நடுக்கடலில் கப்பல் ஒன்று சென்று கொண்டிருக்கிறது என்று வைத்துக் கொள்வோம். அந்தக் கப்பலில் திடீரென்று தீப்பிடித்துக்

கொள்கிறது. அத்துடன் அக்கப்பலின் தலைவன் காணாமல் போய்விடுகிறான். அந்த நேரத்தில் எத்தகைய இக்கட்டான நிலைமை நிலவுமோ, அதுமாதிரியான நிலைமை நேரு மறைந்தவுடன் காங்கிரஸ் கட்சிக்கு ஏற்பட்டது. அந்த நேரத்தில் அந்நிலைமையை சாமர்த்தியமாகச் சமாளித்து அமைதியைத் தேடிக்கொடுத்தார் மேதை காமராஜ்.

காமராஜர் அதிகம் கல்வி கற்றவராக இல்லாத போதிலும் அவர் நுண்ணிய அறிவு படைத்தவராக இருந்தார். நெருக்கடி நேரங்களில் மிகவும் சாமர்த்தியமாகச் சமாளித்து, அந்த நெருக்கடிகளின் சுவடுகள் இருந்த இடம் தெரியாமல் செய்யக்கூடியவர் காமராஜர். இப்படிப்பட்ட மாபெரும் தலைவரை 'நேருவின் இரண்டாவது கண்டுபிடிப்பு' என நான் எண்ணினேன்.

ஜவஹர்லால் நேரு சகாப்தம் திடீரென்று ஒருநாள் முடிவடைந் தது. அந்நேரத்தில் மக்களை ஒழுங்கான பாதையில் வழிநடத்திச் செல்வது பற்றி அச்சம் ஏற்பட்டது. அரசியல் உலகில் அதிகாரத்தைக் கைப்பற்றுவதில் போட்டி நடை பெற்றுக்கொண்டிருந்தது. சமூக நீதி, மதச்சார்பின்மை, அடிப்படை மனித உரிமைகள் ஆகியவை ஊசலாடிக் கொண்டிருந்தன. உலகமே நம் நாட்டைக் கூர்ந்து கவனித்துக் கொண்டிருந்தது.

அச்சமயத்தில் நிலவிவந்த நிலைமைகளைப் பூரணமாகப் புரிந்துகொண்டு அதற்கேற்ப அற்புதமான முறையில் செயல்புரிந்தவர் காமராஜர். தேச ஒற்றுமைக்கு ஏற்படவிருந்த அபாயத்தையும், அரசியல் துறைக்கு உண்டாகவிருந்த அவலத்தையும் போக்கி மக்களைக் காத்தவர் காமராஜர்.

நாட்டின் அடித்தளத்திற்கு ஆட்டம் நேரும்போதெல்லாம் நிதானத்தைக் கைவிடாமல் தைரியத்துடனும், உணர்ச்சி வசப்படாமலும், தன்னுடைய கூரிய அறிவாற்றலைக் கொண்டு அந்நிலைமைகளைச் சமாளித்து வெற்றி பெற்றவர்

காலம் வணங்கும் கல்வி வள்ளல் காமராஜர்

காமராஜர்.

அவர் ஓர் அரசியல்வாதி என்று கூறுவதை விட, 'அரசியலைக் காக்க வந்த இரட்சகர்' என்று நான் எண்ணுகிறேன். பேசுவது ஒன்று செய்வது ஒன்று என இல்லாமல் பேச்சும் செயலும் ஒன்றாகப் பொருந்தியவர் காமராஜர்.

அரசியல் உலகில் ஒருவரை அழித்து அதன் மூலம் புகழும், பணமும் சம்பாதிக்க எண்ணும் எண்ணத்தைக் கிள்ளியெறிய அவர் மேற்கொண்ட முயற்சி அவருடைய சிறப்புகளுக்குத் தலையானது ஆகும்.

தன்னிகரில்லாத இத்தகையவரை நான் பேட்டி கண்டதில் பெருமகிழ்ச்சியடைந்தேன்.

நான்: தற்போது இந்தியாவில் பெரிய பிரச்சனையாக எதனைக் கருதுகிறீர்கள்?

காம.: உணவு மற்றும் விவசாய வளர்ச்சி.

நான்: மொழிப் பிரச்சனை பற்றி என்ன கருதுகிறீர்கள்?

காம.: அது ஒன்றும் பெரிய பிரச்சனையல்ல காத்திருக்க முடியும்.

நான்: எப்படிக் கூறுகிறீர்கள்?

காம.: ஒரு குறிப்பிட்ட இடத்திலிருந்து மற்றொரு இடத்திற்கு பஸ் ஒன்று விரைந்து கொண்டிருக்கிறது. பஸ்ஸை திடீரென்று நடுவழியில் நிறுத்துகிறார் கண்டக்டர். அந்த பஸ்ஸில் பயணம் செய்து வந்த தென்னிந்தியப் பயணியிடம் "இங்கே இறங்குங்கள். இங்கு பத்து மைல் தூரத்தில் உங்களுக்காக ஒரு குதிரை காத்திருக்கிறது. நீங்கள் இங்கிருந்து நடந்து அக்குதிரை இருக்குமிடம் சென்று அங்கிருந்து உங்கள் பயணத்தைத் தொடருங்கள்" என்று பஸ் கண்டக்டர் கூறுகிறார். அதற்கு அந்தத் தென்னிந்தியப் பயணி, "நான் குதிரையில் பயணிக்கத் தயார், ஆனால், நீங்கள் அந்தக் குதிரையை இங்கே கொண்டு

வருவீர்களா?'' என்று கேட்கிறார். இதைப் போலத்தான் மொழிப் பிரச்சனையும் இருக்கிறது. நீங்கள் கவலைப்பட வேண்டாம். இந்நிலைமையை நான் சரி செய்வேன்.

நான்: காங்கிரஸில் கருத்துவேறுபாடு கொண்டவர்கள் இருக்கிறார்கள். அவர்களைப் பற்றி என்ன கருதுகிறீர்கள்?

காம: மறைகின்றவர்கள் அவர்கள். உண்மையான சக்தி வாக்காளனிடமிருக்கிறது. நம்முடைய மக்கள், முறையான தீர்ப்பில் நம்பிக்கைக் கொண்டவர்கள். அவர்கள் பின்பற்றும் மதப் புத்தகங்களைப் பார்த்தாலே நம் மக்கள் பற்றி நாம் புரிந்துகொள்ள முடியும்.

நான்: காங்கிரஸைச் சேர்ந்தவர்களும், பொதுமக்களும் நீங்கள் பிரதமராக வேண்டும் என்று விரும்புகிறார்கள். இக்கேள்வியைக் கேட்டு முடிக்கு முன்னரே...

காம.: தயவுசெய்து அடுத்த கேள்வியைக் கேளுங்கள்.

நான்: உண்மையில் இன்னும் பத்தாண்டுகளில் நம் நாட்டு விவகாரங்களில் முக்கிய பங்கேற்றுச் செயல்படுவீர்கள் என்று எண்ணுகிறேன்.

காம.: ஆம். நீங்கள் கூறுவது போல் நான் நம் நாட்டு விவகாரங்களில் முக்கியப் பங்கேற்பேன். ஆனால், அவை கிராம விவகாரங்களாகத்தான் இருக்கும். அக்கிராம விவகாரங்களில்தான் நான் பங்கேற்பேன்...

பத்திரிகையாளர்களை காமராஜர் நேசித்ததைப் போல மற்ற தலைவர்களில் எத்தனை பேர் உண்மையான நேசம் கொண்டிருந்திருப்பார்கள் என்பதை விரல்விட்டு எண்ணி விடலாம்.

பத்திரிகையாளர்களின் பேட்டியின்போது நிதானமாகவும், அறிவுப்பூர்வமாகவும், நாட்டுப் பற்றோடும் பதில்களை வழங்கியிருக்கிறார்கள்.

தனிப்பட்ட வாழ்க்கை முறை கேள்விகளை முற்றும் தவிர்த்திருக்கிறார். நாடு, நாட்டு முன்னேற்றம் இவற்றையே அவரது பதில் சக்கரம் சுற்றி வந்திருக்கிறது.

பத்திரிகையாளர்களின் நெஞ்சில் காமராஜர் என்ற தலைப்பிலான இந்தக் கட்டுரையானது, காமராஜரின் உயிர் நண்பரும் அவரோடு இறுதிவரை வாழ்ந்தவருமான முருகு தனுஷ்கோடி அவர்களது 'பத்திரிகையாளரின் நெஞ்சில் காமராஜர்' என்று அவர் தொகுத்த நூலின் அடிப்படையில் எழுதப்பட்டது.

அவர் தொகுத்தளித்த நூலில் 72 பத்திரிகையாளர்கள், தாங்கள் பெருந்தலைவரோடு கொண்டிருந்த பாசத்தை, நட்பை வெளிப்படுத்தியிருக்கிறார்கள். அவர்களில் சில ஆங்கிலப் பத்திரிகையாளர்களோடு அயல்நாட்டுப் பத்திரிகையாளர்களும் ஒருவர்.

காமராஜர் மறைந்தபோது இந்தியாவிலுள்ள நூற்றுக்கணக்கான பத்திரிகைகள் மொழி வேறுபாடின்றி இரங்கலைத் தெரிவித்திருக்கிறார்கள்... (வேறு எந்தத் தலைவருக்காவது இத்தனை பத்திரிகைகள் அஞ்சலி செலுத்தியிருக்குமா... சந்தேகமே?)

அஞ்சலி செலுத்திய பத்திரிகைகள் ஒவ்வொன்றும், 'காங்கிரஸ் தலைவர் காமராஜர்' மறைவு என்று போடாமல் அவரது சுதந்திரப் போராட்ட வாழ்வு, முதலமைச்சராக தமிழகத்திற்கு அவர் செய்த மக்கள் சேவை, நாட்டு முன்னேற்றத்திற்காக அவர் உழைத்த தியாகச் செயல், ஏழை எளிய மக்கள் மேல் அவர் கொண்டிருந்த பாசம், அவர் நாட்டின் மேல் கொண்டிருந்த பற்று... என அவரது பல்வேறு பரிமாணங்களைத் 'தொகுத்து' அவரது தியாக வாழ்வியலை வெளியிட்டன...

பத்திரிகையாளர்களைக் கண்டு நடுங்காத, மனம் பதைக்காத, ஒரு சில தலைவர்களில் இவரும் ஒருவராக கம்பீரமாக நிற்கிறார். உள்நாட்டு பத்திரிகைகள் மட்டுமன்றி, அயல்நாட்டு பத்திரிகைகளும் அவரது மறைவுக்கு அஞ்சலி செலுத்தின

என்றால் அவரது மேதைமைதான் என்னே!

டெய்லி டெலிகிராப் - லண்டன் ஆங்கில நாளிதழ்

தமது 72-ஆம் வயதில் மறைந்த குமாரசாமி காமராஜர் அவர்கள் லால் பகதூர் சாஸ்திரி, இந்திரா காந்தி ஆகிய இருவரின் பிரதமர் தேர்வுகளில் 'கிங்மேக்கர்' என்ற பெயர் பெற்று விளங்கினார். ஆனால் இந்திராகாந்தியுடன் ஏற்பட்ட கருத்துவேறுபாட்டால் பிரிந்தார்.

1921-ஆம் ஆண்டு நடந்த சத்தியாகிரகப் போராட்டத்தில் பங்கு கொண்டு, இரு ஆண்டுகள் சிறையில் இருந்தார்.

இந்திய சுதந்திரத்திற்குப் பின் அரசியல் நிர்ணய சபை உறுப்பினராக இருந்தார். 1954-ஆம் ஆண்டு சென்னை முதல்வராகப் பதவி ஏற்று, அப்பதவியில் 1963 வரை அமர்ந்து மக்கள் முன்னேற்றத்திற்காகப் பாடுபட்டார். 1963 முதல் 1968 வரை அகில இந்திய காங்கிரஸ் தலைவராகப் பணியாற்றினார். அவரது சிந்தனை, நினைப்பு யாவும் ஏழை எளிய மக்களின் முன்னேற்றத்தில் மட்டுமே நிலைத்திருந்தது.

இப்பத்திரிகை மட்டுமன்றி இங்கிலாந்து டைம்ஸ் (ஆங்கில நாளிதழ்) பத்திரிகையும் அவர் புகழ் பாடியது.

"காங்கிரஸ் கட்சியில் அவரது உயர்வுக்கும், வளர்ச்சிக்கும் அவரது அமைதியான சக்தி வாய்ந்த தன்மையும், கூர்மையான அரசியல் அறிவும், பிடிப்பும்தான் முக்கியக் காரணங்கள்.

அவரது தனிப்பட்ட வாழ்க்கையின் தூய்மைக்கும், அரசியலில் ஒரு சித்தராக அவர் ஈடுபட்டதற்கும் அவரது பிரம்மச்சர்யம் பெரிதும் உதவியது."

7

கர்ம வீரரின் கருத்து மணிகள்

* முழு சுதந்திரத்தைப் பெற்று விட்டோமா?

நமது நாடு சுதந்திரமடைந்து பல ஆண்டுகள் சென்றுவிட்டன. நாம் பெற்ற சுதந்திரத்தின் முழுப் பயன் எவரிடம் சென்று அடைய வேண்டுமோ அவர்களிடம் சென்று அடைந்து விட்டதா? என்று சிந்தித்துப் பார்க்கும்போது, எனக்கு ஏமாற்றந்தான் ஏற்படுகிறது. வெள்ளைக்காரன் காலத்தில் ஓட்டை குடிசைகளிலும், மரத்தடியிலும், சாலை ஓரங்களிலும் நிராதரவாக வாழ்ந்துவந்த மக்கள் இன்னும் அப்படியே தான் இருக்கிறார்கள்; அவர்கள் வாழ்க்கையில் உயர்வு ஏற்படவில்லை எனில், நமக்கு சுதந்திரம் கிடைத்துதான் என்ன பயன்?

* நிர்வாக வெற்றி

அற்ப விஷயம் என்று எதையும், குறிப்பாய் சில்லறை விஷயங்களையெல்லாம் கூட நுணுக்கமாய் ஆராயக்கூடிய சக்தி இருந்தால்தான் நிர்வாகத்தில் வெற்றி கிடைக்கும்.

கன்னியாகுமரி முதல் காஷ்மீர் வரை இது நமது நாடு. நாம் எல்லோரும் இந்தியர்கள் என்ற உணர்ச்சி வேண்டும். தமிழன் என்று சொல்வதில் பெருமை கொள்ளலாம். ஆனால் இந்தியன் என்றால் இன்னும் அதிகமான பெருமை கொள்ள வேண்டும். இந்தியா வாழ்ந்தால்தான் தமிழ்நாடு வாழமுடியும்.

நமக்கும் நல்ல திறமை இருக்கிறது. ஆனால் நாம் வீணாக சோம்பலாகத் திரிகின்றோம். சோம்பலுக்கு இடம் கொடுக்கக்கூடாது. 'என்னய்யா சும்மா திரிகிறாய்?' என்று

கேட்டால் நம் தலை எழுத்து நமக்கு இவ்வளவுதான் என்று கூறுகிறோம். இதெல்லாம் வீண்பேச்சு. இப்படிப் பேசிக்கொண்டே இருந்தால் முன்னேற முடியாது. ஆகவே பழங்கதைகளைப் பேசுவதை விட்டுவிட்டு நல்ல முறையில் வாழ முயற்சி செய்யவேண்டும்.

* **நான் ராஜாங்கம் நடத்துவது யாருக்கு?**

ஏழைகளுக்குச் சாப்பாடு போட்டால் அவன் பரம்பரையாகச் சாப்பிட்டானா? என்று கேட்பது நியாயமா? ஏழைகளின் குழந்தைகளை வாடவிடுவது முறையா? அவர்களைப் படிக்க வைத்தால்தானே முன்னுக்கு வருவார்கள். பணக்கார பையன்கள் படிக்கவா நான் முதல் மந்திரியா இருந்து ராஜாங்கம் நடத்துகிறேன்.

* **காந்திஜியின் பலம்**

காந்திஜியின் தபோபலம்தான் நமக்கு உறுதுணையாக இருக்கிறது. அவர் பட்டாளத்தை வைத்துக்கொண்டா போராடிச் சுதந்திரம் பெற்றார்? அவருக்கு இருந்ததெல்லாம் பட்டினிப் பட்டாளம்தான். வறுமையில் வாடிக்கொண்டிருக்கும் மக்களை ஒன்றுசேர்த்துக்கொண்டு அகிம்சா முறையில் போராடி சுதந்திரம் பெற்றார். அப்படிப் பெற்ற சொத்தை நாம் காப்பாற்ற வேண்டாமா?

* **சந்தர்ப்பம்**

பரம்பரையாக உத்தியோக ஆதிக்கம் படைத்திருப்பவர்கள் தகுதி, திறமை என்று பேசுகிறார்கள். இந்தத் தகுதி, திறமை என்பதெல்லாம் ஒரு மோசடி. உன் தகுதியும், திறமையும் எனக்குத் தெரியாதா என்ன? நாலைந்து தலைமுறையாக படிப்பு இருந்ததனால் இந்தத் தகுதி வந்துவிட்டது. என் மகன் இன்றைக்குத்தானே பள்ளிக்கூடத்திற்குப் போகிறான். நாலைந்து தலைமுறையானால் என் பிள்ளைக்கும் தானாக அந்தத் தகுதி வரும். தகுதி, திறமை பேசுகிறவர் சந்தர்ப்பம் கொடுக்க வேண்டாமா?

காலம் வணங்கும்
கல்வி வள்ளல் காமராஜர்

* அரசு ஊழியர்கள்

நாடு முன்னேற்றம் அடைந்து எல்லாரும் நல்ல முறையில் வாழவேண்டும் என்ற எண்ணத்தோடு சர்க்கார் ஊழியர்கள் பணியாற்றவேண்டும் என்பது என் ஆசை. அரசாங்க ஊழியர்கள் கவலையற்று இருந்தால்தான் அரசாங்கம் நல்ல முறையில் நடைபெறும் என்று எனக்குத் தெரியும். அவர்கள் கஷ்டங்களைப் போக்க அரசு முயற்சி எடுக்கும்.

* யானை-எறும்பு!

ஒரு யானை அதற்கு ஏற்றபடி சாப்பிடுகிறது. அது சாப்பிடும்போது ஒரு கவளம் சிந்திவிடுகிறது. அந்த ஒரு கவளம் லட்சக்கணக்கான எறும்புகளுக்கு ஆகாரமாகக் கிடைக்கிறதே! யானைக்கு ஒரு கவளம் அதன் சாப்பாட்டில் குறைந்தால் அது கவலைப்பட வேண்டியதில்லை. அதுபோலப் பணக்காரர்கள் கொஞ்சம் வரிப்பணம் கொடுத்தால் ஒன்றும் குறைந்து போய் விடாதே. பல பேரின் பட்டினி தீர, அவர் தம் நல்வாழ்வுக்கு வழி செய்ய, அந்த வரிப்பணம் பயன்படுமே.

* பெரிய குற்றம் எது?

ஒருவனிடம் ஒரு திறமையும் இல்லையென்று நாம் முன்னதாகவே தீர்மானம் செய்தால், அப்படியே இல்லாமற்போகும். அவன் திறமை நம்முடைய கண்ணுக்குத் தெரியாமல் போகும். நம்மவரை நாமே இகழ்ந்து, அவர்களிடம் நன்மை பிறப்பதை நாம் தடுத்து அவர்களை உலகம் இகழ வைத்தால் அதைவிடப் பெரிய குற்றம் வேறொன்றும் இல்லை.

* ஜனநாயகம்

ஜனநாயகம் என்பது ஜனங்கள் தங்கள் இஷ்டம் போல் எப்படி வேண்டுமானாலும் நடந்துகொள்ளலாம் என்று அர்த்தமில்லை. ஒரு கட்டுப்பாட்டுக்குள் நாகரிகமாகத் தங்கள் கருத்துகளை வெளியிடுவதும் செயல்படுவதும்தான் உண்மையான ஜனநாயகமாகும்.

* தாழ்வு மனப்பான்மை வேண்டாமே!

ஒரு தைரியசாலிக்குப் பெரும் செல்வம் இல்லாவிட்டாலும் அவன் சமூகத்தில் மதிப்பைப் பெறுகிறான். தாழ்வு மனப்பான்மை கொண்டவனோ, செல்வத்தால் சூழப் பட்டிருந்தாலும், உலக இன்பத்தையும் மகிழ்ச்சியையும் அடைய முடியாது தவிக்கிறான். நாய் பொன் மாலையை அணிந்திருந்தாலும், சிங்கத்தின் கம்பீரத்தை அடைந்து விடாது. மதிப்பும், மரியாதையும், இன்பமும் மகிழ்ச்சியும் ஒரு மனிதனுடைய நற்குணத்தினாலும் தீரத்தினாலும் அன்பு உள்ளத்தாலும் மட்டுமே கிடைக்கக்கூடியன ஆகும்.

* வருங்காலக் கடமைகள்

சென்ற காலம் நமக்குப் பல அரும்பொருட்களைப் பரிசளித்திருக்கிறது. நம்முடைய பண்பாடு நாகரிகம், அறிவியல் தத்துவ ஞானம் இத்தனையுமே மிகப் புராதனமான காலத்தின் அல்லது சமீபத்தில் சென்ற காலத்தின் பரிசுகளே. சென்ற காலத்துக்கு நாம் பட்டிருக்கும் கடனை ஒப்புக்கொள்வதுதான் நியாயம். ஆனால் நம் கடனும் கடமையும் சென்ற காலத் தோடு முடிந்துவிடவில்லை. வருங்காலத்துக்கும் நமக்குரிய கடமையை நாம் செலுத்த வேண்டும். சொல்லப் போனால், சென்ற காலத்துக்கு நாம் பட்டிருக்கும் கடனை விடப் பெரியது வருங்காலத்துக்கு நாம் செலுத்த வேண்டிய கடமை.

* பணக்காரர்களுக்கு வரி

ஏழைகளுக்கு வரி போட எனக்குப் பைத்தியமா? ஏழைகள் வீட்டில் உடைந்த பானை, கிழிந்த வேஷ்டி, பழைய சேலைதானே இருக்கும்? ஏழைகள் மீது வரிப் போட்டால் வசூல் செய்ய முடியுமா? முடியாது. எனவே, பணக்காரர்களுக்கு வரி போட்டு ஏழைகள் நன்மைக்காகச் செலவிடப்படுகிறது.

* தகுந்த ஆசிரியர்கள்!

பள்ளிகளை நிர்மாணிப்பது பெரிய காரியமல்ல. குழந்தைகளுக்கு நல்ல கல்வி அறிவை ஊட்டி திறமைசாலிகளாக்க வேண்டும்.

காலம் வணங்கும் கல்வி வள்ளல் காமராஜர்

அதற்குத் தகுந்த ஆசிரியர்கள் தேவை. பொறுப்புடன் நல்ல முறையில் ஆசிரியர்கள் கல்விப் புகட்டினால் குழந்தைகளின் அறிவு வளரும். தங்கள் குழந்தைகளைப் பள்ளிக்கு அனுப்பும் ஏழைப் பெற்றோர் ஆசிரியர்களை நம்பித்தான் அனுப்புகிறார்கள்.

* **யார் மந்திரியாக வருவது..?**

தாழ்த்தப்பட்டவர்கள் - உயர்ந்தவர்கள் என்று சமுதாயத்தில் இருக்கவே கூடாது. ஆகையால் தான் 21 வயதுக்கு மேற்பட்ட எல்லோருக்கும் ஓட்டுரிமை கொடுத்துள்ளோம். முன்பு ராஜா மகன் ராஜாவாக முடியும். அப்படிப்பட்ட ராஜாக்களை நாம் போகச் சொல்லிவிட்டோம். மக்களிடம் யாருக்குச் செல்வாக்கு இருக்கிறதோ அவர்கள் மந்திரியாக வர தற்போது வாய்ப்பு உண்டு. யார் மந்திரியாக வருவது என்பது உங்கள் கையில்தான் இருக்கிறது.

* **ஏழையின் குழந்தையும்**

பணக்கார வீட்டுக் குழந்தைகளுக்குத்தான் புத்திசாலித்தனம்- அறிவு அதிகம். அவர்களால்தான் உயர்ந்த கல்வி கற்கவும், படிக்கவும் முடியும். பெரிய பதவிகளை வகிக்க முடியும் என்றெல்லாம் சிலர் பேசுவதைக் கேட்க என் மனம் மிகவும் சங்கடப்படுகிறது.

கடவுள் மனிதனுக்கு மனிதன் எந்தப் பாகுபாடும் இல்லாமல் ஒரே மாதிரியான மூளையைத்தான் அனைவருக்கும் அமைத்து இருக்கிறார். எல்லோருடைய அறிவும் ஒரே மாதிரியாகத்தான் இருக்கிறது. ஆனால் சாமான்ய ஏழை மக்களின் குழந்தைகள் பள்ளிக்கூடமே போக முடியாத நிலை அமைந்து இருப்பதால் அவர்களுடைய அறிவு பிரகாசிக்கப் போய்விடுகிறது. படிப்பதற்கு வாய்ப்பும் வசதியும் அளித்தால் எந்த ஏழையின் குழந்தையும் உயர்ந்த கல்வியையும் சிறந்த பதவிகளையும் பெறமுடியும்.

* சமுதாயத்தின் சீரழிவு!

சமுதாயம் எப்போது தன் ஆக்கப்பூர்வமான சக்தியை இழக்கின்றதோ, அன்றே அதன் நாசமும் வந்துவிட்டதென்று எண்ணிக்கொள்ளவேண்டும். சாப்பிடுவது, தூங்குவது, பிள்ளையைப் பெறுவது இவையே முக்கியமென்ற ஒரு மனப்பான்மையைக் கொள்வதே சமுதாய அழிவின் அறிகுறியாகும்.

* பெண்களைத்தான்

மக்களை விழிப்புறச் செய்ய வேண்டுமானால் பெண்களைத்தான் முதலில் விழிப்புறச் செய்ய வேண்டும். பெண்கள் விழிப்புப் பெற்று நடவடிக்கை எடுக்கத் தொடங்கிவிட்டால் குடும்பம் முன்னேறும், கிராமங்களும் முன்னேறும். தேசமே முன்னேறும்.

* திட்டம் எப்படி இருக்கவேண்டும்!

டாக்டர்கள் இல்லாமல் ஆஸ்பத்திரி கட்ட முடியுமா? ஆசிரியர்கள் இல்லாமல் பள்ளிக்கூடம் திறக்க முடியுமா? எல்லாவற்றையும் கவனித்துத் திட்டமிட்டு நாம் முன்னேற வேண்டும்.

திட்டம் மக்கள் திட்டமாக இருக்கவேண்டும். அத்துடன் மக்கள் ஒத்துழைப்பும் வேண்டும். மக்கள் ஒத்துழைப்பு இல்லாமல் எந்தத் திட்டமும் வெற்றி பெறமுடியாது என்பதை எல்லோரும் உணரவேண்டும்.

* வடக்கு-தெற்கு பிரச்சனை வேண்டாம்

சுதந்திரத்திற்குப் பின் கிராமங்கள் புதுத் தோற்றம் அளிக்கின்றன. வளர்ச்சி இல்லை என்று யாரும் சொல்ல முடியாது. ஆனால் இந்த வளர்ச்சி போதாது. 200 ஆண்டுகளாக அடிமைகளாய் வாழ்ந்து பின்தங்கிய நாம், 13 ஆண்டுகளில் பூர்த்தி செய்ய முடியாது. மற்ற நாடுகள் முன்னேறியுள்ளதைப் பார்த்து

அவற்றைப் பின்பற்றி நாமும் முன்னேறி வருகிறோம். விவசாயிகளுக்குக் கூட்டுறவு சங்கங்கள் அமைத்தும், குழந்தைகளுக்குக் கல்வி வசதி கொடுத்தும் முன்னேறி வருகிறோம். இந்நிலையில் வடக்குத் தெற்கு என்ற சண்டைகள் வேண்டாம். இது நம்மைப் பிரிவினைக்குத்தான் இழுத்துச் செல்லும்.

★ தேசிய பிரச்சனை!

நாட்டில் உள்ள பஞ்சம், பசி, பட்டினி, பிணி, வேலையின்மை ஆகியவற்றைப் போக்குவது ஓர் அரசாங்கத்தின் கடமை மட்டுமல்ல, மக்களுடைய பிரச்சனை தேசியப் பிரச்சனை ஆகும்.

★ மும்மொழி

மாணவர்கள் மும்மொழிகளையும் படிக்க வேண்டும். வடநாட்டிலும் சென்று பணி ஆற்ற தமிழோடு இந்தி, ஆங்கிலம் ஆகிய மொழிகளையும் பயில்வது நல்லது.

★ நம்பிக்கை

மகாத்மாவிற்கு மக்களின் எண்ணத்தை உணர்ந்து காரியங்களை ஆற்றும் சக்தி இருந்தது. மக்களின் எண்ணத்தை உணர்ந்து காரியங்களை நடத்தியதால் ஒரு பெரிய சக்தியை அவரால் திரட்டமுடிந்தது. சாதிச் சண்டை, மதச் சண்டை என்று பல இருந்தன. அவற்றையெல்லாம் மறந்து கட்டுப்பட்டிருந்ததற்குக் காரணம் என்ன? மக்களுக்கு அவரிடமிருந்த நம்பிக்கைதான். அவ்வாறான நம்பிக்கையை இன்றைய தலைவர்கள் பெறவேண்டும்.

★ மாணவ மேதைகள்

மாணவர்கள் கல்வி கற்பது வெறும் அறிவு வளர்ச்சிக்காக மட்டுமன்றி நாட்டு முன்னேற்றத்தை மனதில் கொண்டு படிக்கவேண்டும். பல்வேறு விஞ்ஞான, தொழில் நுணுக்க

நிபுணர்கள் மாணவர்களிடமிருந்து தோன்றி அபிவிருத்தி வேலைகளுக்குப் பயன்பட்டு வருகின்றனர். எனினும் நமது வளர்ச்சி வேகத்துக்கு அது போதுமானதாக இல்லை. எத்தனையோ பற்றாக்குறைகளைப் போலவே நிபுணர்கள் பற்றாக்குறையும் உள்ளது. மாணவர்கள் நன்கு கற்று விஞ்ஞான தொழில் நுணுக்க மேதைகளாகி நாட்டுக்குப் பாடுபட வேண்டும்.

* மறக்கக் கூடாது

இப்போது வாழும் மக்கள் அறிந்துகொள்ள வேண்டியது என்னவெனில், மகாத்மா காந்தி, ஜவஹர்லால் நேரு, வல்லபபாய் படேல், வ.உ. சிதம்பரம் பிள்ளை, பாரதியார், சிவா, சத்தியமூர்த்தி, பெரியார் போன்ற அருமையான தலைவர்கள், தங்களின் அற்புதமான வாழ்வைத் தங்கள் சுகங்களை இந்நாட்டு மக்களுக்காக நம் நல்வாழ்வுக்காக தியாகம் செய்திருக்கிறார்கள் என்பதை நாம் மறக்கக் கூடாது. அந்த அற்புதமான தலைவர்களை, தியாகச் செம்மல்களை நாம் மறந்தால் நமது வாழ்வில் இன்பம் கிட்டாது.

* தேச முன்னேற்றத்திற்கு உழைக்காதவன்

தான் வாழும் நாட்டின் முன்னேற்றத்திற்காக உழைக்காத ஒருவனை மனிதன் என்றே சொல்லமாட்டேன். அவன் உயிரற்ற பிணம் என்பேன். நாட்டு முன்னேற்றத்தைப் பற்றி எண்ணாத அவன், இவ்வுலகில் இருக்க வேண்டிய அவசியமே இல்லை.

* சமதர்மம்

சமதர்மம் என்றால் ஏழைமையைச் சமமாகப் பகிர்ந்து கொடுப்பது என்று அர்த்தமல்ல. மேலும் மேலும் உற்பத்தி செய்தல், அதேசமயத்தில் அதனால் ஏற்படுகின்ற செல்வம் ஒரு சிலரிடம் குவியாமல் பலருக்கும் பயன்படும் விதத்தில் பரவலாகும்படி பார்த்துக் கொள்ளுதல்... இவைதான் சமதர்மத்தின் நோக்கம்.

| காலம் வணங்கும் கல்வி வள்ளல் காமராஜர் |

* நாட்டின் புது வாழ்வு!

நாம் இப்போது நம் நாட்டின் புது வாழ்வுக்கு அஸ்திவாரம், அதாவது வறுமை- அறியாமை- சாதி வித்தியாசம்- பசி பட்டினி எதுவும் இல்லாத ஒரு சமுதாயத்தை நிறுவ முயற்சி செய்கிறோம்.

பணமுள்ளவர்கள்- வசதியுள்ளவர்கள் மற்றவர்களை கவனிப்பதில்லை. காங்கிரஸ்தான் ஏழைகளின் நல்வாழ்வுக்காகப் பாடுபடுகிறது.

* என்னுடைய ஆசை

நாட்டில் கவலையற்ற சமுதாயத்தை அமைக்க வேண்டும். அதையும் நம் வாழ்நாளிலேயே செய்துவிட வேண்டும் என்பது என்னுடைய ஆசை. அப்போது உணவு, வீடு, கல்வி வசதி எதுவும் இல்லை என்ற புகாரே இருக்கக் கூடாது.

(1960 ஆகஸ்ட் 30-இல் மேட்டூரில் நடந்த பள்ளி சீரமைப்பு மாநாட்டில் காமராஜர் பேசியது)

* சோசலிசத் திட்டம்

சமுதாயத்தில் பிற்பட்டவர்கள் முன்னேற வேண்டும். மக்கள் வாழ்வதற்குத் தேவையான வீடு, வேலை, உணவு, கல்வி, ஆகியவை அனைவருக்கும் கிடைக்க வேண்டும். அதுதான் சமதர்மம். தத்துவங்கள் குறித்து மக்கள் கவலைப்படவில்லை. அவர்களுக்கு வேலைகள், ஊதியம், வீடுகள், சாலைகள், பள்ளிகள், மருத்துவமனைகள் வேண்டும். இவற்றை நாம் அவர்களுக்கு அளிப்போமானால், நம்முடைய நோக்கம் நிறைவேறும்.

* அறவாழ்வின் முதற்படி

பிறர் மிகவும் கஷ்டப்பட்டு செய்த பணியைத் தன் சுகத்திற்காக பயன்படுத்திக் கொள்ளும் ஈனத்தொழிலை ஒழிப்பதே அற வாழ்வின் முதற்படியாகும்.

* அருங்குணங்கள்

நமது அன்றாட நடத்தையால் காந்திய வழியை மேற்கொள்ள வேண்டும் என்று எல்லோரையும் பணிவுடன் கேட்டுக் கொள்கிறேன். மகாத்மாவிடமிருந்த மகத்தான அருங்குணங் களில் முக்கியமாகப் பிரகாசித்தவை இரண்டு. அவை நடத்தையில் எளிமை, மனிதவர்க்கத்திற்குச் சேவை என்பவையே. நாம் கனவு கண்டு வந்திருக்கும் நவ இந்தியாவை, இந்த எளிதான இரு கருவிகளைக் கொண்டு நாம் அமைப்போமாக.

* பட்டம் பதவிகளில் ஏற்படும் நாட்டம்

அதிகாரமானது மிக நீண்ட காலம் ஒருவரிடமே நீடிப்பதனால் உண்டாகும் அபாயத்தை விட அடிக்கடி அதிகாரிகளின் மாற்றத்தால் ஏற்படுவதாகக் கருதப்படும் சௌகரியம் குறைவானது. பட்டம், பதவிகளில் நாட்டம் கொண்டுள்ள உள்ளம் என்றுமே உயர்ந்ததாக இருக்கவே முடியாது.

* சுயநலம் கூடாது

தனக்குத்தானே தற்பெருமை பெரியதென்று கருதி பொது நன்மையை அலட்சியப்படுத்துகிற மனோபாவத்தைவிட்டு விட வேண்டும். நாட்டு நன்மையைப் பெரிதெனக் கருதி சுயநலத் தன்மையைத் தியாகம் செய்திடவேண்டும். ஒரு நல்ல, உண்மையான குடிமகனின் கடமை இதுவாகும்.

* தரித்திர நாராயணன்

எல்லோரும் இந்நாட்டு மன்னர் என்று இப்போது பாடுகிறார்களே, அதை மகாத்மா காந்திதான் உருவாக்கினார். ஏழைகள்தான் இந்த நாட்டின் கடவுள் என்று அவர் குறிப்பிட்டார். அவர்களுக்கு தரித்திர நாராயணன் என்ற பெயர் வைத்தார். அவர்களுக்காக ஒரு ராஜ்யத்தைச் சம்பாதித்துக் கொடுத்தார்.

* அப்புறம் செய்வோம் என்பது சரியல்ல

'அப்புறம் செய்வோம்' என்ற வழக்கம் எத்தகைய உறுதியான தொடக்கத்தையும் அடக்கிவிடும். நல்ல எண்ணம், எப்போதும் உற்சாகமும், ஊக்கமும் வினையை முடிப்பதற்கும் எளிதாக இருக்கிறது. தாம் தம் பணி செய்வதால் எவ்வளவோ இடைஞ்சல்கள் ஏற்பட நேரிடும். இன்பத்தை இழக்க வேண்டி வரும். துன்பத்தை வலிய தேட வேண்டி வரும்.

இயற்கையில் ஒவ்வொரு பொருளும் விடுதலை தேடுகின்றது. அடக்குமுறையைச் சாடுகிறது. கண்டபடி சுமை ஏற்றினால் வண்டி மாடு சண்டித்தனம் செய்கிறது. சுமை தாங்கமுடியாவிட்டால் பொதிக்கழுதை கூட புரட்சி செய்கிறது. வகையில்லாது போட்டுத் திணித்தால் வயிறு கூட வம்பு செய்கிறது. தன்னை அடைத்து வைக்கும் கரைகளில் கர்ஜித்து மோதி கடல் புரட்சி செய்கிறது. ஒருவருடைய ஆணவத் திமிர் மற்றொருவரை ஏறி மிதிக்கும்போது மனித ஆன்மாவின் சம உரிமை உணர்ச்சி கிளர்ந்தெழுவதே புரட்சி. உலகில் ஆண்டான், அடிமை மேல் சாதி, கீழ் சாதி, எஜமானன், சேவகன், அரசன், குடிமகன் என்று இருக்கும் மட்டும், கிளர்ச்சியும் இருக்கத்தான் செய்யும். ஏனெனில் சுதந்திரம் மனித ஆன்மாவின் இயல்பு.

★ தற்போதுள்ள பொருளாதார நெருக்கடி அரசாங்கத்தின் கஷ்டம் என நினைக்காமல், மக்களின் கஷ்டம் எனக் கொள்ளவேண்டும். அரசாங்கங்கள் மட்டும் எதையும் சாதித்துவிட முடியாது மக்களும், எதிர்க்கட்சிகளும் துணையாக உழைக்கவேண்டும்.

★ கொள்கைகளையும் லட்சியத்தையும் சொல்லி கூட்டம் சேர்ப்பதோ கட்சியை வளர்ப்பதோ தப்பில்லை. ஆனால், இதைவிட்டுக் குறுக்குவழியில் சென்று சாதி சமயத்தின் பெயரால் கூட்டம் சேர்க்கவும் கட்சியை வளர்க்கவும் சில தலைவர்கள் முற்படுகிறார்கள். எதையாவது செய்து திடீர்த் தலைவர்கள் ஆகப் பார்க்கிறார்கள்.

வைரவமணி

* அமைதி வேண்டும்

எத்தனை கட்சிகள், கொள்கைகள், கோட்பாடுகள் வேண்டுமானாலும் இருக்கலாம். நாட்டில் அமைதி நிலவ வேண்டும். இது மிகவும் அவசியம். அமைதியான சூழ்நிலையில்தான் ஆக்கவேலைகளில் ஆள்வோர் மட்டுமல்ல, மக்களும் தகுந்த கவனம் செலுத்த முடியும்.

கட்சிகள் காரணமாகவும், அவற்றிற்கிடையில் உள்ள கொள்கை மாறுபாடு, வேறுபாடு காரணமாகவும், நாட்டின் பொது அமைதி குலையும் போக்கு சிறிதும் ஏற்படக் கூடாது. அமைதி குலைந்தால் மக்கள் வாழ்வே குலைந்து போகும். தேசத்தின் செல்வங்கள்தாம் பாழாகும். மக்கள் நிம்மதிதான் கெட்டுப் போகும். இந்த நிலைமை ஏற்படவே கூடாது. எந்தச் சிக்கலுக்கும் ஜனநாயக முறையில், அமைதியான முறையில் தீர்வு காணமுடியும். அமைதியைக் காப்பதில் நம் அனைவருக்குமே பொறுப்பு உண்டு. கட்சிக்குக் கட்சி இதில் வித்தியாசம் இல்லை. சாதி, மதம், மொழி வேற்றுமை கூட இதற்கு முன் நிற்கக்கூடாது.

* நமது பெருமை

உலகத்திலேயே நம் நாட்டிற்கு ஏன் பெருமை என்றால்? நாகரிகத்தையும் தன்னுடைய நாகரிகமாகக் கொண்டிருக்கும் பெருமைதான். நமக்கு, யார் வந்தாலும் நம்மவர்கள் ஆக்கப்படுகிறார்கள். நல்லவர்களை நம்மவர்களாக்குவதில் என்ன தப்பு இருக்கிறது? நல்லவர்கள் எங்கே இருந்து வந்தாலும், யாராயிருந்தாலும் நம்மவர்களாக்கிக் கொள்வதுதான் நம் கொள்கை.

* மந்திரிகள்

மந்திரிகளாக இருப்பது மாலை வாங்கிக் கொண்டு ஊர் சுற்றுவதற்கு அன்று. நமக்கொரு லட்சியம் உண்டு. நாட்டிலுள்ள ஏழைகளை வாழவைக்க வேண்டும். அதற்காக

காலம் வணங்கும்
கல்வி வள்ளல் காமராஜர்

அவர்கள் தங்களை அர்ப்பணித்துக் கொள்ளவேண்டும். அதுதான் தாங்கள் கொண்ட பதவிக்கு ஏற்றது.

* தன்னம்பிக்கை

வாழ்க்கையில் எப்போதும் என்னிடம் ஏதும் இல்லை என்றோ, என்னால் முடியாது என்றோ ஒருநாளும் சொல்லாதே. உன்னிடம் இல்லாத தன்னம்பிக்கை, உள்ளவனிடம் எப்போதும் ஏதும் இருந்து கொண்டே இருக்கும். அவனால் செய்ய முடியாத எந்தச் செயலும் இருக்காது.

* உயர்ந்த மனிதன்

உயர்ந்த மனிதர் என்பவர் யார்?

எவரிடம் சத்தியமும், நேர்மையும் தீங்கு செய்யாமையும், தன்னடக்கமும் குடிகொண்டிருக்குமோ அவன்தான் வணக்கத்துக்குரிய உயர்ந்த மனிதர்.

* சுதந்திரத்தின் பயன்

சுதந்திரம் எப்படி இருக்க வேண்டும். யார் யாருக்குப் பயன்பட வேண்டும் என்று நமது சுதந்திரப் போராட்டத் தலைவர், வழிகாட்டி மகாத்மா காந்தி ஆசைப்பட்டாரோ, எதற்காகப் பாடுபட்டாரோ, அந்த ஆசை நிறைவேறும் வகையில் சுதந்திரத்தைப் பயன்படுத்திக் கொள்ளவேண்டும். அப்போதுதான் எல்லோரும் வாழமுடியும்; நல்வாழ்வு வாழ முடியும்.

* உண்மையான வீரன் யார்?

உண்மை, வலிமை, தைரியம், மரியாதை, தன்னடக்கம் இவற்றைக் கொண்டவனே உண்மையான வீரன். தன்னிலும் மெலியான் மீது அவன் கை ஓங்கான், பிறன் துன்பத்தைத் தனது சுயநலத்திற்காகப் பயன்படுத்திக் கொள்ள மாட்டான், புறங்கூறான், நண்பனுக்குத் துரோகம் செய்யான், மானமே

அவனுக்குச் சட்டம். மென்மையே அவனுடைய அணிகலன். எளியோரிடம் அன்பும் ஆதரவும் காட்டி அவர்கள் வாழ்வில் அச்சமின்மையைத் தோற்றுவித்து, வெற்றியில் இரக்கத்தைப் புலப்படுத்தி அறியாமல் குற்றம் இழைத்தவரை மன்னித்து குழந்தைகளிடமும் அன்பு காட்டுபவனே உண்மையான வீரன்.

* **கஷ்டத்தைக் கண்டு கலங்காதே**

கஷ்டத்தை- துன்பத்தை அனுபவிக்காவிட்டால் மனிதன் ஒருக்காலும் தன் இலட்சியத்தையொட்டி நடக்க முடியாது. இம்மாதிரியாக அக்னிப் பரீட்சையின் மூலமாகத்தான் அபாரமான சாந்தியை மனிதனால் அடையமுடியும். இந்த அனுபவத்தினாலேயே என்னுடைய உண்மை ரூபத்தை நான் கண்டு கொண்டேன்.

* **கட்சிப் பணி**

45 கோடி மக்கள் வாழும் நாடு நம் நாடு. மகாத்மாவின் வழியில் நடந்து சுயராஜ்யம் பெற்றோம். நாடு செல்வம் மிகுந்த நாடுதான். நம்மில் பெரும் பகுதியினர் ஏழைகள். இவர்கள் அத்தனை பேருக்கும் உணவு, உடை, இருக்க இடம் கொடுத்தாக வேண்டும்.

* **ஏழைகளின் தலையெழுத்தா?**

உழைக்க வேண்டியதே ஏழையாய் இருப்பதே தலையெழுத்து என்றால், அந்தத் தலையெழுத்தை மாற்றி எழுதுவோம். எழுதவேண்டியது அவசியம் என்றுதான் சொல்கிறேன்.

* **நட்பும் பகைகளும்!**

நட்பு நட்பை வளர்க்கிறது. பகை பகையை வளர்க்கிறது. பகை நட்பை மாற்றிவிடுகிறது. ஆனால், நல்ல நட்பு எந்தக் காலத்திலும் நட்பை மாற்றிவிடுவதில்லை. பகை ஒருபோதும் பகையை மாற்றிடாது. நெருப்பை நெருப்பு தணிக்காது.

தண்ணீர்தான் தணிக்கும். கொடுமையைக் கொடுமை வெல்லாது. இனிமைதான் கொடுமையை வெல்லும். பகையைப் பகை வெல்லாது. அன்பும் நட்பும், இனிமையும் சேவையும் உதவியுந்தான் பகையை மாற்றும் சஞ்சீவிகள்.

* காதுகள்; கண்கள்

கடவுள் உனக்கு இரண்டு காதுகளை ஏன் படைத்திருக்கிறார் தெரியுமா? ஒரு வாயை ஏன் படைத்திருக்கிறார் தெரியுமா? இரண்டு கண்களை ஏன் படைத்திருக்கிறார் தெரியுமா? நல்ல விஷயங்களைக் கேட்டு, நன்மை தரும் பேச்சுகளைப் பேசி நல்ல காட்சிகளைப் பார்ப்பதற்காகத்தான்.

* பிறர் உழைப்பை...

உலகத்தில் மிகவும் கேவலமான ஒரு செயல் பிறர் உழைப்பைத் தன் சுகத்துக்காகப் பயன்படுத்திக் கொள்வதே.

* ஏழைகளின் தோள் மேல்...

வலுத்துக் கொழுத்த சரீரமுடையவன் இளைத்த ஏழையின் தோள் மீது ஏறி உட்கார்ந்து கொண்டுவிட்டான். படித்தவர்களும், பணக்காரர்களுமாகிய நாம் சமூகத்தில் பெற்றிருக்கும் நிலையே இதுதான். ஏழைகளுக்கு இரங்குகிறோம்; அதிக வருத்தங்கூட தெரிவிக்கிறோம். கால்கள் துவண்டு அவன் விழுந்துவிடாதபடி போதுமான அளவிற்கு அவனுக்குச் சோறு போடுகிறோம். இயற்கையின் அழகையும் அவனுக்கு வர்ணிக்கிறோம்.

சங்கீதத்தின் இனிமையையும் எடுத்துச் சொல்லுகிறோம். அதுமாத்திரமல்ல, அவனுக்கு வண்டி வண்டியாய் புத்திமதிகளையும் தாராளமாகச் சொல்லுகிறோம். ஆம் ஏழைகளுக்காக எதை வேண்டுமானாலும் செய்வோம். ஆனால் அவன் தோளைவிட்டு மாத்திரம் இறங்க மாட்டோம். அந்த அளவுக்குக் கொடுமை மனப்பான்மை நமக்கு.

* மனப்பால்

நமது அன்றாட வாழ்க்கையில் நாம் செய்யும் பல காரியங்கள் தீமை என்று நமக்குத் தெரியும். தெரிந்தும் அக்காரியங்களைக் கொஞ்சம் கூட மனக்கிலேசமின்றிச் செய்து தருகிறோம். இதற்கு போலி சமாதானங்கள் கூட கற்பித்து பிறர் நம்மைக் கவனியார் என்று மனப்பால் குடிக்கிறோம்.

* மனிதனுக்கு மனிதன்

ஒவ்வொரு மனிதனுக்கும் தன் அபிப்பிராயத்தைக் கூற உரிமை இருக்கிறது. ஆனால், மனிதனுக்கு மனிதன் அவ்வுரிமைகளை அச்சுறுத்தும் வகையில் பயன்படுத்தக் கூடாது. மனிதப் பிறவியின்றி வேறு எதிலும் உரிமைகளின் உற்பத்தியைக் காண்பது சாத்தியமல்ல.

ஒவ்வொரு மனிதனுக்கும் தன் அபிப்பிராயத்தைக் கூற உரிமை இருக்கிறது. ஆனால் எம்மனிதனும் தன் அபிப்பிராயப்படியே பிறரை ஆட்சி புரிய வைக்க வேண்டும் என்று எதிர்பார்க்க உரிமை கிடையாது.

* குறையில்லாத மனிதர்கள்

ஒவ்வொரு மனிதரிடத்திலும் குறைபாடுகளும் சிறப்புச் சக்திகளும் இருக்கத்தான் செய்யும். ஆனால் சிலர்தான் தம்மிடம் உள்ள சக்திகளையும் பலவீனங்களையும் உணர்ந் தவர்களாக இருக்கிறார்கள். உங்களிடமுள்ள ஆற்றல் எவை என்பதை தொகுத்துப் பார்த்து நாளடைவில் அவற்றை வளர்த்துக்கொள்ளப் பாடுபடுங்கள். அப்படிச் செய்தால் அந்த ஆற்றல் உங்களுக்கு ஒரு சொத்தாகிவிடும்.

* சுகம்

சுகம்தான் வேண்டும் என்று எண்ணாதே. வாழ்க்கையில் சிறந்த நோக்கம் சுகம் அடைவதுதான் என்பதைக் கைவிடு. அறிவு வளர்ச்சி பெற்ற மனிதர்கள் எப்போதும் சுகத்திற்காக

அலைவதில்லை. துன்பத்திற்குள்ளாகி பல முயற்சிகளைச் செய்து அல்லல்பட்டு எதிர்காலத்தில் மக்கள் நிம்மதியுடன் வாழ உழைக்கிறார்கள். வாழ்க்கைப் போராட்டத்தில் கஷ்டம் உண்டு. லாபம் உண்டு. லட்சியம் உண்டு. இவை தனி மனிதனுடைய சுகத்தைக் காட்டிலும் உயர்ந்தவை.

★ இந்தியாவில் பலவிதமான சாதி, மத, மொழிகளைச் சார்ந்த மக்கள் இருக்கலாம். ஆனால், அவர்கள் எல்லோரும் இந்தியர், இந்திய மக்கள் என்ற ஒற்றுமையில் வாழ்ந்து வருகின்றனர். இந்த ஐக்கிய உணர்வுதான் நமக்குச் சுதந்திரம் தேடித் தந்தது. சுதந்திரம் என்றால் பயமில்லாது வாழ்வதுதான். பயமில்லாது வாழ நியாயமாக நடந்துகொள்ள வேண்டும்.

★ ஊருக்கு நூறு சாமி, வேளைக்கு நூறு பூசைன்னா மனிதன் என்னைக்கு உருப்படறது? நாட்டிலே வேலையில்லாத் திண்டாட்டம், வறுமை, சுகாதாரக் கேடு, ஏற்றத்தாழ்வு இத்தனையும் வைச்சுக்கிட்டு, பூசை என்ன வேண்டிக் கிடக்கு பூசைன்னேன்? ஆயிரக்கணக்கான இந்த சாமிகள் இதப் பார்த்துக்கிட்டு ஏன் பேசாம இருக்குன்னேன்?

★ நாம் ஒருவருக்கொருவர் இணைந்து போகாவிட்டால் நாடு முன்னேற்றம் காணாது. தொழில் வளராது. அடிமைத்தனந்தான் வளரும். ஒரே நாடாக இருந்தால்தான் பெருமளவில் தொழில் வளர்ச்சி ஏற்பட்டு நாடு முன்னேற முடியும். இதை உணர்ந்து அனைவரும் செயல்பட வேண்டும்.

★ புதிய சமுதாயம், சர்வோதய சமுதாயம், சமதர்ம சமுதாயம் அமைப்பதில் அனைவருக்கும் பொறுப்புள்ளது. யாருக்குப் பொறுப்பு என்று கணக்குப் பார்ப்பது அர்த்தமற்றது; அவசியமற்றது. தேவையற்றது. எல்லோருக்கும் கூட்டுப் பொறுப்பு உண்டு என்ற பொறுப்புணர்ச்சி தேவை.

★ மக்களும் அரசாங்கமும் ஒன்றுதான். நாமே பணம் கொடுத்துச் செய்தாலும், அரசாங்கம் வரியாக வசூல்

பண்ணினாலும் ஒன்றே என்ற எண்ணம் நமக்கு ஏற்பட வேண்டும். அந்த நிலைமையையும் உணர்ச்சியையும் உண்டாக்கிவிட்டால் நாம் அடைந்த சுதந்திரத்தின் பயனை நாம் அடைந்துவிட்டோம் என்று ஆகும்.

★ நேரு, சமுதாய முன்னேற்றத்துக்குத் தடையாக கடவுளோ, மதமோ இருந்தால், அதைத் தூக்கி குப்பையிலே போடணும் பாரு! சாதாரண மனிதனைக் கைத்தூக்கி விடணும் என்று தானே எல்லா மதமும் சொல்லுது. சமுதாயத்திலே பேதம் போகணும். ஏற்றத்தாழ்வு கூடாதுன்னுதானே மகான்கள் சொன்னாங்க. ஆனா, நம்ம மதங்கள் அதைப் பத்திக் கவலைப்படுதான்னேன்? எவன் தலையைத் தடவியாவது, எவனை அழிச்சாவதுதான் முன்னேறணுமுன்னுதானே ஒவ்வொரு மடாதிபதியும் நினைக்கிறான். இதுக்குக் கடவுள் சம்மதப்படுறாரா? என்று கேட்டார்.

★ ஏராளமான மக்கள் சினிமாவுக்குப் போகிறார்கள். சினிமாவிலிருந்து திரும்பிய பிறகும், சினிமா வசனங்களைப் பேசுகிறார்கள். பாட்டுகளையும் உரக்கப் பாடுகிறார்கள். இதெல்லாம் வேண்டாம் என்று சொல்லவில்லை. அதைப் போலவே சிறிது நேரம் நாட்டின் நல்வாழ்வுத் திட்டங்கள் பற்றியும் சற்று சிந்திக்கும்படி கேட்டுக் கொள்கிறேன்.

★ நாம் அரசியலில் அதிக நேரத்தையும், சக்தியையும் விரயம் செய்வதைவிட்டு நிர்மாண வேலைகளில் கவனம் செலுத்தவேண்டும். மக்களின் வறுமையை அகற்றி அவர்களுடைய வாழ்க்கைத் தரத்தை உயர்த்தப் பாடுபட வேண்டும். மக்களிடையே காணப்படும் சமூக, பொருளாதார ஏற்றத்தாழ்வுகளை அகற்ற வேண்டும்.

8

காமராஜரின் வாழ்க்கைச் சம்பவங்கள்

தலைக்கனம் வந்துவிடக்கூடாது

இன்றைய அரசியல்வாதிகளில் பெரும்பாலோர் 'தலைக்கனத்தோடு' தான் அலைகிறார்கள். அதாவது 'தலைக்கனம்' இல்லாத தலைவர்களைப் பார்ப்பது இன்று கடினம். மக்களின் வாழ்க்கையே தனது சேவையாய் வாழ்ந்த சில தலைவர்கள் என்றும் தலைக்கனத்துடன் வாழ்ந்ததே இல்லை. அத்தகைய தலைவர்களில் ஒருவர் கர்மவீரர் காமராஜர் அவர்கள்.

காமராஜர் அவர்கள் 1930-ஆம் ஆண்டு உப்புசத்தியாகிரகப் போரில் கலந்து கொண்டார். அதற்காக அவர் சிறையில் அடைக்கப்பட்டார்.

சிறையிலிருந்து விடுதலையாகி வந்த அவரை, அவரது சொந்த ஊரான விருதுநகர் ரயில்வே நிலையத்திலிருந்து பெரும் திரளான மக்கள் வரவேற்றனர்.

அவரை ஊர்வலமாய் அழைத்துச் சென்றனர். மக்களுக்கு நன்றி சொல்லும் விதமாக அவர் உரையாற்றியது வருமாறு:

"உங்களின் அன்புமிகு நண்பணான எனக்கு மகத்தான வரவேற்புக் கொடுத்தீர்கள். உங்கள் அன்புக்கும் வரவேற்புக்கும் மிகுந்த நன்றி.

நீங்கள் அனைவரும் எனக்காக ஒன்று செய்யவேண்டும். நீங்கள் கொடுத்த இந்த மகத்தான வரவேற்பினால் எனக்குத் தலைக்கனம் ஏற்பட்டுவிடக்கூடாது என்று அனைவரும் கடவுளைப் பிரார்த்திக்க வேண்டுகிறேன்" என்றார்.

இப்படி மக்களிடையே கேட்ட தலைவர் உலகில் வேறொருவர் இருக்கிறாரா?

தவறு தவறுதான்

இன்றைக்குப் பல அரசியல் தலைவர்கள் பல அக்கிரமங்களைச் செய்துவிட்டு காவல்துறையிலிருந்து தப்பி விடுகிறார்கள். அல்லது ஜாமீன் என்ற பெயரில் மகிழ்ச்சியாக சுற்றித் திரிகிறார்கள். இன்று தேர்தலில் தைரியமாக நிற்கிறார்கள், 'குற்றவாளி' அரசியல்வாதிகள்.

தாங்கள் குற்றங்கள் செய்வது மட்டுமன்றி தனது கட்சியைச் சேர்ந்தவர்கள் குற்றங்கள் செய்தாலும் அவர்களையும் காப்பாற்றி விடுகிறார்கள்... இத்தகைய அவலமான அரசியல் நடைபெறுவதால்தான் நாடு முன்னேற்றம் காணாமல் இருக்கிறது.

இங்கே பாருங்கள் காமராஜரின் அரசியல் நேர்மையை...

கர்ம வீரர் காமராஜர் முதல்வராக இருக்கையில் அவரது சகோதரி நாகம்மையார் பேரன் கதிர்வேலு ஒரு வழக்கில் சிக்கிக் கொண்டான்.

அப்போது காவல்துறை அமைச்சராக இருந்த கக்கன் அவர்களும், மதுரை மாவட்ட போலீஸ் அதிகாரியாக இருந்த 'டயஸ்' என்பவரும் காமராஜரை சந்தித்து, "கதிர்வேலுவுக்கு கிடைக்கும் தண்டனையைக் குறைத்திட உதவி செய்யும்படி கேட்டுக் கொண்டனர்.

ஆனால் காமராஜரோ, "என்னுடைய சகோதரியின் பேரன் தவறு செய்தாலும் தவறுக்குரிய தண்டனையைப் பெற்றே ஆகவேண்டும். சட்டம் அனைவருக்கும் சமம். சட்டப்படி அவனுக்குத் தண்டனை கொடுத்தே தீரவேண்டும். இதில் மாற்றமில்லை" எனக் கண்டிப்புடன் கூறினார்.

காலம் வணங்கும்
கல்வி வள்ளல் காமராஜர்

முதல் மாலை

பெரியார், ராஜாஜி, காமராஜர், அண்ணா இவர்கள் காலத்தில் அரசியல் கொள்கையில் கடும் வேறுபாடுகள் இருந்தாலும் தனிப்பட்ட முறையில் ஒருவரை ஒருவர் மதித்து நடந்தனர். அரசியலில் வேறு வேறு துருவங்களாய் இருப்பினும் நாட்டு முன்னேற்றம்- மக்கள் முன்னேற்றம் என ஒன்றாய் சிந்தித்தனர்.

அரசியலில் ராஜாஜியும் காமராஜரும் இருவேறு துருவங்களாய் செயல்பட்டனர். ஒருவருக்கொருவர் மேடைகளில் 'தாக்கி' பேசிக் கொண்டனர். எனினும் ஒருவரை ஒருவர் மதித்தே நடந்தனர்.

நேருஜி மறைவுக்குப் பிறகு அடுத்த பிரதமர் யார்? என்ற பெரும் பிரச்சனை ஏற்பட்டது. பிரதமர் பதவியில் அமர, 'பல பெருந்தலைகள்' போட்டியிட்டனர்.

யாரை அடுத்த பிரதமராக்கலாம் என்ற 'தேர்வை' காமராஜரிடம் ஒப்படைத்தனர். தியாகச் செம்மலான அவரைப் பிரதமராக

இருக்கும்படி பலர் கேட்டுக் கொண்டும் ‘பதவி’ வேண்டாம் என மறுத்து விட்டார் காமராஜர்.

சுதந்திரப் போராட்டத்திற்காக தன்னை அர்ப்பணித்த நேர்மையான, உண்மையான, எளிமையான மனிதர் லால்பகதூர் சாஸ்திரியை நேருவுக்கு அடுத்த பிரதமராகத் தேர்ந்தெடுத்தார், காமராஜர்.

பெரும் சிக்கலைத் தீர்த்துவிட்டு விமானத்தின் மூலம் சென்னை விமான நிலையத்திற்கு வர இருக்கிறார் காமராஜர். அவரை வரவேற்க அரசியல் தலைவர்களும், பொதுமக்களும் காத்திருந்தனர்.

விமானம் காலதாமதமாய் வந்தது.

யார் அரசியலில் இரு துருவங்கள் என்று பேசப்பட்டனரோ அவர்களில் ஒருவரான மூதறிஞர் ராஜாஜி முதல் மாலையை காமராஜருக்கு அணிவித்து ‘பிரதமர் தேர்வை’ எந்தவிதப் பிரச்சனையும் இல்லாமல் தீர்த்து வைத்தமைக்காகப் பாராட்டினார்; வாழ்த்தினார். இதுதான் அரசியல் நாகரிகம்.

★ ★ ★ ★ ★

நானே வந்திருப்பேனே!

ராஜாஜி அவர்களுக்கும் காமராஜர் அவர்களுக்குமான இன்னொரு நிகழ்வு.

காமராஜர் முதல்வராக இருந்த சமயம். ஒருமுறை அவருக்கு உடல்நல பாதிப்பு ஏற்பட்டு மாடியில் ஓய்வெடுத்துக் கொண்டிருந்தார்.

அச்சமயம் அவரைப் பார்க்க ராஜாஜி வந்து கொண்டிருக்கிறார் என்பதை காமராஜரிடம், அவரது உதவியாளர் சொல்ல, தன் உடல் பாதிப்பைக் கூட நினைக்காமல் மாடியிலிருந்து கீழே வருவதற்குள், ராஜாஜி அவர்கள் மாடியை நோக்கி நடந்து வர, அவரை எதிர்கொண்ட காமராஜர்,

“ஐயா எதற்காக தாங்கள் வரவேண்டும்? கூப்பிட்டிருந்தால் நானே வந்திருப்பேனே...” என்று கூற,

“உடல்நலம் பாதிக்கப்பட்டிருப்பதாக அறிந்தேன்... மனசு கேட்கவில்லை. நான்தானே தங்களை வந்து பார்க்கவேண்டும்., அதுதானே சரியான நடைமுறை” என்று காமராஜரின் உடல்நலம் விசாரித்துவிட்டுச் சென்றார்.

அரசியல் கொள்கையில் வேறுபாடு இருப்பினும் அவர்களுக்கான மனிதத்தன்மை மாறவில்லை பாருங்கள்.

★ ★ ★ ★ ★

முதலில் அவர்கள் சாப்பிடட்டும்

பெரும்பாலான அரசியல் தலைவர்கள், விழாக்களில் கலந்துகொண்டால், தாங்கள் முதலில் சாப்பிட்டு விட்டுதான் ‘மற்றவர்களை’ அதாவது கட்சித் தொண்டர்களை, காவலர்களை, கார் ஓட்டுநர்களை, உதவியாளர்களைச் சாப்பிடச் சொல்வார்கள்.

காமராஜர் கலந்து கொள்ளும் விழாக்களில் அதற்கு நேர்மாறாக நடக்கும். அதற்கு உதாரணமாய் ஒன்று;

காமராஜர் அவர்கள் முதல்வராய் இருந்த சமயம்,

புதுக்கோட்டை மாவட்டம் ஆலங்குடியில் காங்கிரஸ் கூட்டம் ஒன்றிற்கு வருகை தந்திருந்தார்.

மதிய உணவு - அப்போதைய ஆலங்குடி காங்கிரஸ் பிரமுகர் அழகிரிச் செட்டியார் என்பவர் இல்லத்தில் ஏற்பாடு செய்யப்பட்டிருந்தது.

முதலில் காமராஜரை உணவருந்த அழைத்தனர்.

அவரோ முதலில் கட்சித் தொண்டர்களையும், காவல்துறை யினரையும் உணவருந்தக் கூறினார்.

அவர்கள் சாப்பிட்ட பிறகுதான் அவர் உணவருந்தினார்.

இப்படிப்பட்ட மகா மனிதநேயத் தலைவனை எங்கு பார்க்க முடியும்?

பெரும்பாலும் தன்னோடு வந்தவர்கள் திருப்தியாக உணவருந்தி விட்டார்களா என்பதை அறிந்த பின்னரே அடுத்த பணிகளை கவனிக்கச் செல்வார் காமராஜர்.

யார் முதலில்?

கர்மவீரர் காமராஜரை தினம் தினம் 100 பேருக்கு மேல் சந்தித்து, தங்கள் கோரிக்கையை வைப்பார்கள். வந்த பொது மக்களையெல்லாம் அனுப்பிவிட்டுதான் 'கட்சியின்' முக்கியத் தலைவர்களை, அரசியலுக்கு அப்பாற்பட்ட பிரமுகர்களைச் சந்திப்பார். குறிப்பாக வெளியூர்களிலிருந்து வருபவர்களை முக்கியமாக கவனிப்பார். எவ்வளவு பெரிய ஆட்களாய் இருந்தாலும் அவருக்குப் பொதுமக்கள்தான் முக்கியம். அவர்களைப் பார்த்து அனுப்பிவிட்டுதான் மற்றவர்கள்.

அதற்கு உதாரணமாய் இந்த நிகழ்வு.

புகழ்பெற்ற பத்திரிகையின் முதலாளி அவர். பெரும் பணக்காரார். அவர் காமராஜரை சந்திக்க ‘படகு’ காரில் வந்தார். தலைவருக்கு நெருங்கிய நண்பரும்கூட. காமராஜர் அவரைப் பார்த்தார். ஆனால், கூப்பிடவில்லை.

தன்னைக் காணவந்த பொதுமக்களை சந்தித்து அவர்களின் குறைகளைக் கேட்டபடியே இருந்தார். நேரம் சென்று கொண்டே இருந்தது.

மக்களை கவனிக்கிறாரே தவிர தன்னை கவனிக்க மாட்டேங்குறாரே என்ற கோபம் பத்திரிகை அதிபருக்கு ஏற்பட்டது.

சுமார் ஒரு மணி நேரத்திற்கு மேலாகியும் தலைவர் தன்னை அழைத்துப் பேசவில்லையே என்ற கோபத்தில் ‘பொறுமையிழந்து’ அவர் ‘சட்’டென்று இருக்கையை விட்டு எழுந்து காரை நோக்கி நடந்தார்.

காமராஜர் தனது உதவியாளரை அழைத்து, ‘அந்த ஆளை அழைச்சுக்கிட்டு வாய்யா’ என்று சொல்ல... உதவியாளர் அவரை அழைத்து வந்தார்.

காமராஜர் பத்திரிகை அதிபரைப் பார்த்தார். (அவருடன் எப்போதும் சகஜமாகப் பழகுவார்) முறைத்துப் பார்த்துவிட்டு, “என்ன கோபம் பொத்துக்கொண்டு வந்துவிட்டதோ... என்னைப் பார்க்க வருகிறவர்கள் எல்லாம் பாமர மக்கள்! அவர்களில் சிலர் ஏழைபாழையும் கூட. பெரிய நம்பிக்கையோடு சந்திக்க வருகிறார்கள். என்னைச் சந்திக்க முடியாமல் போனால், இன்னொரு தடவை காசு செலவு செய்துகொண்டு என்னைச் சந்திக்க வரவேண்டும். வெட்டிச் செலவை அவர்களுக்கு நான் வைக்கலாமா? உன் விஷயம் அப்படியா? உன்னிடம் பத்து கார்கள் இருக்கின்றன. நீ எப்போது வேண்டுமானாலும் வந்துவிட்டுப் போகலாம். நீ பெரிய முதலாளி. அப்படி இருந்தும் என்னைப் பார்க்க

எதுக்கு வருகிறாய்? நான் உட்கார்ந்திருக்கிற இடத்தை வைத்து வருகிறாய். ஆனால், இந்த இடத்தில் என்னை உட்கார வைத்தவர்கள் அவர்கள்தானே. இதை உன்னால் மறக்க முடிகிறது. என்னால் மறக்க முடியவில்லை என்று காமராஜர் பொரிந்து தள்ள, அந்த முதலாளி நாணப்பட்டு தரையைப் பார்த்துக் கொண்டிருந்தார்.

இந்த நிகழ்விலிருந்து என்ன தெரிகிறது? காமராஜரின் மனதில் இடம்பிடித்திருப்பவர்கள் ஏழை எளிய மக்கள்தான்.

ஒருவேளை கஞ்சிக்கு...

தமிழக முதல்வராக காமராஜர் இருந்தபோது திருச்சியில் நடந்த சம்பவம்.

திருச்சியில் முக்கியப் பிரமுகர் ஒருவரது இல்லத்தில் காமராஜருக்கு விருந்துக்கு ஏற்பாடு செய்யப்பட்டது.

முக்கியப் பிரமுகர்கள் கலந்துகொள்வதாக இருந்தது. மிகச் சிறந்த முறையில் சுவையான உணவு சமைக்கப்பட்டிருந்தது.

காமராஜர் தன் இல்லத்திற்கு வருகை தர இருக்கிறார் என்ற பெருமிதத்தில் வீட்டை சுவர்க்கலோகம் போல அலங்கரித்தார்.

காமராஜர் பிரமுகர் இல்லத்திற்கு வரும் முன் சுற்றுப்புற கிராமங்களுக்குச் சென்று ஏழை எளிய மக்களைப் பார்த்துவிட்டு, பிரமுகர் வீட்டிற்குள் கார் சற்றே காலதாமதமாக நுழைந்தது.

வீட்டு அலங்காரம், ஊர்பிரமுகர்களைப் பார்த்தவர் விருந்துக்கு அழைத்த பிரமுகரைப் பார்த்து, "ஏன்யா.... இந்த அலங்காரம். தடபுடல்... ஊர்ப்பிரமுகர்கள் தேவையா? நாங்க சாப்பிட வரப்போகிறவர்கள். பத்தே பேர். நீ எதுக்கு நூறு பேருக்கு விருந்துக்கு ஏற்பாடு செய்தே? கிராமத்துல அவனவன் ஒருவேளை கஞ்சிக்கு ஆலாய்ப் பறக்கிறபோது இந்த

ஆடம்பரம் தேவையா? நான் தடபுடலாக விருந்து ஏற்பாடு செய்யுன்னு சொன்னேனா? ஊர் உலகம் இருக்கிற இருப்புல என்ன ஆடம்பரம் வேண்டி கிடக்கு? எனக்குப் பசியில்லே... சோறும் ரசமும் மட்டும் கொண்டாங்க போதும்..." என்றார் சற்றே கோபத்துடன்.

இன்றைய அரசியல்வாதிகள் ஆடம்பரம்... தடபுடலைத்தான் விரும்புகிறார்கள்.

சீருடை ஏன்?

இன்று உயர்கல்வி நிலையங்களில் பிள்ளைகள் சீருடை அணிந்து செல்வதைப் பார்ப்பது கண்கொள்ளாக் காட்சி.

'சீருடை' என்பது காமராஜர் ஆட்சிக் காலத்தில்- அவருடைய சிந்தனையில் உருவான ஒப்பற்ற நிகழ்வு அது.

அரசுப் பள்ளிகளில் இலவசக் கல்வியும், இலவச உணவும் கிடைக்க வழி செய்துவிட்ட நேரத்தில் ஏழை எளிய பிள்ளைகள்- பணக்கார பிள்ளைகள் இருவரிடையே (மெட்ரிக்குலேஷன்

பள்ளி வராத காலத்தில் பணக்காரப் பிள்ளைகளும் அரசுப் பள்ளியிலேயே படித்துக் கொண்டிருந்தனர்) உடைகள் விஷயத்தில் வேறுபாட்டை உணர்ந்த காமராஜர் சாதி, மத வேறுபாடு, ஏழை, பணக்கார மாறுபாடு தெரியக்கூடாது என்பதற்காக அவர் கொண்டு வந்ததே சீருடை. மகத்தான நிகழ்வு அது.

நீச்சத்தண்ணி வேண்டும்

இன்றைய அரசியல் தலைவர்கள் வாக்கு சேகரிக்கும்போது, பெரும்பாலும் குளிர்ந்த பானத்தையே வாங்கிப் பருகுவார்கள்.

சட்டசபை இடைத்தேர்தல் தூத்துக்குடி தொகுதியில் நடைபெற்ற நேரம்.

மதியம் ஒரு மணி.

கொளுத்தும் வெயில் மனித மண்டைகளைப் பிளந்து கொண்டிருந்தது.

காமராஜர் வெயிலைப் பொருட்படுத்தாமல் 'வாக்கு' சேகரித்துக் கொண்டிருந்தார்.

ஒரு குடிசை வீட்டில் இருந்த திண்ணையில் அமர்ந்தார்.

தன்னைச் சூழ்ந்த ஏழைத் தாய்மார்களிடம் காங்கிரஸுக்கு ஓட்டுப் போடுங்கள் என்று கேட்டுக்கொண்ட அவர், திண்ணை வீட்டு பெண்மணியிடம் "அம்மா, நீச்சத்தண்ணி இருந்தா கொடும்மா" என்று கேட்டார்.

உடனே அந்த ஏழைப் பெண்மணி, "ஐயா... மோர் வாங்கிக் கொடுக்கட்டுமா?" என்றார்.

"வேண்டாம் தாயி... உங்க வீட்ல இருக்கிற நீச்சத்தண்ணியைக் கொடுங்கம்மா போதும்" என்று கேட்டு வாங்கிக் குடித்துவிட்டு, தன் தேர்தல் பிரசாரப் பயணத்தைத் தொடர்ந்தார் காமராஜர்.

காலம் வணங்கும்
கல்வி வள்ளல் காமராஜர்

எத்தகைய எளிய தலைவர் என்பதைப் பாருங்கள்.

★ ★ ★ ★ ★

அரிசித் தட்டுப்பாட்டை நீக்குவது எப்படி?

பேரறிஞர் அண்ணா முதல்வரான மூன்றாம் நாள். அவரும் கார் ஓட்டுநரும் பாதுகாவல் இன்றி பெருந்தலைவர் காமராஜரின் இல்லத்திற்குச் சென்றார்.

காரை வெளியே நிறுத்திவிட்டு அண்ணா உள்ளே சென்றார்.

அப்போது மணி இரவு 11.

காமராஜர் படித்துக் கொண்டிருந்தார்.

முதல்வரான அண்ணா வந்திருப்பதை உதவியாளர் சொன்னதும் கீழே வந்தார்.

அப்போது, நாட்டில் அரிசித் தட்டுப்பாடு அதிகமிருந்தது. இந்த நிலையை எப்படி நீக்குவது என்று காமராஜரிடம் ஆலோசனை கேட்டார் அண்ணா. எதிர்க்கட்சிக்காரர் என்ற எண்ணம் இன்றி, தனது கருத்தை வெளியிட்டார் காமராஜர்.

அரை மணி நேரத்திற்கு மேல் ஆலோசனை நடத்திவிட்டு அண்ணா விடைபெற, அவரை வழியனுப்ப வந்த காமராஜர், கார் சாலையில் சற்றுத் தள்ளி நிற்பதைப் பார்த்துவிட்டு, ஏன் சாலையில் நிறுத்தினீர்கள்... வீட்டிற்குள் கொண்டு வந்து இருக்கலாமே..." என்று கேட்க,

"நீங்க இருங்க. நான் சென்று வருகிறேன்" என்று காமராஜரை வணங்கிவிட்டுச் சென்றார் அண்ணா.

நாட்டு மக்களின் நன்மைக்காக எதிர்க்கட்சித் தலைவர் காமராஜர் என்றாலும் ஏற்கெனவே அவர் ஒன்பதாண்டுகள் முதலமைச்சராக இருந்து, அனுபவப்பட்டவர் என்ற எண்ணத்தை மனதில்வைத்து அவரிடம் ஆலோசனை கேட்கச் சென்ற அண்ணாவைப் பாராட்டுவதா? தன்னை நாடி வந்தவருக்கு நல் ஆலோசனை வழங்கிய காமராஜரைப் பாராட்டுவதா? இப்படிப்பட்ட நிகழ்வை அண்ணாவிற்குப் பிறகு நாம் கண்டதுண்டா?

★ ★ ★ ★ ★

அப்புறம் பார்க்கலாம்...

அரசு அதிகாரிகள் சிலர் அடிக்கடி 'எதையாவது' சொல்லிக் கொண்டு வெளிநாட்டுக்குச் சென்று வருவார்கள். அவ்வாறு செல்கிற அதிகாரிகள் முதலமைச்சரின் அனுமதியைப் பெற்றுவிட்டுதான் செல்ல முடியும்.

காமராஜர் அவர்கள் முதல்வராக இருந்த சமயம். அவரது பார்வைக்கு ஒரு கோப்பு (பைல்) வந்திருந்தது.

கட்டிடக்கலை நுணுக்கங்களைப் பார்வையிட அயல்நாடு செல்ல அனுமதி கோரி விண்ணப்பித்திருந்தார்கள்.

கோப்பைப் பார்த்த காமராஜர்... அதன் மேல் 'நேரில்' என்று எழுதியனுப்பினார்.

அயல்நாடு செல்ல விருப்பப்பட்ட அதிகாரிகள் அவர்முன் வந்தனர்.

“நீங்க எல்லாம் கட்டிடக் கலை நுணுக்கங்களையெல்லாம் அறிய அயல்நாடு செல்ல அனுமதி கோரி இருக்கீங்க இல்லையா...? ஐயா, மதுரை, தஞ்சாவூரு, ராமேஸ்வரம் கோயிலெல்லாம் பார்த்திருங்கீங்களா நீங்க? அதைக் கட்டினவனெல்லாம் எந்த நாட்டுல போய் படிச்சுட்டு வந்தான்னேன்? மொதல்ல இந்த இடங்களைப் போய்ப் பார்த்துட்டு வாங்க. அப்புறம் அமெரிக்கா லண்டனுக்கெல்லாம் போகலாம்” என்றார்.

தேவையற்ற விஷயங்களுக்கெல்லாம் அயல்நாடு சென்று வீண் செலவு செய்தால் யாருக்கு நஷ்டம்? நமக்குத்தானே... இதை உணர்ந்துதான் அதைத் தவிர்த்தார் காமராஜர்.

★ ★ ★ ★ ★

ட்யூப் லைட்டில் பெயர்

ஒருமுறை ஏழைப் பங்காளர் காமராஜர் அவர்கள் தஞ்சை மாவட்டத்தில் சுற்றுப்பயணம் மேற்கொண்டிருந்தார். அவரை அவ்வூர் பிரமுகர்கள் மிகவும் பிரசித்திப் பெற்ற பழைமையான கோவிலுக்கு அழைத்துச் சென்றனர்.

அவர் கோவிலையெல்லாம் சுற்றிப் பார்த்தார். அற்புதமான சிற்ப வேலைப்பாடுகளில் மனதைப் பறிகொடுத்தார்.

“இந்தக் கோவில் யார் கட்டினதுங்கிறேன்” என்று அவ்வூர் பிரமுகர்களைப் பார்த்துக் கேட்டார்.

உடன் வந்தவர்கள் ஒருவரை ஒருவர் பார்த்துக் கொண்டனர். யாருக்கும் இக்கோவிலைக் கட்டியது யார் என்றே தெரியவில்லை.

இந்தக் கோவிலைக் கட்டிய சிற்பியின் பெயர் நமக்குத் தெரியல. ஆனால் பாருங்க ஒரு மாசம் கூட ஒழுங்கா எரியாத

ட்யூப் லைட்ல உபயதாரர் இன்னார் என்று எவ்வளவு பெரிசா எழுதி வைச்சிருக்கான், பாருண்ணேன்" என்றார் காமராஜர்.

வந்தவர்கள் 'கொல்' என்று சிரித்தனர்.

அரசியல் நாகரிகம்

மூதறிஞர் இராஜாஜி அவர்கள் முதல்வராக இரண்டாம் முறை வந்தபோது, குலக்கல்வி திட்டத்தைக் கொண்டு வர பெரியார், அண்ணா மற்றும் பல தலைவர்கள் எதிர்த்தனர். காமராஜரும் அதைக் கடுமையாக எதிர்த்தார்.

ராஜாஜி ஆட்சி அகற்றப்பட்டு, கல்வி வள்ளல் காமராஜர் தமிழகத்தின் முதல்வர் ஆனார்.

அப்போது, தான் வகித்து வந்த எம்.பி. பதவியை ராஜினாமா செய்த அவரைச் சட்டசபைக்குத் தேர்ந்தெடுக்க 'குடியாத்தம்' தொகுதியில் நிறுத்தப்பட்டார்.

பெரியார், அவர்களும், அண்ணாவின் தலைமையிலான தி.மு. கழகமும் அவரை ஆதரித்தது.

இந்திய சரித்திரத்திலேயே ஒரு எதிர்க்கட்சித் தலைவரைத் தாங்களாவே முன்வந்து ஆதரித்தது என்பது இதுவே முதல் தடவை மட்டுமன்று கடைசி தடவையும் ஆகும்.

இத்தகைய அரசியல் நாகரிகம் இன்று இல்லாமல் போனதால்தான் நாடே அல்லல்பட்டு நிற்கிறது.

சோதனை போட்டவருக்கு 'சிறந்த காவலர்' விருது

கர்மவீரர் காமராஜர் அவர்கள் முதல்வராக இருந்த சமயம்.

அவர் ஆம்பூரில் கூட்டத்தை முடித்துவிட்டு பதினோரு மணிக்கு மேல் சென்னைக்குத் திரும்பிக் கொண்டிருந்தார்.

காலம் வணங்கும்
கல்வி வள்ளல் காமராஜர்

வேலூரைக் கடந்து கார் சென்று கொண்டிருந்தபோது, அக்காரை நடுவழியில் நின்று கொண்டிருந்த காவலர் நிறுத்தினார்.

உள்ளே காமராஜர் உறங்கிக் கொண்டிருந்தார்.

"காரில் இருப்பவர் யார்? அவரைச் சோதனை போட வேண்டும்" என்றார் காவலர்.

"ஐயா உள்ளே இருப்பவர்..."

"யாராக இருந்தாலும் நிச்சயம் சோதனை போடவேண்டும். ஜெயிலிலிருந்து ஒரு திருடன் தப்பிவிட்டான். ஒவ்வொரு காரையும் சோதனை போடச் சொல்லி மேலிடத்திலிருந்து உத்தரவு..." என்றார்.

காமராஜர் கண் விழித்து அந்தக் காவலரை அழைத்து (முதல்வரைக் கண்டதும் அரண்டு போனான்) பெயர், முகவரி, பணிபுரியும் இடம் என்பதையெல்லாம் கேட்டார்.

ஐயோ முதல்வரின் காரை வழி மறித்துவிட்டோமே... பெயர், முகவரி கேட்டாரே... நம் வேலை காலி என தனக்குள் பதறினான்.

சில மாதங்கள் கழித்து சுதந்திர நாளில் 'சிறந்த காவலருக்கான' விருதை அக்காவலருக்கு வழங்கிச் சிறப்பித்தார் காமராஜர்.

தன் கடமை தவறாது செயலாற்றிய அவருக்குப் பதவி உயர்வும் கிட்டியது.

ரூபாய் நோட்டு மாலை

புதுக்கோட்டை மாவட்டம் ஆலங்குடியில் காங்கிரஸ் பொதுக்கூட்டம். அவ்வூரில் தனபால் செட்டியார் என்பவர் பிரபலமான காங்கிரஸ் பிரமுகர். அப்பகுதியில் செல்வாக்கும் செல்வ வளமும் பெற்றவர்.

அவர் பொதுக்கூட்டத்தின்போது காமராஜருக்கு ரூபாய் நோட்டு மாலையை அணிவித்தார்.

உடனே அம்மாலையைக் கழற்றியவர், எதிரில் அமர்ந்திருந்த விவசாயி ஒருவரை அழைத்து அவருக்கு அம்மாலையை அணிவித்தார்.

இதனைப் பார்த்த மக்கள் பெரும் ஆரவாரம் செய்தனர்.

இப்படிச் செய்யக்கூடிய தலைவர் அவருக்குப் பிறகு எவராவது வந்திருக்கிறாரா?

நல்ல அதிகாரி என்றால்...?

ஏழைப்பங்காளர் காமராஜர் அவர்கள் முதலமைச்சராக இருந்த காலம்.

ஒரு முறை திருச்சிக்கு அருகே உள்ள ஒரு கிராமத்தைச் சேர்ந்த தாசில்தார் ஒருவரை திடீரென மாற்றிவிட்டனர். காங்கிரஸ் கட்சிக்காரர். நல்ல மனிதர். தனது பணியால் பல மக்களுக்கு நன்மை செய்து வந்தவர்.

காங்கிரஸ் பிரமுகர்கள் சிலர் காமராஜரைச் சந்தித்து, "ஐயா... அந்த தாசில்தார் நல்லவர், நாணயமானவர், கைசுத்தமானவர், அவரை மறுபடியும் எங்கள் பகுதிக்கே மாற்ற வேண்டும்" என்று கேட்டுக் கொண்டனர்.

சிபாரிசுக்கு வந்தவர்களைப் பார்த்துக் கோபமான முதல்வர்... "அரசு அதிகாரி என்றால் ஆணி அடிச்ச மாதிரி ஒரே இடத்தில் இருக்க மாட்டார்கள். நாலு இடம் மாற்றத்தான் செய்வார்கள். உங்கள் ஊரில் நல்லது செய்த அவர் போகிற இடத்திலும் மக்களுக்கு நல்லது செய்யட்டுமே..." என்று கூறி அவர்களை அனுப்பி வைத்தார்.

எல்லோருக்கும் சமமாய்...

பெருந்தலைவர் காமராஜரின் பள்ளிப் பருவத்தில் நடந்த நிகழ்ச்சி.

அவர் சத்திரிய வித்யாசாலையில் படித்த காலம்.

ஒவ்வொரு விநாயகர் சதுர்த்திக்காக மாணவர்களிடம் ஒன்றே காலணா வசூலித்து, அதன்மூலம் பூஜைக்கான பொருட்களாக பொரி, கடலை, அவல், வெல்லக்கட்டி, தேங்காய் சில், விளாம்பழம், வாழைப்பழம், பேரிக்காய் என்று வாங்கப்படும். பூஜை முடிந்த பின் அப்பொருட்களை சமமாய்ப் பிரித்துக் கொடுக்கப்படும்.

பூஜை முடிந்தது.

மாணவர்கள் பிரசாதத்தை வரிசையாய் நின்று வாங்காமல் நான் முந்தி... நீ முந்தி என்று ஒருவரை ஒருவர் தள்ளிக்கொண்டு வாங்கிச் சென்றதால் ஆசிரியரால் சரியான முறையில் சமமாய் கொடுக்க முடியவில்லை.

இந்தத் தள்ளுமுள்ளில் காமராஜர் கலந்துகொள்ளாமல் ஒரு ஓரத்தில் அமர்ந்துகொண்டார்.

பெரும்பாலான மாணவர்கள் போன பிறகு காமராஜரை அழைத்த ஆசிரியரிடம் சிறிதளவே பிரசாதம் பெற்றுக் கொண்டு வீடு திரும்பி, தன் தாயிடம் கையை நீட்ட,

"என்ன ராசா... தேங்கா சில் இல்லே... வாழைப்பழத் துண்டு இல்லே... உனக்கு சிறிதளவுதான் கிடைத்ததா?" என்று கேட்டார் தாய்.

"அம்மா எனக்கு இவ்வளவுதான் கிடைச்சது" என்றார் காமராஜர்.

"நீ மத்த பிள்ளைகளோடு முண்டியடித்துக் கொண்டு வாங்கியிருக்கணும்" என்றார் தாய்.

"அம்மா... எல்லாரும் போல நானும் ஒன்றே காலணாதானே கொடுத்தேன்... அதற்கேற்ப சரியாய்க் கொடுக்கவேண்டியது ஆசிரியர் கடமைதானே. சக்தியுள்ளவன் முண்டியடித்து வாங்குவது முறையா? இப்படிச் செய்தால் பலவீனமுள்ளவன் என்ன செய்வான்? எல்லோருக்கும் சரியாய் முறையாய் பகிர்ந்து கொடுப்பதுதான் முறை" என்ற மகனின் வாதத்தைக் கேட்டு வியந்தார் தாய் சிவகாமி.

தனது வார்த்தைகளைத்தான் முதலமைச்சர் ஆன பின் கடைப்பிடித்தார் காமராஜர்.

★ ★ ★ ★ ★

பரோலில் வரமாட்டேன்

மகாத்மா காந்தி உப்புசத்தியாகிரகப் போரைத் துவக்கிய நேரம்.

நாடு முழுக்க வெள்ளையருக்கு எதிரான பெரும்போராட்டம் கிளர்ந்து எழுந்தது.

மகாத்மா உப்புசத்தியாகிரகப் போரை நடத்த தண்டி யாத்திரை கிளம்பினார்.

தமிழகத்தில் (அப்போதைய சென்னை மாகாணத்தில்) ராஜாஜி தலைமையில் வேதாரண்யத்தில் உப்பு எடுக்க சத்தியாகிரகிகள் கிளம்பினர். அதில் காமராஜரும் கலந்து கொண்டார்.

சத்தியாகிரக போரில் கலந்து கொண்டதால் 'காமராஜர்' கைது செய்யப்பட்டு இரண்டு ஆண்டுகள் சிறைத் தண்டனை வழங்கப்பட்டது.

அவரை பெல்லாரி சிறையில் அடைத்தனர்.

தன் பேரனின் சிறை வாசத்தை அறிந்து, அவரின் மீது மிகுந்த பாசம் கொண்ட பாட்டி பார்வதியம்மாள், மனவேதனையோடு படுக்கையில் விழுந்தார். மனமும் உடலும் நொந்த நிலையில், தன் பேரனைப் பார்க்கவேண்டும் என்று விரும்பினார்.

காமராஜரைச் சீராட்டி, பாராட்டி, தாலாட்டி மிகுந்த பாசத்தோடு வளர்த்தவர் பாட்டி பார்வதியம்மாள்தான்.

பாட்டி படுத்த படுக்கையாய் இருப்பதை தீரர் சத்தியமூர்த்தி அவர்களிடம் சொல்லி, காமராஜரைப் பரோலில் வரவழைக்க முடிவு செய்தனர். சத்தியமூர்த்தி அவர்களும் காமராஜரை பரோலில் எடுக்க ஆவன செய்தார்.

காமராஜரை பரோலில் எடுக்கச் சென்ற தாய்மாமன், “பாட்டி உயிருக்குப் போராடிக் கொண்டிருக்கிறார், உங்களை இறுதியாக பார்க்க விரும்புகிறார். பரோலில் செல்ல ஏற்பாடாகி விட்டது. வாருங்கள்” என்றார்.

“மாமா, தண்டனைக் காலம் முடியாமல் நான் வெளியே வரமாட்டேன்” என்று உறுதியாகக் கூறினார் காமராஜர்.

“பாட்டி அம்மாள் உங்களைக் காணத் துடிக்கிறார்களே...”

“மாமா, பாட்டியைப் பார்த்துக்கொள்ள எத்தனையோ பேர் இருக்காங்க... அவங்க அநாதையாப் போகமாட்டாங்க” என்று சொல்லி, வந்தவரை அனுப்பி வைத்தார் காமராஜர்.

அரசியலில் செய்யக்கூடாதவற்றையெல்லாம் செய்துவிட்டு சிறைக்குச் சென்றவுடன் பரோலில் வெளியே வரத் துடிக்கும் இன்றைய அரசியல்வாதிகளை என்ன சொல்வது?

★ ★ ★ ★ ★

எப்படிப் போகவேண்டுமோ அப்படியே செல்!

பெரும்பாலும் அரசியல் தலைவர்களின் கார்கள் மாற்றுப் பாதையில் செல்லவும் என்ற போர்டை மதிக்கமாட்டார்கள். நாம் எப்படிப் போனால் என்ன? யார் கண்டுகொள்ளப் போகிறார்கள்? என்ற அதிகாரத் திமிர் அவர்களிடம் இருக்கும்.

பெருந்தலைவர் அவர்கள் எதிலும் நேர்மையையே விரும்புகிறவர்...

ஒருமுறை வண்ணாரப்பேட்டையில் கூட்டத்தை முடித்துக் கொண்ட காமராஜரின் கார் சென்ட்ரல் வந்தது.

இரவு நேரம்.

காவலர்கள் இல்லை. எனவே கார் ஓட்டுநர் சற்றே நீண்ட தூரம் சென்று வண்டியை திருப்பவேண்டுமே என எண்ணி குறுக்கு வழியில் புக முடிவு செய்து, வாகனத்தைத் திருப்ப அதைக் கண்ட காமராஜர் கோபமானார்.

"என்ன நினைச்சுக்கிட்டிருக்கே... கார் எந்த முறையில் போகணுமோ அதே முறையில் ஓட்டு... யாருமில்லேங்கிறதுக்காக நம்ம சௌகரியத்துக்கு குறுக்கு வழியில் போவது நல்லதல்ல... இதே குணம்தான் பகலிலும் வரும்... நம்மைப் பார்த்து மற்றவர்களும் பின்பற்றுவார்கள்... இது தவறில்லையா? காமராஜரே அப்படி போறப்ப நாம போனால் என்ன'ன்னு மக்கள் தவறான பாதைக்கு அழைத்துச் செல்லலாமா? என்றவர் எப்படிப் போகவேண்டுமோ அப்படியே போகச் செய்தார் காமராஜர்.

சுடுகாட்டிற்கு வழி

பெருந்தலைவர் காமராஜரைப் பார்க்கும்போது அவர் முரடான ஆளோ என்று நினைக்கத் தோன்றும். கருணையின் இருப்பிடமான அவர் கலகலப்பானவர்... நகைச்சுவையாகப் பேசுவதில் வல்லவர் என்பதைப் பல நிகழ்வுகளில் நாம் அறியலாம்.

ஒருமுறை அவர் ஒரு கிராமத்தின் வழியாகச் சென்று கொண்டிருந்தார்.

அப்போது அவர் காரை வழி மறித்தனர் கிராம மக்கள்.

காரிலிருந்து கீழே இறங்கி, "உங்களுக்கு என்ன பிரச்சனை?" என்று கேட்டார்.

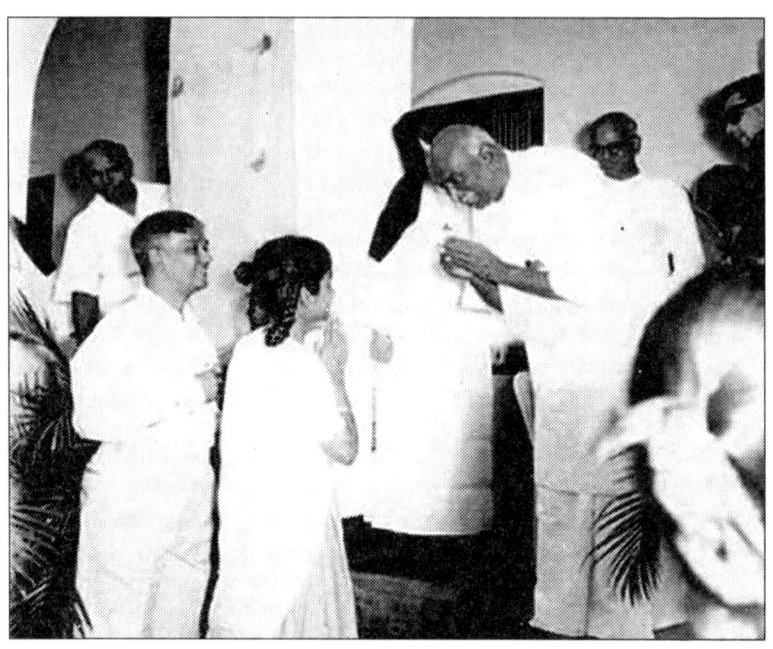

"ஐயா... எங்களுக்குச் சுடுகாட்டுக்குப் போற பாதை சரியில்லீங்க.. அத சரி பண்ணி கொடுங்க" என்று கேட்டனர் கிராமத்து மக்கள்.

"நான் உயிரோட இருப்பவர்களை எப்படி முன்னேற்றுவதுன்னு யோசனை பண்ணிக்கிட்டு இருக்கேன்... நீங்களோ இறந்து போறவங்கள பத்தி கேட்டுக்கிட்டு இருக்கீங்களே..." என்று நகைச்சுவையாகக் கேட்டார்.

சிபாரிசு

முதல்வராக காமராஜர் இருந்த நேரம்.

அவருக்கு மிகவும் நெருங்கிய நண்பர் ஒருவர், தன் மகளோடு அவரைச் சந்தித்தார்.

"வாங்க... வாம்மா... உட்கார். என்ன விஷயமா வந்தீங்க?"

"எம் பொண்ணுக்கு மருத்துவம் படிக்க வேணும்."

"ரொம்ப மகிழ்ச்சி.. நான் என்ன செய்யணும்?"

"ஒவ்வொரு மந்திரிக்கும் பத்துப் பதினைந்து கோட்டா இருக்கிறதா சொன்னாங்க.... முதலமைச்சரான உங்களுக்கு இன்னும் அதிகமாம்...." என்று சொன்னவரை இடைமறித்த முதல்வர்,

"தாங்கள் படித்தவராகத் தெரிகிறீர்கள்... படித்து விவரம் தெரிந்தவர்களே இப்படி என்றால் மற்றவர்கள் என்ன நினைப்பார்கள் சொல்லுங்கள்... அட்மிஷனுக்கு என்று ஒரு கமிட்டி உண்டு... அந்த கமிட்டி அங்கத்தினர்கள் நேர்மையானவர்கள். அவர்கள்தான் அட்மிஷன் குறித்து எந்த முடிவும் எடுப்பார்கள். இப்படி ஒருபுறம் அட்மிஷன் கமிஷனை உருவாக்கிவிட்டு இன்னொருபுறம் சிபாரிசு செய்வது நியாயமான செயலா? சொல்லுங்கள்.

நான் முதல்வரைப் பார்த்தேன். என் மகளுக்கு இடம் கிடைத்துவிட்டது என வெளியே சொன்னால் ஆட்சியைப் பற்றி மக்கள் என்ன நினைப்பார்கள்... தவறாக நினைக்க மாட்டார்களா? தங்கள் மகள் நல்ல மதிப்பெண்கள் எடுத்திருந்தால் நிச்சயம் மருத்துவக் கல்லூரியில் இடம் கிடைக்கும்... சென்று வாருங்கள்" என்றார், காமராஜர்.

உறவுக்கும் சிபாரிசு இல்லை

அப்போது காமராஜர் காங்கிரஸ் தலைவராக இருந்த நேரம்.

அவரது ஒரே தங்கை திருமதி நாகம்மாளின் மகள் வழிப் பேரன் கனகவேலுக்கு மருத்துவக் கல்லூரியில் சேர விருப்பம். தனக்கு தாத்தா சிபாரிசு செய்தால் இடம் கிடைக்கும் என்று நம்பி அவரைப் பார்க்கச் சென்றாள்.

காலம் வணங்கும் கல்வி வள்ளல் காமராஜர்

அச்சமயம் காமராஜர் வீட்டின் முன்னறையில் அமர்ந்து கட்சி ஆட்களோடு உரையாடிக் கொண்டிருந்தார்.

"என்ன கனகவேல்... என்ன விஷயமா வந்தே?" என்று உரிமையோடு கேட்டார். அவன் கையில் ஒரு காகிதம் சுருண்டு கிடந்தது.

"தாத்தா... மருத்துவக் கல்லூரியில் சேர விண்ணப்பம் போட்டேன். இன்டர்வியூ நடந்திருச்சி..."

"சரி... இப்ப என்னப்பா அதுக்கு?"

"தாத்தா... நீங்க முதல்வர்கிட்ட ஒரு வார்த்தை சொன்னீங்கன்னா... எனக்கு நிச்சயம் இடம் கிடைக்கும்... கமிட்டில பட்டியல் போடறதுக்குள்ள சொல்லுங்க தாத்தா" என்றான் கனகவேல்.

பாசமுள்ள தங்கையின் பேரன்-

"ஆமா விண்ணப்பத்துல என் பேர ஏன்ப்பா எழுதினே..." தலைவர் கேட்டார்.

"தாத்தா, சென்னையில உங்க முகவரி மட்டுமே தெரியும். வேற யாரையும் தெரியாதே... இன்டர்வியூலேயும் கேட்டாங்க. ஆமா, அவர் எங்க தாத்தான்னு சொன்னேன்."

"கனகவேலு... மருத்துவ படிப்பு, இன்ஜினியர் படிப்புக்கெல்லாம் அரசு ஒரு கமிட்டி போட்டிருக்கு... அந்த கமிட்டி மெம்பர்கள் அதிக மதிப்பெண் பெற்றவர்களை மட்டுமே தேர்ந்தெடுப்பாங்க. அவங்களுக்கு மட்டும்தான் இடம் கிடைக்கும். அதனால் சிபாரிசு பண்றது முறையுமில்லே.. சரியும் இல்லே... நீ நல்ல முறையில் பதில் சொல்லி இருந்தீன்னா நிச்சயம் இடம் கிடைக்கும். இல்லேன்னா பேசாம கோயமுத்தூர்ல பி.எஸ்சி, விவசயத்துக்கான பாடத்தை எடுத்துப் படித்தால் நல்லது..." என்று அவன் கொண்டு வந்த தாளை அவனிடமே கொடுத்து அனுப்பினார். சிபாரிசு ஒருவிதமான நோய்.. அது பலரைத் தொற்றிய கேவலமான

நோய்.. இதனால் திறமைசாலிகள் அடிபட்டுப் போவதை அவர் அறிந்ததால் எவருக்கும் சிபாரிசு செய்ததே இல்லை.

தங்கையின் பேரனுக்கே சிபாரிசு செய்யாத அவரது குணத்தை என்னவென்று சொல்லிப் பாராட்டுவது?

இன்று பெரும்பாலான அரசியல் தலைவர்களின் பிள்ளைகள் சிபாரிசிலேயேதான் மருத்துவராகியிருக்கிறார்கள்.

காமராஜர் அவர்கள் பொதுவாழ்வில் இருப்பவர்கள் நேர்மையைக் கடைப்பிடிப்பவர்களாக இருக்கவேண்டும் என்பதில் உறுதியாக இருந்தார்.

கலெக்டருக்குப் பாராட்டு

பெருந்தலைவர் காமராஜரின் நெருங்கிய நண்பர் அவர். அவர் தனது ஊரில் திரையரங்கம் ஒன்றைக் கட்டுகிறார்.

திரையரங்கத்தை காமராஜர்தான் திறக்கவேண்டும் என்று அவரிடம் ஒப்புதலையும் பெற்றுவிட்டார்.

திரையரங்கத்தைக் கட்டி முடித்துவிட்டதால் அதைப் 'பரிசோதனை' செய்து ஒப்புதல் அளிக்க கலெக்டரை நாடினார் திரையரங்க முதலாளி.

கலெக்டர் திரையரங்கை வந்து பார்த்தார். முறையான மின்சாரம் இணைப்பு இல்லை. மேலும் சில கட்டமைப்பு இல்லை. எனவே மக்களுக்குப் பாதுகாப்பு இல்லை. ஆகவே திரையரங்கைத் திறக்கக்கூடாது என்று கூறிவிட்டார்.

"ஐயா... தலைவர் காமராஜரை வைத்து திறக்க நாளும் குறித்தாகி விட்டது. லைசென்ஸ் கொடுங்கள்.. நான் குறைகளைச் சரி செய்து விடுகிறேன்" என்றார் உரிமையாளர்.

"முதல்வரே திறந்தாலும்... குறைகளைச் சரி செய்யாமல் லைசென்ஸ் கொடுக்கமாட்டேன்" என்றார் கலெக்டர்.

காலம் வணங்கும்
கல்வி வள்ளல் காமராஜர்

"முதல்வரையே எதிர்க்கிறீர்களா?"

"ஐயா.. நான் இங்கே முதல்வரை எதிர்க்கவில்லை. ஒரு செயலை முழுமையாகச் செயல்படுத்துங்கள் என்றுதான் சொல்கிறேன்..." என்றார், கலெக்டர்.

கலெக்டரின் உறுதியால் நிலைகுலைந்து போன உரிமையாளர் காமரசரிடம் சென்றார்.

"என்ன... இங்க...?"

"கலெக்டர் 'லைசென்ஸ்' தரமாட்டேங்கிறார்."

"ஏன்?"

"திரையரங்கில் சில குறைகள் இருக்கிறதாம். அதைச் சரி செய்தால்தான் 'லைசென்ஸ்' கொடுப்பாராம்."

"அவர் சொல்வது சரிதானே."

"ஐயா... திரையரங்கைத் திறந்து விடுங்கள்" என்று கேட்டார் உரிமையாளர்.

"நான் திரையரங்கைத் திறந்துவிடுகிறேன்.. ஆனால் லைசென்ஸ் பெற்ற பிறகுதான் நீ படம் போட வேண்டும்" என்றார் காமராஜர்.

"சரி..." என்ற உரிமையாளர், "ஐயா கலெக்டர் திமிரா... 'என்னால முதலமைச்சர் ஆகமுடியும்... அவரால கலெக்டர் ஆகமுடியுமா?' என்று சொன்னார்" என்றார்.

"அப்படியா சொன்னார்? அவர் சொன்னது உண்மைதானே... என்னாலே கலெக்டர் ஆகமுடியுமா சொல்... சரி நீ போ... வர்றேன்..." என்றார் காமராஜர்.

குறிப்பிட்ட நாளில் காமராஜர் தியேட்டரைத் திறந்து வைத்து விட்டு, 'கார கலெக்டர் வீட்டுக்கு விடுய்யா' என்றார்.

முதல்வர் கார் கலெக்டர் வீட்டு முன் நின்றது.

தன்னை முதல்வர் வந்து பார்ப்பதற்கு என்ன அவசியம்? என்று யோசித்துக் கொண்டிருந்த வேளையில் காமராஜர் காலெக்டரின் கையைக் குலுக்கி, “உன்னைப் பாராட்டுகிறேன். இப்படித்தான் நேர்மையாக... தொழில்ல உண்மையாக இருக்கணும்... அதிகாரிங்க நேர்மையா இருந்தால் மக்கள் நிம்மதியா வாழமுடியும்'' என்று அவரின் தோளைத் தட்டிக் கொடுத்துவிட்டுச் சென்றார்.

இன்று சில கலெக்டர்கள் அரசியல்வாதிகளின் ‘கைக்கூலி’ களாகிப்போனது வேதனைக்குரிய ஒன்று.

★ ★ ★ ★ ★

ரூ.120... பற்றாது...

முருக தனுஷ்கோடி என்பவர் காமராஜரின் நெருங்கிய நண்பர். இறுதிவரை அவருடனேயே வாழ்ந்தவர். காமராஜரைப் போலவே திருமணம் செய்துகொள்ளாத தியாக மனப்பான்மை உள்ளவர். தலைவரின் குடும்பத்தோடு ஒன்றிணைந்தவர். சுதந்திரப் போராட்ட வீரர்.

அவர் ஒருமுறை விருதுநகர் சென்று தலைவரின் அன்பு தாயைச் சந்தித்தார்.

“அப்பா முருகா... காமராசு பெரிய பதவில இருக்கானாம்... எனக்கு மாசாமாசம் 120 ரூபாய்தான் அனுப்பறான்... நம்ம வீட்டுக்கு நெறைய பேரு வர்றாங்க... வர்றவங்களுக்கு காபி தண்ணி போட்டுக்கொடுக்க வேண்டியிருக்கு... அதனால மேல 30 ரூபா போட்டு 150 ரூபாவா அனுப்பச் சொல்லுப்பா...'' என்றார் அந்தத் தாய்.

காமராஜரைச் சந்தித்து, “அம்மா, நீங்க அனுப்பறதுக்கு மேலே முப்பது ரூபா அதிகமா கேட்குறாங்க.''

“ஏண்ணே...''

“பெரிய தலைவரு தாயின்னு அம்மாவா பார்க்க நிறைய பேர் வர்றாங்களாம்...”

“சரி...”

அவர்களுக்கு காபி... குளிர்பானம் வாங்கிக்கொடுக்க மேல முப்பது ரூபா கேட்குறாங்க” என்றார் நண்பர்.

“இத பாரு காபி... குளிர்பானம் குடிக்க எவனும் வரல... அம்மாவ பார்க்கத்தானே வர்றாங்க... பார்த்துட்டுப் போகட்டும். அத வாங்குறேன்... இத வாங்குறேன்னு காசை வீணாக்க வேணாம். பேசாம இரு” என்றார் காமராஜர்.

தாயார் கேட்ட பணத்தை தனயன் அனுப்பவில்லை.

★ ★ ★ ★ ★

கழிப்பறை இல்லாத வீடு

ஒரு முறை காமராஜர் கட்சி விஷயமாக விருதுநகர் சென்றிருந்தார். (அவர் பல முறை விருதுநகர்- மதுரை- என சுற்று வட்டாரங்களுக்கு வந்தாலும் விருதுநகர் வீட்டிற்குச் செல்ல மாட்டார். கட்சி வேலையைப் பார்த்துவிட்டு அப்படியே திரும்பி விடுவார். பெற்ற தாய், உடன்பிறந்த சகோதரி என உயிருக்கு உயிரானவர்கள் இருப்பினும் அவருக்குக் கட்சிப் பணியும்- நாட்டுப் பணியுமே முக்கியம்.)

அவரிடம் தாய், “காமராசு... வீட்ல கழிப்பறை இல்லாம ரொம்பக் கஷ்டமா இருக்குப்பா... நம்ப வீட்டுக்கு பக்கத்துல மூவாயிரம் ரூபாய்க்கு இடம் வர்றது. அத வாங்கி கழிப்பறை கட்டலாமேப்பா” என்றார்.

“அம்மா... நீ கழிப்பறை இல்லேன்னு கஷ்டப்படறே... அது கஷ்டம்தான். நான் இந்த நாட்டின் பல பகுதிகளுக்கும் கிராமப்புறங்களுக்கும் சென்று வருகிறவன்; அங்கு வாழும் மக்களின் நிலை நம்முடைய நிலைமையை விட ரொம்ப மோசமா இருக்கு. முதல்ல அவங்களோட நிலைமை

மேம்படட்டும். பிறகு நம்மோட கழிப்பறை வசதியைப் பற்றிப் பார்க்கலாம் என்றவர் மேலும் தொடர்ந்து,

“ஒருவேளை, நீ கேட்டபடி நாம அந்த இடத்தை வாங்கிட்டா மத்தவங்க என்ன நினைப்பாங்க தெரியுமா? நான் ஏதோ பங்களா வாங்கிட்டேன்னு நினைக்கறது மட்டுமல்லாம, அப்படியே எழுதவும் செய்வாங்கம்மா... இது தேவையில்லாத பிரச்சனையை வளர்க்கும். அதனால் கழிப்பறை கட்றத பிறகு பார்க்கலாம்'' என்றார். அப்போது அவர் முதலமைச்சர்.

தன் வீட்டிற்குக் கழிப்பறை கட்டுவதைக்கூட வேண்டாம் என தடுப்பது என்னவென்று சொல்வது?

முதலமைச்சர் நினைத்தால் விருதுநகர் வீட்டையே இடித்து பத்து மாடி வீடு கட்டலாம்; ஆனால் காமராஜர், ஆட்சியாளன் நேர்மையாளனாக இருக்கவேண்டும் என நினைத்தவர். அதனால் அக்காரியத்தைச் செய்யவில்லை.

★ ★ ★ ★ ★

குடிநீர் குழாய் வேண்டாம்

ஒரு முறை விருதுநகர் வந்த காமராஜர் அவர்கள் தன் தாயைக் காண தனது இல்லத்திற்குச் சென்றார்.

அப்போது தன் வீட்டை ஒட்டி குடிநீர்க் குழாய் போடப் பட்டிருப்பதைக் கண்டு, சற்றே கோபமான காமராஜர், “யாரைக் கேட்டு குழாயைப் போட்டீர்கள்... அதை எடுங்கள்” என்று கூறி எடுக்கச் செய்தார்.

மற்ற வீட்டார் போல பொதுக் குழாயில் நீர் பிடிக்கச் செய்தார்.

★ ★ ★ ★ ★

டேபிள் ஃபேன் வேண்டாம்

ஒருமுறை காமராஜரின் இல்லத்துக்கு காங்கிரஸ் பிரமுகர் ஒருவர் சென்றிருந்தார். கொஞ்சம் வசதியானவரும் கூட.

வீட்டிற்குள் புழுக்கம் தாங்கமுடியவில்லை; ஒரு முதலமைச்சரின் வீட்டில் ஒரு டேபிள் ஃபேன் கூட இல்லையே என்ற எண்ணத்தில் டேபிள் ஃபேனை வாங்கிக் கொடுத்துவிட்டுச் சென்றார்.

திருநெல்வேலியில் ஒரு காங்கிரஸ் கூட்டத்தில் கலந்து கொண்டு திரும்பும் போது, தன் இல்லத்திற்குச் சென்றார். அங்கு புதிய டேபிள் ஃபேன் இருப்பதைக் கண்டு, கோபமடைந்து,

"இந்த ஃபேனை வாங்கிக் கொடுத்தது யார்? இதை எதிர்க் கட்சிக்காரன் பார்த்தால் காமராஜருக்கு வசதி வந்துவிட்டது என்று கேவலமாகப் பேசுவான்..." என்றவர், அந்தப் ஃபேனை கட்சி அலுவலகத்திற்கு எடுத்துச் செல்லும்படி கூறிவிட்டார் காமராஜர்.

நேர்மையாய் வாழும் தன் மேல் சிறு களங்கம் கூட ஏற்படக்கூடாது என்பதில் உறுதியாய் இருந்தார் காமராஜர்.

★ ★ ★ ★ ★

தாழ்த்தப்பட்டவரை மந்திரியாக்கினேன், ஏன்?

1954-இல் காமராஜர் முதலமைச்சர் ஆனார்.

அறநிலையத்துறைக்கு பரமேஸ்வரன் என்ற தாழ்த்தப்பட்டவரை அத்துறை அமைச்சராக்கினார்.

உயர்சாதி இந்துக்கள் இதைக் கண்டு வெகுண்டெழுந்து, காமராஜரைச் சந்தித்து, "ஒரு தாழ்த்தப்பட்டரை அறநிலையத் துறையில் அமர்த்தலாமா? இதை தெரிஞ்சுதான் செய்தீர்களா?" என்று கேட்டனர்.

வந்தவர்களைப் பார்த்து, "ஆமாண்ணேன். தெரிஞ்சுதான் போட்டேன். தாழ்த்தப்பட்டவர்களுக்காக காந்தியடிகள் ஆலயப் பிரவேசம் நடத்தினார். விடுதலை வந்த பிறகு

கும்பிடுறானே ஒழிய கர்ப்பக்கிரகத்துக்குள்ளே பூசை பண்ண விட்டுருக்கானா?

முதல்லே மனிசனை தொட்டாத் தீட்டுண்ணான். இப்போ சாமியைத் தொட்டா தீட்டுங்குறான். அவன் ஓசந்த சாதின்னு சொல்றான். கர்ப்பக்கிரகத்துக்குள்ளே போகிற உரிமை அவனுக்கு மட்டுந்தானாம். இப்ப நான் என்ன சொல்றேன்னா, ஒரு தாழ்த்தப்பட்ட சாதிக்காரனை மந்திரியாக்கிபுட்டா, எந்த நாலாஞ்சாதியை நீ உள்ள விடமாட்டேன்னு சொன்னியோ, அதே நாலாஞ்சதிக்காரனுக்கு கும்ப மரியாதை காட்டி பரிவட்டம் கட்டி உள்ளே அழைச்சுக்கிட்டு போவியா இல்லையா? அதனால பரமேசுவரரை மந்திரியாக்கி, ஒரு பறையனுக்குப் பரிவட்டம் கட்டி வைக்கிறேன்னேன்" என்று விளக்கம் அளித்தார் காமராஜர். (இந்தச் சம்பவத்தைக் கூறியவர் பொதுவுடைமைக் கட்சியைச் சேர்ந்த தோழர் ஆர்.நல்லகண்ணு)

★ ★ ★ ★ ★

உடனடி உதவி...

தஞ்சை மாவட்டத்தில் புயல் மழையால் மிகவும் பாதிக்கப்பட்டு தங்கள் குடிசைகளை இழந்து மக்கள் பாடுபட்டனர்.

மக்களின் அவலத்தைத் தீர்க்க நேரடியாகப் பாதிக்கப்பட்ட இடத்திற்குச் சென்றார் காமராஜர்.

முதல்வரைப் பார்த்ததும் ஏழை எளிய மக்கள், "ஐயா குடிசையெல்லாம் அடிச்சுக்கிட்டுப் போயிடுச்சியா... எங்க பிள்ளைகுட்டிங்க அநாதையா நிக்குதுங்க..." என்று தலையில் அடித்துக் கொண்டு அழுதனர்.

எளிய மக்களின் வேதனையை, துயரத்தைக் கண்ட காமராஜர், "உங்களுக்கெல்லாம் உடனடியா நிவாரணம் கிடைக்க ஏற்பாடு பண்றேன், கவலைப்படாதீங்க" என்று அவர்களுக்கு

அப்போதைக்கு வேண்டிய உதவிகளைச் செய்துவிட்டு அதிகாரிகளைப் பார்த்த காமராஜர், புயல் மழையால் எத்தனை குடிசைகள் அழிந்ததோ அத்தனை குடிசைகளையும் மீண்டும் கட்ட பண உதவி செய்யுமாறு சொன்னார்.

"ஐயா.. வருவாய்த்துறை வழங்கல் ஆணை (சாங்க்ஷன்) இல்லாமல் பண உதவி செய்வதற்கு சாத்தியம் இல்லை" என அதிகாரிகள் சொல்ல,

"மக்கள் வீடு வாசல் இல்லாமல் கஷ்டப்பட்டுக்கிட்டு இருக்காங்க. உடனடியாக அவங்களுக்கு உதவாம என்ன நீங்க... சாங்க்ஷன் அது இதுன்னு சட்டம் பேசிக்கிட்டு... உடனே உள்ளூர் கருவூலத்திலிருந்து பணத்தைக் கொடுங்க. பிறகு மத்தத பார்த்துக்கலாம்... போங்க உடனே ஆகவேண்டிய வேலையப் பாருங்க" என்றார் காமராஜர்.

உடனடி உதவிக்காக சட்டத்தைத் தூக்கியெறிந்த காமராஜர், உன்னதமான மனிதநேயர் என்பதை உணரலாம்.

பார்த்தால் பசி தீருமா?

பெருந்தலைவர் காமராஜர் நகைச்சுவையாகப் பேசுவதிலும் வல்லவர்.

அவர் பெரும்பாலும் திரைப்படங்களைப் பார்ப்பதில்லை. தேசபக்தி ஊட்டுகின்ற படங்களை வேண்டுமானாலும் பார்ப்பார். நடிகர் திலகம் சிவாஜிகணேசன் காமராஜர் அவர்களின் பக்தர் என்றே சொல்லலாம். தனது பிறந்த நாளன்று தலைவரிடம் ஆசி வாங்காமல் அந்த நாளைக் கொண்டாட மாட்டார்.

அன்புமிகு சிவாஜிகணேணன் அவர்களின் 'பார்த்தால் பசிதீரும்' என்ற படத் துவக்க விழாவில் கலந்து கொண்ட காமராஜர் அவர்கள் பேசுகின்றபோது,

"எனக்கும் சினிமாவுக்கும் சம்பந்தமில்லை. தம்பி சிவாஜியின் அன்பு அழைப்பைத் தட்டமுடியாமல் இவ்விழாவிற்கு வந்துள்ளேன். இங்கு எனக்கு முன்பே பேசியவர்கள் என்னைப் புகழ்ந்து பேசினார்கள். இதெல்லாம் சரியில்லேன்கிறேன். நான் அவரவர் உழைப்பை நம்புகிறவன். யாரும் எவரையும் ஏமாற்றி வாழக்கூடாது என்பதை விரும்புகிறவன். 'பார்த்தால் பசிதீரும்' என்று படத்திற்குப் பெயர் வைத்திருக்கிறார்கள். பார்த்தால் எப்படிப் பசி தீரும்? அப்புறம்தான் புரிஞ்சது நிறைய பணம் போட்டுப் படாத பாடுபட்டு உழைச்சிருக்கிற படத்தை ஏராளமான ஜனங்க பார்த்தாங்கன்னா இவங்களோட பசி தீரும். இதுதான் அர்த்தம்னு நினைக்கிறேன்" என்று சொல்ல, அவரது நகைச்சுவையைக் கேட்டு அனைவரும் சிரித்தனர்.

சிரிக்கவும், சிந்திக்கவும் வைத்த பேச்சல்லவா இது.

★ ★ ★ ★ ★

பட்டங்கள் எதற்கு?

இந்தியாவின் புகழ்பெற்ற பல்கலைக்கழகம் ஒன்று எந்த மாநிலமும் செய்யாத முடியாத அளவில் கல்விக்காக காமராஜர் செய்த செயலைப் பாராட்டி அவருக்கு ‘டாக்டர்’ பட்டம் வழங்க முடிவு செய்தது.

அவருக்கு டாக்டர் பட்டம் வழங்கிட ஒரு கமிட்டியை அமைத்தது கல்லூரி. அந்தக் கமிட்டியும் காமராஜரின் கல்விச் சேவைகளைப் பரிசீலித்தது.

இந்தியாவிலேயே கல்வி, வேலைவாய்ப்பு, சமூக மேம்பாடு, பொருளாதார முன்னேற்றம் போன்ற பல்வேறு துறைகளில் தமிழகத்தை முன்னேற்றி - இந்தியாவே திரும்பிப் பார்க்க வைத்த சாதனைக்காக அவருக்கு ‘டாக்டர்’ பட்டம் கொடுக்கலாம் என்று அக்கமிட்டி பரிந்துரை செய்தது.

அக்கமிட்டியின உறுப்பினர்கள் காமராஜரை நேரில் சந்தித்து,

“தமிழகத்தைப் பல்வேறு துறைகளில் முக்கியமாக, கல்வித்துறையில் முன்னேற்றியமைக்காக தங்களுக்கு ‘டாக்டர்’ பட்டம் வழங்க முடிவு செய்திருக்கிறோம்” என்றனர்.

“ ‘டாக்டர்’ பட்டமா? எனக்கா? நான் என்ன பெரிய சாதனையா செஞ்சிருக்கேன்? மக்களுக்குச் செய்யவேண்டியது என் கடமை. இதற்கு எதற்கு பட்டம்? இதெல்லம் தேவையற்ற வேலை. நம் நாட்டில் எத்தனையோ விஞ்ஞானிகள், பொருளாதார மேதைகள் இருக்காங்க. அவங்கள்ல திறமைசாலிகளைக் கண்டுபிடிச்சு அவங்களுக்கு ‘டாக்டர்’ பட்டம் கொடுங்க... எனக்கு பட்டம் வேண்டவே வேண்டாம்” என்று, வந்தவர்களை அனுப்பிவிட்டார். இத்தகைய மனம் எவருக்கு வரும்?

★ ★ ★ ★ ★

நள்ளிரவு வந்தார்! நல்ல பாலம் கிடைத்தது

காமராஜர் அவர்கள் முதலமைச்சராய் இருந்த காலகட்டம்.

சேலம் மாவட்டம். மோகனூர் மக்களுக்குப் பெரும் பிரச்சனையொன்று இருந்து வந்தது.

வயல்களையும்- ஊரையும் பிரிக்கும்படியான வாய்க்கால் ஒன்று இருந்தது.

அவ்வூர் மக்கள் வெளியூர் செல்ல பாலம் இருந்தது. ஆனால் வயலுக்குச் செல்ல பாலம் வேண்டியிருந்தது.

சிறு பாலம் கட்டித் தரும்படி அவ்வூர் மக்கள் அதிகாரிகளிடம் பல மனுக்கள் கொடுத்தும் பயனில்லை.

மோகனூரில் ஒரு கூட்டத்துக்கு காமராஜர் வருவதாக அறிவிப்பு இருந்து, இரவு 9 மணி ஆகியும் அவர் வரவில்லை.

அவர் வருகைக்காக மக்கள் காத்திருந்தனர்.

வழியில் ஏற்பட்ட சிக்கல்கள் காரணமாக நள்ளிரவு ஒரு மணிக்கு வந்தார்.

கூட்டம் முடிந்து அவர் திரும்புகையில் மக்கள் அவரைச் சூழ்ந்து கொண்டனர்.

பாலமில்லாத குறையைக் கூறினர்.

அந்தப் பாலம் இருக்கும் இடத்தைப் பார்க்க மக்களோடு அவரும் வந்தார்.

அப்போது மணி 2. நள்ளிரவு.

வாய்க்காலில் தண்ணீர் ஓடிக் கொண்டிருந்தது.

மக்கள் தங்கள் சுமைகளோடு கால்வாய் தண்ணீரில் போக, வர செய்வது எத்தனை வேதனைக்குரிய விஷயம்.

காலம் வணங்கும் கல்வி வள்ளல் காமராஜர்

அதிகாரிகளை அழைத்த முதல்வர் காமராஜர், "உடனடியாகப் பாலத்தைக் கட்ட ஏற்பாடு செய்யுங்கள்... காலதாமதம் வேண்டாம்" என்றார்.

உடனே பாலம் கட்டப்பட்டது.

அவருக்கு எந்த மக்களுக்கான செயலும் உடனடியாகச் செய்துவிட வேண்டும். தள்ளிப் போடப்படும் எந்தச் செயலும் முடியாததாகிவிடும் என்பதை உணர்ந்தவர் அவர்.

கட்டிலை வெளியே போடு

பெருந்தலைவர் முதல்வராய் இருந்த சமயம். அவர் தென் மாவட்டங்களைச் சுற்றிப் பார்த்துவிட்டு மதுரைக்கு வருகையில் நள்ளிரவாகி விட்டது.

மதுரை அரசினர் விடுதிக்கு வந்தார். அச்சமயம் மின்தடை ஏற்பட்டது.

மின்சாரத் துறை அதிகாரிகள் அதைச் சரிசெய்ய பல்வேறு முயற்சிகளை மேற்கொண்டும் மின்சாரம் வந்தபாடில்லை.

அக்காலத்தில் ஜெனரேட்டர்கள் உபயோகத்தில் இல்லை.

காமராஜர் அவர்களுக்குத் தூக்கம் கண்களை அழுத்தியது.

மின்சார ஊழியர்களோ முதல்வரைக் காக்க வைத்துக் கொண்டிருக்கிறோமே என்ற பதற்றத்தில் தவித்தனர்.

முதல்வரோ அவர்களை ஒன்றும் சொல்லவில்லை. மின்சாரம் பழுதானால் அவர்கள் என்ன செய்வார்கள்?

தனது உதவியாளரை அழைத்து உள்ளிருக்கும் கட்டிலை வெளியே கொண்டு வந்து போடு" என்றார்.

கட்டில் வெளியே வந்தது.

ஆகாயமே கூரையாக, வெளிக்காற்றே மின்விசிறியாக எண்ணி படுத்துவிட்டார் முதல்வர்.

அவருக்கென்று உள்ள பாதுகாவலர், அவரருகே ‘பாதுகாப்பாய்’ நின்றிருந்தார்.

அவரைப் பார்த்து, “நீ தூங்கவில்லையா?”

“உங்களைப் பாதுகாக்க...”

“என்னை யாரும் தூக்கிக் கொண்டு போய்விட மாட்டார்கள்... நீங்கள் போய் தூங்குங்கள்...” என்று சிரித்துக் கொண்டே கூறினார் காமராஜர். பாதுகாவலர் படுத்துவிட்டார் என்று தெரிந்த பின்னரே அவர் படுத்துறங்கினார்.

பாதுகாவலரும் தன்னைப் போன்று மனிதன்தான் என்று அவருக்கு மரியாதை கொடுத்த பண்பை வேறு எந்தத் தலைவரிடமாவது பார்க்க முடியுமா?

★ ★ ★ ★ ★

அண்ணாவின் தொகுதி

எதிர்க்கட்சித் தலைவராக அறிஞர் அண்ணா இருந்த சமயம்.

அப்போது காமராஜர் முதல்வராய் இருந்தார்.

ஒருநாள் முதல்வரைப் பார்க்க அண்ணா சென்றிருந்தார்.

காமராஜர் தன்னைக் காண வந்த சிலரை அழைத்துப் பேசிவிட்டு, அண்ணாவை அழைத்து, “ஏன் உள்ளே வரவேண்டியதுதானே...?”

“அது தவறில்லையா? வரிசை பிரகாரம் வருவதுதானே முறை.”

“தங்களைப் போல் நினைப்பவர் குறைவு. வந்தவுடன் முதல்வரைப் பார்த்துவிட வேண்டும் என்று துடிக்கிறார்களே” என்று சிரித்த காமராஜர், “தாங்கள் வந்த நோக்கம்?”

காலம் வணங்கும்
கல்வி வள்ளல் காமராஜர்

"தாங்கள் எங்கள் தொகுதிக்கு நேரில் வந்து மக்கள் பிரச்சனைகளை அறிந்து உதவ வேண்டும்''.

"மக்கள் பிரச்சனையை சரிசெய்யத்தானே அவர்கள் எனக்கு வாக்களித்திருக்கிறார்கள்... என்று வரவேண்டும்? கூறுங்கள் நேரில் வருகிறேன்..." என்றார் காமராஜர்.

சொன்னதைப் போல அறிஞர் அண்ணாவின் தொகுதிக்குச் சென்ற காமராஜர், அத்தொகுதிப் பிரச்சனைகளை உடனடியாகச் செய்து கொடுத்தார்.

மக்களின் பிரச்சனைகளை உடனுக்குடன் செய்து முடிப்பதே உண்மையான முதல்வரின் கடமை என்பதை உணர்த்தினார் காமராஜர்.

சீனிவாசனிடம் சொல்லுங்கள்!

1967-ஆம் ஆண்டு நடந்த சட்டமன்றத் தேர்தல். இந்தியாவையே திரும்பிப் பார்க்க வைத்த தேர்தல். மாபெரும் காங்கிரஸ் பேரியக்கத்தையே புரட்டிப் போட்ட தேர்தல்.

ஆம், இத்தேர்தலில் அறிஞர் அண்ணாவின் தலைமையிலான திராவிட முன்னேற்றக் கழகம் மாபெரும் வெற்றிபெற்று, 'ஆட்சி'ப் பொறுப்பைக் கைப்பற்றியது.

அண்ணா ஆட்சியைக் கைப்பற்றினாலும் அவரது இதயத்தை உலுக்கியது காமராஜரின் தோல்வி.

மாபெரும் மக்கள் தலைவரான காமராஜர் தனது சொந்தத் தொகுதியான விருதுநகரில் போட்டியிடுகிறார். தோல்வியே காணாத தலைவர் அவர். சீனிவாசன் என்ற இளைஞனை தி.மு.க. நிற்க வைக்கிறது. காமராஜர் என்ற மலை முன் சிறு கல் அவர். காமராஜர்தான் வெற்றி பெறுவார் என நம்பினார் அண்ணா. அவர் நிச்சயம் வெற்றி பெற்றே ஆகவேண்டும் என விரும்பினார் அண்ணா.

ஆனால் சொந்தத் தொகுதி மக்களே மாபெரும் தலைவனைத் தோற்கடித்து மண்ணைக் கவ்வ வைத்தது; தனது தோல்வியை 'இதுதான் மக்கள் நாயகம்' என்று சர்வசாதாரணமாய் எடுத்துக் கொண்டார் காமராஜர்.

அறிஞர் அண்ணாவால் காமராஜரின் தோல்வியைத் தாங்க முடியவில்லை. துயரப்பட்ட அவர் அப்போதைய மாணவர் தலைவர்களாக கன.காளிமுத்து, எஸ்.டி.சோமசுந்தரத்தை அழைத்து, "காமராஜர் மாபெரும் தலைவர். அவர் வெற்றி பெற்றிருக்க வேண்டும்; ஏதோ நடக்கக் கூடாதது நடந்து விட்டது.

வென்ற சீனிவாசனிடம் கூறுங்கள். அத்தொகுதியில் வெற்றி ஊர்வலமோ, விழாவோ, கோஷங்களோ போடக்கூடாது... அவரை அமைதியாக அடக்கமாக இருக்கச் சொல்லுங்கள்... உடனே என்னை வந்து பார்க்கச் சொல்லுங்கள்..." என்றார்.

எந்தக் கட்சியைத் தோற்கடிக்க வேண்டும் என்று கங்கணம் கட்டி, அக்கட்சியைக் (காங்கிரஸை) தோற்கடித்தாலும் காமராஜர் தோற்றதை ஏற்காத பெரும்குணம் அறிஞர் அண்ணாவிடம் இருந்தது; காரணம் காமராஜர் எதிர்க்கட்சியினர் என்றாலும் அவர்களை மதித்துப் போற்றியதுதான்.

இதற்கடுத்து வந்த திருநெல்வேலி நாடாளுமன்ற இடைத் தேர்தலில் நின்ற பெருந்தலைவரை எதிர்த்து தி.மு.க. சார்பில் எவரையும் நிற்க வைக்கவில்லை அண்ணா.

எத்தகைய பெருந்தன்மைப் பாருங்கள்.

★ ★ ★ ★ ★

மத்திய மந்திரியை கேள்வி கேட்ட துணிவு

இன்றும் பலதரப்பட்ட மக்கள் சுறுசுறுப்பாகப் பயன்படுத்தும் சென்னை சென்ட்ரல் எதிரில் உள்ள சுரங்கப் பாதை கட்ட ஆலோசனை கூட்டம், தமிழக அரசு சார்பில் காமராஜர், மத்திய அரசு சார்பாக மத்திய ரயில்வே மந்திரி மற்றும்

பொறியாளர்கள். சுரங்கப் பாதை கட்டுவதற்கான செயல் திட்டங்களையும் வரும் இடையூறுகளையும் பொறியாளர்கள் விளக்க, மத்திய மந்திரி இது எல்லாம் சாத்தியமே இல்லை என பின்வாங்க, சடாரென்று காமராஜர் இதைச் சொல்ல ஒன்றும் நீர் டில்லியில் இருந்து வரவில்லை, கட்டுவது எப்படி என்பதை ஆலோசிக்கவே இந்தக் கூட்டம், எப்படி கட்டப்போகிறோம் என்பதை ஆலோசிப்போம் எனக் கூறியது மட்டுமல்லாமல் செய்தும் காட்டினார். அவரைப்போல் உனக்கும் துணிவு இருந்தால் நீயும் வாழும் காமராஜரே!

★ ★ ★ ★ ★

காமராஜர் ஏன் திருமணம் செய்யவில்லை

அன்று பலரது மனத்திலும் ஓடிய கேள்வி வயசாகிக் கொண்டே போகிறதே ஏன் காமராஜர் இன்னும் திருமணம் செய்யவில்லை, நாட்டின் முதல்வருக்குப் பெண் தர யாரும் முன்வரவில்லையா என்றே... இதனை அவரிடத்தில் கேட்க யாருக்கும் துணிவு இல்லை. இங்கிலாந்து ராணி நேரடியாகக் கேட்டார், சிறிது கூட யோசிக்காமல் இன்றும் என் ஆட்சியில் பல பேர் திருமண வயதாகியும் கல்யாணம் செய்யாமல் வறுமையில் இருக்க நான் மட்டும் எப்படி மணம் முடிக்க முடியும்? என் சமூகத்தில் தங்கைக்கு தான் முதலில் முடிக்கும்

வழக்கம் என்றார். நாட்டையே தன் வீடாக நினைக்கும் எண்ணம் இனி யாருக்கும் வராது.

★ ★ ★ ★ ★

பெருந்தலைவரிடம் ஆலோசனை

1967 தேர்தலில் அறிஞர் அண்ணாவின் தலைமையில் தி.மு. கழகம் தமிழகத்தில் ஆட்சிப் பொறுப்பை ஏற்றது. அண்ணா முதல்வரானார்.

தங்கள் தன்மானத் தலைவர் - சுயமரியாதை கண்ட தீரர் - சீர்திருத்த செம்மல் தந்தைப் பெரியாரை திருச்சியில் கண்டு அவரது ஆசியைப் பெற்றார் அண்ணா.

ஆட்சிப் பொறுப்பேற்று இரண்டு மூன்று மாதங்கள் ஆனது.

தனக்கு முன் தமிழகத்தை நல்ல முறையில் ஆட்சி செய்து, மாநிலத்தை இந்தியாவிலேயே முன்னணி மாநிலமாக்கிய காமராஜரை சந்தித்து ஆலோசனை பெறவும், ஆசி பெறவும் அவரது இல்லத்திற்குச் சென்றார் அறிஞர் அண்ணா.

காமராஜரை வணங்கினார்.

'வாங்க' என்று முதல்வரை அன்புடன் வரவேற்ற காமராஜரிடம்,

"நாங்கள் வென்று, ஆட்சி அமைத்திருக்கிறோம். எங்களுக்கு ஆட்சியின் தன்மை தெரியாது என்பதைத் தாங்கள் அறிவீர்கள். அனுபவ அறிவு இல்லாத எங்களுக்கு ஆதரவும், ஆலோசனையும் வழங்கவேண்டும்" என்று பணிவுடன் கேட்டுக் கொண்டார்.

"தங்களுக்கு என்றென்றும் எனது ஆதரவு உண்டு. தாங்கள் மக்களுக்கு என்ன செய்யவேண்டும் என்று நினைக்கிறீர்களோ அதை உங்கள் உதவியாளரிடம் சொல்லிவிடுங்கள்- அந்தக் காரியங்களை இலாகா செயலாளர்களிடம் சொல்லி

காலதாமதமின்றி செயல்படுத்தச் சொல்லுங்கள். முதலில் உங்களுக்கு ஓட்டுப் போட்ட மக்களுக்கு நன்றி கூறுங்கள்; அப்போது அவர்கள் உங்களிடம் என்ன எதிர்பார்க்கிறார்கள் என்று தெரிந்து கொள்ளுங்கள்...” என்றார் காமராஜர்.

“தங்கள் ஆலோசனைகளுக்கு நன்றி...” என்று கூறி கமாராசரை வணங்கிவிட்டுச் சென்றார் அறிஞர் அண்ணா.

இத்தகைய அரசியல் நாகரிகத்தை இனி எப்போது பார்க்கப் போகிறோம்?

★ ★ ★ ★ ★

என்னைப் போல அவரும்...

அரசியல் கொள்கையால் தனக்கு ஏற்புடையதாக இல்லாத தலைவர்கள் என்றாலும் அவர்களை மதிப்பதில் பெருந் தலைவருக்கு இணை யாருமே இல்லை எனலாம்.

கலைஞர் மு.கருணாநிதி அவர்கள் மேடைக்கு மேடை காமராஜரையும், காங்கிரஸையும் விமர்சனம் செய்து வந்தார். (பெரியார், அண்ணாவைப் போல் காமராஜரை தனிப்பட்ட முறையில் மதித்தவர் கலைஞர் அவர்கள்.)

அவரது விமர்சனங்களைப் பொறுக்காத காங்கிரஸ் தொண்டர்கள், கலைஞர் அவர்களுக்குக் கருப்புக் கொடி காட்ட விரும்பினர். இதுகுறித்து ஏழைப் பங்காளர் காமராஜரிடம் பேசச் சென்றனர்.

“கருப்புக் கொடியெல்லாம் வேண்டாங்கிறேன்... கருணாநிதி என்னைப் போல சாதாரணக் குடும்பத்திலேர்ந்து அரசியல்ல முன்னுக்கு வந்திருக்கிறவர்... என்னை விமர்சிக்கிறாருன்னா விமர்சிக்கட்டும்... இது ஜனநாயக நாடு. கருத்துச் சுதந்திரம் எல்லோருக்கும் உண்டு... அளவுக்கு மீறாம நீங்களும் அவரை விமர்சிங்க.. அதவிட்டுட்டு கருப்புக்கொடி காட்றேன்னு வெறுப்பு அரசியலை வளர்க்காதீங்க... போங்க போங்க” என்று வந்தவர்களை அமைதிப்படுத்தி அனுப்பினார்.

> நாம் எதைச் செய்தாலும்..
> எதற்காகச் செய்கிறோம் என்பதை
> மக்களுக்குச் சொல்ல வேண்டும்.!

> ஒன்றைச் செய்ய விரும்பும் போது அதைச் செய்வதற்காகவே இருக்கிறோம் என எண்ண வேண்டும்.!

> துன்பத்தை அனுபவிக்காமல்
> எந்த ஒரு மனிதனும்
> அவனது இலட்சியத்தை அடைய முடியாது!

> கஷ்டத்தை அனுபவிக்காமல்
> எந்தவொரு மனிதரும்
> அவரது இலட்சியத்தை அடைய முடியாது..!

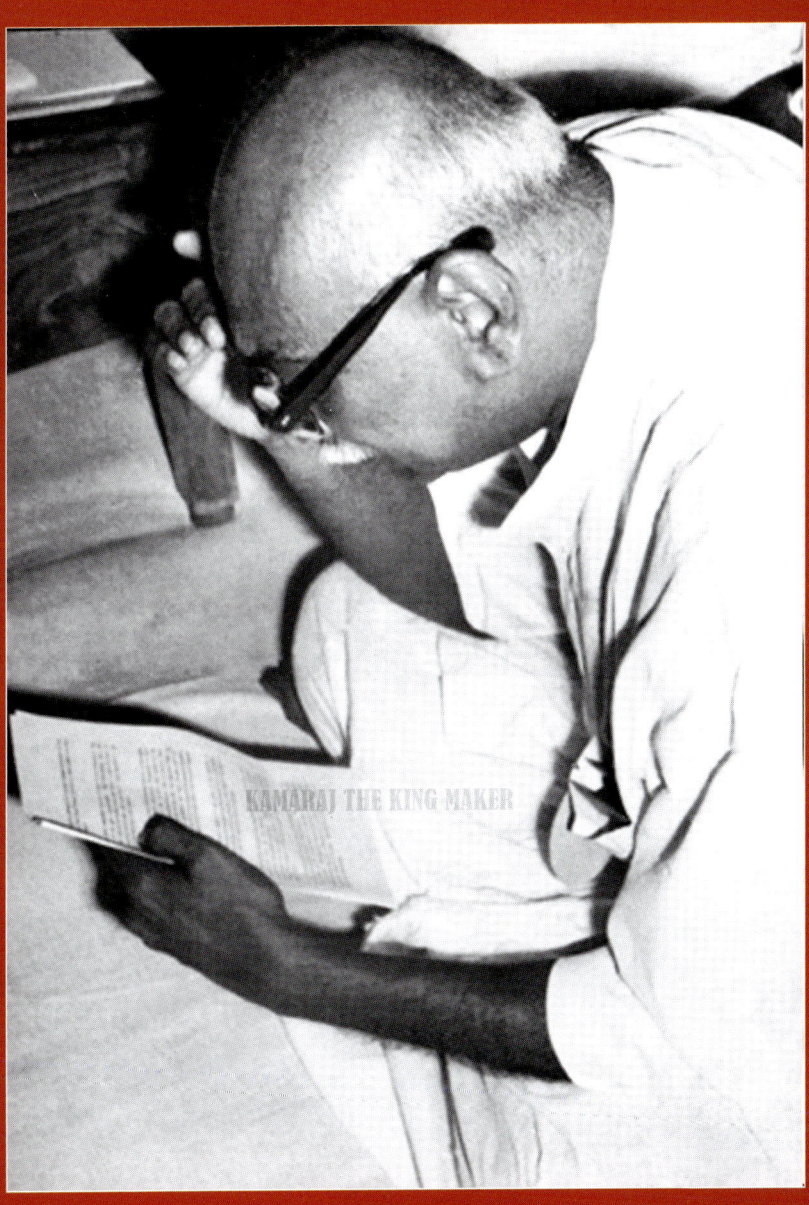

> சமதர்ம சமுதாயம் மலர வன்முறை தேவையில்லை, அனைவருக்கும் கல்வியும் உழைப்புக்கான வாய்ப்பும் தந்தால் போதுமானது!

> கடுமையான உழைப்பே மக்களை வறுமையிலிருந்து மீட்கும்!

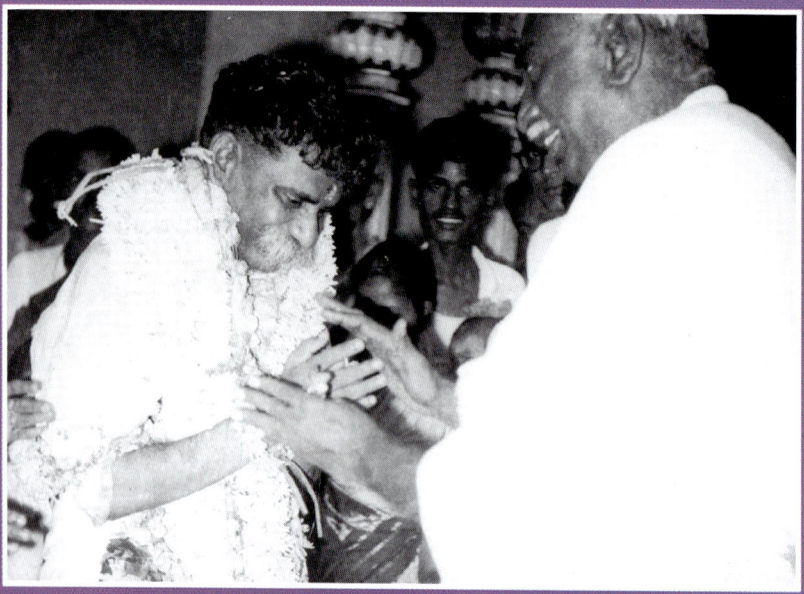

கலப்பு மனம், சமபந்தி உணவு இவைகளால் சாதி அழியாது. மனிதனின் மனம் புரட்சிகரமான மாறுதலை பெற்றால்தான் சாதி ஒழியும்.

> எந்த விதமான அதிகாரத்தில் இருந்தாலும் பொறுப்பு உணர்ச்சியுடன் செயல்பட வேண்டும். பொறுப்பு உணர்ச்சி இல்லாத அதிகாரம் நிலைக்காது.

என்னைப் புகழாதே

பெருந்தலைவர் காமராஜருக்கு தன்னைப் பிறர் புகழ்வது பிடிக்காது; விளம்பரமும் அறவே பிடிக்காது... இன்று தன் புகழ் பேசுபவர்களும், சுயவிளம்பர மோகிகளும் அரசியல் வட்டத்தில் பெருத்துக் காணப்படுகின்றனர்.

ஒருமுறை சென்னையில் மகாத்மா காந்தி சிலை திறப்பு விழா நடைபெற்றது.

காமராஜர் அவர்கள் அவ்விழாவிற்குத் தலைமை தாங்கினார்.

அப்போது மேடையில் பேசிய பேச்சாளர் காமராஜரைப் போல அரும்பெரும் தலைவரை இனிமேல் பார்க்க முடியுமா? மக்களின் நாயகர்... என்று அவரைப் புகழ ஆரம்பித்தார்.

தன்னைப் புகழ்வதை அறவே வெறுப்பவர் காமராஜர். ஒரு குறிப்பில் 'என்னைப் புகழாதே' என்று எழுதி அவர் பார்வைக்கு அனுப்பினார்... அப்போதும் நிறுத்தவில்லை. காமராஜருக்குக் கோபம் மூண்டது. எழுந்தார். மைக்கில், 'என்னைப் புகழ்வதை நிறுத்துங்கள்... மகாத்மாவைப் பற்றிப் பேசுங்கள்; இந்த நேரத்தில் அவரைப் பற்றிப் பேசுவதுதான் முறை. நல்ல தன்மையும் கூட. என்னைத் தேவையில்லாமல் பேசுவதைத் தவிருங்கள்... எனக்குப் பிடிக்காது" என்றார்.

அதற்குப் பிறகு பேசியவர்கள் மகாத்மாவின் தியாகங்களைப் பற்றி மட்டும் பேசினர்.

'நாணயம் வேணும்'

பெருந்தலைவர் காமராஜர் அவர்கள் எந்த விஷயத்தையும் நியாயமான முறையில் சிந்தித்து 'நாணயமாக' நடந்து

காலம் வணங்கும்
கல்வி வள்ளல் காமராஜர்

கொள்வார். நாணயம் தவறியவர்களைக் கடுமையாகப் பேசவும் தயங்க மாட்டார்.

பூந்தமல்லி அருகே பார்வையற்றோர் பள்ளி ஒன்று இன்றும் இயங்கி வருகிறது. வெள்ளைக்காரர்களால் மனிதாபிமானத்தோடு துவக்கப்பட்டது.

தனியாரிடம் ஒப்படைத்தால் பார்வையற்ற மாணவர்களை வெளியேற்றி 'பரந்த இடத்தை' விற்றாலும் விற்று விடுவார்கள் என்று சிந்தித்த அறக்கட்டளை, பள்ளியை அரசிடமே ஒப்படைத்தது...

பல ஏக்கர் பரப்புடைய அப்பள்ளியை வேறு இடத்திற்கு மாற்றிவிட்டு, வேறு ஏதாவது ஒன்றுக்குப் பயன்படுத்திக் கொள்ளலாம் என மந்திரி ஒருவர் யோசித்தார். அதைச் செயல்படுத்தவும் முடிவு செய்தார்.

மந்திரியின் அச்சயலை அறிந்த காமராஜர் மிகவும் கோபம் அடைந்தார். மந்திரியின் முயற்சியைத் தடுத்தார்.

அப்போது அவர் சொன்னதாவது,

அரசின் மீது (நம்மீது) நம்பிக்கை வைத்து நம்மிடம் பள்ளியை ஒப்படைத்திருக்கிறார்கள். இந்தப் பள்ளியைச் சரியாக நடத்தாமல் இருப்பது மட்டுமே நம்பிக்கைத் துரோகம் என்பதல்ல. இந்த இடத்தை மாற்றுவதே மிகப்பெரும் நம்பிக்கைத் துரோகம்தான். நம்மிடம் கொடுக்கப்பட்டதை நாணயமாக நடத்த வேண்டும். இதுதான் ஒன்றைக் கொடுத்தவருக்கும் நாம் காட்டும் மரியாதை..." என்றார் காமராஜர்.

எளியோரையும் மதிப்பவர்

பெருந்தலைவர் காமராஜர் அவர்கள் பணக்காரர் என்றும் ஏழை என்றும் மனிதர்களிடையே பாகுபாடு காட்டியதில்லை.

எல்லோரும் மனிதர்களே. இன்றைய அரசியல்வாதிகளில் பலர் பணக்காரர்கள் என்றால் 'பல்லிளிப்பதும்' ஏழைகள் என்றால் துரத்துவதும் தங்கள் குணங்களாகக் கொண்டுள்ளார்கள்.

ஒருமுறை காமராஜர் அவர்கள் சேலத்தில் அரசினர் மாளிகையில் தங்கியிருந்தார்.

மாலை நேரம்... அவரைப் பார்க்க மக்கள் கூட்டம் மாளிகையைச் சுற்றி நின்று கொண்டிருந்தது.

அவர்களைக் கட்டுப்படுத்த நான்கு போலீஸ்காரர்கள். அவர்கள் 'வெள்ளை' சட்டை போட்ட 'உயர்ந்த' மனிதர்களை உள்ளே அனுப்பிக் கொண்டிருந்தார்கள்.

அந்தக் கூட்டத்தில் வறிய நிலையில் அழுக்கு சட்டையுடன் ஒருவர் "ஐயா காமராஜரை ஒரே ஒருமுறை உள்ள போய் பார்த்துட்டுப் போயிடறேன். அவர்கிட்ட நான் எதுவும் கேட்க வரலே... பார்த்துட்டு மட்டும் போயிடறேன்..." என்று கெஞ்சிக் கேட்டுக் கொண்டிருந்தார்.

போலீஸ்காரருக்கோ அந்தப் பிச்சைக்காரரை உள்ளே அனுப்ப சிறிதும் மனசில்லை.

நேரம் கடந்து கொண்டிருந்தது.

அப்போது காமராஜர் எதேச்சையாக உள்ளிருந்தபடியே வெளியே பார்த்தவருக்கு முகமலர்ச்சி.

பிச்சைக்காரரைப் போலத் தோற்றமளித்தவரைப் பார்த்ததும் வெளியே வந்து, "ஏய் வேலுபிள்ளை உள்ள வாப்பா..." என்றதும் அந்த நபர் போலீஸ்காரரைப் பார்க்க, "தலைவர் கூப்பிட்டிருக்காரு... உள்ள போப்பா..." என்று சொல்ல வேலு காமராஜரைப் பார்த்து இரு கைகளையும் கூப்ப,

"ஏய் கைய கூப்பாதே... நீயும் நானும் வேலூர் ஜெயில்ல ஒரு

காலம் வணங்கும்
கல்வி வள்ளல் காமராஜர்

மாசம் ஒண்ணா இருந்தோமே... எனக்கு எவ்வளவு உதவி செஞ்சிருக்கே... அத மறக்க முடியுமா? எப்படி இருக்கே... என்ன பண்றே... குடும்பம் எப்படிப் போகுது..." என்று அவர் தோள்மீது கை போட்டபடி காமராஜர் நடக்க,

இந்தியாவின் மிகப்பெரிய தலைவர் பிச்சைக்காரர் போலிருக்கும் ஒருவன் மீது கைபோடுவதை அதிசயத்துடன் பார்த்தார் போலீஸ்காரர்.

"எனக்கு எதுவும் வேணாம் காமராஜ்... உன்னைப் பார்த்ததே போதும்... என்னை மறக்காம என்னை வரவேற்றியே இது போதும்... நீ உயர்ந்த பதவியில் இருந்தாலும் சக மனிதனை மறக்காம இருக்கியே, அது போதும்..." என்ற வேலுபிள்ளை காமராஜரை வணங்கிவிட்டு வெளியே வந்தார்.

அவரது குடும்ப நிலவரத்தை விசாரித்துச் சொல்லும்படி காமராஜர் ஒருவரை நியமித்தார்.

இரண்டு நாட்கள் கழித்து காமராஜரைச் சந்தித்தவர்,

"ஐயா, அவர் ரொம்ப மோசமான - இடிந்து விழுகிற குடிசையில் தாய், நோயாளி மனைவி, மூன்று பிள்ளைகளோட கஷ்டப்படறார்" என்றார்.

நாட்டுக்காக சுதந்திரப் போராட்டத்தில் கலந்துகொண்டு சிறை சென்றவர் வறுமையில் வாடுவதா என நினைத்த காமராஜர் உடனே... சேலத்தில் புகழ்பெற்ற ஆலையில் காவலாளியாக அவருக்குப் பணி கிடைக்கச் செய்து குடும்பத்தை வறுமையிலிருந்து மீட்டெடுத்தார்.

சாமி என்று அழைக்காதே!

இன்றைய அரசியல்வாதிகளுக்கு 'ஐஸ்' வைப்பதில் நோபல் பரிசு கொடுப்பதாக இருந்தால் இந்தியாவில் ஏகப்பட்ட பேர் அப்பரிசைத் தட்டிச் சென்று விடுவார்கள்.

தங்கள் தலைவர்களை மன்னாதி மன்னனே... தெய்வப் பிறவியே... பத்தாவது வள்ளலே... கலியுகக் கர்ணனே... மக்கள் நாயகனே... மக்களைக் காக்க வந்த மாமனிதனே... என்று புகழ்ந்து தள்ளுவார்கள்.

பெருந்தலைவருக்குப் பிடிக்காதது புகழ்ச்சி. புகழை விரும்பாத பெருமைமிக்க தலைவர் அவர்.

ஒருமுறை காமராஜரைப் பார்க்க தன் மகனோடு வந்திருந்தார் ஒரு ஏழை.

ஏழைமையான அவர்களைப் பார்த்து "என்ன வேணும் உங்களுக்கு?" என்று கேட்டார்.

"சாமி.. என் பிள்ளைக்கு புற்றுநோய். அதுக்கு நீங்கதான் உதவணும் சாமி" என்றார் பையனின் தந்தை.

"முதல்ல என்ன 'சாமி'ன்னு சொல்றத நிறுத்தும். நானும் உங்களைப் போல சாதாரண மனுஷன்தான்..'' என்ற காமராஜர் தன் உதவியாளரை அழைத்து, "இவங்களுக்கு என்ன உதவி வேணுங்கிறத கேட்டு உடனே ஏற்பாடு செய்" என்றார்.

★ ★ ★ ★ ★

குழந்தைக்குப் பெயர்

தந்தைப் பெரியார் 1925-ஆம் ஆண்டு காங்கிரஸை விட்டு விலகினார். அக்கட்சியை அழிக்காமல் விடமாட்டேன் என்று சூளுரைத்தார். 1954-இல் காமராஜர் முதலமைச்சராக மக்களுக்கு உண்மையாகவே சேவை செய்ய ஆரம்பித்ததும், அவரது சேவையைப் பாராட்டி, புகழ ஆரம்பித்தார்.

குறிப்பாய் ஊர்தோறும் கல்விக்கூடங்களைத் திறந்ததை வெகுவாகப் பாராட்டினார் பெரியார்.

காமராஜரைப் 'பச்சைத் தமிழர்' எனப் பாராட்டினார்.

காலம் வணங்கும் கல்வி வள்ளல் காமராஜர்

கல்விக்கும் தொழிலுக்கும் பாடுபடும் அவரைப் போற்றினார்.. போகுமிடமெல்லாம் காமராஜரின் புகழைப் பாடினார் பெரியார்.

1956-ஆம் ஆண்டு செப்டம்பர் 17-ஆம் தேதி தந்தைப் பெரியார் சென்னையில் ஒரு கூட்டத்தில் கலந்து கொண்டார்.

ஒருவர் தனது ஆண் குழந்தைக்குப் பெயர் வைக்க வேண்டும் என்று கேட்க, ஒரு ரூபாய் கொடுத்தார்.

உங்கள் பையனுக்கு நல்ல பெயராக வைக்க வேண்டுமானால் மேலும் ஒரு ரூபாய் கொடுக்க வேண்டும் எனப் பெரியார் கேட்டார்.

குழந்தையின் தந்தை மேலும் ஒரு ரூபாய் கொடுத்தார்.

தந்தைப் பெரியார் வைத்த பெயர் என்ன தெரியுமா?

'காமராஜர்'.

கௌரவம் பார்க்காத முதல்வர்

பெருந்தலைவர் காமராஜர் அவர்கள் தீரர் சத்தியமூர்த்தி அவர்களைத் தனது தலைவராகவும், குருவாகவும் ஏற்றிருந்தார். குருவை மீறாத சீடர்.

தலைவர் இறந்த பிறகும் அவரது குடும்பத்தினரை மிகவும் அன்போடு பார்த்து வந்தார்.

தான் முதல்வராகப் பதவி ஏற்ற உடனே தீரர் சத்தியமூர்த்தி அவர்களின் இல்லம் சென்று, தலைவரின் புகைப்படம் முன் வணங்கிவிட்டு, தலைவரின் மனைவியாரிடம் ஆசி பெற்று தான் வந்தார்.

அப்போது அவரிடம் காமராஜர், "என்னைப் பார்க்க தாங்கள் வரவேண்டாம். நானே தங்களைத் தேடி வருவேன்" என்றார் எனில் தலைவரின் குடும்பத்தின் மீது எத்தனை பற்று

பாருங்கள்.

காமராஜர் முதல்வராய் இருக்கையில் தலைவரின் குடும்பத்தாரை 'திருப்பதி'க்கு அழைத்துச் சென்றாராம்.

காரில் திரும்பும்போது ரேணிகுண்டாவில் கார் புதை மணலில் சிக்கிக் கொண்டது.

ஓட்டுநர் எவ்வளவோ முயற்சித்தும் மனலில் சிக்கிய சக்கரங்கள் அசையவில்லை.

காரை விட்டு இறங்கிய காமராஜர் காரைத் தள்ளினார். கார் நகர்ந்தது.

எந்தவித கௌரவமும் பார்க்காமல் காரைத் தள்ளியதை நினைத்தால், நமக்கு ஆச்சரியமாக இருக்கிறது அல்லவா?

'காலுக்கு ஏற்ற செருப்பு'

முதல்வராக காமராஜர் இருந்த சமயம். அவர் கரூர் சென்று விட்டுத் திரும்பிக் கொண்டிருக்கையில், 'செருப்பு' ஒன்று அறுந்துவிட்டது.

கார் செருப்பு கடை முன் நின்றது. கடைகாரனுக்கு மகிழ்ச்சியோ மகிழ்ச்சி. தான் வணங்கும் இதயதெய்வம் தன் கடைக்கு வந்திருக்கிறதே என்று...

முதல்வர் செருப்புக் கடையில் இருக்கிறார் என்ற தகவல் அக்கம்பக்கத்தில் பரவ, கூட்டம் கூடியது. இதைக் கவனித்த காமராஜர், தன் கால் அளவுக்கான செருப்பை வாங்கிக் கொண்டு காரில் ஏறினார்.

பொது மக்களின் தொந்தரவு அதிகமாகும் என்றதால் காலுக்கு ஏற்ற செருப்பை மாட்டிக் கொண்டார். ஆனால் செருப்பு சரியில்லாமல் இருந்தது.

காலம் வணங்கும் கல்வி வள்ளல் காமராஜர்

"ஐயா கரூர் சென்றதும் உங்கள் கால்களுக்கு ஏற்ற செருப்பைப் பார்த்து வாங்கலாம்" என்றார் காங்கிரஸ் தலைவர் நல்லுசாமி.

கரூரில் ஒரு லாட்ஜில் தங்கினார். அப்போது ஒரு பையன், அவரது அறைக்குள் நுழைந்தான்.

காமராஜரைப் பார்த்து "ஐயா வணக்கம்.." என்றான்.

"யார்ப்பா நீ? என்ன வேணும்?"

"ஐயா... நம்ம தலைவர் காலம் காலமா எங்கப்பாகிட்டதான் செருப்புத் தைப்பார். ஆள அனுப்பி, ஐயா அப்பாவ உடனே கூட்டி வரச் சொன்னார். அப்பாக்கு முடியல... அதான் நான் வந்தேன்... உங்க காலைக் கொடுங்க... நான் அளவு எடுத்துக்கிட்டுப் போய் செருப்ப தைச்சிக் கொண்டு வர்றேன்..." என்று விடாமல் பேசிய சிறுவனை வியப்புடன் பார்த்தார். இச்சிறுவயதில் எத்தனை பொறுப்புணர்ச்சி.

"நல்லா தைப்பியா...?" தலைவர் கேட்டார்.

"ஐயா தைச்ச பிறகு பாருங்க.. தொடர்ந்து என்கிட்டதான் தைக்கக் கொடுப்பீங்க..." என்று தன்னம்பிக்கையுடன் கூறினான் சிறுவன்.

தலைவர் காலை நீட்டினார். பையன் அக்காலை வணங்கிவிட்டு, அளவு எடுத்தான்.

"தம்பி, நல்லா தைச்சிக் கொடுக்கணும்..." சொன்னார் தலைவர்.

"ஐயா... அற்புதமா தைச்சுத் தர்றேன்..." என்றவாறே வேகமாக வெளியே சென்றான் சிறுவன்.

மறுநாள் காலை ஒன்பது மணி. தலைவர் குளித்து முடித்துவிட்டு கட்சிக்காரர்களோடு பேசிக் கொண்டிருந்தார்.

"ஐயா... என்று அச்சிறுவன் தன் பையிலிருந்து 'பளபளக்கும்'

புது செருப்பை எடுத்து, "ஐயா போட்டுப் பாருங்க..." என்று அவரது கால்களின் முன் வைத்தான்.

செருப்புகளை அணிந்து நடந்து பார்த்தார். கச்சிதமாக இருந்தது. மிகவும் மகிழ்ந்தார் காமராஜர்.

"தம்பி, நீதான் தைச்சியா?"

"ஆமாங்கய்யா..."

"நீ சொன்ன மாதிரி அற்புதமா தைச்சுட்டியே... நீ நல்ல வேலைக்காரன்..." என்றவர் தனது தலையணைக்குக் கீழ் வைத்திருந்த பத்து ரூபாயை அவனிடம் நீட்ட...

"ஐயா... வேணாங்க... ஊருக்கே படியளக்கிற உங்க கிட்ட காசு வாங்குறது ஞாயமில்லீங்க... உங்களுக்கு செருப்பு தைச்சது புண்ணியங்க..." என்றபோது காமராஜரின் உள்ளமே நெகிழ்ந்தது.

தன்னிடமிருந்து எவ்வளவு கொள்ளை அடிக்கலாம் என்று தன்னைச் சுற்றுகிற கட்சிக்காரர்களை விட எத்தனை மடங்கு உயர்ந்தவன்?

"தம்பி... உழைப்புக்கு ஏத்த காசு வாங்கிக்கிடணும்பா... அதுதான் முறை..." என்றார் தலைவர்.

"ஐயா... உங்க அன்புக்காக ஒரு ரூபா கொடுங்க... அதுல உங்க கையெழுத்த போட்டுக் கொடுங்க... அதுவே போதும்..." என்ற சிறுவனிடம் ஒரு ரூபாயில் கையெழுத்துப் போட்டுக் கொடுத்தார் காமராஜர்.

அச்சிறுவன் தலைவர் கொடுத்த ரூபாயை வாங்கிக் கொண்டு வெளியே சென்றான்.

ஒரு வருடம் போனது...

கரூரில் ஒரு கூட்டத்தை முடித்துக் கொண்டு தான் தங்கும் இடத்திற்குச் சென்றார் காமராஜர்.

"அப்போது அங்கு கூட்டத்தில் நின்றிருந்த செருப்பு தைத்த பையனைக் கண்டவர், "ஏய் தம்பி இங்க வாப்பா" என்று அவனை அழைத்து உடல் நலமில்லாத அவனின் தந்தையை விசாரித்ததோடு, நீ தைச்ச செருப்பதான்யா போட்டுக்கிட்டு இருக்கேன்... நல்லா உழைக்குது..." என்று அவனைப் பாராட்டினார்.

சாதாரணமான தன்னை மறக்காமல் 'குசலம்' விசாரித்த மாபெரும் தலைவரை நினைத்து ஆனந்தமடைந்தான் சிறுவன்.

இந்தக் குணம்... பண்பு வேறெந்தத் தலைவரிடமாவது உண்டா?!

ஏழ்மையிலும் நேர்மை!

எதிர்கால இந்தியாவின் வலிமையும், வளமையும் குழந்தைகளின் கையில் இருக்கிறது என்பதை உணர்ந்த காமராஜர், குழந்தைகளிடையே கல்விச் செல்வம் வழங்கி அவர்கள் நன்கு வாழ வழி வகை செய்தார்.

அவர் வாழ்வில் நடந்த நெகிழ்ச்சியான சம்பவங்களில் ஒன்று.

ஒருநாள் காலை.

சென்னை இல்லத்தில் வழக்கம்போல பொதுமக்கள் சந்திப்பு நடந்துகொண்டிருந்தது.

வந்த மக்கள் கூட்டத்தில் மிகுந்த ஏழைமையிலான-பரட்டையும், கிழிந்த உடைகளை அணிந்தபடி ஒரு சிறுவனும், சிறுமியும் பெருந்தலைவரைக் காண முண்டியடித்துக் கொண்டிருந்தனர். அவர்களைக் காவலர் பலமுறை துரத்தி

அடித்தும், மீண்டும் மீண்டும் வந்தனர்.

இந்தச் சிறுவர்களுக்குத் தலைவரைப் பார்த்து என்ன பேசத் தெரியும்? வெட்டிக்காக வந்தவர்களைப்போல் தோன்றியது காவலர்களுக்கு...

"ஏய்... மரியாதையா கேட்ட விட்டு வெளியே போயிடு. இல்லே... மண்டய பொளந்திடுவேன்" என காவலர் ஒருவர் லத்தியைத் தூக்க, அச்சிறுவர்கள் பயந்த கண்களோடு சற்றே பின்வாங்கினர்.

அப்போது யதேச்சையாக அச்சிறுவர்களைப் பார்த்தார் காமராஜர்; அவர்கள் வாசற்கதவை ஏக்கத்துடன் பார்ப்பதைக் கண்ட அவருக்கு அவர்களைக் கண்டதும் மனம் உருகியது.

அந்தச் சிறுவர்களை உள்ளே அழைக்கக் கூறினார் காமராஜர்.

அவர்கள் உள்ளே நுழைந்தனர். காமராஜர் முன் நின்றனர்.

"நீங்க யாரைப் பார்க்க வந்தீங்க?" என்று அன்பு மேலிட அவர்களைக் கேட்டார்.

"ஐயா... நாங்க ஏழை... அப்பா இறந்துட்டார். அம்மா கூலி வேலை செய்யறாங்க. அண்ணனுக்கு பரீட்சைக்கு பீஸ் கட்ட பணம் இல்லே. உங்கள பார்த்தா உதவி செய்வீங்கன்னு வெளில சொன்னாங்க..." என்றான் சிறுவன்.

"அம்மா சொல்லி அனுப்பினாங்களா?" அன்புடன் அவர்களை அணைத்தபடி கேட்டார் ஏழைப் பங்காளர்.

"இல்லே... நாங்களா வந்தோம்..." என்றனர்.

'பிச்சை புகினும் கற்கை நன்றே' என்பதை இவர்கள் அறிந்து வைத்திருக்கின்றனரே.

உள்ளே சென்ற காமராஜர் சிறிதளவு பணத்தைக் கொண்டு வந்து, "இந்தப் பணத்தை அம்மாகிட்ட கொடுத்து,

அண்ணனுக்கு பீஸ் கட்டிடுங்க... சரியா... அம்மா பேச்ச கேட்டு நல்லபடியா நடந்துக்கிடணும்... போங்க...'' என்று அவர்களை அனுப்பி வைத்தார்.

வறுமையில்லா தேசத்தை என்று பார்க்கப் போகிறோமோ என்று அவர் மனம் ஏங்கியது.

சில நாட்கள் கழித்து அந்தச் சிறுவனும், சிறுமியும் வீட்டிற்குள் வர, அவர்களை தலைவரிடம் அழைத்துச் சென்றார் உதவியாளர்.

அன்று அழுக்கடைந்த பிள்ளைகளாய் வந்தவர்கள் இன்று 'பளிச்'சென்று வந்தனர்.

"ஐயா வணக்கம்..." என்று கைகூப்பி வணங்கிய பிள்ளைகளைப் பார்த்த தலைவர்,

"வாங்கப்பா... என்ன ஏதாவது உதவி வேணுமா?'' என்று அன்புடன் கேட்டார்.

"ஐயா... பரீட்சைக்குப் பணம் கட்டிட்டோம். அந்த ரசீத உங்ககிட்ட அம்மா காண்பிச்சுட்டு வரச் சொன்னாங்க...'' என்று அவரிடம் நீட்டினான் சிறுவன்...

ஏழைமையிலும் நேர்மையான குணம் கண்டு உருகிப்போனார் பெருந்தலைவர்.

அவர்களை வாசல் வரை வந்து வழியனுப்பி வைத்தார் அந்த தெய்வ மகன்.

★ ★ ★ ★ ★

பாதி பள்ளிக்கு... பாதி மருத்துவமனைக்கு...

பெருந்தலைவர் காமராஜர் அவர்கள் சாதி மத பேதங்களுக்கு அப்பாற்பட்டவர். குறிப்பாக சாதிப் பாகுபாட்டை விரும்பாதவர். இன்று சாதிக்கு ஒரு மந்திரி... சாதிக்கொரு

தொகுதி என அரசியல் சீர்கெட்டுவிட்டது. காமராஜரைப் பொருத்தவரை சாதி மத பேதமில்லாத சமூகத்தைக் காணவே வாழ்நாள் முழுக்க உழைத்தார். தன் சொந்த சாதி என கூறிக்கொண்டு வருபவர்களை அருகில் சேர்க்க மாட்டார்... தான் சாதிக்கு அப்பாற்பட்டவன் என்பதை வாழ்நாள் முழுக்க சொல்லிக்கொண்டே வாழ்ந்தவர்...

'ஏழாயிரம் பண்ணை' என்றொரு ஊர். அவ்வூரில் நாடார் சமூகத்திற்குச் சொந்தமான பள்ளி இயங்கிக் கொண்டிருந்தது.

அப்போது சாதனை மைந்தர் காமராஜர் முதலமைச்சராக இருந்த காலம்.

பள்ளிக்கு எதிரே புறம்போக்கு நிலம் பெரிய அளவில் இருந்தது. பள்ளி நிர்வாகம் அந்த நிலத்தைப் பள்ளிக்குப் பயன்படுத்திக் கொள்ள நினைத்தது.

அந்த ஊரிலிருந்த தேவர் குல பெருமக்களோ அந்த இடத்தை மருத்துவமனை கட்ட நினைத்தனர்.

நாடார் குல பெருமக்களில் முக்கியஸ்தர் ஒருவர் காமராஜருக்கு மிகவும் நெருங்கிய நண்பராக இருந்தார். சுதந்திரப் போராட்டக் காலத்திலிருந்தே நண்பர்கள்.

இந்தப் புறம்போக்கு நிலத்திற்கு இரு சாதி சமூக மக்கள் போட்டிப் போடுவதைப் பற்றிய செய்தி காமராஜருக்குச் சென்றது.

காமராஜரின் நண்பர், அவரைத் தனியே இல்லத்தில் சந்தித்தார்.

"பள்ளிக்கு மைதானமும், சில வகுப்புகளும் கட்ட அனுமதி கேட்டு, ஓராண்டுக்கு மேலாகி விட்டது. அதற்கான 'கட்டட பிரிண்ட்'டும் கொடுத்தாகி விட்டது. இன்னமும் காலதாமதம் ஏன்?" கேட்டார் நண்பர்.

காலம் வணங்கும் கல்வி வள்ளல் காமராஜர்

காமராஜர் நண்பரைப் பார்த்தார். அரசு புறம்போக்கு நிலம் என்பது ஒருவருக்கு மட்டுமே உரியது அல்ல. பள்ளிக்கூடத்தின் பயன்பாட்டிற்குக் கேட்கிறாய், அவர்கள் மருத்துவமனை கட்ட கேட்கிறார்கள்... இரண்டும் மக்களின் தேவைகளுக்குப் பயன்படுபவையே... இதைப் பற்றி யோசிப்போம்..." என்றார்.

மேலும் ஓராண்டு சென்றது.

காமராஜர் ஏழாயிரம் பண்ணை பகுதிக்குச் செல்ல வேண்டியிருந்தது.

அங்கு இரு சமூக முக்கியஸ்தர்களை வரவழைத்தவர் பாதி நிலத்தை மருத்துவமனைக்கும், பாதி நிலத்தைப் பள்ளி பயன்பாட்டுக்கும் வழங்கி சாதிப் பிரச்சனை மேலோங்காமல் பார்த்துச் செயல்பட்டார்.

கலைஞருக்கு ஆறுதல்

கர்மவீரர் காமராஜர் எதிர்க்கட்சியினரை கொள்கைக்காக எதிர்ப்பவர். தனிப்பட்ட முறையில் எல்லோரையும் நேசிப்பவர்.

(மறைந்த) முன்னாள் முதல்வர் கலைஞர் மு.கருணாநிதி அவர்கள் சட்டசபை எதிர்க்கட்சித் தலைவராக இருக்கையில் அவரது அன்புத்தாய் அஞ்சுகம் அம்மையார் இயற்கை எய்தினார்.

இச்செய்தியை கேள்விப்பட்டதும் உடனே கலைஞரின் இல்லம் சென்று அக்குடும்பத்தினருக்கு ஆறுதல் கூறினார் காமராஜர்.

'அம்மா வேண்டாம்'

ஒருமுறை காமராஜரின் நெருங்கிய நண்பர் முருக தனுஷ்கோடி யிடம், தலைவரின் தாயார் சிவகாமி அம்மையார், "எப்ப முருகா... எனக்கு எப்படி காலம் முடியும்ன்னு தெரியல... கடைசி காலத்திலேயாவது காமராசு கூட இருக்கணுமுன்னு ஆசைப்படறேன்... இதைப் பத்தி அவன்கிட்ட சொல்லுப்பா" என்றார்.

பெற்ற தாயின் ஆதங்கம் ஏற்றுக் கொள்ளக் கூடியதே...

கர்மவீரர் காமராஜரிடம் தாயின் மன ஏக்கத்தைக் கூறினார் முருக தனுஷ்கோடி.

"முருகு... அம்மாவோட ஆசை... விருப்பம்... ஆதங்கம் ஏற்றுக்கொள்ளக் கூடியதே. இதை மறுப்பதற்கில்லே. ஆனா இன்னொரு பக்கத்த நீ யோசிச்சியா? அம்மா இங்க இருக்கிறத வைச்சி... அவங்களோட சொந்த பந்தங்கள் வரும். அதைத் தடுக்க முடியாது.. வர்றவங்க சும்மா இருப்பாங்களா... முதல்வரோட உறவுகள்ன்னு பந்தா பண்ணுவாங்க... போன்ல அதிகாரிகளுக்கு அதைச் செய்... இதைச் செய்ன்னு ஆணையிடுவாங்க... இது பெரும் பிரச்சனையாயிடும்... மக்கள் சேவகனான நான், பிறகு உறவுகளுக்குக் கை கொடுக்கிறேன்னு கெட்ட பேர வாங்க வேண்டி இருக்கும். இது தேவையா? சொல். அம்மா விருதுநகர்ல இருக்கறதுதான் நல்லது... என்ன நான் சொல்றது புரிகிறதா?" என்றார் காமராஜர்.

வாரிசு அரசியலை உருவாக்காத உத்தமத் தலைவராக மறைந்தார் அவர்.

'ஏன் தோற்றோம்?'

பெருந்தலைவர் காமராஜர் அவர்கள் வெற்றி தோல்விகளை சகஜமாய் எடுத்துக் கொள்ளும் மனப்பான்மையைப் பெற்றிருந்தார். அரசியல் தலைவர்களுக்கு இத்தகைய குணம்

**காலம் வணங்கும்
கல்வி வள்ளல் காமராஜர்**

அவசியம் வேண்டும் என்று நினைப்பவர் அவர்.

1967-ஆம் ஆண்டு சட்டசபைத் தேர்தலில் தி.மு. கழகத்தைச் சேர்ந்த சீனிவாசன் என்ற இளைஞரிடம் விருதுநகரில் போட்டியிட்டுத் தோற்றார்.

காமராஜரின் தோல்வியைத் தங்களின் தோல்வியாக எண்ணி பெரும்பாலான தொண்டர்கள் அழுதனர்; தோல்வி நாளை துக்க நாளாகக் கருதினர். தி.மு.கழகத் தலைவரான அறிஞர் அண்ணா அவர்கள் காமராஜர் தோல்வியைக் கண்டு வேதனைப்பட்டு, நடக்கக் கூடாதது நடந்து விட்டது என்றார்.

தோல்வி பற்றி அவரிடம் கேட்டபோது, "இதுதான்யா ஜனநாயகம். எப்பவுமே நாமே ஜெயிச்சுக்கிட்டே இருக்கணும்ங்கிறது முட்டாள்தனம். அடுத்த வேலைய பாருங்க" என்று கூறினார்.

இதேபோல 1971-ஆம் ஆண்டு காங்கிரஸ் தோல்வி அடைந்தது.

தோல்வியால் துவண்டிருந்த தொண்டர்களுக்கு ஆறுதல் சொல்லிக் கொண்டிருந்தார் காமராஜர்.

அப்போது சிலர், ஐயா தேர்தலில் ஏமாற்று நடந்திருக்கிறது; வாக்குச்சீட்டில் மோசடி செய்திருக்கிறார்கள்; கள்ளத்தனமா ஓட்டுப் போட்டிருக்கிறார்கள். ரஷ்யாவிலிருந்து வந்த மையைக் கொண்டு நம்மை ஏமாற்றி இருக்கிறார்கள்" என்றார்கள்.

தொண்டர்களின் மாறுபட்ட குமுறல்களை, புலம்பல்களைக் கேட்டுக்கொண்டிருந்த காமராஜர்,

"நீங்க பேசறதெல்லாம் சரியான்னேன்... தோத்துட்டே... கள்ள ஓட்டு, மை பிரச்சனை, தேர்தல் மோசடின்னு ஏதேதோ சொல்வீங்க..."

"ஐயா.. எல்லாரும் அப்படித்தான் பேசிக்கிறாங்க... நாங்க பொய்யா சொல்றோம்..." என்றார் ஒருவர்.

அதுவரை அமைதியின் சொரூபமாய் இருந்தவர் கோபக்காரராக மாறினார்.

“உங்களுக்கெல்லாம் கொஞ்சமாவது மூளை இருக்கா... எல்லோரும் இப்படிப் பேசிக்கிறாங்கன்னு வழக்குப் போட்டா போலீஸ் இத புகாரா எடுத்துக்குமா... பொழுது போகாத சில வெட்டிப் பசங்க... பேசறதையெல்லாம் கேட்டுக்கிட்டு வந்து உளறாதீங்க. நாம ஏன் தோத்தோம்? என்ன காரணத்தால தோத்தோம்ன்னு சிந்தனை செஞ்சு பாருங்க... மக்களோட பிரச்சனைகளை தீர்த்து வைக்காத யாரையும் அவங்க ஜெயிக்க வைக்க மாட்டாங்க. புரியுதா?'' என்றார்.

பல்வேறு குற்றச்சாட்டுகளைக் கூறியவர்கள் அமைதியாயினர்.

அரசியல் பண்பு

தோழர் ஜீவா என்று தமிழக மக்களால் அழைக்கப்படும் கம்யூனிஸ்ட் தலைவர் ஜீவானந்தம் தன் வழ்க்கை முழுமையையும் மக்களுக்காக அர்ப்பணித்த தியாக மறவர்.

ஏழை மக்களின் முன்னேற்றத்திற்காகவும், மக்கள் சாதி, மத பேதமின்றி வாழவும் இறுதிவரை குரல் கொடுத்தவர். எளிமையாக வாழ்ந்து ஏழையாகவே மறைந்தவர்.

காமராஜர் அவர்கள் முதல்வராக அமர்ந்திருந்த நேரம்.

தாம்பரத்திலுள்ள ஒரு பள்ளியைத் திறக்க காரில் சென்று கொண்டிருந்த காமராஜர், இங்கு தோழர் ஜீவா அவர்கள் இருக்கும் வீட்டிற்குக் காரைச் செலுத்தச் சொன்னார்.

கார் ஜீவா அவர்களின் வீட்டு முன் அல்ல குடிசை முன் நின்றது. குடிசையைப் பார்த்து துயரம் அடைந்தார் காமராஜர். ஆங்காங்கு பிய்ந்து மோசமாக இருந்தது. ஒரு மாபெரும் இயக்கத்தின் தலைவர் இத்தகைய குடிசையிலா குடியிருக்கிறார்...

குடிசையினுள் நுழைந்த காமராஜரைப் பார்த்து திகைத்த ஜீவா,

"வாங்க" என்றார். அவர் வெறும் டிராயரில் நின்றிருந்தார்.

"எப்படியிருக்கிறீர்கள்?" என காமராஜர் கேட்க,

"பட்டினி பட்டாளங்களைப் போலத்தான் நானும் இருக்கிறேன்" என்று ஜீவா கூற, காமராஜரின் இமைகள் நனைந்தன.

"இங்கே ஒரு பள்ளிக்கூடத்தைத் திறக்க வந்தேன்... நீங்கள் இங்கே இருப்பதை அறிந்து உங்களைக் காண வந்தேன்... வாருங்கள் போகலாம்..." என்றார்.

"வேட்டி காய்ந்ததும் வருகிறேன்... தாங்கள் செல்லுங்கள்..." என்றார் தோழர் ஜீவா.

"நீங்கள் வராமல் நான் போகமாட்டேன்..." என்ற காமராஜர் ஜீவா அவர்கள் வேட்டி கட்டிக்கொண்டு வரும் வரை காத்திருந்து அழைத்துச் சென்றார்.

இத்தகைய அரசியல் பண்பு இன்று எவரிடமாவது இருக்கிறதா?

தோழர் ஜீவாவின் மனைவிக்கு வேலை

மக்களின் நல்வாழ்வுக்காகப் பாடுபடும் ஜீவாவின் குடும்ப நிலைமையை அறிந்த காமராஜர், ஏழைமையற்ற நிலையை அவர் குடும்பத்திற்குக் கொடுக்கவேண்டும் என்று விரும்பினார்.

ஜீவாவின் துணைவியார் ஆசிரியர் பயிற்சி பெற்றதை அறிந்து, உடனடியாக அவரை ஆசிரியராகப் பணியில் நியமித்து ஏழைமையைப் போக்கினார்.

கண்ணெதிரே ஒரு நல்ல குடும்பம் ஏழைமையில் கருகுவதைக் காமராஜரால் பொறுத்துக்கொள்ள முடியவில்லை.

இத்தனைக்கும் தோழர் ஜீவா காங்கிரஸ் ஆதரவாளர் அல்லர்.

அப்படியிருந்தும் காமராஜர் அவர் குடும்பத்தினருக்கு உதவினார் என்றால் அதற்குக் காரணம் மனிதாபிமானம்.

தோழர் ஜீவா இறக்கும்போது, அவர் வாயிலிருந்து உதிர்த்த வார்த்தை 'காமராஜருக்கு டெலிபோன் செய்யுங்கள்' என்றுதான்.

குருவிகளைக் காத்த குணாளர்

இன்று குருவிகள் காணாமல் போய்க் கொண்டிருக்கின்றன. வயல்கள்... மரம் செடி கொடிகள் அழிந்து போனதால் குருவிகள் கூடுகட்ட இடமின்றி தவித்து, உணவின்றியும் மெல்ல மெல்ல அழிந்து கொண்டிருக்கின்றன.

வங்கதேசப் போர் உச்சக்கட்ட நேரம்.

காமராஜர் போர் நிகழ்ச்சிகளைக் கேட்க விரும்பினார். அதற்காக வானொலிப் பெட்டி தேவைப்பட்டது. அன்று ஒரு முறை வெள்ளைய அதிகாரி ஒருவர் அவருக்குப் புதிதாக அழகான வானொலிப் பெட்டியைப் பரிசாக வழங்கியிருந்தார். அப்பெட்டியைப் பயன்படுத்தாமல் எங்கோ வைத்தது நினைவுக்கு வந்தது.

அந்த வானொலிப் பெட்டியை உதவியாளர்களிடம் சொல்லி, வீட்டிற்குள் எங்காவது இருக்கிறதா எனத் தேடச் சொன்னார். அவரும் தேடினார்.

தன் அறையில் அடுக்கி வைக்கப்பட்டிருந்த நாளிதழ்களுக்கு இடையே வானொலிப் பெட்டி எடுத்தவருக்கு அதிசயம் காத்திருந்தது.

பெட்டியை நீண்ட காலம் பயன்படுத்ததால், பின்பக்க அட்டை கிழிந்து, அதனுள்ளே குருவிக் குஞ்சுகள் இருந்தன.

அதனைப் பார்த்த காமராஜருக்கு அந்தக் குருவிக் குஞ்சுகளைத் தூர எறிந்துவிட்டு, பழுது பார்த்து பயன்படுத்த விருப்பமே

இல்லை.

தனது தனிச் செயலாளர் திரு. வெங்கட்ராமனை அழைத்து, "இப்பெட்டியில் குருவிக் குஞ்சுகள் இருக்கின்றன. இவைகளைத் தூக்கி எறியவேண்டாம்; இவைகள் போகிறவரை இதிலேயே இருக்கட்டும். இப்பெட்டியை வெளிச்சம் படும் இடத்தில் வையுங்கள். இவைகள் போனபிறகு பயன்படுத்தலாம்'' என்றார் காமராஜர்.

சாதாரண, மிகச் சாதாரண குருவிக் குஞ்சுகளுக்கும் தன்னால் பாதிப்பு வந்து விடக்கூடாது என நினைக்கும் அவரது பெருந்தன்மையை என்னவென்று பாராட்டுவது?

★ ★ ★ ★ ★

படிக்காத மேதையா?

கர்மவீரர் காமராஜர் அவர்கள் பள்ளிக்கூடமே போகாதவர் என்ற எண்ணத்திலேயே இன்றும் பேசிக்கொண்டிருக்கின்றனர். அவர் ஆறாம் வகுப்பு வரை படித்திருக்கிறார். (அக்காலத்தில் இப்படிப்பே ஆசிரியர் பணியைப் பெற்றுத் தரும்- அரசுப் பணிக்கும் செல்லலாம்) உயர்நிலைப் பள்ளியோ, கல்லூரியோ படிக்கவில்லையே தவிர, தனது அறிவை மேலும் மேலும் விருத்தி செய்து கொள்ளும் அளவிற்கு, படித்திருக்கிறார் என்பதே உண்மை.

அவர் தனது ஓய்வு நேரத்தில் ஆங்கில நாளிதழ்களையும், நூல்களையும் படித்த வண்ணம் இருந்திருக்கிறார். அவருக்கு ஆங்கிலமே தெரியாது என்பதெல்லாம் கட்டுக்கதை.

ஆங்கிலத்தில் பேச, எழுத வேண்டிய மட்டும் கற்றிருந்திருக்கிறார் காமராஜர்.

அகில இந்திய காங்கிரஸ் தலைவராக காமராஜர் அவர்கள் இருந்தபோது நடந்த நிகழ்ச்சி இது.

ஆர்.கே. நாயர் என்ற பத்திரிகையாளர் அக்காலத்தில்

புகழ்பெற்றவர். அவர் அன்றைய பாரதப் பிரதமர் லால் பகதூர் சாஸ்திரியிடம், "உங்களுடைய அரசும் சிரிமாவோ பண்டார நாயகா (இலங்கை) அரசும் இந்திய-இலங்கை அமைதி ஒப்பந்தத்தை மதித்து நடந்து கொள்ளுமா?'' என்று கேட்டார்.

இதற்கு என்ன பதிலைச் சொல்லலாம் என சாஸ்திரி யோசித்துக் கொண்டிருந்தபோது, பக்கத்திலிருந்த காமராஜர் அவர்கள் சொன்னது:

"Don't go and print any such suggestions in the paper. This is an agreement signed by two democratic governments. Just as any democracity government, India would honour this agreement , we expect any successor government in Ceylon to honour this agreement."

(எளிமையான ஆங்கிலத்தில் தெளிவாகச் சொன்ன வார்த்தைகள் இவை)

"காமராஜர் சொன்ன கருத்துகளுக்கு நான் உடன்படுகிறேன்" என்றார் பிரதமர் லால் பகதூர் சாஸ்திரி.

இந்த நிகழ்ச்சியிலிருந்து காமராஜர் அவர்களின் ஆங்கில அறிவைப் புரிந்துகொள்ள முடிகிறது அல்லவா?

இதைத் தமிழில் சொல்லவேண்டுமானால், "நீங்கள் உங்கள் மனம்போன போக்கில் பத்திரிகையில் எதையாவது எழுதாதீர்கள். இது இரு ஜனநாயக அரசுகளுக்கும் இடையில் கையெழுத்தான ஓர் ஒப்பந்தமாகும்.

மற்ற எல்லா மக்களரசுகளைப் போன்றே இந்தியாவும் இதை மதிக்கும். இனிமேல் இலங்கையில் பொறுப்பேற்கும் எந்த அரசாக இருப்பினும் இந்த ஒப்பந்தத்தை மதித்து வரும் என எதிர்பார்க்கிறோம்'' என்பதே அது.

கல்வி என்பது பள்ளிக்கூடம் மட்டுமல்ல, அதற்கு வெளியேயும் இருக்கிறது என்பதை உணரவேண்டும்.

★ ★ ★ ★ ★

காலம் வணங்கும்
கல்வி வள்ளல் காமராஜர்

எனக்குத் திருமணத்துக்கு வர நேரமில்லே...

இன்று ஊராட்சி மன்ற உறுப்பினர்கள் முதல் அமைச்சர்கள்... ஒரு திருமணத்திற்கு வருகிறார் என்றால், ஊர் முழுக்க கட்அவுட்... வரவேற்பு சுவரொட்டிகள்... கலர் காகித தோரணங்களென ஊரே ரெண்டுபடும். ஆம் ஆடம்பர அம்சங்கள் ஆங்கே ஆட்டம் போடும்.

நாச்சியார் கோவில் சுப்பையா என்பவர் சுதந்திரப் போராட்டத் தியாகி. கர்மவீரர் காமராஜர் அவர்களோடு பல போராட்டங்களை நடத்தியவர். நெருங்கிய நண்பர்.

காமராஜர் அவர்களும் சுப்பையாவின் தியாகத்தைப் போற்றிப் பாராட்டுபவர்...

நாச்சியார் கோவிலில் அவர் குடும்பத் திருமணம். அச்சமயத்தில் காமராஜர் அவர்கள் சுற்றுப்பயணம் மேற்கொண்டிருந்தார்.

அவரைச் சந்தித்த சுப்பையா, "நம்ம வீட்ல கல்யாணம் வைச்சிருக்கேன். அவசியம் வரணும்" என்று திருமண அழைப்பிதழைக் கொடுத்தார்.

"சுப்பையா.. எனக்குத் திருமணத்துக்கு வர நேரமில்லே... ஏன்னா சுற்றுப்பயண நேரத்தை மாற்றினா. பல பிரச்சனைகள் வரும். கல்யாணத்த நல்லபடியா முடி... இன்னொரு தரம் திருமணத் தம்பதிகளை வாழ்த்த வரேன். சரியா..." என்று கூற சுப்பையாவின் முகம் சுருங்கியது; வேதனையால் வாடியது. இதை காமராஜர் கவனிக்கத் தவறவில்லை.

சோகமாக வீடு திரும்பினார், சுப்பையா.

திருமண நாள்.

முகூர்த்த நேரம்.

சுப்பையா... வருபவர்களை வரவேற்றுக் கொண்டிருந்தார்.

அப்போது காமராஜரின் கார் திருமண மண்டப முகப்பில்

வைரமணி

வந்து நின்றது.

காமராஜர் காரிலிருந்து இறங்க.. சுப்பையாவுக்குத் திக்குமுக்காடியது சுவாசம்.

"ஐயா..." காமராஜரின் கையைப் பற்றிக் கொண்டார். சுப்பையாவின் கண்களில் ஆனந்தக் கண்ணீர்.

"சுப்பையா... நீ பத்திரிகை கொடுக்கும்போது ஏன் வரமாட்டேன்னு சொன்னேன்னு தெரியுமா?"

"தெரியாது."

"நான் திருமணத்துக்கு வர்ரேன்னு சொன்னா என்ன பண்ணுவே... தலைவர் வர்றார்ன்னு ஊர் முழுக்கத் தோரணம் கட்டுவே, சுவரொட்டி ஒட்டுவே... பெரிய மண்டபமா பார்ப்பே... கூட்டம் கூடும்.. ஏகப்பட்ட கடன் வாங்கி படாத பாடுபடுவே. அதுக்காகத்தான் வரமாட்டேன்னு சொன்னேன் புரியுதா?" என்றவாறே காமராஜர் மணமக்களை வாழ்த்திவிட்டு, புகைப்படம் எடுத்துக் கொண்டு, காபி, இரு இட்லிகளைச் சாப்பிட்டுவிட்டு தன்னோடு வந்த இருவரோடு கிளம்பினார்.

நல்ல தலைவனுக்கு அழகு இது. தன்னால் பிறர் கஷ்டப்படக்கூடாது என்று நினைப்பதுதான்.

மக்களோடு மக்களாய்...

பெருந்தலைவர் காமராஜர் அவர்கள் முதலமைச்சராய் பதவி ஏற்ற காலம் ஆம். 1954-ஆம் ஆண்டு.

தென்காசியில் முக்கியக் கூட்டம் கூட்டப்பட்டிருந்தது. அக்கூட்டத்திற்கு செல்லும் குற்றால அருவியில் குளித்துவிட்டுச் செல்ல முடிவு செய்தார்.

மக்களுக்கு இடையூறு செய்யாமல் இடுப்பில் துண்டுடன்

காலம் வணங்கும்
கல்வி வள்ளல் காமராஜர்

குளிக்கச் செல்ல.. முதலமைச்சர் குளிக்கும்போது மக்கள் குளிக்கக்கூடாது என்று காவலர்கள் அவர்களைத் துரத்த...

காவலர்களைப் பார்த்து, "யோவ் மக்கள துரத்தாதீங்க... இவங்களையெல்லாம் துரத்திட்டு நான் மட்டும் குளிக்க இது என்ன குளியலறையா? யாரையும் விரட்டாதீங்க... முதலமைச்சர்ன்னா என்ன பெரிய ஆளா... என்ன? நானும் அவங்கள போல மனுசன்தான்" என்றவர் மக்களைப் பார்த்து,

"வாங்க... வாங்க... எல்லோரும் சேர்ந்து குளிப்போம்..." என்று மக்களோடு மக்களாய்க் குளித்தார், காமராஜர்.

இப்பேர்ப்பட்ட மனம் எவருக்கு வரும்? நல்ல மனதுள்ளவருக்கு மட்டும்தான் வரும்.

இருவருக்கும் சமமாய்

சென்னையின் புகழ்பெற்ற மருத்துவமனை அது.

வைரவமணி

அதன் தலைவராக இருந்தவர் ஓய்வு பெற்றுச் செல்கின்ற நேரம்.

அவருக்கு அடுத்த இடத்தில் ஒரு பெண் மருத்துவர் இருந்தார். அந்தப் பதவி அவருக்குத்தான் பட்டியல் அடிப்படையில் கிடைக்க வேண்டும்.

இச்சமயத்தில் காமராஜரின் அமைச்சரவையில் இருந்த மந்திரி ஒருவர் தனக்கு வேண்டிய ஒரு பெண்மணியை சிபாரிசு செய்தார் அப்பதவிக்கு...

இப்பெண்மணியும் பட்டியலில் அடுத்த இடத்தில் இருக்கும் பெண்மணிக்குச் சரியாக சர்வீஸ் செய்தவர். மருத்துவமனை தலைமை பதவியை இவருக்கும் கொடுக்கக்கூடிய தகுதி உண்டு.

இப்பிரச்சனை சில மாதங்களாக ஓடிக் கொண்டிருந்தது.

மருத்துவமனை தலைவர் ஓய்வு பெற்று ஆறு மாதங்களாக மாற்றுத் தலைவர் பதவி ஏற்காத நிலை.

இந்தப் பிரச்சனை காமராஜரின் பார்வைக்குச் சென்றது.

சுகாதார மந்திரியை அழைத்தார்.

பட்டியல் பிரகாரம் வரும் பெண்மணிக்குத் தலைமைப் பதவியும்... இன்னொரு பெண்மணிக்குப் புதிதாக ஒரு டிபார்ட்மென்ட்டை உருவாக்கி அவருக்குத் தலைமைப் பதவியையும் வழங்கும்படி எவருக்கும் பிரச்சனையின்றி முடித்து வைத்தார் காமராஜர்.

சமயோசித நற்குணத்தால் சமரசமாய்ப் போனது இப்பிரச்சனை.

★ ★ ★ ★ ★

கருப்பு காந்தி பேசட்டும்

ஜெய்ப்பூரில் ஒரு மாநாடு.

அப்போது காமராஜர் காங்கிரஸ் காரியக் கமிட்டி தலைவராக இருந்தார்.

அங்குள்ள மக்களுக்கு இந்தி மட்டுமே தெரியும்.

அம்மாநாட்டில் கலந்து கொண்ட தலைவர்கள் அப்பகுதியைச் சேர்ந்தவர்கள் என்பதால் அவர்கள் இந்தியில் பேசும்போது மக்கள் அமைதியாக இருந்தார்கள்.

ஆங்கிலத்தில் எவராவது பேசினால், “ஆங்கிலத்தில் பேசாதே, இந்தியில் பேசு” என்று மக்கள் குரல் கொடுத்தனர்.

கர்மவீரருக்கு ஆங்கிலம் கூட சரியாகப் பேசத் தெரியாது. இந்தி ஒன்றிரண்டு வார்த்தைகள் மட்டுமே தெரியும்.

காமராஜர் ஆங்கிலத்தில் சில வார்த்தைகள் பேசிவிட்டு தன் இருக்கைக்குச் சென்ற சமயத்தில், மக்கள் அவரைத்

தமிழிலேயே பேசும்படி கேட்டுக் கொண்டனர்.

தலைவருக்கு என்னவென்று புரியாத குழப்ப நிலை.

அப்போது கூட்டத்தில் ஒருவர் எழுந்து, "அவர் மட்டும் ஏன் தமிழில் பேசலாம் என்கிறீர்கள்?" எனக் கேட்டார்.

"அவர் எங்களப் போல எளிமையா இருக்கார். அவரால் எங்களுக்குப் பல நன்மைகள் கிடைக்கும். அவரைப் பார்த்தால் 'கருப்பு காந்தி' போலத் தெரிகிறார்... அவர் பேசட்டும்" என்றனர்.

தமிழில் அரை மணி நேரம் பேசினார்.

எளிமையான தோற்றமும், மனமும் எந்த மொழியில் பேசினாலும் மக்களுக்குப் புரியும் போலும்.

லால் பகதூர் சாஸ்திரியின் வாழ்த்து

கர்மவீரர் காமராஜர் அவர்களுக்கு நாட்டுப்பற்று அதிகம்.

1965-ஆம் ஆண்டு பாகிஸ்தான், தேவையின்றி இந்தியா மீது போர் தொடுத்தது.

காமராஜர் பஞ்சாப் போர்முனைக்குச் சென்று நமது வீரர்களைச் சந்தித்து அவர்களுக்கு உற்சாகம் ஊட்டினார்.

அங்கிருந்த தமிழ் இளைஞர்களைக் கட்டியணைத்து வாழ்த்துகளை தெரிவித்தார்.

தமிழக வீரர்கள் காமராஜரை 'எங்கள் அண்ணன்' என்று கொண்டாடி மகிழ்ந்தனர்.

அப்போதைய பிரதமர் லால் பகதூர் சாஸ்திரி சென்னை வந்தார். அவரிடம் நிதி வழங்கும் விழா. பெரும் தொகையைத் தமிழக மக்கள் வழங்கினர்.

காலம் வணங்கும்
கல்வி வள்ளல் காமராஜர்

லால் பகதூர் சாஸ்திரி நிதி பெற்றுப் பேசும்போது, "அன்பான தமிழக மக்களே! யுத்த பூமியில் நமது வீரர்கள் பாகிஸ்தானைத் தவிடுபொடியாக்கிக் கொண்டிருக்கிறார்கள். நமது இந்திய வீரர்களின் வெற்றிக்கு காமராஜ் ஜியின் யோசனைகளே காரணம் என்பது பொய்யில்லை. என் உடன் பிறவா சகோதரர் காமராஜ் ஜி. அவர் எனக்கு வழிகாட்டியாகச் செயல்பட்டு என் மூலம் நாட்டை நடத்திச் செல்கிறார். பகைவர்களை விரட்ட அவரது ஆலோசனைகள் பேருதவி புரிந்தன. காமராஜ் ஜி நாட்டின் இதயம்" என்று அவர் பேசி முடிக்க, மக்களின் கரகோஷத்தால் வானமே இடிஇடித்தது போல் இருந்தது.

மாற்று வீடு

காமராஜர் அவர்கள் முதலமைச்சராய் இருந்த சமயம்.

ஓர் உயர் அதிகாரி மாற்றல் காரணமாக வேறு ஊருக்கு மாற்றப்பட்டார். ஆனால் அவர் குடும்பம் அரசு அனுமதித்த வீட்டிலேயே இருந்தது.

உயர் அதிகாரியின் பிள்ளைகளின் படிப்பு காரணமாக குடும்பத்தை அவர் தான் பணியாற்றும் ஊருக்கு அழைத்துச் செல்ல முடியாத சூழ்நிலை ஏற்பட்டது.

அயலூர் சென்ற அதிகாரிக்குப் பதில்– அவரிடத்தில் வேறொரு அதிகாரி வந்துவிட்டார். அவருக்கு அதிகாரி குடும்பம் இருக்கிற வீட்டைக் கொடுக்க வேண்டும்.

இப்பிரச்சனை காமராஜரின் பார்வைக்குப் போனது.

"முன்னாள் அதிகாரியின் குடும்பம் அரசு இல்லத்திலேயே இருக்கட்டும். புதிய அதிகாரிக்குப் புதிய வீடு கொடுங்கள்" என்றார்.

முதல்வரின் மனித நேயத் தன்மையை என்னவென்று பாராட்டுவது?

பொம்பளன்னா கேவலமா?

கர்மவீரர் முதலமைச்சராய் இருந்த நேரம்.

அவர் மதுரை பக்கம் சுற்றுப்பயணம் மேற்கொண்டிருந்தார்.

ஒருநாள் காலை அவரைச் சந்தித்து மனுக்களைக் கொடுக்க பலர் அவர் தங்கியிருந்த விடுதிக்கு வெளியே நின்றிருந்தனர். அவருடைய உதவியாளர் வந்திருந்தவர்களின் மனுக்களை வாங்கிக் கொண்டிருந்தார்.

அதில் ஒரு பெண்மணி ஐயாவ நேர்ல பார்க்கணும் என்றாள்.

"அம்மா அவரையெல்லாம் தனியே பார்க்க முடியாது... மனுக்கள அவர்கிட்ட கொடுத்துடுவேன். கொடுத்துட்டு உட்காருங்க. ஐயா கூப்பிடுவார்" என்றார் உதவியாளர்.

பெண்ணின் முகத்தில் கலக்கம்.

அப்போது அங்கு வந்த காமராஜர் கலக்கத்துடன் நிற்கும் அப்பெண்ணைப் பார்த்து 'உள்ள வாம்மா' என்று கூப்பிட்டார்.

அப்பெண் ஐயா வணக்கம்... என அவரிடம் மனுவைக் கொடுத்துவிட்டு அழ ஆரம்பித்தாள்.

"அம்மா அழாதீங்க... என்ன பிரச்சனை சொல்லுங்க..." என்று கேட்டார் காமராஜர்.

"ஐயா...நான் ஆரம்பப் பள்ளி ஆசிரியர். என் வீட்டுக்காரரும் ஆசிரியர்தாங்க... எங்களுக்கு நாலு பிள்ளைங்க... யூனியன் கமிஷனர் என்னை மட்டும் பக்கத்தூருக்கு மாத்திட்டாரு... ஆறு மைல் போகணும்.. பிள்ளைங்கள கவனிக்க முடியல.. நான் சைக்கிள் ஓட்டக் கத்துக்கிட்டு அதுலதான் தெனமும் போறேன்... கமிஷனர் பார்த்துட்டு சைக்கிளெல்லாம் ஓட்டக்கூடாதுன்னு சொல்றார்."

“என்னம்மா சொல்றே... சைக்கிள் ஓட்டக்கூடாதுங்கிறாரா.. என்ன மடத்தனம் இது?” என்று கேட்டார்.

“அதுமட்டுமில்லைங்கய்யா... கால்ல செருப்பு கூட போடக்கூடாதுங்கிறார்... கல்லும் சரளையுமா இருக்கிற பாதையில நடக்க முடியலேங்கய்யா...” என்று கண்ணீர் சிந்தினார் அப்பெண்மணி.

காமராஜருக்குக் கோபம் பீறிட்டு எழுந்தது.

தன் உதவியாளரை அழைத்து, “போய் உடனே யூனியன் கமிஷனரை அழைச்சுக்கிட்டு வா” என்றார்.

உதவியாளர் அரை மணி நேரத்தில் கமிஷனரை காமராஜர் முன் நிறுத்தினார்.

அவர் கண்களில் கோபாக்கினி. கமிஷனருக்குத் தன்னை முதல்வர் ஏன் அழைத்தார் என்பது புரியவில்லை.

“ஏன்பா... நீ படிச்சவர்தானே... ஏன் இப்படிச் செய்யறே? பொம்பளைங்க செருப்பு அணியக்கூடாதா? சைக்கிள் ஓட்டறது தப்பா? பொம்பளைங்க தைரியமா வெளியே வந்து கல்வி கற்கணும்... வேலைக்குப் போகணுமுன்னுதானே நாங்க உழைக்கிறோம்... அவங்க சைக்கிள் மட்டுமில்லே.. ஆகாய விமானம் ஓட்ற காலம் வரும்.. உன்னைய மாதிரி அதிகாரிங்கள வச்சோம்னா... நாடு ஒரு அடி கூட முன்னேறாது... எட்டடி ஏறினா... பதினாறடி பின்னாலே இழுக்குறீங்களே... இது சரியா சொல்லு... பொம்பளைன்னா உங்களுக்கு அவ்வளவு இளக்காரமா? கேவலமா... என்ன? ஒரு காலத்துல என்னோட ஜாதியும் உன்னோட ஜாதியும் செருப்பப் போட்டுக்கிட்டு வீதியில நடக்கக் கூடாதுன்னு தடை போட்டிருந்தான். செருப்ப கக்கத்துல வைச்சுக்கிட்டுதான் அக்ரஹாரத்துல நடக்கணும். தோள் மேல கிடக்கிற துண்டை எடுத்து இடுப்புல கட்டிக்கிட்டு குனிஞ்சு நடக்கணும். இப்படி இருந்த சமூகத்த நாம எவ்வளவோ மாத்தியிருக்கோம். அந்தச் சமூகத்தில இருக்கிற ஆம்பள மட்டும் முன்னேறணும்... பொம்பள கீழயே அடிமையாக இருக்கணுமா? இத பார் அதிகாரம் உன்கிட்ட இருந்தா நீ

என்ன வேண்ணாலும் செய்வியா? இதபார் உடனே ஆபீஸ் போரே.. இந்தம்மாவோட இடமாறுதல கேன்சல் பண்றே... போ... ஏழை எளிய அடித்தட்டு மக்கள்ன்னா கொஞ்சங்கூட மனசாட்சி இல்லாம மிதிக்கிறீங்களே... போ... போ... சொன்ன வேலய செய்..." என்று கமிஷனரைத் துரத்தினார் காமராஜர்.

கமிஷனர் கதிகலங்கி ஓடினார்.

ஆசிரியை காமராஜரைக் கண்கண்ட தெய்வமாய் பாவித்து வணங்கிச் சென்றார்.

காமராஜர் அவர்களின் முக்கியக் குணத்தில் ஒன்று ஒரு காரியத்தை அப்போதே முடித்துவிடுவது... அப்புறம்... நாளை என்ற பேச்சுக்கே இடமில்லை...

பாரதியார் பாடல்

பெருந்தலைவர் காமராஜர் அவர்கள் ஓய்வறியாமல் மக்களுக்குச் சேவை செய்வதிலேயே நாட்களைக் கழித்துக் கொண்டிருக்கிறாரே, இவருக்கு எங்கே படிக்க நேரமிருக்கிறது? என்று நினைப்போம்.

நாகப்பட்டினத்தில் ஒய்.எம்.சி.ஏ.வின் சார்பில் பாரதியாரின் படத்திறப்பு விழா ஒன்று நடந்தது.

பாரதியார் படத்தைத் திறந்து பேசவந்தவர் கர்மவீரர் காமராஜர்.

அவ்விழாவில் அனந்தராமன் என்பவர் பாரதியாரின் பாடல்கள் சிலவற்றைப் பாடினார். இறுதியாக அவர், பாரத தேசமென்று பெயர் சொல்லுவார்... என்ற பாடலைப் பாடி வருகின்றபோது ஓரிடத்தில் மறதியாக பாடமுடியாமல் தவித்தார்.

அதை உணர்ந்த காமராஜர் அவர்கள்

காலம் வணங்கும்
கல்வி வள்ளல் காமராஜர்

'உண்மைகள் சொல்வோம் - பல
வன்மைகள் செய்வோம்'

என்று வரிகளை ஞாபகப்படுத்த, அவையில் இருந்தோர் அனைவரும் வியந்தனர். இவரையா படிக்காத மேதை என்று சொல்கிறோம். இது தவறு என்பதை உணர்ந்தனர்.

அப்பளத்துக்கு வரியா?

இன்று ஜி.எஸ்.டி. வரி என்ற பெயரில் மத்திய, மாநில அரசுகள் பொதுமக்களின் பணத்தை 'வாரி'ச் செல்கின்றனர்.

கர்மவீரர் காமராஜர் அவர்கள் முதலமைச்சராக இருந்த சமயம்.

அவர் தமிழகம் முழுவதும் சுற்றுப்பயணம் மேற்கொண்டிருந்தார்.

மதுரைக்கும் கோவில்பட்டிக்கும் இடையே வரும்போது 'அப்பள வியாபாரிகள்' அவரைச் சந்தித்தனர்.

"ஐயா... எல்லா உணவுப் பொருட்களுக்கும் 2 சதமே வரி. சாதாரண அப்பளத்திற்கு 6 சதம் வரி போட்டிருக்கிறார்கள். இதனால் தொழில் மிகவும் பாதிக்கப்படுகிறது" என்றனர் வியாபாரிகள்.

சென்னை திரும்பிய அவர், அதற்குரிய அமைச்சரை அழைத்து, "சாதாரண உணவுப் பண்டமான அப்பளத்துக்கு 6 சதம் வரி ஏன்?" என்று கேட்டார்.

"அது பாக்கெட் செய்து விற்பதால் 6 சதம் வரி" என்றார் அமைச்சர்.

"அதிகமாய் ஏழை எளிய மக்கள் வாங்கிப் பயன்படுத்தும் பொருள் அது. அதனால் விற்பனை வரியை குறையுங்கள்" என்று அப்பளத்துக்கான வரியைக் குறைத்தார் காமராஜர்.

9
எம்.ஜி.ஆரின் வீட்டுக்கு வர காமராஜர் மறுத்த காரணம்.

மக்கள் திலகம் எம்.ஜி.ஆர். தொடக்கத்தில் தி.மு.க.வில்தான் இருந்தார்.

தீவிரமாகத் தி.மு.க.வை ஆதரித்த அவர் அதன் பிறகே மனவேறுபாடு காரணமாகப் பிரிந்து சென்று அ.தி.மு.க. என்ற கட்சியத் தொடங்கினார். இதில் பலருக்கும் தெரியாத விஷயம், எம்.ஜி.ஆர் ஆரம்பத்தில் தீவிரமாக காங்கிரஸை ஆதரித்தவர். அதோடு, காந்தியையும், கர்ம வீரர் காமராஜரையும் அதிகம் நேசித்தவர் என்பதுதான்.

காங்கிரஸின் விசுவாசியாக இருந்த எம்.ஜி.ஆர். அதன் காரணமாகக் கதர் ஆடைகளையே அணிந்து வந்தார்.

தந்தை பெரியார், அறிஞர் அண்ணா, கலைஞர் ஆகியோர் நட்பு கிடைத்த பின்னரே அவர்களது கொள்கைகளால் ஈர்க்கப்பட்டு, தி.மு.க.வில் இணைந்தார். அதே சமயம், கடைசி வரை கர்மவீரர் காமராஜர் மீது தீராத பாசம் வைத்திருந்தார் எம்.ஜி.ஆர்.

நேரம் கிடைக்கும் போதெல்லாம் காமராஜரை சந்தித்து மகிழ்ந்தார். தனது இல்லத்திற்கு எத்தனையோ தலைவர்களை அழைத்து விருந்து கொடுத்து மகிழ்ந்த எம்ஜிஆருக்கு ஒரு தீராத ஏக்கம் இருந்தது. அது, காமராஜரை தனது இல்லத்திற்கு அழைத்து வந்து தன் கைகளால் பரிமாறி, அவர் அருகே அமர்ந்து சாப்பிட வேண்டும் என்பதுதான்.

அதனால், பலமுறை அவர் காமராஜரைத் தன் இல்லத்திற்கு அழைத்திருக்கிறார். ஆனால், எம்.ஜி.ஆர். எப்போது அழைத்தாலும் காமராஜர் சிரித்த படி "அப்புறம் சொல்றேன்னேன்" என்றுகூறி நாசுக்காகத் தவிர்த்து விடுவார்.

எத்தனையோ முறை எம்.ஜி.ஆர். பாசத்தோடு அழைத்தும் காமராஜர் அவர் வீட்டுக்கு வந்ததே இல்லை. இதனால் கொஞ்சம் மன வருத்தம் இருந்தது காமராஜருக்கு.

ஒரு சமயம் நடிகர் திலகமும், மக்கள் திலகமும் பங்கு பெற்ற ஒரு விழாவிற்கு முதல்வர் காமராஜர் வந்திருந்தார். அவரை வழியனுப்பும் போது மீண்டும் தன் இல்லத்திற்கு வருமாறு அழைப்பு விடுத்தார் எம்.ஜி.ஆர். அப்போதும் காமராஜர் வழக்கமான பதிலையே சொல்ல, எம்ஜிஆரின் முகம் வாடியது. அதை கவனித்த காமராஜர், "ராமச்சந்திரா நான் உன் இல்லம் வரக் கூடாது என்றில்லை. உன் வீட்டு விருந்து பற்றியும் உனது விருந்தோம்பல் குறித்தும் நான் நிறைய கேள்விப்பட்டுள்ளேன். அறுசுவை உணவும், மீன் இறைச்சி முதலான வித விதமான அசைவ உணவுகளும் நிறைந்திருக்கும் என்று பலரும் சொல்லியிருக்கிறார்கள்.

நானோ மக்களின் ஊழியக்காரன். இரண்டு இட்லி, தயிர் சோறுதான் எனக்கு சரிப்படும். உன் வீட்டிற்கு வந்தால் அதோடு நிறுத்திக் கொள்ள நீ விடமாட்டாய். உனக்காக என்று, ஆறுசுவை உணவு சாப்பிட்டு என் நாக்கிற்கு ருசியை வளர்த்து விட்டால் திருப்பியும் அந்த ருசியை நாக்கு தேடும். அதுக்கு நான் எங்கே போறது" என்று கூற, அதிர்ந்துபோன எம்.ஜி.ஆர். காமராஜரின் எளிமையை உணர்ந்து தன்னையும் அறியாமல் கைகூப்பி வணங்கினாராம். அதன் பிறகு அவர் பெருந்தலைவர் காமராஜரை, தமது வீட்டுக்கு அழைக்கவே இல்லை.

காலம் வணங்கும்
கல்வி வள்ளல் காமராஜர்

356

10

பெருந்தலைவர் என்றால் அது காமராஜர் மட்டுமே!

எம்.ஜி.ஆர்., தான் முதலமைச்சரான பிறகு தமது கோட்டையாகவே கருதிய சேலம் மாவட்டத்துக்கு சில அரசு விழாக்கள் மற்றும் பொது நிகழ்ச்சிகளில் கலந்து கொள்வதற்காகச் சென்றிருந்தார்.

அப்போது, சேலம் மாவட்ட பால் பண்ணையில் (பால்வளக் கூட்டுறவு ஒன்றியம்) நடந்த அரசு விழாவில் கலந்து கொண்டார் அவர்.

அந்த விழாவிற்கான அழைப்பிதழில், பால்வளக் கூட்டுறவு ஒன்றியத்தின் தலைவரது பெயருக்கு முன் பெருந்தலைவர் என்று அச்சடிக்கப்பட்டிருப்பதைப்

பார்த்தார். அப்போதெல்லாம் ஊராட்சி ஒன்றிய சேர்மன் உள்ளிட்ட பல தலைமைப் பதவியில் இருந்தவர்கள் தங்கள் பெயருக்கு முன் அப்பதவியைச் சுட்டி, பெருந்தலைவர் எனப் போட்டுக் கொள்ளும் பழக்கம் இருந்தது.

இதனால் ஒவ்வொரு ஊரிலும் பல பெருந்தலைவர்கள் இருந்தார்கள். இது எம்.ஜி.ஆர் அவர்களுக்கும் தெரியும். ஆனால், அவர் மனம் அதனை ஏற்கவில்லை.

இதனால், அந்தக் கூட்டத்தில் பேசத்தொடங்கியதுமே எம்.ஜி.ஆர் ஓர் அறிவிப்பை வெளியிட்டார்.

"பெருந்தலைவர் என்றால் அது காமராஜர் மட்டுமே. பெருந்தலைவர் என்ற பட்டம், காமராஜருக்கு மட்டுமே பொருந்தும். அது அவருக்கு மட்டுமே உரியது. இனிமேல் யாரும் எந்தப் பதவி வகிப்பவர்களும் எந்தத் துறையினரும் தங்கள் பெயருக்கு முன்னால், பெருந்தலைவர் என்று போட்டுக் கொள்ளக் கூடாது.

பால்வள கூட்டுறவு ஒன்றிய பெருந்தலைவர்களாக இருந்தாலும் இனி அவர்கள் தலைவர்கள் என்றே அழைக்கப்படுவார்கள்" என்று எம்.ஜி.ஆர். அறிவித்ததும் பெரும் ஆரவாரத்தோடு கைத்தட்டி ஆர்ப்பரித்தது மக்கள் கூட்டம்.

காலம் வணங்கும்
கல்வி வள்ளல் காமராஜர்

11

சிவாஜி சினிமா வெளிவர, காமராஜர் செய்த உதவி

சிவாஜி நடித்து ஏ.எல்.எஸ். தயாரித்த திரைப்படம், சாந்தி. இந்த சினிமா படப்பிடிப்பு இதர பணிகள் யாவும் முடிந்ததும், சென்சார் அனுமதிக்காக தணிக்கை குழுவினருக்கு திரையிட்டுக் காட்டப்பட்டது.

படத்தை முழுமையாகப் பார்த்த தணிக்கைக்குழு படத்தின் மையக்கரு ஏற்க முடியாததாக இருப்பதாகச் சொல்லி, திரையிட அனுமதி மறுத்துத் தடைவிதித்தது.

படத்தின் தயாரிப்பாளரான ஏ.எல்.எஸ். சென்சார் குழுவினரை சந்தித்து, கதையின் கரு குறித்து தனிப்பட்ட முறையில் விளக்கங்கள் பலவற்றைச் சொல்லி, அதில் தடைவிதிக்கும் அளவிற்கு பிரச்சனை எதுவும் இல்லை என்பதை சுட்டிக் காட்டினார்.

ஆனால், தணிக்கைக் குழுவினர் தங்கள் கருத்தில் உறுதியாக இருந்து படத்திற்கான அனுமதி மறுத்தனர்.

படத்தின் கதையை முழுமையாக உணர்ந்து நடித்திருந்த நடிகர் திலகம், காமராஜர் மேல் பற்றுள்ளவர் என்பதால், அப்போது முதல்வராக இருந்த காமராஜரிடம் சென்று அவரும் தயாரிப்பாளரும் சென்று முறையிட்டார்கள். அதோடு, சிவாஜியின் படம் வருவதில் இருந்த சிக்கலை உணர்ந்து மக்கள் திலகமும் காமராஜரிடம் அந்தப் படத்தின் தடையை நீக்க உதவுமாறு கோரிக்கை விடுத்தார்.

எல்லாவற்றையும் கேட்டுக் கொண்ட காமராஜர் அவர்கள், அந்தப் படத்தினைத் தான் பார்த்த பிறகே எதையும் தீர்மானிக்க முடியும் என்று சொன்னார்.

உடனே அவருக்காக அப்போது சென்னையில் இருந்த சாரதா எனும் ஸ்டூடியோவில் இருந்த ப்ரிவ்யூ தியேட்டர் ஒன்றில் காமராஜருக்காக சிறப்புக் காட்சியாக அப்படத்தைத் திரையிட்டுக் காட்டினார்கள்.

படத்தை முழுமையாகப் பார்த்து முடித்த காமராஜர், உயிர்நண்பர்கள் இருவரில் ஒருவர் வேட்டைக்குச் செல்லும்போது இறந்து விடுகிறார். அந்தச் செய்தியை அறிந்தால், அவரது மனைவியான பார்வையில்லாப் பெண்மணி தானும் இறந்து விடுவாள் என்பதால், நண்பனைப் போலவே குரல் மாற்றி நடிக்கிறான் மற்றொருவன். இந்நிலையில் அந்தப் பெண்ணுக்குப் பார்வை கிடைக்கிறது. அவள் தன் கணவரின் நண்பனுக்கு தீய எண்ணம் இருப்பதால்தான் தன்னை ஏமாற்றியிருக்கிறான் என நினைக்கிறாள். ஆனால், போகப்போக அவனது நற்குணமும் நல்ல எண்ணமும் தெரிய வருகிறது. அவள் அவனை உத்தமன் என உணர்கிறாள். இதுதானே கதை. இது நன்றாகத்தானே இருக்கிறது? இதில் தடை செய்யும்

காலம் வணங்கும் கல்வி வள்ளல் காமராஜர்

அளவுக்கு என்ன இருக்கிறது? வேறு எதாவது காரணம் இருக்கிறதா? என்று தணிக்கைக் குழுவினரிடம் கேட்டார், காமராஜர் அவர்கள்.

வேறு காரணம் எதுவும் இல்லாததால், அந்த சினிமாவைத் திரையிட விதித்த தடையை வாபஸ் வாங்கினார்கள் தணிக்கை குழுவினர்.

தனக்கு வேண்டியவர்கள் கேட்கிறார்கள் என்பதற்காக உடனே தடையை நீக்கிவிடாமல், படத்தைப் பார்த்து அதில் தடைவிதிக்கும் வகையில் எந்தக் கருத்தும் இல்லை என்பதை உணர்ந்த பிறகே, அனுமதி அளித்தார் காமராஜர். அனைத்து விஷயங்களிலுமே இதுதான் அவரது கொள்கையாக இருந்தது. மற்றவர்கள் சொல்கிறார்கள் என்பதற்காக மட்டுமே அவர் எந்த விஷயத்தையும் ஏற்றுக் கொண்டது கிடையாது. அது தனக்கு சரி என்று பட்டால் மட்டுமே செயல்படுத்துவார்.

12

காமராஜர்தான் என் தலைவர்!

அறிஞர் அண்ணாவின் தலைமையிலான தி.மு.க.வில் இருந்த போது ஒருசமயம் எம்.ஜி.ஆர், காமராஜர் என் தலைவர்; அண்ணா என் வழிகாட்டி என்று சொல்ல, அடுத்த நொடியே கழகத்தில் பெரும் கலவரம் உண்டானது.

கொந்தளித்துப் போன ஒரு கூட்டம் உடனே அண்ணா விடம் ஓடியது. ' "இத்தகைய வார்த்தையச் சொன்ன எம்.ஜி.ஆர். மீது உடனடியாக நடவடிக்கை எடுங்கள்.." என்று புகார் சொன்னது.

அனைத்தையும் அண்ணா அமைதியாகக் கேட்டுவிட்டுப் பிறகு சொன்னார், "ராமச்சந்திரனைப் பற்றி எனக்குத் தெரியும். அவன் எந்த அர்த்தத்தில் சொல்லியிருப்பான் என்பதும் எனக்குத் தெரியும். எனவே நீங்கள்.அமைதியாக இருங்கள்.."

அதைக் கேட்டபிறகே தி.மு.க. தொண்டர் கூட்டம் அமைதியானது.

1972 ல் அ.தி.மு.க.வை ஆரம்பித்தபோது எம்.ஜி.ஆர்., தன் கட்சிக்காரர்களுக்கு கண்டிப்புடன் இட்ட கட்டளை என்ன தெரியுமா? பெருந்தலைவர் காமராஜரைத் தாக்கி எந்தக் கூட்டத்திலும் கட்சிக்காரர்கள் யாரும் எதுவும் பேசக்கூடாது என்பதுதான்.

தொடக்கம் முதலே பெருந்தலைவர் மீது எம்ஜிஆருக்கு இருந்த பற்றே இதற்கெல்லாம் காரணம்.

13

காமராஜருடன் ஒரு நாள்: சாவி

புகழ் பெற்ற எழுத்தாளர்; பத்திரிகையாளர் (ஆனந்த விகடன், குங்குமம், தினமணிக்கதிர் போன்ற பத்திரிகைகளில் பணியாற்றி விட்டு 'சாவி' என்ற பத்திரிகையை நடத்தியவர் பல எழுத்தாளர்களுக்கும், பத்திரிகையாளர்களுக்கும் குருவாகத் திகழ்ந்தவர். காமராஜர், கலைஞர் போன்ற அரசியல்வாதிகளுக்கு நெருக்கமானவர்) அவர் டெல்லியில் காமராஜருடன் ஒருநாள் தங்கியதை அருமையாக 1963-ஆம் வாக்கில் எழுதியிருக்கிறார்.

"இரண்டு மாதங்களுக்கு முன் காமராஜ் அவர்களைச் சந்திக்க நான் டெல்லிக்குப் போயிருந்த போது அவர் தமிழ் நாட்டின் முதலமைச்சராக இருந்தார்.

சில தினங்கள் கழித்து மீண்டும் அவரைச் சந்தித்தேன். அப்போது அவர் முதலமைச்சராக அங்கு வரவில்லை. பதவியிலிருந்து விலகிவிட்ட காமராஜராக வந்திருந்தார்.

அன்று மாலை காமராஜரைக் காண மெட்ராஸ் ஹவுஸுக்கு வந்திருந்தார் லால் பகதூர் சாஸ்திரி. வாசலில் நின்று

கொண்டிருந்த ரிசப்ஷன் ஆபீசர் தீனதயாளைக் கண்டதும் அவர், "காமராஜரைப் பழையபடியே கவனித்துக்கொள்கிறீர்கள் அல்லவா? முன்பு அவர் தங்கியிருந்த அதே அறைதானே? உபசரிப்பில் ஒன்றும் குறையில்லையே?" என்று கேட்டுக் கொண்டே மாடிக்கு ஏறிச் சென்றார்.

காமராஜர் பதவியிலிருந்து விலகி விட்டதால் எங்கே அவரை சரியாகக் கவனிக்காமல் இருந்து விடுகிறார்களோ என்ற கவலையிலேயே சாஸ்திரி அவ்வாறு கேட்டார். ஆனால் உண்மையில் காமராஜருக்கு அங்கே முன்னைவிட இரட்டிப்பு உபசாரம்.

மறுநாள் காலை, நான் மெதுவாக காமராஜர் தங்கியிருந்த அறைக்குள் எட்டிப் பார்த்தேன். என்னைக் கண்டதும், "என்...ன? வாங்க" என்று புன்முறுவலோடு அழைத்தார்.

விசிட்டர்கள் அதிகம் இல்லாத நேரமாகையால் நிம்மதியாக உட்கார்ந்து பத்திரிகை படித்துக் கொண்டிருந்தார். அகில இந்திய காங்கிரஸ் தலைமைப் பதவிக்கு யார் வரப்போகிறார்கள் என்பது பற்றி பத்திரிகைகளில் ஏதேதோ செய்திகள் வெளியாகி இருந்தன. காமராஜரும் அப்போது அது பற்றித்தான் யோசித்துக் கொண்டிருக்க வேண்டும்.

"லால் பகதூர் சாஸ்திரியையே காங்கிரஸ் தலைவராகப் போட்டு விடலாமே" என்று மெதுவாகப் பேச்சைத் தொடங்கினேன்.

"ஆமாம் போட்டுவிடலாம்; அப்படித்தான் நாங்களும் எண்ணிக் கொண்டிருக்கிறோம். (நாங்கள் என்பது சஞ் சீவரெட்டியையும், அதுல்யா கோஷையும் சேர்த்துச் சொன்னது) சாஸ்திரியிடமும் கேட்டுப்பார்த்தோம். ஆனால் அவர் தலைமைப் பதவி தமக்கு வேண்டாம் என்கிறார். இன்றைக்கு மறுபடியும் சாஸ்திரியைச் சந்தித்து 'கன்வின்ஸ்' பண்ணவேண்டும்" என்றார்.

ஆனால், மறுநாள் காலைப் பத்திரிகைகளைப் புரட்டியபோது,

காலம் வணங்கும்
கல்வி வள்ளல் காமராஜர்

தலைமைப் பதவிக்கு காமராஜரையே காரியக் கமிட்டி தேர்ந்தெடுத்திருப்பதைக் கண்டபோது எனக்கு வியப்பு.

"என்ன இப்படி ஆகிவிட்டது?" என்று காமராஜரிடம் கேட்டேன்.

"எனக்கு ஒன்றுமே தெரியாது. காரியக் கமிட்டிக் கூட்டத்தில் அதுல்யா கோஷும் சஞ்சீவரெட்டியும் காதைக் கடித்துக் கொண்டிருந்தார்கள். அவர்கள் இருவரும் சேர்ந்து செய்த வேலை இது என்று எண்ணுகிறேன்" என்றார்.

"எப்படி இருந்தாலும் நல்ல முடிவு" என்று என் மகிழ்ச்சியைத் தெரிவித்துவிட்டு, விடைபெற்றேன்.

பதினைந்து நாட்களுக்கு முன்னால் முதலமைச்சராக இங்கு வந்தார். இரண்டு நாட்களுக்கு முன்னால் பதவியில்லாத சாதாரண மனிதராக வந்தார். இன்றைக்கு அகில இந்திய காங்கிரஸ் தலைமைப் பதவி தேடி வந்திருக்கிறது. இத்தனை மாறுதல்களும் இரண்டே வாரங்களில் நடந்து விட்டன.

ஆனாலும் அவரிடத்தில் எந்தவித மாறுதலையும் காணமுடியவில்லை. பதவியில் இருந்தபோது, பதவியை விட்டபோது, பதவி அவரைத் தேடி வந்துள்ளபோது - ஆக, எந்த நிலையிலும் ஒரே மாதிரியாகத்தான் இருக்கிறார் என்றார் தீனதயாள்.

மறுநாள் காலை காமராஜர் அறைக்குள் எட்டிப் பார்த்தேன். அவர் சோபா ஒன்றில் கால்களைச் சம்மணமிட்டு உட்கார்ந்து கொண்டிருந்தார். சட்டைப் பொத்தான்களைக் கழற்றிவிட்டு வலது கையை முதுகுப் பக்கமாகச் செலுத்தி, இடது தோளைத் தேய்த்தபடியே பத்திரிகை படிப்பதில் சுவாரஸ்யமாக இருந்தார்.

மேஜை மீது அன்றைய இந்து, டைம்ஸ் ஆஃப் இந்தியா, இந்துஸ்தான் டைம்ஸ், இண்டியன் எக்ஸ்பிரஸ் இவ்வளவு பத்திரிகைகளும் அடுக்கி வைக்கப்பட்டிருந்தன.

"பத்திரிகைகளில் அரசியல் செய்தி மட்டும்தான் படிப்பீர்களா?" அல்லது...

"எல்லாந்தான். எந்த ஊரில் என்ன பிரச்சனை என்று பார்ப்பேன். ஒரு ஊரில் தண்ணீர் இல்லை என்ற செய்தி இருந்தால் அதையும்தான் பார்ப்பேன். தண்ணீர் இல்லை என்பதும் அரசியல் சம்பந்தப்பட்டதுதானே?" என்று சொல்லிக்கொண்டே எழுந்தார். எழுந்தவர் கவனமாக மின்விசிறியை நிறுத்திவிட்டு அடுத்த அறைக்குள் சென்றார். அதுதான் அவருடைய படுக்கை அறை. படுக்கை அறையை ஒட்டினாற்போல் இன்னொரு சின்ன அறை. அங்கேதான்

காலம் வணங்கும் கல்வி வள்ளல் காமராஜர்

அவருடைய பெட்டி இருந்தது. அந்த சின்ன அறைக்குள் இருந்த சிறு மேஜை. கோட் ஸ்டாண்ட், முகம் பார்க்கும் கண்ணாடி எல்லாவற்றையும் ஒவ்வொன்றாகக் கண்ணோட்டமிட்டேன்.

"என்ன.. என்ன பாக்கறீங்க..." என்று சிரித்துக்கொண்டே கேட்டார்.

"ஒன்றுமில்லை. தங்களைக் கூடவே இருந்து கவனிக்கப் போகிறேன். இது என்னுடைய நெடுநாளைய ஆசை" என்றேன்.

"ஓ.. தாராளமா இருங்களேன். இப்படி வந்து உட்காருங்க" என்று கூறிக்கொண்டே பெட்டியிலிருந்த சலவைத் துணிகளை ஒவ்வொன்றாக எடுத்துக் கீழே வைத்தார்.

அந்தப் பெட்டிக்குள் என்னென்ன இருக்கின்றன என்பதைத் தெரிந்து கொள்ளும் ஆவலில் கூர்ந்து கவனித்தேன்.

INSIDE AFRICA - by John Gunther
ENDS AND MEANS - by Aiddus Hoxley
TIME MAGAZINE
NEWS WEEK

சிந்தனைச் செல்வம் - வி.ச. கண்டேசகர்

இவ்வளவும் இருந்தன. இவ்வளவையும் கவனிக்காததுபோல் கவனித்துக் கொண்டேன். நான் கவனிக்காததுபோல் கவனித்ததை அவரும் கவனிக்கத் தவறவில்லை.

அடுத்தாற்போல் பெட்டியிலிருந்து ஷேவிங் செட்டை எடுத்துக் கண்ணாடி முன் வைத்துக் கொண்டார். அந்த நித்திய கடமை முடிந்ததும், தமது சட்டையைக் கழற்றி ஒழுங்காக மடித்து அதற்குரிய இடத்தில் கொண்டுபோய் வைத்தார். அங்கு ஏற்கெனவே பல சட்டைகள் இந்த மாதிரி மடித்து வைக்கப்பட்டிருந்தன.

"ஒரு நாளைக்கு எத்தனை சட்டை மாற்றிக் கொள்வீர்கள்?"

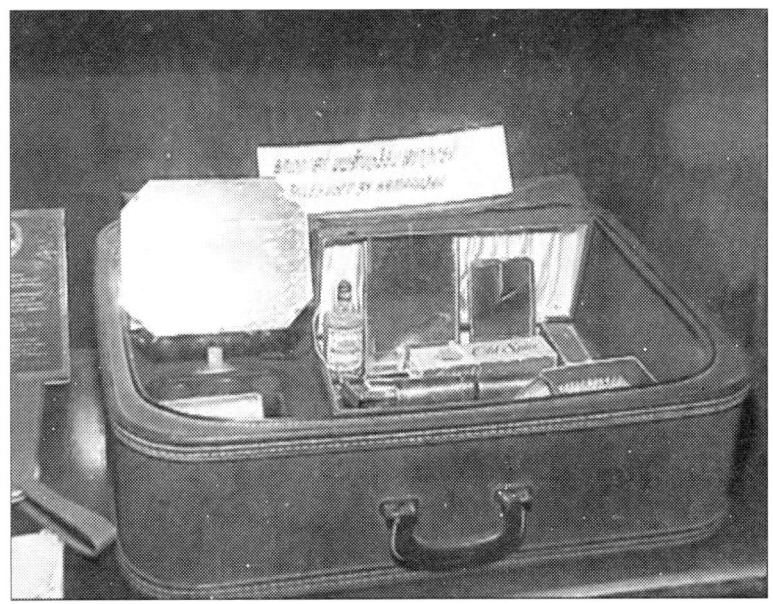

"இரண்டு மூன்று முறை குளிக்க வேண்டும் எனக்கு. ஒவ்வொரு முறை குளித்து முடித்ததும் சலவைச் சட்டை போட்டுக்கொள்ள வேண்டும்" என்றார்.

"இப்படி ஓயாமல் அலைந்து கொண்டிருக்கிறீர்களே! இதனால் உடல்நலம் பாதிக்கப்படுவதில்லையா?"

"கிடையாது. நான் ஆகாரத்தில் ரொம்ப உஷாராக இருப்பேன். காலையில் சூடாக ஒரு கப் காபி சாப்பிடுவேன். அப்புறம் கோட்டைக்குப் போவதாக இருந்தால், 11 மணிக்குள் சாப்பிட்டு விடுவேன். அத்துடன் இரண்டு மணிக்கு ஒரு கப் காபி, இரவு இட்லியும் சட்னியும். இவ்வளவுதான் என் ஆகாரம்.

கிராமங்களில் சுற்றுப்பயணம் செய்யும் நாட்களில் சில சமயம் பகலில் மணி இரண்டுக்கு மேல் ஆகிவிடும். அந்த நேரத்தில் லேசாக வெறும் மோர் சாதம் சாப்பிட்டால் போதுமென்று தோணும். ஆனால் எனக்குச் சாப்பாடு போடுகிறவர்களிடம் மோர் சாதம் போதுமென்று சொன்னால் கேட்க

மாட்டாங்க. இலையில் எல்லாவற்றையும் போட்டுக் கஷ்டப்படுத்திடுவாங்க. என் நிலையைப் புரிந்து கொள்ளாமல் தொந்தரவு கொடுப்பாங்க. இதற்காக நான் ஒரேயடியாகச் சாப்பாடே வேண்டாமென்று சொல்லி, பட்டினி போட்டு விடுவேன்.

தாங்கள் கைக்கடிகாரம் கட்டிக் கொள்வதில்லையே, ஏன்?

அதெல்லாம் எதுக்கு? அவசியமில்லை. யாரைக் கேட்டாலும் நேரம் சொல்றாங்க. கிராமங்களுக்குப் போகும்போது மட்டும் சில சமயம் நேரம் தெரியாமல் போய்விடும். அதற்காக ஒரு சின்ன டைம்பீஸ் வாங்கி வைத்திருக்கிறேன்" என்றார்.

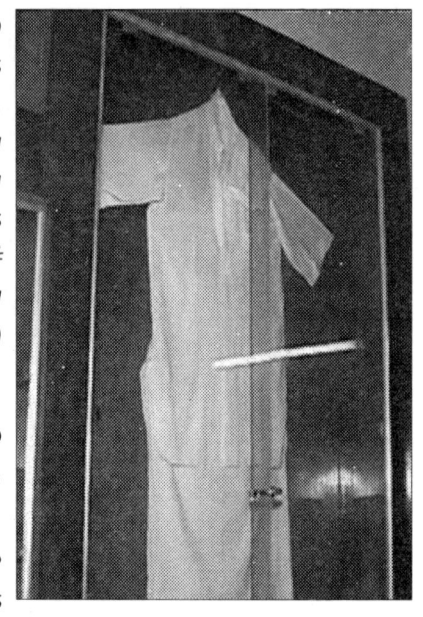

தினமும் நூற்றுக்கணக்கான பேர் தங்களைத் தேடி வந்து தங்கள் வீட்டு வாசலில் காத்திருக்கிறார்களே, அவர்களெல்லாம் தங்களிடம் என்ன கேட்பார்கள்?

"சிபாரிசுக்கு வருவாங்க. ஏழை எளிய மக்கள் கேட்கிற உதவிகள் எல்லாம் சுலபமாகச் செய்யக்கூடியதாக இருக்கும். முடிந்ததை நானும் செய்து விடுவேன். படிச்சவங்க, விஷயம் தெரிஞ்சவங்க வந்து கேட்கிற காரியங்களில் தான் சிக்கல் இருக்கும். அவங்களே வக்கீலிடம் கேட்டுக் கொண்டு வந்து, "இப்படிச் செய்யலாமே" என்று எனக்கு ஆலோசனை சொல்வாங்க. நான் ஆகட்டும் பார்க்கலாம் என்பேன்.

யாருக்காவது இரண்டொருவருக்குச் செய்துவிட்டு மற்றவர்களுக்குச் செய்யவில்லை என்றால் தானே கோபம்

வருகிறது? எல்லோருக்குமே சமமாக இருந்து விடுவேன்.

யாராவது ஒரு பையன் ஸ்கூல் அட்மிஷனுக்கு வருவான். மார்க் கொஞ்சமாக வாங்கியிருப்பான். நீ வாங்கியிருக்கும் மார்க்கை விடக் குறைந்த மார்க் வாங்கியிருக்கும் பையன் யாருக்காவது அட்மிஷன் கொடுத்திருந்தால் சொல் என்பேன். அப்படி இருக்காது. ஒருவேளை யாருக்காவது அம்மாதிரி அட்மிஷன் கொடுத்திருந்தால் அவனிடம், "ஆமாம் நீ சொன்னது உண்மைதான்" என்று ஒப்புக் கொள்வேன். அவன் அதிலேயே திருப்தியடைந்து போய் விடுவான்.

தினந்தோறும் இவர்கள் அத்தனை பேருக்கும் பதில் சொல்லி அனுப்புவது ரொம்ப கஷ்டமான காரியம் ஆயிற்றே? அலுப்பாக இருக்குமே?"

"எனக்கு அலுப்பே கிடையாது. எவ்வளவு பேர் வந்தாலும் பார்த்துக் கொண்டுதான் இருக்கிறேன். ஆனால் இதில் எனக்குள்ள சங்கடம் பத்திரிகை படிக்க நேரம் இல்லாமல் போய்விடுவதுதான். ஆகையால் காலை வேளையில் என்னை யாரும் தொந்தரவு செய்யாமலிருந்தால் நல்லது. பத்திரிகை படிக்கும் நேரம் எனக்கு முக்கியம். அந்த நேரத்தைத் தவிர மற்ற நேரங்களில் எப்போது வந்தாலும் பார்க்கத் தயார் என்றார்.

அன்றிரவு மணி 12 இருக்கும்.

காமராஜர் கட்டிலில் படுத்தவாறே மிக சுவாரஸ்யமாக ஏதோ ஒரு புத்தகத்தைப் படித்துக் கொண்டிருந்தார்.

என்ன புத்தகம் என்று எட்டிப் பார்த்தேன்.

கம்பராமாயணம்.

நன்றி: ஆனந்த விகடன், தீபாவளி மலர் 1963.

14
பாமரத் தலைவரைப் போற்றிய பெருமக்கள்

எளிய மனிதரான காமராஜர் என் இனிய நண்பர் என்பதோடு மட்டுமல்லாமல் மக்களிடையே தோன்றிய மக்கள் தலைவர். தான் ஏற்றுக்கொண்ட பணியை நல்ல விதத்தில் நிறைவேற்றத்தக்க ஆற்றலைப் பெற்ற அருமையான தலைவர். தனது ஓயாத மக்கள் தொண்டின் காரணமாக அவர் சென்னை மாகாணத்திற்கு மட்டுமன்றி இந்தியா முழுவதிலும் மேன்மை பெற்றிருக்கிறார்.

மக்கள் தொண்டையே மூச்சாகக் கொண்ட காமராஜரை விஞ்சியவர்களைப் பார்த்தல் அரிதாகும். ஒப்பற்ற திறமை, நல்லாட்சி ஆகியவற்றுக்கு ஓர் எடுத்துக்காட்டாக விளங்கும் ஓர் அரசாங்கத்திற்குத் தலைவர் என்ற முறையில் அவரைப் பாராட்டுவதில் நான் பெருமைப்படுகிறேன்.

- ஜவஹர்லால் நேரு

மக்கள் வாழ்க்கை நலனையே தன் வாழ்க்கை லட்சியமாகக் கொண்டு வாழ்ந்து வருகின்ற காமராஜர் நம்முடன் வாழ்வது பெரும்பேறு என்றே கருதுகிறேன்.

நமது அருமைத் தலைவர் காமராஜர் அதிகம் பேசுவதில் நாட்டம் இல்லாதவர். செயலில் மட்டுமே தீவிர நாட்டம் கொண்டவர். அவர் பிரச்சனைகளை அணுகும் விதமே அலாதியானது. நெருக்கடியான பல கட்டங்களில் அவரது அரிய ஆலோசனைகள் பலவற்றை அவர் வழங்கியிருக்கிறார்.

- லால் பகதூர் சாஸ்திரி

மரியாதைக்குரிய சுத்தமான தேசிய வீரரான காமராஜர் அவர்களுடன் நெருங்கிப் பழகிப் பணிபுரிகின்ற பாக்கியத்தை

நான் பெற்றிருக்கின்றேன் என்பது எனக்குப் பெரும் மகிழ்ச்சியைத் தருகிறது. எளிமையும், தூய்மையும் பெற்ற அவரை, தமிழ்நாடு ஈன்றெடுத்தது; அம்மாநிலம் தவம் செய்திருக்கிறது என்றே கருதுகிறேன்.

காமராஜர் தோற்றத்தில் மட்டுமன்றி, மதிநுட்பத்திலும் மக்களையும் அவர்களுடைய பிரச்சனைகளையும் புரிந்துகொள்வதிலும், அப்பிரச்சனைகளுக்குத் தீர்வு காண்பதிலும் திறமை மிகுந்தவர். இவரது தலைமையின் காரணமாகத்தான் தமிழ்நாடு இன்று இந்தியாவிலேயே மிகச்சிறந்த முறையில் நிர்வகிக்கப்படும் மாநிலங்களில் ஒன்றாக விளங்கிப் பல புதிய திட்டங்களைக் கொண்டு வந்து மக்களுக்குப் பல புதிய வாய்ப்புகளை ஏற்படுத்தி வருகின்றது.

- இந்திரா காந்தி

நமது காமராஜர் விவேகமுள்ள, எதற்கும் தகுதிவாய்ந்த, நாணயமான அப்பழுக்கற்ற மனிதர். அரசியல் உலகில் ஆழ்ந்த அனுபவம் கொண்டவர். அவர் அரசியலில் நுழைந்து தலைமைப் பதவியை ஏற்கும் அளவிற்கு உயரமுடியும் என்பதற்கு அவரது தொண்டே எடுத்துக்காட்டு.

- மூதறிஞர் இராஜாஜி.

இது பச்சைத்தமிழர் காமராஜரின் ஆட்சி. கல்விக்காக அவர் போட்ட திட்டங்கள் மகத்தானவை. இன்னும் பத்து ஆண்டுகளுக்கு காமராஜர் ஆளவேண்டும். அப்போதுதான் தமிழ்நாட்டில் கல்வியறிவு இல்லாதவர்களே இல்லை என்ற நிலை ஏற்படும்.

மூவேந்தர் காலத்தில் கூட நிகழாத அதிசயங்களை நமது காமராஜர் காலத்தில் கண்டு வியக்கிறோம். தமிழகத்தில் மிகப்பெரிய மாற்றத்தைக் கொண்டு வந்தவர் நமது பச்சைத் தமிழர் காமராஜர். அறிவு விளக்கான கல்விக் கண்களைத் திறந்து வைத்ததால் தமிழகத்தில் மறுமலர்ச்சி ஏற்பட்டுள்ளது. அவரை எவ்வளவு பாராட்டினாலும் தகும்.

காலம் வணங்கும் கல்வி வள்ளல் காமராஜர்

இந்தியாவில் சமதர்ம கொள்கை உருவாகக் காரணமான இந்தியாவின் லெனின் காமராஜர்.

- தந்தை பெரியார்

இந்திய அரசியலிலும் தேச விடுதலைப் போரிலும் பல ஆண்டுகளாகப் பாடுபட்டு வரும் காமராஜர், சமுதாயத்தின் அடிவேராகிய மக்களின் மனிதர். அதுமாத்திரமல்ல, அவருடைய ஆளுமை சக்தி வியக்கத்தக்கது.

- டாக்டர் ராஜேந்திர பிரசாத்

இன்றைய நம் இலட்சியப் பயணத்தில் நமக்கெல்லாம் பெருந்துணையாக இருந்து வருபவர் காமராஜர். அவரது தொண்டால் நாடே பெருமை கொள்கிறது.

- டாக்டர் எஸ். இராதாகிருஷ்ணன்

மக்களோடு மக்களாய் சர்வசாதாரணமாகக் கலந்து அவர்களுடைய இன்ப, துன்பங்களை அறிந்து சேவை செய்தவர் காமராஜர். ஆங்கிலம் படித்தவர்களினால்தான் சிறப்பான முறையில் ஆட்சி செலுத்த முடியும் என்று கருதப்பட்டு வந்த எண்ணம் தவறானது என்பதைப் பிற மாநிலங்களுக்கு அவருடைய நிர்வாகமே உணர்த்தியுள்ளது.

நாட்டுக்காகவே பிறந்து அதன் முன்னேற்றத்திற்காகவே உழைத்து, நாணயமானவராக வளர்ந்து வாழ்ந்து உழைப்பால் உயர்ந்த உன்னதமான தலைவர் காமராஜர்.

- முன்னாள் பிரதமர் மொரார்ஜி தேசாய்

திடமான பகுத்தறிவு, மனவுறுதி ஆகியவை மட்டுமல்லாமல் பாமர மனிதனிடமும் ஆழ்ந்த அனுதாபம் கொண்டு அவர்களின் முன்னேற்றத்திற்காகப் பாடுபட்ட கர்மவீரர் காமராஜர்.   - பாபு ஜெகஜீவன்ராம்

அளவற்ற தேசப்பற்று, அபரிமிதமான மக்கள் பற்று, மக்கள் தொண்டே மகேசன் தொண்டாய்க் கருதி வாழ்பவர் காமராஜர். நீடூழி வாழ்க!

அடக்கி ஒடுக்கப்பட்ட சமுதாயத்திலிருந்துதான் உன்னதமான மனிதர்கள் தோன்றுவார்கள் என்று பெரியவர்கள் பலர் கூறியிருக்கிறார்கள். அதைப் போலவே அடக்கி ஒடுக்கப்பட்ட சமுதாயத்திலிருந்து தோன்றிய ஒப்பற்ற வைர மணிகளுள் ஒருவரே நமது காமராஜர். எல்லோரையும் சமமாகக் கருதும் அவரைப் பின்பற்றுவோம்.

- அறிஞர் அண்ணா

காமராஜர் உண்மையில் ஒரு சிறந்த தமிழர். நல்ல எண்ண முள்ளவர். சுயநலமற்றவர், கூரிய அறிவும், விவேகமும் நிறையப் பெற்றவர். சாதி, மத, இன வேற்றுமை அவரிடமில்லை. முற்றும் துறந்தவர் என்று அவரைச் சொல்லலாம்.

காமராஜர் தேசியத் தலைவர். எதையும் கருத்தூன்றிப் பார்த்து நேர்பட செய்வதில் வீரர். தம்முடைய வாழ்க்கைக்கு வேண்டிய சௌகர்யங்களை, சுகங்களைத் தேடிக்கொள்ளாமல், சொத்து சுகமின்றி நாட்டிற்காகப் பல துயரங்களைப் பட்டு மனம் தளராமல் நாட்டுக்கு உழைத்தவர்களுள் தலைசிறந்தவர்களுள் ஒருவர். ஏழைக்கு ஏழையாகவும், அடியார்க்கு அடியாராகவும், சமயோசித புத்தியுடன் நாட்டுக்கு உழைத்த அவரைப் போற்றிப் புகழ்வதில் நமக்கெல்லாம் புண்ணியமுண்டு.

- டாக்டர் பி. வரதராஜுலு நாயுடு

கடுமையான, அயராத உழைப்பு, பல பதவிகளில் உயர்ந்த நிலையில் அடக்கமான எளிய வாழ்க்கை, ஏழை எளிய மக்களை வாழ வைப்பதற்காக தன்னையே அர்ப்பணித்த தன்மை, அரசியலில் நேர்மை, பொது வாழ்வில் தூய்மை ஆகியவற்றுக்கெல்லாம் ஒப்பற்ற எடுத்துக்காட்டாகத் திகழ்பவர் காமராஜர்.

- முன்னாள் ஜனாதிபதி நீலம் சஞ்சீவ ரெட்டி

தென்பாண்டி மண்டலத்தில் தோன்றிய பெருந்தலைவர் காமராஜர் இடைவிடாமல் தொடர்ந்து தமிழ்நாட்டுக்கு

மக்களுக்காக, குறிப்பாக தமிழகத்திலேயே ஒடுக்கப்பட்ட, அடக்கப்பட்ட மக்களுக்காக உழைத்து தாம் அனைத்திந்தியக் காங்கிரஸ் கட்சியின் தலைவராக இருந்தாலும் தமிழினத்தை மறவாமல் பாடுபட்ட அரும்பெரும் தலைவர்.

- கலைஞர் மு. கருணாநிதி

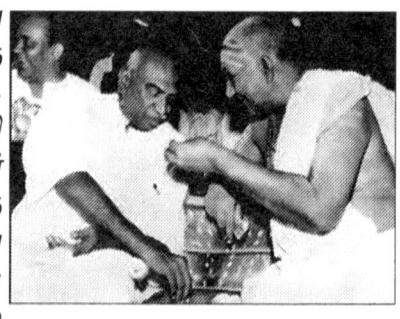

பதவிகளில் இருந்து கொண்டு மேல் பதவிகளுக்கு ஆசைப்படாதவர்கள் இல்லை. ஆனால் காமராஜரைப் பதவி தேடி வந்தது. அதை அவர் விரும்பவில்லை. மக்களுக்கு என்ன தேவை என்பதையே அவர் விரும்பினார்; எத்தனை பேர் எதிர்த்தாலும் அவர்களையெல்லாம் சாமர்த்தியமாகச் சமாளித்து காரியத்தைச் சாதிப்பதில் கெட்டிக்காரர். அவருடைய ஆட்சியால் தமிழர்கள் பெரிதும் நன்மை அடைந்துள்ளார்கள். இனிமேலும் அவருடைய ஆட்சியே நீடிக்கவேண்டும் என்பதே எனது ஆசை... விருப்பம்.

- திருமுருக கிருபானந்த வாரியார்.

லட்சிய சுத்தமான செயல் வீரர் காமராஜர். அவருக்குள் இருக்கும் திறமையைக் கண்டு இந்தியா முழுவதும் வியக்கிறது. மனத் தைரியமும், தேசப்பற்றும் என்னை அவர் பால் நேசம் கொள்ள வைத்தது.

- டாக்டர் சி.பி. ராமசாமி அய்யர்

மிக முக்கியமான பிரச்சனைகளைச் சமாளிப்பதில் காமராஜருக்குள்ள துணிவையும் தீர்க்கதரிசனத்தையும் நான் பெரிதும் மெச்சுகிறேன்.

- ஏ. லட்சுமணசாமி முதலியார்

வைரமணி

காமராஜர் என் தலைவர்; அண்ணா எனது வழிகாட்டி.

ஏழை, பணக்காரர், படித்தவன், படிக்காதவன் என்ற வேறுபாடுகளை எல்லாம் அகற்றி உழைப்பால் வாழ நினைக்கும் ஒப்பற்ற குணம் படைத்த காமராஜரை எங்கேயிருந்தாலும் பாராட்டியே ஆகவேண்டும்.

- முன்னாள் முதல்வர் எம்.ஜி.ஆர்.

நமது காமராஜர் ஒவ்வொரு மனிதராலும் மதிக்கப்பட்டவர். எளிய பழக்கம், எளிய உடை அணிபவர். சிறந்த அறிவும், ஞானமும் கொண்டவர். தன் இறுதி மூச்சுவரை இந்திய நாட்டின் முன்னேற்றத்திற்காகப் பாடுபட்டு உழைத்தவர். அவருக்கு எதிரிகள் என்று எவருமில்லை. நல்ல உள்ளம் கொண்ட அவரை நாம் பின்பற்ற வேண்டும்.

- நிஜலிங்கப்பா

சொத்துசுகம் 'நாடார்'
சொந்தம்தனை 'நாடார்'
பொன்னென்றும் 'நாடார்'
பொருள் நாடார்! தான் பிறந்த
அன்னையையும் நாடார்
ஆசைதனை நாடார்
நாடொன்றே நாடித் தன்
நலமென்றும் நாடாத
நாடாரை நாமென்றார்
நாடினேன்.

தன்னலங்கருதாப் பொது நல தொண்டன்
தாயகப் பணியே தன் பணி என்போன்
தனக்கென ஏதும் கணக்கில் கொள்ளான்
பறக்கும் சிட்டு, மண்ணில் வெண்புறா,
உறக்கப் பேசி அறியா உளத்தினன்
வடக்கொரு காந்தி, தெற்கொரு காமராஜர்

- கவியரசு கண்ணதாசன்

காமராஜர் வெள்ளை வேட்டிச் சாமியார். குடியரசு அவருடைய மதம், கடவுளை எங்கும் கண்டு, அன்பில் உருகி ஆழ்ந்து நம்மை ஆளும் இவர், ஆழ்வார்கள் வரிசையில் வைத்து எண்ணத்தக்கவர்.

- தமிழறிஞர் தெ.பொ. மீனாட்சி சுந்தரனார்

காமராஜர் ஏழைகளிடம் எல்லையற்ற அன்பு கொண்டவர். 'எந்நேரமும் ஏழைகளின் முன்னேற்றத்தைப் பற்றியே சிந்திப்பவர்'.

- திருவிதாங்கூர் மன்னர்

நாட்டு மக்களின் நாடித் துடிப்புகளை அறிந்தவர் காமராஜர். ஏழை நாடான இந்தியா உலக அளவில் உயர்ந்து நிற்கவேண்டும் என்றே கனவு கண்டு வந்தார். நனவிலும் இதைச் செயல்படுத்தி வந்தார்.

- பழ. நெடுமாறன்

தமிழ்நாட்டில் ஏழைக்குடியில் பிறந்து, காந்தி, நேரு, இராஜாஜி ஆகியோர் போற்றுகின்ற வகையில் பெருந்தலைவராக வாழ்ந்த வரலாற்றைத் தமிழினத்திற்குத் தந்த சரித்திர நாயகன் காமராஜர்.

- சிலம்புச் செல்வர் ம.பொ. சிவஞானம்

தமிழகத்தைச் சிறப்பான மாநிலமாக மாற்ற காமராஜர் எடுத்துக்கொண்ட முயற்சிகளை நாமும் தொடர்ந்து மேற்கொள்வோம். அவருடைய எளிமை தமிழகத்தை வசீகரித்தது. ரஷ்யாவில் க்ரெம்ளின் மாளிகையில் அளித்த வரவேற்பில்கூட கதர் சட்டை,

கதர் வேட்டி, முக்கால் கைச்சட்டை, ஒரு துண்டு என்று எளிய காட்சியிலேயே தோன்றினார். காமராஜர் செய்த பணி மகத்தானது. அவரது சாதனைகள் என்றும் பேசப்படும். அவர் விட்டுப்போன பணியைத் தொடர்ந்து செய்வோம்.

- தமிழக முன்னாள் முதல்வர் ஜெ. ஜெயலலிதா

காமராஜருடைய எளிய வாழ்வு, தூய நடவடிக்கை, அரசியல் அறிவாற்றல் ஆகியவை இந்த நாட்டின் வருங்கால சந்ததிகளுக்கு வழிகாட்டிகளாக அமைந்துள்ளன. காமராஜர் வாழ்க்கையை வருங்கால சந்ததிகள் கண்டிப்பாகப் படிக்க வேண்டும்.

- முன்னாள் மந்திரி சி. சுப்பிரமணியம்

தமிழகத்திலே பிறந்து தரணி போற்ற வாழ்ந்த மகான் காமராஜர். நம் தலைமுறையில் இப்படிப்பட்ட இன்னொரு மாபெரும் தலைவரை ஒப்பற்ற தலைவரை மக்களுக்காகவே வாழ்ந்த தலைவரை இனி நாம் காணவே முடியாது.

- நடிகர் திலகம் சிவாஜிகணேசன்

உழைப்பால் உயர்ந்தவர் தலைவர் காமராஜர். உண்மைச் சேவையால் மக்கள் நெஞ்சங்களிலெல்லாம் உலா வருபவர் காமராஜர். ஏழை மாணவச் செல்வங்களுக்கு எட்டாத கனியாய் இருந்த கல்விச்சுடரை ஏற்றிக் கொடுத்தவர். நாட்டு மக்களின் நல்வாழ்வுக்காகத் தன்னை வாழ்நாள் முழுவதும் சந்தனக்கட்டையாய்த் தேய்த்துக் கொண்ட தலைவர் காமராஜர்.

தொண்டர்களுக்கெல்லாம் தொண்டராய், தலைவர்களுக்கெல்லாம் தலைவராய் விளங்கிய காமராஜரது கனிந்த வாழ்வு, இனியும் நீண்ட நாட்களுக்கு பொதுத் தொண்டாற்ற முனைவோருக்கு ஓர் இலக்கணமாய் வழிகாட்டியாய்த் திகழும்.

ஒரு தேசத்தின் வாழ்வில் மிகச்சிலரே ஒரு கட்சிக்குரியவராய் வாழினும் கட்சிகளுக்கெல்லாம் அப்பாற்பட்டு உயர்ந்த

தேசியத் தலைவர்களாய் மதிக்கப்பெறும் நிலையைப் பெற இயலும். அத்தகைய ஒரு சில தேசியத் தலைவர்களில் மிகச் சிறந்ததோர் தலைவராக காமராஜர் விளங்கினார் என்பது தமிழகம் என்றென்றும் எண்ணிப் பெருமிதம் கொள்ளத்தக்க பெருமை.

– ஈ.வி.கே. சம்பத்

மக்கள் தொண்டர் காமராஜர் அவர்கள் தான் கொண்ட கொள்கையில் தடுமாற்றம் இல்லாதவர். அவரைச் சிறு வயதிலிருந்தே நான் அறிவேன். ஆடம்பரமற்றவர். விருதுநகரில் தம் கட்சிக்கு மாறான நீதிக்கட்சி நிறைந்த செல்வாக்குப் பெற்றிருந்த காலத்தில் அவர் தமது காங்கிரஸ் தொண்டைத் தொடங்கினார். அங்கிருந்த மாற்றுக் கட்சியாரின் ஆற்றலும், பெருமையும், காமராஜருடைய நாட்டுப்பற்றையும், தொண்டையும் சிதைக்க முடியவில்லை. காலஞ்சென்ற சத்தியமூர்த்தி அவர்கள் காமராஜரின் உறுதியைக் கண்டு அவரைத் தமிழ் உலகிற்கு அறிமுகப்படுத்தினார். இன்று காமராஜர் தமிழ்நாட்டுத் தலைவர் வரிசையில் தமக்கொரு தனியிடத்தை அடைந்துவிட்டார்.

– டி.எஸ்.எஸ். ராஜன்

தலைவர் காமராஜருக்குப் பிறரிடத்தில் பழகும்போது தாம் உயர்ந்தவர் என்ற எண்ணமோ தான் தாழ்ந்தவர் என்ற அச்சமோ எழுவதில்லை. சாதாரணத் தொண்டர்களுடன் பேசும்போது கூட அவர்களுடன் சரிநிகர் சமானமாகப் பழகும் தன்மை பெற்றிருந்தார்.

தலைவர் காமராஜர் முதல்வராக இருந்தபோதும் அகில இந்தியாவின் தன்னிகரற்ற தலைவராக இருந்தபோதும், தம்மைச் சந்திக்க வருபவர்கள் காங்கிரஸ் ஊழியர்களாக இருந்தாலும் சரி, அவர்களுடன் வெகு சரளமாகப் பழகுவார். அதேபோன்று அயல்நாட்டுத் தலைவர்கள், பிரமுகர்களுடன் பழகும்போதும் அவர் தம்மை எவ்விதத்திலும் தாழ்ந்தவராகக் கருதியதில்லை.

- முன்னாள் ஜனாதிபதி ஆர்.வெங்கட்ராமன்

காமராஜர் முதல் மந்திரியான காலத்திலும், தமிழ்நாட்டில் காங்கிரஸின் நிகரற்ற தலைவராகிவிட்டோம் என்ற இறுமாப்பு சிறிதும் இல்லாமல் ஊழியர்களிடம் அவர் காட்டி வந்த அன்பும், பாசமும்தான் அவருக்கிருந்த மிகப்பெரிய பலம். எந்தக் கட்சியின் தலைவரும் இந்தப் படிப்பினையை அவரிடமிருந்து கற்றுக்கொள்வது அவசியம்.

- கம்யூனிஸ்ட் தலைவர் பி.ராமமூர்த்தி

காமராஜர் ஆட்சிக்குப் பிறகு கையெழுத்துப் போடத் தெரியாமல் கைரேகை வைப்பவன் இருக்கமாட்டான். அதனால்தான் அவரை நான் தூக்குகிறேன். கிராமத்திற்கு கிராமம் கல்வி என்ற திருவிளக்கை ஏற்றி வைத்து, தான் படிக்காததை உணர்ந்து அறியாமை இருளை அகற்றிவரும் கர்மவீரர் காமராஜரை என் தோள்களில் சுமக்க என்றும் நான் தயார். - எழுத்தாளர், பத்திரிகையாளர் தமிழ்வாணன்

நீங்கள்தான் உண்மையான மக்கள் தலைவர்.

- வினோபாவே

ஆளுகை செய்ய மனதானால் ஊழியஞ்செய் என்பதை தம் செய்கையால் செய்து காட்டி, மக்கட்கு உணர்த்தியவர் தொண்டர் காமராஜர். உழைப்பால் உயர்ந்து நேர்மையில் திகழ்ந்து, திறமையில் சிறந்து விளங்குபவர் முதலமைச்சர் காமராஜர்.

- முத்தமிழ்க் காவலர் கி.ஆ.பெ.விசுவநாதம்.

காலம் வணங்கும்
கல்வி வள்ளல் காமராஜர்

15

கர்மவீரரின் வாழ்க்கை நிகழ்வுகள்

1903 :விருதுபட்டி என்னும் நகரில் ஜுலை 15-ஆம் நாள் பிறப்பு.

: பெற்றோர்: குமாரசாமி நாடார்- சிவகாமி அம்மாள்

1907 : தங்கை நாகம்மாள் பிறப்பு

1908 : திண்ணைப் பள்ளிக்கூடத்தில் சேர்ப்பு

: பின் ஏனாதி நாயனார் வித்யாசாலாவிலும் க்ஷத்திரிய வித்யாசாலாவிலும் கல்வி பயிலல்.

1909 : தந்தை குமாரசாமி மறைவு. தாய் மாமன் கருப்பையா நாடார் உதவி.

1911	:	கல்கத்தாவிலிருந்து டில்லி தலைநகராகியது.
1914	:	ஆறாம் வகுப்போடு பள்ளிப்படிப்பு நின்றது.
	:	முதல் உலகப் போர் ஆரம்பம்
	:	சானம்பிள்ளை பொடிக்கடை அறிமுகம் (இங்குதான் தேசிய வீரர்கள் ஒன்று கூடுவார்கள்)
	:	தென்னாப்பிரிக்காவிலிருந்து மகாத்மா இந்தியா திரும்பல்.
1915	:	காங்கிரஸ் கூட்டம், ஊர்வலத்தில் கலந்து கொள்ளல்.
1916	:	அன்னி பெசன்ட் அம்மையார் ஹோம் ரூல் இயக்கம் துவக்கம்.
1917	:	சம்பரானில் அவுரித் தொழிலாளர்கள் பிரிட்டிஷாரின் கொடுமைக்கு ஆளாவதை காந்திஜி எதிர்த்தல்.
1919	:	13.04.1919) ஜாலியன் வாலாபாக் படுகொலை காமராஜரை மிகவும் பாதித்தது.
	:	ரௌலட் சட்டத்தை எதிர்த்து காந்திஜி போராட்ட அழைப்பு. இவர் முழுநேர காங்கிரஸ் ஊழியரானார். ஆம் சுதந்திரப் போராட்டத்தில் முழுமையாய் தன்னை அர்ப்பணித்துக் கொண்டார். அப்போது அவரது வயது 16.
1920	:	வேல்ஸ் இளவரசர் இந்தியா வருகை. தலைவர்கள் எதிர்ப்பு. சென்னை போராட்டத்தில் காமராஜர் கலந்து கொள்ளல்.
	:	காந்திஜி ஒத்துழையாமை இயக்கம் துவக்கல். அதில் பங்கு கொள்ளல்.
	:	கதராடை அணிய ஆரம்பித்தல்.

1921	:	பாலகங்காதர திலகர் மறைவு.
	:	முதல் முதலாக மதுரையில் மகாத்மாவைச் சந்தித்தல் (22.9.1921)
	:	விருதுபட்டி காங்கிரஸ் உறுப்பினராதல்
	:	தமிழ்நாடு காங்கிரஸ் செயலாளராக இருந்த பெரியாரை முதன்முதலாக விருதுபட்டியில் (இப்போது விருதுநகர்) சந்தித்தல்.
	:	முதன்முதலில் எளிங்கநாயக்கன்பட்டியில் நடந்த கூட்டத்தில் மேடையில் பேசுதல்.
1922	:	பெரியார் தலைமையில் சாத்தூர் தாலுகா காங்கிரஸ் மாநாடு.
	:	சென்னை மாகாணக் காங்கிரஸ் கமிட்டி உறுப்பினராதல்.
1923	:	கள்ளுக்கடை மறியலில் கலந்துகொள்ளல்.
	:	நாகபுரி கொடிப் போராட்டத்தில் பங்குபெறல்.
	:	விருதுபட்டியில் 'வாள்' போரட்டம் நடத்தல்.
1924	:	தலைவர் தீரர் தனது அரசியல் குரு தீரர் சத்தியமூர்த்தியை சந்தித்தல்.
1925	:	தேசபந்து சித்தரஞ்சன்தாஸ் மரணம்.
	:	கடலூரிலிருந்து தமிழ்நாடு காங்கிரஸ் கமிட்டி உறுப்பினராகத் தேர்ந்தெடுக்கப்படல்.
1926	:	சத்தியமூர்த்தி-சீனிவாச அய்யங்கார் ஆகியோருடன் தேர்தல் பணிபுரியல்.
	:	காந்தியடிகள், நேருஜி சந்திப்பு.
	:	சென்னை மாநகர் காங்கிரஸ் மாநாட்டில் கலந்து கொள்ளல்.

1927	: சென்னையில் கர்னல் நீல் சிலை அகற்றும் போராட்டம் நடத்த காந்திஜியின் அனுமதியைக் கேட்க... அவர் கொடுக்க அதற்குள் அரசே நீக்கிவிட்டது.
	: மகாத்மா சென்னை விஜயம்.
1928	: மதுரையில் சைமன் குழுவை எதிர்த்துப் போராட்டம்.
1929	: லாகூர் காங்கிரஸ் மாநாட்டிற்கு நேருஜி தலைமை - 'பூரண சுயராஜ்யமே குறிக்கோள்' என்ற முழக்கம்.
1930	: உப்பு சத்தியாகிரகத்தில் கலந்து கொண்டதால்

காலம் வணங்கும் கல்வி வள்ளல் காமராஜர்

பாகிஸ்தான் முன்னாள் அதிபர் பூட்டோவுடன்

முதன் முதலில் காமராஜர் சிறையில் (ஆந்திரா அலிப்பூர் சிறை) அடைப்பு. (மார்ச் 12)

1931 : காந்தி-இர்வின் ஒப்பந்தம். காமராஜர் விடுதலை.

: மதுரை காங்கிரஸ் மாநாட்டுக்குத் தலைமை தாங்குதல்.

: இந்திய காங்கிரஸ் கமிட்டி உறுப்பினராதல்.

: இராமநாதபுரத்திலிருந்து சென்னை மாகாணக் காங்கிரஸ் செயற்குழுவிற்குத் தேர்ந்தெடுக்கப்படல்.

: ஜாமீன் வழக்கில் கைதாகி ஓராண்டு சிறைத் தண்டனை. (2-ம்முறை) திருச்சி சிறை / வேலூர் சிறை.

1932 : சதி வழக்குப் போடப்பட்டு (3-வது முறை) கைதாகிறார்; பிறகு நிரபராதி என விடுபடல்.

1933 : காவல் நிலையங்களில் குண்டு வீசினார் என கைது செய்யப்பட்டு (4-வது முறை) பின் நிரபராதி என விடுபடல்.

வைரவமணி

எழுத்தாளர் ஜெயகாந்தனுடன் (நடுவில்)

	:	சென்னை மாகாணத்திற்கு 'வைஸ்ராய்' வருகை - முன்னெச்சரிக்கை நடவடிக்கைக்காக காமராஜர் (5-ஆம் முறை) கைது செய்யப்படல்.
1934	:	வடக்குப் பீகாரில் பெரும் பூகம்பம் ஏற்படுகிறது.
	:	பொதுத் தேர்தல் காங்கிரஸ் பெரும் வெற்றி.
1935	:	காங்கிரஸ் மகாசபை கூட்டம் லக்னோ (லட்சுமணபுரி) யில் நடைபெறல்.
1935	:	28.12.1935 காங்கிரஸ் பொன்விழா விருது நகரில் கொண்டாடப்படல்.
1936	:	சென்னை மாகாண, காங்கிரஸ் தேர்தலில் சத்தியமூர்த்தி தலைவராகவும், காமராஜர் செயலாளராகவும் தேர்வு பெற்றனர்.
1937	:	விருதுநகர் நகராட்சி மன்றத் தேர்தலிலும் அடுத்து

காலம் வணங்கும் கல்வி வள்ளல் காமராஜர்

ஜெயப்பிரகாஷ் நாராயணனுடன்

நடந்த சட்டமன்றத் தேர்தலிலும் காமராஜர் வெற்றி.

1939 : இரண்டாம் உலகப் போரில் இந்தியா கலந்து கொண்டதை காந்திஜி எதிர்ப்பு. இதன் பொருட்டு காங்கிரஸ் ஆட்சியாளர்களும், சட்டமன்ற உறுப்பினர்களும் ராஜினாமா.

1940 : தமிழ்நாடு காங்கிரஸ் தலைவராகிறார் காமராஜர். அப்போது அவரது வயது 37 மட்டுமே. சத்தியமூர்த்தி செயலாளர்.

1941 : பிரிட்டிஷார் யுத்த நிதி கோரிக்கை வைக்க அதைக் காமராஜர் எதிர்த்தார்.

: பாதுகாப்புச் சட்டப்படி (6-ஆம் முறை) கைது செய்யப்படல்.

: விருதுநகர் நகரசபைத் தலைவராக காமராஜர்

45. சட்டமன்ற விளையாட்டுப் போட்டியில்
Tug of War with the Legislators

சிறையிலிருக்கும்போதே ஏகமனதாகத் தேர்ந்தெடுக்கப்படுதல்.

1942 : சிறையிலிருந்து விடுதலையாகி (16.3.42), விருதுநகர் நகர சபைத் தலைவராகப் பொறுப்பேற்று, அன்றே ராஜினாமா செய்தல்.

: ஆகஸ்ட் புரட்சியின்போது கைது செய்யப்பட்டு (வெள்ளையனே வெளியேறு) அமராவதி சிறைச்சாலையில் இரண்டாண்டுகள் கழித்தபின், வேலூர் சிறைக்கு மாற்றப்பட்டார். (7-வது முறை)

1945 : விடுதலை ஆதல்.

1946 : மே 16. தமிழ்நாடு காங்கிரஸ் கமிட்டித் தலைவர். சென்னை சட்டமன்றத்திற்கும் தேர்வு.

1947 : ஆகஸ்டு 15. இந்தியா விடுதலை பெற்றது.

: அகில இந்திய காங்கிரஸ் கமிட்டி உறுப்பினராதல்.

1948 : ஜூன் 13. சென்னை மாகாணக் காங்கிரஸ் தலைவராகத் தொடர்ந்து 3-ஆம் முறையும் தேர்ந்தெடுக்கப்படுகிறார்.

: ஜனவரி 30, மகாத்மா காந்தி சுட்டுக் கொல்லப்படுகிறார். பி.எஸ். குமாரசாமி ராஜா தமிழ்நாட்டின் முதல்வராகிறார்.

1949 : இலங்கையில் சுற்றுப்பயணம்.

: ஆகஸ்டு 29. சென்னை மாகாண காங்கிரஸ் தலைவராக 4-ஆம் முறை தேர்ந்தெடுக்கப்படுகிறார்.

: இந்தியக் காங்கிரஸ் கமிட்டி உறுப்பினர்.

1950 : வல்லபபாய் படேல் மறைவு.

1952 : நாடாளுமன்றத் தேர்தலில் திருவில்லிப்புத்தூரில் நின்று வெற்றி பெற்றார்.

	:	டிசம்பர் 26. சென்னை மாகாணக் காங்கிரஸ் தலைவராக 5-ஆம் முறை தேர்வாதல்.
1953	:	மீண்டும் இலங்கை சுற்றுப்பயணம்
1954	:	பிப்ரவரியில் மலாய் நாட்டில் சுற்றுப் பயணம்.
	:	'குலக்கல்வி திட்ட' பிரச்சனை காரணமாக முதல்வர் இராஜாஜி பதவி இராஜினாமா.
	:	சட்டமன்ற காங்கிரஸ் கட்சித் தலைவராகத் தேர்ந்தெடுக்கப்படுகிறார்.
	:	சென்னை மாகாண காங்கிரஸ் தலைவர் பதவியை ராஜினாமா செய்ய 'கக்கன்' காங்கிரஸ் தலைவரானார்.
	:	ஏப்ரல் 13 - தமிழக முதல்வராகப் பதவி ஏற்றார்.
	:	குடியாத்தம் தொகுதி சட்டமன்ற இடைத்தேர்தலில் போட்டியிட்டு வெற்றி பெறுகிறார்.
1955	:	ஆவடி காங்கிரஸ் மாநாட்டில் கலந்துகொள்ளல்.
	:	டிசம்பர்-இராமநாதபுரம் கடற்கரை புயலால் பாதிக்கப்பட, அங்கு நிவாரணப் பணிபுரிய நேரடியாகச் சென்றார்.
1956	:	மொழி வழி மாநிலம் என்ற திட்டத்தை வரவேற்றார். தமிழகம் உருவாக அரும்பணி ஆற்றல்.
	:	இலவச மதிய உணவுத் திட்டம் அறிமுகம்.
	:	தமிழ் ஆட்சிமொழி சட்டம் கொண்டு வரல்.
1957	:	பொதுத் தேர்தல். இரண்டாம் முறை முதல்வர்.
1960	:	11-ம் வகுப்பு வரை ஏழைப் பிள்ளைகளுக்கு

காலம் வணங்கும் கல்வி வள்ளல் காமராஜர்

இலவசக் கல்வி.

1961 : சென்னை அண்ணாசாலையில் காமராஜர் சிலையை நேருஜி திறந்து வைத்தார். (அக்.9)

1962 : காமராஜர் சாத்தூர் சட்டமன்ற உறுப்பினராகத் தேர்வு செய்யப்பட்டு 3-ஆம் முறை முதல்வரானார். (மார்ச் 3)

1963 : எல்லோருக்கும் இலவசக் கல்வி திட்டத்தை அமல்படுத்தினார்.

: காமராஜரின் (கே பிளான்) திட்டப்படி தனது முதல்வர் பதவியை ராஜினாமா செய்தார். (அக்.2)

1964 : அனைத்திந்திய காங்கிரஸ் தலைவர் நேருஜி

மறைவு (மே 27)

: லால் பகதூர் பிரதமராக காமராஜர் வழி அமைத்துக் கொடுத்தார்.

1965 : இந்தியா-பாகிஸ்தான் போர்: போர் வீரர்களை பாகிஸ்தான் எல்லையில் சென்று சந்தித்தார்.

: லால் பகதூர் சாஸ்திரி மரணம் (டிச. 10)

1966 : நேரு மகள் இந்திராகாந்தியைப் பிரதமராக்கினார் காமராஜர். (ஜன.9)

: இந்தியக் காங்கிரஸ் தலைவராக 2-ஆம் முறையும் தேர்வு பெற்றார். (பிப்ரவரி)

1967 : விருதுநகர் தொகுதியில் சட்டமன்றத் தேர்தலில் போட்டியிட்ட காமராஜர் தோல்வி.

: தி.மு.க. தமிழக ஆட்சியைக் கைப்பற்றியது.

1968 : இந்தியக் காங்கிரஸ் தலைவர் பதவிக்குப் போட்டியிடவில்லை.

1969 : நாகர்கோவில் பாராளுமன்ற இடைத்தேர்தலில் வெற்றி. (ஜன. 8)

காலம் வணங்கும் கல்வி வள்ளல் காமராஜர்

: தாயார் மரணம்

: காங்கிரஸ் பிளவு; சிண்டிகேட் இண்டிகேட் எனப் பிரிந்தது.

1971 : மீண்டும் நாகர்கோவில் நாடாளுமன்றத் தொகுதியில் வெற்றி பெறுகிறார்.

1972 தாமிர பத்திர விருது பெறுகிறார்.

: ராஜாஜி மறைவு

1973 : தந்தை பெரியார் மறைவு

1975 : காந்தி பிறந்த நாளில் கர்மவீரர் மறைவு. (அக். 2)

காந்திஜி நினைவகம் (கிண்டி) அருகே கர்மவீரரின் உடல் எரியூட்டப்பட்டது. (அக். 3)

காலம் வணங்கும்
கல்வி வள்ளல் காமராஜர்

16

காமராஜரைப் பற்றிய அரிய தகவல்கள்

1. காமராஜர், ஒருவரை ஒரு தடவை பார்த்துப் பேசி விட்டால் போதும், அவரை எத்தனை ஆண்டுகள் கழித்துப் பார்த்தாலும், மிகச்சரியாகச் சொல்வார். அந்த அளவுக்கு அவரிடம் ஞாபகசக்தி மிகுந்திருந்தது.

2. கட்சி சுற்றுப் பயணத்தின்போது எல்லோரும் சாப்பிட்டபிறகுதான் காமராஜர் சாப்பிடுவார்.

3. காமராஜரிடம் பேசும்போது, அவர் "அமருங்கள், மகிழ்ச்சி, நன்றி" என அழகுத் தமிழில்தான் பேசுவார்.

4. காமராஜரின் ஆட்சி இந்தியாவின் மற்ற மாநிலங்களுக்கு முன்னோடியாக இருக்கிறது என்று முன்னாள் குடியரசுத் தலைவர் பாபு ராஜேந்திர பிரசாத் சொல்லி இருக்கிறார்..

5. நேரு, சர்தார்படேல், சாஸ்திரி உள்ளிட்ட வட மாநில தலைவர்களுடன் பேசும்போது மிக மிக அழகான ஆங்கிலத்தில் காமராஜர் பேசுவதை பலரும் கேட்டு ஆச்சரியத்தில் வாயடைத்துப்போய் இருக்கிறார்கள்.

6. காமராஜருக்குக் கோபம் வந்துவிட்டால் அவ்வளவு தான், திட்டித் தீர்த்துவிடுவார். ஆனால் அந்தக் கோபம், மறுநிமிடமே பனிக்கட்டி போல கரைந்து மறைந்துவிடும்.

7. தமிழ்நாட்டில் எந்த ஊர் பற்றி பேசினாலும், அந்த ஊரில் உள்ள தியாகி பெயர் மற்றும் விவரங்களை துல்லியமாகச் சொல்லி ஆச்சரியப்படுத்துவார்.

8. காமராஜர் தன் ஆட்சிக் காலத்தில் உயர் கல்விக்காக ரூ.175 கோடி செலவழித்தார். இது அந்தக் காலத்தில் மிகப்பெரிய தொகையாகும்.

9. தனது பாட்டியின் இறுதிச் சடங்கில் கலந்துகொண்ட காமராஜர் தோளில் துண்டு போடப்பட்டது. அன்று முதல் காமராஜர் தன் தோளில் துண்டை போட்டுக்கொள்ளும் பழக்கத்தை ஏற்படுத்திக் கொண்டார்.

10. காமராஜருக்கு மலர் மாலைகள் என்றால் அலர்ஜி. எனவே கழுத்தில் போடவிடாமல் கையிலேயே வாங்கிக்கொள்வார்.

11. கதர்த் துண்டுகள் அணிவித்தால் காமராஜர் மிக, மிக மகிழ்ச்சியுடன் ஏற்றுக் கொள்வார். ஏனெனில் அந்த கதர்த் துண்டுகள் அனைத்தையும் பால மந்திர் என்ற ஆதரவற்றோர் இல்லத்துக்குக் கொடுத்து விடுவார்.

12. பிறந்த நாளன்று யாராவது அன்பு மிகுதியால்பெரிய கேக் கொண்டு வந்து வெட்டசொன்னால், ''என்னய்யா...இது?'' என்பார். கொஞ்சம் வெட்கத்துடன்தான் "கேக்" வெட்டுவார்.

13. 1966–ஆம் ஆண்டு ஜெய்ப்பூரில் நடந்த காங்கிரஸ் மாநாட்டில் பேசிய காமராஜர், ''மக்களுக்குக் குறைந்த விலையில் பொருட்களை வழங்கும் தொழில்களை நிறைய தொடங்கவேண்டும்'' என்றார். இந்த உரைதான் இந்தியப் பொருளாதார துறையில் மாற்றங்களை ஏற்படுத்தியது.

14. பெருந்தலைவரை எல்லாரும் காமராஜர் என்று அழைத்து வந்த நிலையில் தந்தை பெரியார்தான் மேடைகள் தோறும் "காமராஜர்" என்று கூறி நல்ல தமிழில் அழைக்க வைத்தார்.

15. காமராஜருக்கு "பச்சைத்தமிழன்" என்ற பெயரைச் சூட்டியவர் ஈ.வெ.ரா.பெரியார்.

16. காமராஜர் தன் டிரைவர், உதவியாளர்களிடம் எப்போதும் அதிக அக்கறை காட்டுவார். குறிப்பாக அவர்கள் சாப்பிட்டுவிட்டார்களா என்று பார்த்து உறுதிப்படுத்திக்கொள்வார்.

17. காமராஜருக்கு ராமரை மிகவும் பிடிக்கும். எனவே அவர் ஓய்வு நேரங்களில் ராமாயணம் படிப்பதை வழக்கத்தில் வைத்திருந்தார்.

18. காமராஜர் ஒரு தடவை குற்றாலத்தில் சில தினங்கள் தங்கும் வாய்ப்பு கிடைத்தது. அப்போது அவர் சாமிதோப்பு அய்யாவை குண்டரின் வரலாற்று காவியமான 'அகிலத்திரட்டு' நூலை ஒருவரை வாசிக்கச் சொல்லி முழுமையாகக் கேட்டார்.

19. ஒரு தடவை 234 பஞ்சாயத்து விரிவாக்க அலுவலர்களை பணி நீக்கம் செய்யும் கோப்பு காமராஜரிடம் வந்தது. அதில் கையெழுத்திட மறுத்த காமராஜர், அந்த 234 பேரையும் வேறு துறைக்கு மாற்றி உத்தரவிட்டார்.

20. பிரதமர் நேரு, காமராஜரை பொதுக்கூட்டங்களில் பேசும் போதெல்லாம், "மக்கள் தலைவர்" என்றே கூறினார்.

21. வட மதுரையில் இருந்து அரசாண்ட கம்சனின் மந்திரி சபையில் 8 மந்திரிகள் இருந்ததாக பாகவதம் கூறுகிறது. இதை உணர்ந்தே காமராஜரும் தன்

மந்திரி சபையில் 8 மந்திரிகளை வைத்திருந்ததாகச் சொல்வார்கள்.

22. தமிழ்நாட்டில் காமராஜரின் காலடித் தடம் படாத கிராமமே இல்லை என்று சொல்லும் அளவுக்கு அவர் எல்லா கிராமங்களுக்கும் சென்றுள்ளார். இதனால்தான் தமிழ்நாட்டின் பூகோளம் அவருக்கு அத்துப்படியாக இருந்தது.

23. காமராஜர் திட்டத்தின் கீழ் காமராஜரே முதன்முதலாக தாமாக முன் வந்து 2.10.1963–இல் முதல் அமைச்சர் பதவியை ராஜினமா செய்தார்.

24. 9 ஆண்டுகள் முதல்மந்திரியாக இருந்த காமராஜர், சட்டசபையில் 6 தடவைதான் நீண்ட பதில் உரையாற்றி இருக்கிறார்.

25. காங்கிரஸ் கட்சியை மிக மிகக் கடுமையாக எதிர்த்து வந்தவர் ராமசாமி படையாச்சி, அவரையும் காமராஜர் தன் மந்திரிசபையில் சேர்த்துக் கொண்ட போது எல்லோரும் ஆச்சரியப்பட்டனர்.

26. சட்டத்தைக் காரணம் காட்டி எந்த ஒரு மக்கள் நலத்திட்டத்தையும் கிடப்பில் போட காமராஜர் அனுமதித்ததே இல்லை."மக்களுக்காகத்தான் சட்டமே தவிர சட்டத்துக்காக மக்கள் இல்லை" என்று அவர் அடிக்கடி அதிகாரிகளிடம் கூறுவதுண்டு.

27. தவறு என்று தெரிந்தால் அதைத் தட்டிக்கேட்க காமராஜர் ஒரு போதும் தயங்கியதே இல்லை. மகாத்மா காந்தி, தீரர் சத்தியமூர்த்தி உள்பட பலர் காமராஜரின் இந்தத் துணிச்சலால் தங்கள் முடிவை மாற்றியது குறிப்பிடத்தக்கது.

28. காமராஜர் எப்போதும் "முக்கால் கை" வைத்த கதர்ச் சட்டையும், 4 முழு வேட்டியையும் அணிவதையே விரும்பினார்.

29. காமராஜர் மணிபர்சோ, பேனாவோ ஒரு போதும் வைத்துக்கொண்டதில்லை. ஏதாவது கோப்புகளில் கையெழுத்துப் போடவேண்டும் என்றால், அருகில் இருக்கும் அதிகாரியிடம் பேனா வாங்கி கையெழுத்திடுவார்.

30. காமராஜர் எப்போதும் ஒரு பீங்கான் தட்டில்தான் மதிய உணவு சாப்பிடுவார். கடைசிவரை அவர் அந்தத் தட்டையே பயன்படுத்தினார்.

31. காமராஜர் தினமும் இரண்டு அல்லது மூன்று தடவை குளிப்பார். அவருக்குப் பச்சைத் தண்ணீரில் குளிப்பது என்றால் மிகவும் பிடிக்கும். குளித்து முடித்ததும் சலவை செய்த சட்டையையே போட்டுக் கொள்வார்.

32. காமராஜரின் எளிமை நேருவால் போற்றப் பட்டிருக்கிறது. 'எனக்குத் தெரிந்து இவருடைய சட்டைப் பையில் பணம் இருந்ததில்லை' என்று நேரு குறிப்பிட்டதுண்டு.

33. காமராஜர் நாளிதழ்களை படிக்கும்போது எந்த ஊரில் என்ன பிரச்சனை உள்ளது என்பதை உன்னிப்பாகப் படிப்பார். பிறகு அந்த ஊர்களுக்குச் செல்ல நேரிடும்போது, அந்தப் பிரச்சனை பற்றி மக்களுடன் விவாதிப்பார்.

34. காமராஜர் ஒரு தடவை தன் பிரத்தியேக பெட்டிக்குள், இன்சைடு ஆப்பிரிக்கா, என்ட்ஸ் அண்ட் மீன்ஸ், டைம், நியூஸ் வீக் ஆகிய ஆங்கில இதழ்களை வைத்திருப்பதைக் கண்டு எழுத்தாளர் சாவி ஆச்சரியப்பட்டார்.

35. எந்தவொரு செயலையும் எடுத்தேன் கவிழ்த்தேன் என்று செய்துவிட மாட்டார். நிதானமாக யோசித்துத்தான் ஒரு செயலில் இறங்குவார். எடுத்த செயலை எக்காரணம் கொண்டும் செய்துமுடிக்காமல் விட மாட்டார்.

36. காமராஜருக்கு மக்களுடன் பேசுவது என்றால் கொள்ளைப் பிரியம் உண்டு. தன்னைத் தேடி எத்தனை பேர் வந்தாலும் அவர்கள் எல்லாரையும் அழைத்து பேசி விட்டுத்தான் தூங்கச் செல்வார். அவர் பேசும்போது சாதாரண கிராமத்தான் போலவே பேசுவார்.

37. காமராஜர் 1920-ஆம் ஆண்டு இந்திய தேசிய காங்கிரஸ் உறுப்பினர் ஆனார்.

38. 1953-இல் நேருவிடம் தமக்கு இருந்த நட்பைப் பயன்படுத்தி, நாடாளுமன்றத்தில் பிற்படுத்தப்பட்ட மக்களுக்காக முதல்சட்டத் திருத்தம் கொண்டு வந்தவர் பெருந்தலைவர் காமராஜர் என்பது குறிப்பிடத்தக்கது.

39. வட இந்திய மக்கள் காமராஜரை 'காலா காந்தி' என்று அன்போடு அழைத்தார்கள். 'காலா காந்தி' என்றால் 'கருப்பு காந்தி' என்று அர்த்தம்.

40. சட்டசபையில் சமர்ப்பிக்கப்படும் வரவு செலவு திட்டத்தை முதல் முறையாக தமிழில் சமர்ப்பித்த பெருமை காமராஜரையே சேரும்.

41. 12 ஆண்டுகள் காமராஜர் தமிழ்நாடு காங்கிரஸ் கமிட்டித் தலைவராக இருந்து தமிழ்நாட்டில் காங்கிரஸ் வேரூன்றவும், காங்கிரஸ் ஆட்சி ஏற்படவும் பாடுபட்டார்.

42. காமராஜர் அகில இந்தியக் காங்கிரஸ் கமிட்டியின் தலைவராக சுமார் 2 ஆண்டு காலம் பதவி வகித்து, இந்தியாவிலுள்ள எல்லா மாநிலங்களுக்கும் சுற்றுப்பயணம் செய்து காங்கிரஸ் கட்சி வளர்ச்சிக்கு அரும்பாடுபட்டார்.

43. காமராஜர் இளம் வயதில் கொஞ்ச காலம் இன்ஷூரன்ஸ் ஏஜெண்ட்டாக இருந்தார். பின்பு அதை விட்டுவிட்டார்.

44. காமராஜர் புகழ் இந்தியா மட்டுமன்றி உலகமெங்கும் பரவியது. அமெரிக்காவும், ரஷியாவும் அவரைத் தங்கள் நாடுகளுக்கு அரசு விருந்தாளியாக வர வேண்டும் என்று வேண்டுகோள்கள் விடுத்தன.

45. காமராஜர் 1966–ஆம் ஆண்டு சோவியத் நாட்டுக்குச் சென்றார். கிழக்கு ஜெர்மனி, ஹங்கேரி, செக்கோஸ்லேவாக்கியா, யூகோஸ்லோவாக்கியா, பல்கேரியா போன்ற ஐரோப்பிய நாடுகளுக்கும் சென்று வந்திருக்கிறார்.

46. தனுஷ்கோடி நாடார், முத்துசாமி ஆசாரி ஆகிய இருவரும் காமராஜரின் நண்பர்களாக அவர் வாழ்நாள் முழுவதும் இருந்தார்கள்.

47. 1953–இல் ஒரே கிளை நூலகம் மட்டும் இருந்தது. ஏழை மாணவர்கள் பொது அறிவு பெறுவதற்காக 1961–இல் 454 கிளை நூலகங்கள் ஆரம்பிக்கப்பட்டன. ஆரம்பித்து வைத்தவர் பெருந்தலைவர் காமராஜர்.

48. 1947–க்கு முன்பு காமராஜர் சென்னைக்கு வந்தால் ரிப்பன் மாளிகையின் எதிரில் ரெயில்வே பாதையை ஒட்டியுள்ள ‘ஓட்டல் எவரெஸ்ட்’டில் தான் தங்குவது வழக்கம். ஒருநாளைக்கு இரண்டு ரூபாய்தான் வாடகை.

49. காமராஜர் தனது ஆடைகளைத் தானே துவைத்துக் கொள்வார். பாரதி பக்தர் காமராஜர். எப்போதும் தன்னோடு பாரதியார் கவிதைகளை வைத்திருப்பார்.

50. காமராஜர் ரஷியப் பயணத்தின்போது மாஸ்கோ வரவேற்பில் காமராஜர், பாரதியின் 'ஆகா வென்றெழுந்தது பார் யுகப் புரட்சி' என்ற பாடலைப் பாடி ரஷிய மக்களின் பாராட்டுக்களைப் பெற்றார்.

51. பிரிட்டிஷ் இளவரசியும், அவரது கணவன் எடின்பரோ கோமகனும் சென்னைக்கு வந்திருந்த போது காமராஜர் தமிழகத்தின் முதல்அமைச்சர். அவர்களோடு ஆங்கிலத்தில் பேசி ஆச்சரியப் படுத்தினார்.

52. காமராஜர் ஆட்சியில் தமிழ்நாட்டில் சுமார் 33,000 ஏரி, குளங்களை சீர்ப்படுத்த சுமார் ரூ.28 கோடி செலவிடப்பட்டது.

53. காமராஜரால் அறிமுகப்படுத்தப்பட்ட இலவசக் கல்வி முதன் முதலாக திருச்செந்தூரில் ஆரம்பிக்கப்பட்டது.

54. பயிற்சி டாக்டர்களுக்கு முதன் முதலாக உதவித் தொகை வழங்கப்பட்டது காமராஜர் ஆட்சியில் தான்.

55. காமராஜர் என்றுமே பண்டிகை நாட்களை கொண்டாடியதும் இல்லை. அந்நாட்களில் ஊருக்குப் போவதுமில்லை.

56. காமராஜருக்கு சாதம், சாம்பார், ரசம், தயிர், ஒரு பொரியல் அல்லது கீரை இவ்வளவுதான் சாப்பாடு. காரமில்லாததாக இருக்க வேண்டும். இரவில் ஒரு கப் பால், இரண்டு இட்லி, காஞ்சிபுரம் இட்லி என்றால் விரும்பிச் சாப்பிடுவார்

57. காமராஜரின் முகபாவத்தில் இருந்து எளிதில் யாரும் எதையும் ஊகித்துவிட முடியாது. எந்தவொரு வேண்டுகோளுக்கும் 'யோசிக்கலாம்', 'ஆகட்டும் பார்க்கலாம்' என்று சிறுவார்த்தைதான் அவரிடம் இருந்து வெளிப்படும்.

58. காமராஜர் விருது நகரில் இருந்து சென்னைக்கு கொண்டு வந்த ஒரே சொத்து ஒரு சிறிய இரும்பு டிரங்குப் பெட்டிதான்.

59. காமராஜரின் சகோதரி மகன் 62-இல் எம்.பி.பி.எஸ். சீட் கேட்டு சிபாரிசு செய்யக் கூறினார். ஆனால் காமராஜர் 'மார்க் இருந்தா சீட் கொடுக்கிறாங்க' என அனுப்பிவிட்டார். பிறகு அவர் 2 வருடம் கழித்தே எம்.பி.பி.எஸ்.ஸில் சேர்ந்தார்.

60. 1961-ஆம் வருடம் அக்டோபர் மாதம் 9-ந்தேதி காமராஜரின் உருவச் சிலையை நேரு திறந்து வைத்தார். இந்த விழாவில் காமராஜரும் கலந்து கொண்டார்.

61. பெருந்தலைவர் காமராஜர் எவரையும் மனம் நோகும்படி பேச மாட்டார். அரசியல் காழ்ப்புணர்ச்சி எதுவும் கருதாமல் நட்பு முறையுடன் மகிழ்ச்சியோடு பேசுவார்.

62. 1947-ஆம் ஆண்டு அரசியல் சட்டத்தைத் தயாரித்த அரசியல் நிர்ணய சபையில் தலைவர் காமராஜர் அவர்களும் ஒருவராக இருந்தார் என்ற செய்தி பலருக்கும் தெரியாது.

63. காமராஜர் தீவிரமாக அரசியல் பங்கு பெறக் காரணமாக இருந்தவர்கள் சேலம் டாக்டர் வரதராஜுலுநாயுடு, திரு.வி.கல்யாணசுந்தரனார், சத்தியமூர்த்தி ஆகிய மூவரும்தான்.

64. பெருந்தலைவர் காமராஜரின் கல்விப் புரட்சியால் 1954-இல் 18 லட்சம் சிறுவர்கள் மட்டுமே படித்துக் கொண்டிருந்த நிலை மாறி, 1961-இல் 34 லட்சம் சிறுவர்கள் படிக்கும் நிலை ஏற்பட்டது.

65. 1960-ஆம் ஆண்டு முதல் 11-வது வகுப்புவரை ஏழைப் பிள்ளைகள் அனைவருக்கும் இலவசக் கல்வி அளிக்க உத்தரவு இட்டு அதைச் செயல்படுத்திக் காட்டி, இந்தியாவை தமிழ்நாட்டுப் பக்கம் திரும்பிப் பார்க்க வைத்தார்.

66. கஷ்டப்பட்ட மாணவர்களுக்கும், நன்றாகப் படிக்கும் மாணவ, மாணவிகளுக்கும் இலவச ஸ்காலர்ஷிப் பணமும் பெருந்தலைவர் காமராஜர் ஆட்சியில்தான் ஏற்படுத்தப்பட்டது.

67. காமராஜர் ஆட்சியில்தான் 60 வயது முதியவர்களுக்கும் பென்ஷன் திட்டம் கொண்டு வரப்பட்டது.

68. காமராஜர் தனது ஆட்சியில் ஒவ்வொரு பெரிய கிராமத்திலும் பிரசவ விடுதிகள், ஆஸ்பத்திரிகள் திறந்து வைத்து சாதனை படைத்தார்.

69. கேரளா மாநிலத்துடன் இணைக்கப்பட்டிருந்த நாகர்கோவில், செங்கோட்டை, சென்னையில் ஒரு பகுதியையும் தமிழ்நாட்டுடன் இணைத்த பெருமை காமராஜரையே சேரும்.

70. காமராஜரின் மறைவு கேட்டு பிரிட்டிஷ் அரசாங்கமே இரங்கல் செய்தியை பிரதமர் இந்திரா காந்திக்கு அனுப்பி வைத்திருந்தது. அதில் காமராஜரின் தியாகமும், தேசத்தொண்டும், ஏழை மக்களின் வாழ்க்கைத் தரத்தை உயர்த்த அவர் பாடுபட்டு வந்ததும் நினைவுகூரப்பட்டிருந்தது.

காலம் வணங்கும் கல்வி வள்ளல் காமராஜர்

71. காமராஜர் ஆட்சிக் காலத்தில் மின்சாரம் வழங்குவதில் இந்தியாவிலேயே தமிழகமே முதலிடம் வகித்தது. விவசாயத்திற்கு மின்சாரத்தைப் பயன்படுத்துவதிலும் தமிழகமே முதல் மாநிலமாக காமராஜர் ஆட்சியில் திகழ்ந்தது.

72. இந்திய மொழிகளிலேயே முதன் முதலாக தமிழ்மொழியில் கலைக் களஞ்சியம் காமராஜர் ஆட்சிக் காலத்தில்தான் உருவாக்கப்பட்டது.

73. பெருந்தலைவர் காமராஜருக்கு 'பாரத ரத்னா' எனும் பட்டத்தை இந்திய அரசு அளித்துப் பெருமைப்படுத்தியது.

74. காமராஜர் கண்ணீர்விட்டது மூன்று சந்தர்ப்பங்களில்தான். 1) காந்திஜி சுட்டுக் கொல்லப்பட்ட சேதி கேட்டபோது, 2) கட்சி விஷயங்களில் தனது வலக்கரமாக விளங்கிய செயலாளர் ஜி.ராஜகோபாலின் மறைவின் போது, 3) நெருங்கிய நண்பர் தியாகி பாலன் மறைந்த போது.

75. காமராஜர் பொதுக் கூட்டங்களில் பேசுவதற்காக எதுவும் குறிப்புகள் எடுத்துக் கொள்வதில்லை. எதையும் நினைவில் வைத்து கொண்டு அவற்றை மிக எளிமையாகப் பேசுவார்.

76. காமராஜர் வெளிநாடு சுற்றுப் பயணம் செய்த போது அனைவரது பார்வையும் காமராஜர் பக்கம்தான் இருந்தது. காரணம் நாலு முழக் கதர் வேட்டி, முக்கால் கை கதர்ச் சட்டை, தோளில் கதர்த் துண்டு, இதுதான்.

77. ஆழியாறு திட்டத்தை முடியாதென்று பலர் கூறியபோதிலும் முடித்துக்காட்டினார் பெருந்தலைவர் காமராஜர்.

78. காமராஜர் விரும்பிப் படித்த ஆங்கிலப் புத்தகம் பேராசிரியர் ஹாரால்டு லாஸ்கி என்பவர் எழுதிய அரசியலுக்கு இலக்கணம் (Grammar of politics) என்ற நூலை படித்து அனைவரையும் வியக்க வைத்தார்.

79. காமராஜருக்குப் பிடித்த தமிழ் நூல்கள் கம்ப ராமாயணமும், பாரதியாரின் பாடல்களும்.

80. முதல்வர் ஜெயலலிதா தமிழ்நாடு அரசு சார்பில் காமராஜர் நூற்றாண்டு விழா எடுத்து சிறப்பித்தார்.

81. பெருந்தலைவர் காமராஜரின் முதலாம் ஆண்டு நினைவு நாளன்று 15.7.1976-இல் இந்திய அரசு 25 காசு தபால்தலையை வெளியிட்டது.

82. தமிழ்நாடு சட்டப்பேரவையில் பெருந்தலைவர் காமராஜரின் திருவுருவப்படம் அப்போதைய குடியரசுத் தலைவர் என்.சஞ்சீவிரெட்டியால் 1977 -ஆம் ஆண்டு திறந்து வைக்கப்பட்டது.

83. டெல்லியில் காமராஜரின் திரு உருவச்சிலை அமைக்கப்பட்டுள்ளது. சென்னையில் பிரசித்திப் பெற்ற மெரினா கடற்கரைச்சாலை காமராஜர் சாலை என்று தமிழக அரசால் பெயர்மாற்றம் செய்யப்பட்டது.

84. தமிழக அரசு வாங்கிய கப்பலுக்கு 'தமிழ் காமராஜ்' என்று பெயரிடப்பட்டுள்ளது. சென்னை கிண்டியில் காமராஜர் நினைவாலயம், அமைக்கப்பட்டுள்ளது.

85. மதுரைப் பல்கலைக்கழகத்திற்கு மதுரை காமராஜர் பல்கலைக்கழகம் என்று பெயரிடப்பட்டு, விருதுநகரில் காமராஜர் பிறந்த இல்லத்தை அவரது நினைவுச் சின்னமாக தமிழக அரசு மாற்றியது.

86. காமராஜரிடம் உள்ள மற்றொரு சிறப்பு அவர் மற்றவர்களுடைய பணிகளில் குறுக்கிடுவதில்லை என்பதுதான்.

87. தன்னைப் பாராட்டி யாராவது அதிகம் பேசினால், 'கொஞ்சம் நிறுத்துன்னேன்' என்று சட்டையைப் பிடித்து இழுப்பார். அடுத்த கட்சியை மோசமாகப் பேசினால், 'அதுக்கா இந்தக் கூட்டம்னேன்' என்றும் தடுப்பார்!

88. மாதம் 30 நாளும் கத்திரிக்காய் சாம்பார் வைத்தாலும் மனம் கோணாமல் சாப்பிடுவார். என்றைக்காவது ஒரு முட்டை வைத்துச் சாப்பிட்டால் அது அவரைப் பொறுத்தவரை மாயா பஜார் விருந்து!

89. சுற்றுப் பயணத்தின்போது தொண்டர்கள் அன்பளிப்பு கொடுத்தால், 'கஷ்டப்படுற தியாகிக்குக் கொடுங்க' என்று வாங்க மறுப்பார்!

90. பந்தாக்களை வெறுத்தவர். முதல் தடவை சைரன் ஒலியுடன் அவருக்கான பாதுகாப்பு கார் புறப்பட்டபோது தடுத்தார். 'நான் உயிரோடுதான இருக்கேன். அதுக்குள்ள ஏன் சங்கு ஊதுறீங்க' என்று கமென்ட் அடித்தார்!

91. இரண்டு முறை பிரதமர் ஆக வாய்ப்பு வந்தபோதும் அதை நிராகரித்து லால் பகதூர் சாஸ்திரி, இந்திரா காந்தி ஆகியோரை பிரதமர் ஆக்கினார். 'கிங் மேக்கர்' என்ற பட்டத்தை மட்டும் தக்க வைத்துக்கொண்டார்!

92. காமராஜரிடம் அனுபவம் இருந்தது. தீர்க்கமான அரசியல் நோக்கு, தன்னலமற்ற தன்மை, மக்களுக்குச் சேவை செய்கிற ஆசை இருந்தது.

93. ஆட்சியில் இல்லாதவர்களின் குறுக்கீட்டை அவர் ஒருபோதும் அனுமதித்தது கிடையாது. சிபாரிசுகளை அவர் தூக்கி எறிந்துவிடுவார்.

94. மக்களுக்கு நன்மை செய்யக்கூடிய திட்டங்களை, சட்ட விஷயங்களைக் காட்டிக் கிடப்பில் போடுவதையோ தவிர்க்க முற்படுவதையோ அவரால் பொறுத்துக்கொள்ள முடியாது.

95. வெற்றியைப் போலவே தோல்வியையும் இயல்பாக எடுத்துக்கொள்கிற மனப்பக்குவம் கொண்டவர் காமராஜர்.

96. அவர் 'ஆகட்டும் பார்க்கலாம்' என்றாலே காரியம் முடிந்துவிட்டது என்று அர்த்தம். தன்னால் முடியாவிட்டால் 'முடியாது போ' என்று முகத்துக்கு நேராகவே சொல்லி அனுப்பிவிடுவார்.

97. காமராஜர் எதிர்க்கட்சிகளின் கருத்துகளுக்கு எப்போதும் மதிப்பளிப்பவர். அவர் எதையும் மேம்போக்காகப் பார்ப்பதில்லை. அவர்கள் சொல்வதை கவனமுடன் கேட்டு ஆவன செய்வார்.

98. சராசரிக் குடி மகனும் அவரை எந்த நேரத்திலும் சந்திக்க முடியும். யார் வேண்டுமானாலும் அவரிடம் நேரில் சென்று விண்ணப்பங்களைக் கொடுக்க முடிந்தது.

99. ஆடம்பரம், புகழ்ச்சி, விளம்பரம் எல்லாம் அறவே பிடிக்காது அவருக்கு.

100. சொற்களை வீணாகச் செலவழிக்கமாட்டார். ரொம்பச் சுருக்கமாகத்தான் எதையும் சொல்வார். அநாவசிய பேச்சைப் போலவே அநாவசிய செலவையும் அவர் அனுமதிப்பதில்லை.

காலம் வணங்கும்
கல்வி வள்ளல் காமராஜர்

101. எல்லாத் தகவல்களையும் விரல் நுனியில் வைத்திருந்தார். ஆனால் 'எல்லாம் எனக்கு தெரியும்' என்கிற மனோபவம் ஒரு போதும் அவரிடம் இருந்ததில்லை.

102. மாநிலத்தில் எங்கே எந்த ஆறு ஓடுகிறது. எந்த ஊரில் என்ன தொழில் நடக்கிறது. எந்த ஊரில் யார் முக்கியமானவர் என்பதெல்லாம் அவருக்குத் தெரியும்.

103. அரசுக் கோப்புகளை மிகவும் கவனமாகப் படிப்பார். தேவைப்பட்டால் அவற்றில் திருத்தங்கள் செய்யத் தயங்குவதில்லை.

104. சொல்லும் செயலும் ஒன்றாக இல்லாவிட்டால் அவருக்குக் கோபம் வந்துவிடும். உண்மையில்லாதவர்களை பக்கத்தில் சேர்க்க மாட்டார்.

105. ஒரு தலைவனுக்குரிய எல்லாப் பண்புகளையும் அவர் முழுமையாகப் பெற்றிருந்தார். அதனால்தான் அவரால் கட்சியை ஆட்சியை மக்களைச் சிறப்பாக வழிநடத்த முடிந்தது.

106. சிலசமயம் இரவு படுக்கை இரண்டு மணிகூட ஆகிவிடும். முக்கியமான பிரச்சனை பற்றிய விவாதங்கள் அதிகாலை ஐந்து மணி வரையும் நீடிப்பதுண்டு. எத்தனை மணிக்குப் படுத்தாலும் காலை ஏழுமணிக்கு விழித்துக்கொண்டு விடுவார் அவர்.

117. காமராஜர் எந்த வேலையையும் தள்ளிப் போட்டதில்லை. அன்றைய வேலைகளை அன்றே முடித்து விட்டு மறு நாளுக்கான வேலைத்திட்டத்தையும் ஒழுங்கு செய்து கொண்டுவிடுவார்.

108. காமராஜருக்குத் தினமும் புத்தகம் படிக்கிற பழக்கம் உண்டு. ஏதாவது ஒரு புத்தகத்தைப் படித்த பின்பே உறங்கச்செல்வார்

109. காமராஜர் மக்களுக்காகத் தீட்டிய ஒவ்வொரு திட்டமும் ஒரு மகத்தான குறிக்கோளாகவே இருந்தது.

110. காமராஜர் ஒன்பது ஆண்டுகள் ஆட்சி செய்தார். ஆனால் ஒருமுறைகூட அவர் ஆட்சி மீது ஊழல் புகார்கள் எழவிலை. கறைபடாத கரங்களுக்குச் சொந்தக்காரர் அவர்.

111. பணியாளர்களை மதிக்கும் பண்பு இருந்தது அவரிடம். தம்முடைய கருணை மனம் காரணமாகவே ஏழைகள் மனதில் இன்றளவும் நிலைத்து நிற்கிறார் காமராஜர்.

* * * * * * *

காலம் வணங்கும்
கல்வி வள்ளல் காமராஜர்

17

அமையுமா காமராஜர் ஆட்சி

எளிமையும், நேர்மையும், தியாகமும் கொண்டு தமிழ்நிலத்தைக் காக்க அவதாரமென எழுந்த மக்கள் தலைவர், கர்மவீரர் காமராஜர்! அவர் இறந்தபோது, சட்டைப்பையில் 100 ரூபாய்க்கும் குறைவாகவே வைத்திருந்ததாக சொல்வார்கள். ஆனால், அவர் தமிழகத்தின் ஆட்சியை விட்டு இறங்கியபோது, அரசுக் கருவூலத்தில் ஆயிரமாயிரம் கோடி ரூபாய்க்கு மேல் வைத்துவிட்டு போனார்!

தமிழகத்தை பின்னாளில் ஆட்சி செய்த, அண்ணா, கலைஞர், எம்.ஜி.ஆர், ஜெயலலிதா ஆகிய நான்கு பெரும் முதலமைச்சர்களுக்கும், முன்னோடியாக திகழ்ந்த பெருமைக்குரியவர், காமராஜர். அண்ணாவிடம் காமராஜரின் தியாகத்தைப் பார்க்கலாம்; கலைஞரிடம் காமராஜரின் நடைமுறைப் பார்வையை பார்க்கலாம்; எம்.ஜி.ஆரிடம் காமராஜரின் மக்கள் அணுகுமுறையைப் பார்க்கலாம்; ஜெயலலிதாவிடம் காமராஜரின் பயமறியா துணிச்சலைப் பார்க்கலாம்! நான்கு பேரும் நடைமுறைப்படுத்திய மக்கள் நலத்திட்டங்களில், காமராஜரை மொத்தமாகவே பார்க்கலாம்!

அண்ணாவுக்கும் பெரியாருக்கும் இருந்தது, குரு சீடன் உறவு. ஆனால், காமராஜருக்கும் பெரியாருக்கும் இடையே இருந்தது தந்தை – மகன் உறவு! அரசியலின் ஆரம்பகாலம் முதலே காமராஜரை காத்து நின்றிருக்கிறார், பெரியார். காமராஜரை 1954 இடைத்தேர்தலின் போது, குடியாத்தத்தில் நிற்க வைத்தவரும் கூட பெரியார் தான். ஆனால், காமராஜர் முதலில் தயங்குகிறார். 'இந்த

தொகுதி மக்களுக்கு நான் அவ்வளவாக அறிமுகமே இல்லாதவன். என்னால் எப்படி வெல்ல முடியும்' என்று கேட்கிறார். ஆனால், பெரியார் 'நீ நில்லு கண்ணு... நான் ஜெயிக்க வைக்குறேன்...' என்று உறுதியாக சொல்கிறார். பின்னர், அதுவே நடந்தது! காமராஜரின் வெற்றிக்காக, குடியாத்தத்தின் தெருக்களில் இறங்கி பிரச்சாரம் செய்தார், பெரியார். ஒவ்வொரு மேடையிலும், 'இதோ கம்பீரமாய் வந்து நிற்கிறான் பச்சைத்தமிழன் காமராஜ்... அவனுக்கு உங்கள் வாக்கை அளியுங்கள்...' என்று முழங்கினார். அன்று, தி.மு.க. தேர்தல் அரசியலில் இறங்காத இளம் கட்சியாக இருந்தது. என்றாலும், களத்தில் தாக்கம் செலுத்தும் அளவுக்கு அவர்களுக்கு வலிமை இருந்தது. ஆனால், 'பெரியாரின் ஆணை பெருமானின் ஆணை' என்று நின்ற அண்ணா, குடியாத்தத்தில் காமராஜரை ஆதரிப்பதாக அறிவித்தார். ஆக, அந்தத் தேர்தலில் கம்யூனிஸ்ட் கட்சியினர் மட்டுமே காமராஜருக்கு எதிராக நின்றார்கள். தேர்தல் முடிவில், கம்யூனிஸ்ட் வேட்பாளர் கோதண்டராமனை மிகப்பெரும் வாக்கு வித்தியாசத்தில் வென்று பெரியாருக்கு பெருமை சேர்த்தார், காமராஜர்! அவர் வாங்கிய முதல் ஆசியும் கூட பின்னர் பெரியாரிடம் தான்!

பொதுவாக, 'தமிழ்நாட்டின் கல்விக்கண்களை காமராஜர் திறந்தார்' என்று சொல்வார்கள். ஆனால், காமரஜார் தமிழ்நாட்டின் கல்விக்கண்களை திறக்கவில்லை. மாறாக, அந்தக் கண்களையே தமிழ்நாட்டுக்கு அவர் தான் அளித்தார்! ஆட்சி செய்த 9 ஆண்டுகளில் தமிழகம் முழுவதும், 18,000 பள்ளிகளை திறந்து அசத்தினார், காமராஜர். அப்போதெல்லாம், தினந்தோறும் கல்வி தொடர்பாக ஒரு புதிய நடவடிக்கையை எடுத்தது, காமராஜரின் அமைச்சரவை. ஆகையால் தான், காமராஜருக்கு முன்னால் 7 சதவிகிதமாக இருந்த தமிழகத்தில் கல்வி விகிதம், காமராஜருக்கு பின்னால் 38 சதவிகிதமாக உயர்ந்து நின்றது. முக்கியமாக, நீதிக்கட்சியால் சென்னையின் மாநகராட்சி பள்ளிகளில மட்டும் அறிமுகப்படுத்தப்பட்ட மதிய உணவுத் திட்டத்தை, தமிழகமெங்கும் விரிவுப்படுத்தினார் காமராஜர். அதற்கு செலவழிக்க நிதியில்லை என்று அமைச்சர்கள் சொன்னபோது, 'பசியோட இருந்தா எப்படி பசங்களுக்கு படிப்பு ஏறும்னேன்... தமிழ்நாட்டையே வித்தாவது பசங்க தட்டை நாம நிறைக்கணும்னேன்...' என்று திடமாக அறிவித்தார், காமராஜர்! பெரும்பாலும், மத்திய அரசு நிதி மற்றும் நன்கொடையாக கிடைத்த நிதி ஆகியவற்றை வைத்து, மதிய உணவு திட்டத்தை வெற்றிகரமாக நடத்திச் சென்றார், அவர். உணவுக்கு அடுத்து, 'நம் பிள்ளைகளுக்கு நல்ல உடை தேவை' என்று முடிவெடுத்து, இலவச சீருடை திட்டத்தையும், காமராஜர் அமல்படுத்தினார்!

ஒரு விதத்தில், காமராஜரை காங்கிரஸ் கட்சியில் இருந்த திராவிடப்பற்றாளர் எனலாம். ஆம், அவர் கடைசிவரை தேசப்பற்றில் ஊறியவராகவே இருந்தார். ஆனாலும், ஒடுக்கப்படும் எளியமக்களுக்காக அவர் சிந்தித்தார். 'டாக்டருக்கு படிச்ச தாழ்த்தப்பட்டவன் ஊசிபோட்டு எந்த நோயாளி செத்தான்னேன்? பிற்படுத்தப்பட்ட எஞ்சினியர் கட்டுன எந்தப் பாலம் இடிஞ்சுப்போச்சுன்னேன்? யாருக்கு வாய்ப்பு கொடுத்தாலும், எஞ்சினியரும் ஆகலாம், டாக்டரும் ஆகலாம்னேன்...' என்று பேசியது, அண்ணா

அல்ல, கலைஞர் அல்ல, காமராஜர்! 'இங்கே இருக்கும் எல்லா மக்களும் மதத்துக்காகவோ, சாதிக்காகவோ அடிச்சுக்காம ஒண்ணுமண்ணா இருக்கணும்...' என்று எப்போதும் நினைப்பவராக இருந்தார், காமராஜர்!

இந்தியா கண்டதிலேயே மிகப்பெரிய காந்தியவாதி வடக்கே நேரு என்றால், தெற்கே காமராஜர்! உள்ளும் புறமும் மொத்தமாக காந்தியின் உருவமென வலம் வந்தார், காமராஜர்! 1963ம் ஆண்டு அவர் முதலமைச்சர் பதவியில் இருந்து விலகி காங்கிரஸ் கட்சியின் நிர்மாணப் பணிக்கு செல்ல முடிவெடுத்தது கூட, காந்தி ஜெயந்தி தினத்தன்று தான். நேருவுக்குப் பிறகு, இரண்டாம் நேருவாக இரண்டு பேரையே காங்கிரஸ் தொண்டர்கள் பார்த்தார்கள். ஒருவர், ஜெயப்பிரகாஷ் நாராயண், இன்னொருவர் நம் காமராஜர். ஆனால், பிரதமராகும் வாய்ப்பை மிக எளிதாக வேண்டாம் என்று சொல்லிவிட்டு, லால் பகதூர் சாஸ்திரியை பிரதமராக மாற்றினார், காமராஜர். காந்தியின் இடத்தில் நின்று அவர் செய்த செயல் அது. பின்னர், 1969ம் ஆண்டு காங்கிரஸ் உடைந்து இந்திரா காங்கிரஸ், ஸ்தாபன காங்கிரஸ் என்ற இரு பிரிவுகள் ஏற்பட்டன. அதில், ஸ்தாபன காங்கிரஸூக்கு காமராஜரே மையம். அப்போது, ஸ்தாபன காங்கிரஸூக்கு, காங்கிர தொண்டர்களால் வழங்கப்பட்ட இன்னொரு பெயர் என்ன தெரியுமா? அது, 'காந்தி காங்கிரஸ்'!

12 பிரதமர்களை மேய்த்த பிரதமர் நேரு என்றால், 8 முதலமைச்சர்களை மேய்த்த முதலமைச்சர் காமராஜர்! அதாவது, அவரது அமைச்சரவையில் இருந்த சி. சுப்பிரமணியம், பக்தவத்சலம் என எல்லோரும், தனித்தனியாக முதலமைச்சராவதற்கு உண்டான தகுதியுடன் இருந்தனர். ஆனால், நேருவைப்போலவே காமராஜரிடம் இருந்த மக்கள் செல்வாக்கும், தேசநேசமும் அவரை தனித்து ஒளிரவைத்தது. ஒருவிதத்தில், காமராஜர் தென்னகத்தின் கர்ணன்! கறுப்பு நிறத்தில், வெள்ளை உடையில் அவர் சட்டமன்ற வளாகத்தில் வந்து நிற்கையில்,

காலம் வணங்கும் கல்வி வள்ளல் காமராஜர்

பெரும்புகழ் அங்கத்தின் அவையில் வெண்கொற்ற குடை சூழ கர்ணன் வந்துநிற்பதைப் போலவே இருக்கும்! வேண்டுமானால், நேருவுடன் காமராஜர் அமர்ந்திருக்கும் புகைப்படங்களை எடுத்துப் பாருங்கள். துரியோதனனின் வலப்பக்க சிம்மாசனத்தில் காலை சற்றே சரித்து பின்னால் நன்றாக சாய்ந்து அமர்ந்திருக்கும் கர்ணனைப் போலவே இருப்பார், காமராஜர்!

காமராஜர் தமிழ்மொழி மீது மட்டும் தனியாக பற்று காட்டியவர் இல்லை. ஏனெனில், இந்தியாவின் அத்தனை மொழிகளுமே அவருக்கு முக்கியமானது தான். ஆனாலும், தமிழுக்காக அவர் ஆற்றியவை நிறைய! முதலில், பள்ளிகள் மற்றும் உயர்கல்வி சாலைகளில் தமிழை பயிற்றுமொழியாக மாற்றினார், காமராஜர். அடுத்து, பிறமொழி அறிவியல் மற்றும் தொழில்நுட்ப பாடங்களை எளிய தமிழில் மொழியாக்கம் செய்து மாணவர்களிடம் கொண்டு சேர்த்தார், அவர். அரசாங்க அலுவலகங்களில் தமிழ் தட்டச்சு இயந்திரங்களும் கூட காமராஜர் ஆட்சிக்காலத்திலேயே கட்டாயம் ஆக்கப்பட்டன! அவ்வளவு ஏன்? காமராஜர் இருக்கும் வரை, இந்தித் திணிப்பு நடவடிக்கை தமிழகத்திற்குள் நுழையமுடியவில்லை என்பதே, வரலாறு படிக்கும் அனைவரும் சொல்லும் உண்மை!

தமிழகத்தின் விவசாயம் மற்றும் தொழில் வளர்ச்சிக்கான ஆணிவேரை காமராஜர் தான் ஊன்றினார்! வைகை அணை, மணிமுத்தாறு அணை, கீழ்பவானி அணை, பரம்பிக்குளம் அணை, சாத்தனூர் அணை என, தமிழ்நாட்டு விவசாயிகளுக்காக நிறைய அணைக்கட்டுமானங்களை ஏற்படுத்தினார், காமராஜர். நெய்வேலி பழுப்பு நிலக்கரி சுரங்கம், சென்னை - ஆவடி ராணுவத் தளவாட தொழிற்சாலை என, தொழில்துறையிலும் நின்று விளையாடியது கறுப்பு ராஜனின் சிவப்பு செங்கோல்!

வைரவமணி

காமராஜர், மிகச்சிறந்த பேச்சாளர் இல்லை. அடுக்கு மொழியில் கடிதங்களோ, கட்டுரைகளோ தீட்டியவரும் இல்லை. ஆனாலும், அவருக்குப் பின்னால் மிகப்பெரிய மக்கள் திரள் ஆதரவாக நின்றது! தேடிப்பாருங்கள். மற்ற தலைவர்களுக்கு கிடைப்பதைப் போல, காமராஜருக்கு மட்டும் பெரியளவில் மேற்கோள்கள் (Quotes) கிடைக்காது. சட்டசபையில் கூட, 'ஆம், இல்லை, செய்வோம், ஆலோசிப்போம்...' என்று ஓரிரு வார்த்தைகளிலேயே பதில் சொல்லியிருக்கிறார், காமராஜர். ஆட்சிசெய்த 9 ஆண்டுகளில், மொத்தமாக 6 நீண்ட உரைகளையே காமராஜர் சட்டமன்றத்தில் ஆற்றியிருக்கிறார். 'காற்று மழையை கூட கணித்துவிடலாம். ஆனால், காமராஜரை கணிக்கமுடியாது' என்பதே அன்று சட்டமன்ற வளாகத்தில் காமராஜரைப் பற்றிய பலரின் மனப்பதிவு. இவ்வளவு இருந்தும், இன்றும் ஜூலை 15ம் தேதி வரும்போது 'மலர்களின் நடுவிலே ஒரு ரோஜாஞ் மக்களின் மத்தியிலே காமராஜாஞ்' என்று, தமிழ்நாட்டின் கடைக்கோடியில் பாட்டிசைக்கிறார்கள், பாமர மக்கள்!

'உடம்புக்கு தான் சட்டை, சட்டைக்காக உடம்பு இல்ல' என்ற கொள்கையில் நம்பிக்கை கொண்டவர், காமராஜர்.

அதாவது, மக்களுக்காக தான் சட்டம், சட்டத்துக்காக மக்கள் இல்லை என்பார். காமராஜரின் ஆட்சிக்காலத்தில், சட்டநடைமுறைகளை காரணம் காட்டி, எந்த திட்டமும் தாமதமானதில்லை. ஒரு சம்பவம் சொல்வார்கள். அப்போது, பரம்பிக்குளம் – ஆழியாறு அணை தண்ணீர் தாக்கீது ஓடிக்கொண்டிருந்தது. தமிழ்நாடு, கேரளா என இரண்டு மாநில பொதுப்பணித்துறை அதிகாரிகளும் ஆண்டுக்கணக்காக பேசிக் கொண்டிருந்தார்கள். காமராஜர் அதைக் கவனிக்கிறார். 'இவனுவ வுட்டா 58 வருசமும் பேசுவானுவ... ஃபோன போடு நம்பூதிரி பாட்டுக்கு...' என்று உதவியாளரை அழைக்கிறார். நம்பூதிரிபாட் லைனில் வருகிறார். காமராஜர் வழக்கமான அதட்டும் தொனியில், 'நீ நான் எல்லாமே தேசத்துக்காக தான் பணி செய்றோம். உன் மாநிலம், என் மாநிலம்னு பிரிச்சுப் பாக்காத. நீ எனக்கு தண்ணி தந்தா, நான் உனக்கு கரண்ட் தர மாட்டேனா...' என்று விளாசி எடுக்கிறார். அடுத்த 24 மணி நேரத்தில் தமிழ்நாட்டுக்கு தண்ணீர் தர அனுமதிக்கும் கையெழுத்திட்ட கோப்புகளை காமராஜருக்கு அனுப்பி வைத்தாராம், நம்பூதிரிபாட்!

'காமராஜர் ஆட்சி' என்ற சொல் தமிழ்நாட்டில் வெகுபிரசித்தம். ஆனால், காமராஜரின் ஆட்சி என்பது வெறுமனே நிர்வாக முறையானது அல்ல, அது தனிவாழ்வில் நேர்மையும், எளிமையும், மக்கள் மீதான அன்பும், கரிசனமும் கொண்டது. கூடவே, மிகவும் பின்தங்கிய சமூகப்பின்னணியில் இருந்து வந்து பல கோடி மக்கள் கொண்ட ஒரு பெருநிலத்தை ஆளும் வசீகரத்தையும் கொண்டது! அப்படியொரு எளிமையாளன் மற்றும் நேர்மையாளன், பின்தங்கிய சமூகத்தில் இருந்து வந்து தமிழ்நாட்டை ஆட்சிசெலுத்துகையில், எவருமே எடுத்துச்சொல்லாமல் இங்கே நடப்பது 'காமராஜர் ஆட்சி' என்று அகிலம் அழைக்கும்!